ஆனி ஃபிராங்க்

ஓர் இளம்பெண்ணின் டைரிக்குறிப்புகள்

எதிர்
வெளியீடு

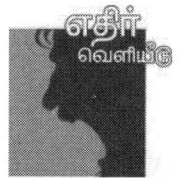

ஆனி ஃபிராங்க்

ஓர் இளம்பெண்ணின் டைரிக்குறிப்புகள்

தமிழில்

உஷாதரன்

எதிர் வெளியீடு

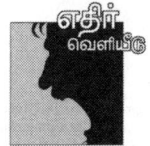

ஆனி ஃபிராங்க்
ஓர் இளம்பெண்ணின் டைரிக்குறிப்புகள்
ஆனி ஃபிராங்க்
தமிழில்: உஷாதரன்

முதல் பதிப்பு: டிசம்பர் 2011
மூன்றாம் மறுஅச்சு: ஜனவரி 2020
எதிர் வெளியீடு,
96, நியூ ஸ்கீம் ரோடு, பொள்ளாச்சி - 642 002.
தொலைபேசி: 04259 - 226012, 99425 11302.
விலை: ரூ. 400

Anne Frank: The diary of a young girl
Anne Frank

This edition was published with an agreement with Anne Frank Foundation 2011.
Tamil edition Copyright with Ethir veliyeedu

First Edition: December 2011
Third Impression: January 2020
Published by
Ethir Veliyeedu, 96, New Scheme Road, Pollachi - 642 002.
Email: ethirveliyedu@gmail.com
www.ethirveliyedu.in

Price: ₹ 400

ISBN: 978-93-87333-67-3
Printed at Jothy Enterprises, Chennai.

All rights reserved. No part of this book may be reprinted or reproduced or utilised in any form or by any electronic, mechanical or other means, now known or hereafter invented, including photocopying and recording, or in any information storage or retrieval system, without permission in writing from the Publisher.

இரவிற்கு எல்லாம் தெரியும்

எஸ். ராமகிருஷ்ணன்

இரண்டாம் உலகப் போரின்போது ஹிட்லரின் நாஜிப் படையால் கொலை செய்யப்பட்ட யூதர்கள் குறித்து நிறைய ஆவணங்கள், புனைகதைகள், நாடகங்கள் எழுதப்பட்டிருக் கின்றன. அதில் மிக முக்கியமானதாக கருதப்படுவது ஆனி ஃபிராங்கின் நாட்குறிப்புகள் (The Diary of Anne Frank)

பதிமூன்று வயதான யூதச்சிறுமி எழுதிய இந்த நாட்குறிப்புகள் வரலாற்றின் முக்கிய ஆவணங்களில் ஒன்றாகக் கருதப்படுகிறது, ஆனி ஃபிராங்க் டச்சு மொழியில் இந்த டயரியை எழுதியிருக் கிறாள்.

ஜுன் 12, 1942ல் டயரி துவங்குகிறது, முதல் 22 நாட்கள் அவர்களின் இயல்பு வாழ்க்கையை விவரிக்கும் இந்த நாட்குறிப்பு அதன்பிறகு 1944 வரையான அவர்களின் ஒளிந்துவாழும் காலத்தைப் பதிவு செய்துள்ளது.

ஆனி தனது டயரிக்கு கிட்டி என்று பெயர் சூட்டியிருக்கிறார், ஒரு தோழியிடம் நடந்த செய்திகளைச் சொல்வதைப் போலவே நாட்குறிப்புகளை எழுதியிருக்கிறாள்.

காகிதம் மனிதர்களை விடவும் பொறுமையானது, அந்தப் பொறுமையை நான் பயன்படுத்திக் கொள்ள வேண்டும் என்று ஒரு இடத்தில் ஆனி குறிப்பிடுவது கவனிக்கத்தக்கது.

ஹிட்லர் ஆட்சியின்போது யூதர்கள் எப்போதும் மஞ்சள் நட்சத்திரச் சின்னத்தை அணிந்து கொண்டிருக்க வேண்டும், டிராம்களில் பயணிக்கவோ, வாகனம் ஓட்டவோ அனுமதி

கிடையாது. மாலை மூன்று மணியிலிருந்து ஐந்து மணிக்குள் மட்டுமே தங்களுக்குத் தேவையானப் பொருட்களை வாங்க வேண்டும். இரவு எட்டுமணிக்கு மேலே வெளியே வரக்கூடாது. வீட்டின் முற்றத்தில் அமரக்கூடாது. நாடகம் சினிமா பார்ப்பது கண்டிக்கத் தக்கது.

நீச்சல், விளையாட்டுப் போட்டிகள் எதிலும் பங்கேற்க கூடாது. யூதர்களுக்கான தனிப்பள்ளியில் மட்டுமே சேர்ந்து படிக்க வேண்டும். பொது இடங்களில் சைக்கிளைத் தள்ளிக் கொண்டு தான் போக வேண்டும் என்பது போன்ற கடுமையான தடை சட்டங்கள் இருந்தன. அந்தச் சூழலுக்குள்தான் ஆனி வாழ்ந்தாள்.

இன்னொரு பக்கம் இனத்தூய்மை செய்வதாக யூதர்களை மொத்தமாக முகாமில் அடைத்து விஷ வாயு செலுத்திக் கொன்று குவித்தது நாஜி ராணுவம், குழந்தைகளை கூடத் தலையை மொட்டையடித்து நிர்வாணப்படுத்தி சித்ரவதை செய்தது ஹிட்லரின் ராணுவம், இதுபோன்ற கொடுமையான சித்ரவதை முகாமில் மாட்டிக் கொள்ளாமல் தப்பிப்பதற்காக யூதக் குடும் பங்கள் ரகசிய இடங்களில் ஒளிந்துவாழத் துவங்கினார்கள்.

அதில் ஒன்றுதான் ஆனி பிராங்கின் குடும்பம், அப்பா ஓட்டோ பிராங்கின் அலுவலகத்தில் உள்ள ரகசிய அறை ஒன்றில் ஒளிந்து வாழ்ந்த ஆனி தனது இருண்ட வாழ்க்கையின் அவலங்களை, வலியை, வேதனைகளை நாட்குறிப்பில் பதிவு செய்திருக்கிறாள்.

60க்கும் மேற்பட்ட மொழிகளில் வெளியாகியுள்ள இந்த நூல் ஆனியின் 13 மற்றும் 14வது வயதில் எழுதப்பட்டதாகும். தனது 15வது வயதில் அவள் ஹிட்லரின் ராணுவத்தால் கண்டு பிடிக்கப்பட்டு பெர்ஜன் பெல்சன் முகாமிற்கு கொண்டு செல்லப் பட்டு அங்கே நோயுற்று இறந்து போனாள். அவர்கள் குடும் பத்தில் தப்பி பிழைத்த ஒரே நபர் அவளது அப்பா ஓட்டோ பிராங்க் மட்டுமே.

ஜெர்மனியின் பிராங்பெர்ட் நகரில் 1929 ஜூன் 29ல் ஆனி பிறந்தாள். அவளது அப்பா ஓட்டோ பிராங்க், அம்மா எடித், சகோதரி மார்க்காட் ஹிட்லரின் அடக்குமுறைக்கு பயந்து ஆனியின் குடும்பம் ஆம்ஸ்டர்டாமிற்குத் தப்பிச் சென்றது.

1942ஆம் ஆண்டு ஆனின் 13வது பிறந்தநாள் அன்று அவளுக்குப் பிறந்தநாள் பரிசாக ஒரு டயரி கிடைத்தது. அதைப் பயன்படுத்தி அவள் தனது அன்றாட நிகழ்வுகளைப் பதிவு செய்யத் துவங்கினாள்.

13 மற்றும் 14 ஆகிய இரண்டு வருடங்களில் அவள் எழுதிய நாட்குறிப்பில் இருந்து தொகுக்கப்பட்டதுதான் இந்த நூல், அவளது டயரியின் சில பகுதிகள் காணாமல் போய்விட்டன, சில கிழிக்கப்பட்டிருக்கின்றன.

இந்த டயரி உண்மையானதில்லை, இது போலி என சில விமர்சகர்கள் குரல் எழுப்பினார்கள். ஓட்டோ பிராங்க் தனது மகளின் உண்மையான நாட்குறிப்பின் பக்கங்களை வெளியிட்டு அந்த சர்ச்சைகளுக்கு முற்றுப்புள்ளி வைத்தார். ஆனி ஃபிராங்கின் நாட்குறிப்பு திரைப்படமாகவும் வெளியாகி உள்ளது.

ஆனின் நாட்குறிப்புகளில் மூன்று விஷயங்கள் தீர்க்கமாக எழுதப்பட்டிருக்கின்றன. ஒன்று பதின் வயதுள்ள அவளது காதல் உணர்ச்சிகள், அதில் ஏற்படும் தவிப்புகள், இனம்புரியாத இன்பம்.

குறிப்பாக பீட்டரோடு இருந்த ஆண் நட்பு, அதை அவள் உணரும் விதம், ரகசிய அறைக்குள்ளாக வளரும் அவர்களின் காதல், முடிவற்ற உரையாடல்கள், அதில் ஏற்படும் மனசஞ்சலம், கவலை, அம்மாவோடான சண்டை, மற்றும் யாருடனும் பகிர்ந்து கொள்ளாத காதலின் உற்சாகம் நுட்பமாக விவரிக்கப்படுகிறது.

ஆனி உலக விஷயங்களைத் தெரிந்து கொள்வதில் எப் போதுமே ஆர்வமானவளாக இருக்கிறாள். குறிப்பாக மன்னர்கள், அவர்களின் அகபுற உலகம் பற்றி அதிகம் தெரிந்துகொள்ள விரும்புகிறாள், ரேடியோக் கேட்பதன் வழியே யுத்தகால நெருக்கடிகளை, அரசியல் சூழல்களை அவள் அறிந்து கொள் கிறாள். ஆனி ஃபிராங்க் அரசியல் நடவடிக்கைகள் குறித்து அதிகம் பேசவும் விவாதிக்கவும் விரும்புகிறவளாகவே இருக்கிறாள். ஆனால் அதைப் பற்றி பெண்கள் அதிகம் பேசிக் கொள்வதில்லை என்பதால் அவள் தனக்குத்தானே அவற்றைச் சொல்லிக் கொள்கிறாள்.

ஒளிந்து வாழும் ரகசிய இடத்தில் அவள் ஆண்களோடு பேசிப் பழகுவது அம்மாவிற்கு பிடிக்கவில்லை. பதின்வயதுப் பெண் களின் ஒழுக்கம் குறித்து அம்மா மகளுக்குள் அடிக்கடி சண்டை வருகிறது. அப்பா அவளை எப்போதுமே பரிவுடன் நடத்துகிறார். ஆனிற்கும் அப்பாவின் மீதுதான் அதிக பாசமிருக்கிறது.

மொழிபெயர்ப்பு செய்வது, பிரெஞ்சு கற்றுக் கொள்வது, சுருக் கெழுத்துப் படிப்பது என்று அவள் தனது புற உலகின் நெருக் கடியில் இருந்து தப்பிக்க ஏதேதோ செய்ய முயலுகிறாள். ஆனால் அடிமனதில் வதைமுகாமின் மரண அச்சம் அவளைப் பிடித் தாட்டுகிறது, இந்த மனநிலைக்கு மாற்றுமருந்தாக அமைவது அவளிடம் உள்ள புத்தகங்களே.

ஆம், நண்பர்களே, இருண்ட வாழ்விற்குள்ளும் புத்தகங்களே அவளை உயிரோடு வைத்திருந்தன. புத்தகங்களே அவளை ஆறுதல்படுத்தின. புத்தகங்களே அவளுக்கு வெளியுலகின் சாளர மாக இருந்தன. தான் படித்த புத்தகங்களோடு ஆனி பேசினாள். ஒரு கதாபாத்திரம் போல புத்தகத்தினுள் கரைந்து போய்விட மாட்டோமா என்று ஆசைப்பட்டாள். புத்தகங்களே வாழ்வின் மீதான கடைசிப் பிடிப்பாக இருந்தன.

ஆனியின் டயரியிலுள்ள மூன்றாவது அம்சம் தனது குடும்பம் எப்படி நெருக்கடியை எதிர்கொள்கிறது என்பதை இயல்பாக சுட்டிக்காட்டுவதாகும். குறிப்பாக ஒளிந்துவாழும் காலத்தில் உடனிருக்கும் ஒருவரின் மனைவி தனது அப்பாவை மயக்கு வதற்கு செய்யும் முயற்சிகள் அவளுக்கு எரிச்சலூட்டுகின்றன. குளிப்பதற்கு இடமில்லாமல் அம்மா இருட்டில் நின்று குளிப்பது அவளுக்குக் கவலை தருகிறது. உணவுத்தட்டுப்பாடு, ராணுவம் பிடித்துக் கொண்டு போய்விடுமோ என்று பயந்து நாள் எல்லாம் மௌனமாக இருப்பது, மின்சாரமில்லாத அறையினுள் சவக்குழியில் வாழ்வது போன்ற மன நெருக்கடியை உணர்வது என்று ஆனி நாட்குறிப்பில் தனது அக நெருக்கடிகளைத் துல்லிய மாகப் பதிவு செய்திருக்கிறாள். பல இரவுகளில் அவள் உறக்கமில் லாமல் விழித்துக்கொண்டு படுத்திருக்கையில் இரவிற்கு எல்லாம் தெரியும். அது யாரையும் காட்டிக் கொடுப்பதில்லை என்று உணருகிறாள். ஒருவகையில் இரவு அவளுக்கு மீட்சி தருகிறது.

அதிகார நெருக்கடிகளில் இருந்து மீட்டு ஆறுதல் அளிக்கிறது.

பின்னொரு நாள் ஓட்டோ பிராங்கின் தலைமறைவு வாழ்க்கை கண்டுபிடிக்கப்பட்டு நாஜி ராணுவம் அவர்களை வதை முகாமிற்கு இழுத்துக் கொண்டு போனது, ஆனி தனது டயரியை அந்த வீட்டிலே ஒளித்து வைத்துவிட்டு வந்தாள். யூத முகாமில் அவளது அம்மா இறந்து போனாள். அப்பா வேறு முகாமிற்கு கொண்டு செல்லப்பட்டார். பெர்ஜன் பெல்சன் முகாமில் ஆனியும் அக்காவும் உடல் நலமற்று போனார்கள். அந்த முகாம் ஆஷ்விட்ச் முகாம் போலவே கொடூரமாகவே இருந்தது.

ஓட்டோ பிராங்கிற்கு தெரிந்த பெண்ணாகிய மையிப் கைஸ் அவர்கள் ஒளிந்துவாழும் காலத்தில் உடனிருந்தார். கைஸ் ஒரு டச்சுக்காரர். ராணுவம் ஓட்டோபிராங்கை பிடித்துக் கொண்டு போன பிறகு கைஸ் தற்செயலாக அந்த ரகசிய அறைக்குள் தேடியபோது ஆனியின் டயரி கையில் கிடைத்தது. அதை அவர் போர் முடிந்தபிறகு திரும்பி வந்த ஓட்டோ பிராங்கிடம் ஒப்படைத்தார். அதை வாசித்த ஓட்டோ பிராங்க் தன் மகளின் எழுத்தாற்றலைக் கண்டு நெகிழ்ந்து போய் அந்த நாட்குறிப்பினை வெளியிட்டார். பின்பு 1950இல் ஆங்கிலத்தில் வெளியானது.

ஆனி ஃபிராங்கின் டயரி வெளியாவதற்கு முக்கியக் காரண மாக இருந்தவர் மைப் கைஸ், நூறு வயது வரை வாழ்ந்த கைஸ் ஒவ்வொரு ஆண்டும் ஆகஸ்ட் 4ஆம் நாளில் ஆனி குடும்பத்தி னருக்காக மௌன விரதம் இருந்து வந்திருக்கிறார்.

ஆனியின் நாட்குறிப்பை வாசிக்கையில் அந்தச் சிறுமியின் சொற்களில் அவளது ஆறாத மனத் தவிப்பை, வாழ்தலின் ஏக்கத்தை முழுமையாக அறிய முடிகிறது. அந்த உஷ்ணம் வாசிப் பவரைச் சுடுகிறது. மனதை துவளச் செய்கிறது. சொற்களின் வழியே அவள் தன்னிருப்பை நித்யமாக்கிவிட்டு சென்றிருப்பதை உணர முடிகிறது.

ஆனி ஃபிராங்கின் டைரிக்குறிப்புகளை உஷாதரன் எளிமை யாகவும், சரளமாகவும் மொழியாக்கம் செய்திருக்கிறார். மூல நூலின் உணர்ச்சிகள் தமிழிலும் அதே சாரத்துடன் வந்திருப்பது பாராட்டிற்குரியது. எதிர்வெளியீடு இதைச் சிறப்பாகப் பதிப்பித்துள்ளது.

உலக மனசாட்சியை உலுக்கும் நாட்குறிப்பு

அ. குமரேசன்

அடக்குமுறையாளர்களின் ஒடுக்குமுறைகளை மீறி மக்களின் குரல் வரலாற்றில் எதிரொலித்தே வந்திருக்கிறது. ஜெர்மனியில் ஹிட் லரின் நாஜி இனவெறி ஆட்சி தலைவிரித்தாடிய போது ஆன் ஃபிராங்க் எழுதிய புத்தகம் அப்படியொரு குரல்தான்.

ஆன் மேரி ஃபிராங்க் 15 வயதே நிரம்பிய ஒரு யூத இனத்துச் சிறுமி. ஜெர்மனியின் ஃபிராங்க்பர்ட் நகரில் 1929 ஜூன் 29ல் பிறந்தவள். 13 வயதில் அவள் தன் அனுபவங்களை எழுதத் தொடங்கினாள். அவள் தன் 15வது வயதில் இறந்துபோன பிறகு அது புத்தகமாக வெளிவந்து, உலக சமுதாயத்தின் மனசாட்சியை உலுக்கியது. ஹிட்லர் அமைத்த ஒரு சித்ரவதை முகாமில் சுமார் 17,000 யூதர்களைக் கொன்ற, நச்சுக் காய்ச்சலுடன் தோலைப் பழுக்க வைக்கும் 'டைபஸ்' என்ற தொற்று நோய்க்கு அவளும் பலியானாள்.

ஜெர்மனியில் முதலாளித்துவ விதிகளின் கோரநர்த்தனத்தில் வறுமையும், வேலையின்மையும், பாலியல்தொழிலும், தற்கொலைகளும் பெருக, இதற்கெல்லாம் காரணம் யூதர்கள் வந்து குடியேறியதுதான் என்ற பிரச்சாரத்தை ஹிட்லர் கூட்டம் கட்டவிழ்த்துவிட்டது. சர்வாதிகாரி ஹிட்லர், ஜெர்மனியைத் "தூய்மைப்படுத்தி" நாஜிகளின் நாடாக மாற்ற ஆணையிட்டான்.

முன்னாள் இராணுவ அதிகாரியும் படிப்பார்வம் மிக்கவருமான ஓட்டோ ஃபிராங்க், தம் மனைவி எடித், புதல்விகள் மார்கொட்,

ஆன் ஆகியோரோடு நெதர்லாந்துக்கு (ஹாலந்து) தப்பிச் சென்றார். ஆம்ஸ்டர்டாம் நகரில் குடியேறியது அந்த யூதக் குடும்பம். குடியேறிய தெருவில் மற்ற குழந்தைகளோடு குழந்தை யாக விளையாடினார்கள் ஃபிராங்க் சகோதரிகள். மார்கொட் கணிதத்தில் ஆர்வம் மிகுந்தவள். ஆன் படிப்பதில் விருப்பம் மிக்கவள். சில நாட்களில் ஆனின் அத்தை குடும்பமும் அவர் களோடு சேர்ந்துகொண்டது.

1942 ஜூன் 12 அன்று ஆனின் 13வது பிறந்த நாளில் பெற்றோர் அவளுக்கு அளித்த பரிசுகளில் ஒன்று, நண்பர்களின் கையெ ழுத்தும் வாழ்த்துச் செய்திகளும் பெறுவதற்கான ஆட்டோகிராப் ஏடு. அதை நாட்குறிப்பாகப் பயன்படுத்த எண்ணிய ஆன், அன்று இரவே எழுதத் தொடங்கினாள்.

அடுத்த மாதமே நெதர்லாந்து நாஜிகளிடம் விழுந்தது. அங்கேயும் யூத வேட்டை தொடங்கியது. ஓட்டோ ஃபிராங்க் குடும்பத்தினர் அந்த வீட்டிலேயே புத்தக அலமாரிக்குப் பின்னால் அமைத்திருந்த இரகசிய இடத்திற்குள் புகுந்து தலைமறைவாக வாழத் தொடங்கினர்.

ஆன் ஃபிராங்க் அந்தக் கூட்டுக்குள் தனது எழுத்தைத் தொடர்ந்தாள். தலைமறைவு வாழ்க்கையின் தனிமை அவலங்கள், வெளி உலக வெளிச்சத்தைக் காணமுடியாத ஏக்கங்கள், குடும் பத்தினரின் உணர்ச்சிப் பெருக்குகள்... என பதிவு செய்தாள். அத்தை மகனிடம் தனக்கு ஏற்பட்ட அந்த வயதுக்கே உரிய ஈர்ப்பு உணர்வையும் குறித்து வைத்தாள். தான் ஒரு எழுத்தாளராக வேண்டும், அல்லது நடிகையாக வேண்டும் என்ற கனவையும் எழுதி வைத்தாள்.

எப்படியோ மோப்பம் பிடித்த நாஜி இராணுவம் 1944 ஆகஸ்ட் 4ல் அந்த இரகசிய வீட்டுக்குள் புகுந்தது. அத்தனை பேரையும் அள்ளிச் சென்றது.

சித்ரவதை முகாமில் பெரியவர்களும், குழந்தைகளும் பிரிக்கப் பட்டனர். ஒரு பகுதியினரை உடனடியாக நச்சுவாயுக் கூடத்திற்குக்

கொண்டு சென்று கொன்று போட்டார்கள் நாஜி அதிகாரிகள். குழந்தைகளை தனிக் கூடத்தில் அடைத்தனர். அவர்களின் தலையை மொட்டையடித்து, உடைகளை உருவி அம்மண மாகவே இருக்க வைத்தனர்.

இப்படி 8 மாதங்கள். பெர்ஜன்-பெல்சன் நகர முகாமில் 1945 மார்ச் மாதம் அந்த உயிர்க் கொல்லி நோய் பரவியது. ஒரு நாள் மார்கொட் இறந்தாள். சில நாட்களில் டைபஸ் பசிக்கு இரை யானாள் ஆன்.

இரண்டாம் உலகப் போர் முடிவுக்கு வந்து, ஹிட்லர் வீழ்த்தப்பட்டு, நெதர்லாந்து மீட்கப்பட்டது. முகாம்களில் மிச்சம் இருந்தவர்கள் விடுவிக்கப்பட்டார்கள். அவர்களில் ஒருவர் ஓட்டோ ஃபிராங்க். குடும்பத்தில் அனைவரும் அழிக்கப்பட்டு விட்ட சோகத்துடன் வீடு திரும்பியவரை, ஆன் எழுதிவைத்திருந்த கையேடு உயிரோடு வரவேற்றது. அதைப் படிக்கப் படிக்க அவர் உள்ளம் குலுங்கியது. தன் சிறு மகளுக்குள் இருந்த படைப் பாற்றல், உண்மைகளைப் பதிவு செய்துள்ள நுட்பம், துளிர்விட்ட காதல்... இவற்றையெல்லாம் கண்டு உருகினார். அந்த உணர்வுகள் தன்னோடு நின்றுவிடக்கூடாது என்று கருதிய அவர், எழுத் தாளராக வேண்டும் என்ற மகளின் கனவை நிறைவேற்ற முடிவு செய்தார். உலகின் பல மொழிகளிலும் வெளியான 'தி டயரி ஆப் எ யங் கேர்ள்' ('ஒரு இளம் சிறுமியின் நாட்குறிப்பு') என்ற அந்தப் புத்தகம் நாஜி அடக்குமுறை ஆட்சியின் கொடுமைகளை உணர்த்தி, இனியொரு இனவெறிச் சர்வாதிகாரத்தை அனுமதிக்க மாட்டோம் என்று உறுதியேற்க வைத்துக் கொண்டிருக்கிறது.

என்ன செய்தார் மையீப் கைஸ்?

ஆஸ்திரியாவின் வியன்னா நகரில் ஒரு டச்சுக் குடும்பத்தில் 1909 பிப்ரவரி 15ல் பிறந்த பெண் மையீப் கைஸ். பெற்றோரின் வறுமை யால் ஆம்ஸ்டர்டாம் நகரில் ஒரு உறவினர் குடும்பத்தில் வளர்ந்து, பின்னர் ஓட்டோ ஃபிராங்க் வீட்டில் வேலைக்குச் சேர்ந்தார். அவர் மீது ஆன் தனிப் பாசம் வைத்திருந்தாள். "தலைமறைவாக வாழப்

போகிறோம். நீயும் வருகிறாயா," என்று ஓட்டோ கேட்டபோது, சற்றும் தயங்காமல் அவர்களோடு அந்த இரகசிய வீட்டுக்குள் புகுந்தார் மையீப்.

அவர் இல்லை என்றால் உலகம் ஒருபோதும் ஆன் ஃபிராங்க்கைச் சந்தித்திருக்க முடியாது. டச்சுப் பெண் என்பதால் அவரை விட்டுவிட்டு, ஃபிராங்க் குடும்பத்தினரை நாஜி இராணுவம் கொண்டுசென்ற பிறகு அந்த இரகசிய வீட்டுக்குள் சென்ற மையீப், தரையில் அந்த ஆட்டோகிராப் கிடப்பதைப் பார்த்தார். ஆன் திரும்பி வருவாள் என்ற நம்பிக்கையுடன் அதைப் பாதுகாத்து வைத்தார். நாஜி இராணுவ அலுவலகத்திற்குச் சென்று ஃபிராங்க் குடும்பத்தினரை விடுதலை செய்யக் கோரினார். அவ்வாறு கோருவது தன்னையும் சிறையிலடைக்க வழி வகுக்க லாம் என்பது தெரிந்தும் அதைச் செய்தார் மையீப். போர் முடிந்த பின் திரும்பி வந்த ஓட்டோ ஃபிராங்க்கிடம் ஆனின் புத்தகத்தை ஒப்படைத்தார் மையீப்.

100 வயதைத் தாண்டி இன்றும் உயிரோடு இருக்கும் மையீப் கைஸ், ஆண்டுதோறும் ஆன் ஃபிராங்க் அறக்கட்டளை நிகழ்ச்சி களில் பங்கேற்கிறார். ஒவ்வொரு ஆண்டும் ஆகஸ்ட் 4ம் நாளில், ஆன் குடும்பத்தினருக்காக மவுனம் காக்கிறார். உலக ஆதிக்க சக்திகளுக்கு எதிராகத் திரளுமாறு உரக்க அறைகூவல் விடுக்கிற மவுனம் அது.

-நன்றி : தீக்கதிர்

ஜூன் 1942   12

நான் உன்னிடம் என் எல்லா எண்ணங்களையும் பகிர்ந்து கொள்ள வேண்டும் என்று விரும்புகிறேன். என்னைப் பற்றிய விஷயங்களை யாரிடமும் பகிர்ந்து கொள்ள இயலாததால், உன்னிடம் சொல்வதே எனக்கு மிகுந்த ஆறுதலும், உற்சாகமும் அளிப்பதாக உள்ளது.

ஆனி ஃபிராங்க் செப்டம்பர் 28, 1942 அன்று பதிவு செய்தது

இதுநாள்வரை நீ என் உண்மையான நண்பனாக இருந்து எனக்கு பெரும் ஆறுதலாக விளங்குகிறாய். நான் உன்னை கிட்டி என்று பெயரிட்டு அழைக்க விரும்புகிறேன். இதுபோன்ற நாட்குறிப்புகளை எழுதுவது எனக்கு மிகவும் பிடித்த விஷயமாக இருக்கும் என்பதை உனக்கு கூற விரும்புகிறேன். நான் தொடர்ந்து என் நினைவுகளை உன்னிடம் பதிவு செய்கின்ற மகிழ்ச்சிகரமான நேரத்திற்காக காத்திருக்கிறேன்.

நீ என்னிடம் உள்ளதே எனக்கு மிகுந்த உற்சாகத்தை அளிக்கிறது.

ஜூன் 1942   14 ஞாயிறு

ஜூன் 12-ஆம் நாள் வெள்ளிக்கிழமை ஆறு மணிக்கே நான் உறக்கத்திலிருந்து விழித்துவிட்டேன். அவ்வளவு சீக்கிரமாக விழித்தெழ எனக்கு அனுமதியில்லை. எனவே நான் ஆறே முக்கால் மணிவரை படுக்கையிலேயே இருந்தேன். இறுதியில் பொறுமை இழந்த நான் உணவறைக்குச் சென்றேன். மகிழ்ச்சி! அங்கு எனக்கு உற்சாக வரவேற்பளிக்க எங்களுடைய மூர்சி என்ற பூனை இருந்தது.

மணி ஏழைத் தாண்டியது. நான் மம்மியையும், டாடியையும் சந்தித்தேன். பின்னர் எனக்குக் கிடைத்த பிறந்தநாள் பரிசுப் பொருட்களை ஆராய என்னுடைய இருப்பறைக்குள் நுழைந் தேன். அங்கு என்னுடைய அன்பான நாட்குறிப்பு... நீ... இருந்தாய். எனக்குக் கிடைத்த பரிசுகளில் மிகமிக அழகான ஒரு ரோஜா மலர்க்கொத்தும் சில பியோனிச் செடிகளும் மேசை மீது இருந்தன. மேலும் பரிசுகள் வந்து கொண்டேயிருந்தன.

மம்மியும், டாடியும் அன்று எனக்கு ஏராளமான பரிசுகளை அளித்தனர். கூட்டாளிகள் அன்பைப் பொழிந்து என்னை மூச்சுத் திணற வைத்தனர். கேமரா, விளையாட்டுக் கருவிகள், இனிப்புப் பலகாரங்கள், மிட்டாய்கள், ப்ரூச் 'டெய்ல்ஸ் அண்டு லேஜெண்ட்ஸ் ஆப் நெதர் லாண்ட்ஸ்' என்ற ஜோசப் கோஹனின் புத்தகம், 'டெய்சீஸ் மௌண்டன் ஹாலிடே' என்ற மாந்தரீகக் கதை, சிறிது பணம் இவ்வாறு பல பரிசுகள் எனக்குக் கிடைத்தன. மகிழ்ச்சி! இப்பொழுது 'மில்ஸ் ஆஃப் க்ரீஸ் அண்டு ரோம்' என்ற புத்தகத்தை என்னால் வாங்க முடியும்.

அதற்குள் லயிஸ் வந்து சேர நாங்கள் இருவரும் ஒன்றாகப் பள்ளிக்குச் சென்றோம். இண்டர்வெல் வேளையில் எல்லோருக்கும் நான் இனிப்பு பிஸ்கெட்டுகளை வழங்கினேன். பின்னர் மீண்டும் பாடங்களுக்குத் திரும்பினேன்.

சரி, தற்சமயம் இதோடு முடித்துக் கொள்கிறேன். இனி நாம் ஆப்த நண்பர்களாகப் போகிறோம் அல்லவா! பை!

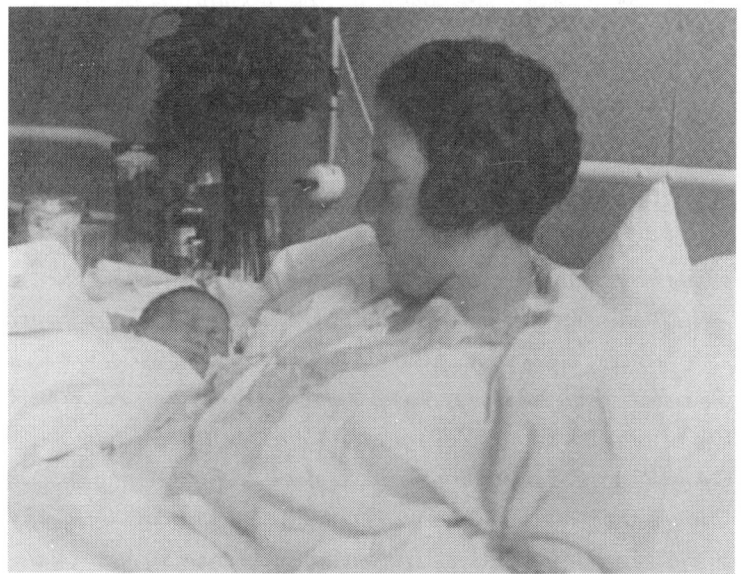

ஆனி தன் அம்மாவுடன் 1929

ஜூன் 1942 15 திங்கள்

அன்புள்ள கிட்டீ,

ஞாயிற்றுக்கிழமை பிற்பகல்தான் என்னுடைய பிறந்த நாள் கொண்டாட்டம். ரின்டின்-டின் நாட்டியங்கள் உள்ளிட்ட 'தி லைட் ஹௌஸ் கீப்பர்' என்ற சினிமாவைத் திரையிட்டோம். என்னுடைய சகோதரிகள் அனைவருக்கும் அது மிகவும் பிடித்துவிட்டது. மகிழ்ச்சிகரமான கொண்டாட்ட வேளை! ஏராளமான ஆண் பிள்ளைகளும் பெண் பிள்ளைகளும் பங்கேற்றனர். ஒரு சுவையான விஷயம் என்னவென்றால் நான் யாரைத் திருமணம் செய்யப் போகிறேன் என்பதை மம்மி அறிய விரும்புகிறார் என்பதுதான். அது பீட்டர் வெசல்தான் என்பதை மம்மியால் யூகிக்கக்கூட இயலாது. ஒரு நாள் சற்றும் பதறாமல் வெட்கப்படாமல் இந்த விவரத்தை மம்மியிடமிருந்து நான் தெரிந்து கொண்டேன். பல ஆண்டுகளாக லயிஸ் கூடன்சும், சான்ஃபுட்மானும் தான் என்னுடைய நெருங்கிய நண்பர்கள். அன்றைக்கிருந்தே ஜூயிஷ் செக்கண்டரி பள்ளியில் பயிலும் ஜோப்பி டி வாலை நான் அறியத் தொடங்கினேன். இப்பொழுது அவள்தான் என்னுடைய நெருங்கிய சிநேகிதியாவாள். லயிசுக்கு இப்பொழுது இன்னொரு நெருங்கிய சிநேகிதி இருக்கிறாள். சானைப் பொறுத்தவரை அவள் இன்னொரு பள்ளியில்தான் படிக்கிறாள். அங்கு அவளுக்கு புதிய சிநேகிதிகளும் இருக்கிறார்கள்.

உன்னுடைய ஆன்

ஜூன் 1942

20 சனி

அன்புள்ள கிட்டீ,

கடந்த சில நாட்களாக நான் எதையும் எழுதவில்லை. ஏனென்றால் டைரி எழுதுவதைப் பற்றி மேலும் ஒரு முறை சிந்திக்க வேண்டியிருக்கிறது என்று தோன்றியது. என்னைப் போன்ற ஒருத்தி நாட்குறிப்பு எழுதுகிறாள் என்றால் விசித்திரம் அல்லவா? இதற்கு முன் நான் ஒரு முறைகூட நாட்குறிப்பு எழுதியதில்லை என்பதால் மட்டுமின்றி, மாறாக ஓர் பதிமூன்று வயது சிறுமியாம் பள்ளி மாணவியின் சுயசரிதை பூர்வமான நாட்குறிப்புகளில் எனக்கோ வேறு யாருக்குமோ ஆர்வமிருக்காது என்பதை அறிவேன் என்பதாலும்தான். இருப்பினும் நான் எழுதியே ஆக வேண்டும். அதுமட்டுமின்றி என் மனதுக்குள் பதுங்கிக் கிடப்பதையெல்லாம் வெளியே கொண்டு வர வேண்டும் என்று நினைக்கிறேன்.

மனிதர்களைவிட தாளுக்குத்தான் பொறுமையிருக்கிறது என்று சொல்வதில்லையா? மிகவும் சோம்பலை அனுபவிக்க நேர்ந்த நாட்களில் ஒரு தினத்தில்தான் அந்தச் சொல்லை நினைவு கூர்ந்தேன். வெளியே போகலாமா, வீட்டிற்குள்ளேயே முடங்கிக் கிடக்கலாமா என்று கூட முடிவெடுக்க இயலாமல், தாடையைக் கைகளில் தாங்கியவாறு நான் அறையில் அமர்ந்திருந்தேன். ஆம். காகிதத்திற்கு நிச்சயமாக மனிதனை விடப் பொறுமை இருக்கிறது. அந்தப் பொறுமையை நான் பயன்படுத்தியாக வேண்டும். டைரி என்ற கண்ணியமான பெயரில் அறியப்படும் இந்த கெட்டியான வெளி அட்டை நோட்டுப் புத்தகத்தை தற்சமயம் யாரும் கவனிக்க மாட்டார்கள், ஒரு நம்பகமான உண்மை நண்பரைச் சந்திக்க நேர்ந்து நான் அந்த நண்பருக்கு காட்டும் வரை இது ரகசியமாகத்

தான் இருக்கும். சரிதான். இப்போதுதான் நான் எதற்காக நாட் குறிப்பு எழுதுகிறேன் என்கிற உண்மையான காரணத்திற்கு வந்திருக்கிறேன். எனக்கு ஓர் ஆப்த நண்பர் கூட இல்லை என்ற காரணத்திற்கு!

விஷயத்தை மேலும் சற்று கூட விளக்கலாம் என்று நினைக் கிறேன். சரிதானே? ஒரு பதிமூன்று வயதுச் சிறுமிக்கு தனிமை அனுபவப்படுவதாகச் சொன்னால் யார்தான் நம்புவார்கள்? அது முழுக்க உண்மையில்லைதான். எனக்குப் பாசம் மிகுந்த பெற்றோர்களும், பதினாறு வயது சகோதரியும் இருக்கிறார்கள். நண்பர்கள் என்று அழைக்கக் கூடிய ஒரு முப்பது பேர் என்னுடைய அறிமுக வட்டத்தில் இருக்கிறார்கள். என்னை ஒரு கண் பார்க்க வேண்டுமென்று விரும்புகின்ற, பார்க்க முடியாவிட்டால் வகுப்பறையின் கண்ணாடி வழியாக மறைந்திருந்து எட்டிப் பார்க்கும் ஏராளமான மாணவர்களும் எனக்கு நண்பர்களாக இருக் கிறார்கள். அன்பே உருவமான தாய்மாமன்கள், அத்தைகள் மேலும் உறவினர்களும் இருக்கிறார்கள். மகிழ்ச்சியான ஒரு வீடும் எனக்கு இருக்கிறது. ஆம், எனக்கு எந்தக் குறையுமில்லை. இதுவே தான் என்னுடைய கூட்டாளிகளின் நிலைமையும். வினோதங்கள், உல்லாசங்கள், அவ்வளவுதான் அவர்களுடைய வாழ்க்கையிலும், சாதாரணமான விஷயங்களைத் தவிர வேறு எதைப்பற்றியும் எங்களால் சிந்திக்க இயலவில்லை. ஒரு வரையறைக்கப்பால் ஒருவருக்கொருவர் புரிந்துகொள்ளவும் நெருங்கவும் முடிய வில்லை. இந்த இடைவெளிதான் குழப்பங்களுக்கெல்லாம் உண்மையான காரணமாகும் என்று எண்ணத் தோன்றுகிறது. ஒரு வேளை என்னுடைய தைரியமின்மையால் கூட இருக்கலாம். எதுவாயினும் இந்த இடைவெளி, தனிமைப்படுதல் ஒரு உண்மை தான். அதற்குத் தீர்வு காண என்னால் என்ன செய்ய முடியும்?

இவ்வாறுதான் நான் இந்த நாட்குறிப்பை எழுத முடிவு செய்தேன். இந்த நாட்குறிப்பை நான் என்னுடைய நண்பராக்கிக் கொள்ளப் போகிறேன். இந்த நண்பருக்கு நான் 'கிட்டி' என்று பெயர் சூட்டுகிறேன். பொதுவாக எல்லோரும் வழக்கமாகச் செய்வதைப் போல உப்பு சப்பற்ற விஷயங்களை அள்ளி நிரப்பத் தான் என்னுடைய நாட்குறிப்பு என்று நான் நினைக்கவில்லை.

அதுமட்டுமின்றி திடீரென நான் கிட்டிக்குக் கடிதங்கள் எழுதத் தொடங்கும் பொழுது என்ன நிகழ்ந்துகொண்டிருக்கிறது என்று யாருக்கும் பிடிபடாது. எனவே அவ்வளவு மகிழ்ச்சியுடன் இல்லாவிட்டாலும் என்னைப் பற்றிய ஒரு சிறு குறிப்புடன் நான் இந்த புது முயற்சிக்குள் நுழைகிறேன்.

என்னுடைய டாடி தன்னுடைய முப்பத்தியாறாம் வயதில்தான் இருபத்தைந்து வயதான என்னுடைய மம்மியைத் திருமணம் செய்து கொண்டார். 1926-ல் ஃப்ராங்ஃபர்ட் - ஒண் - மெயினில் என்னுடைய அக்கா மார்கொட் பிறந்தாள். 1929 ஜுன் 12ஆம் நாள் நான் பிறந்தேன். நாங்கள் யூதர்களாக இருந்ததால் 1933-ல் ஹாலந்துக்குக் குடியேறி வசிக்க வேண்டியதாயிற்று. 'டிராவிஸ் என்.வி' என்ற கம்பெனியில் டாடி மேனேஜராக நியமனம் பெற்றார். அதே கட்டிடத்தில் இயங்கிய 'டிராவிஸ் என்.வி' யுடன் உற்ற தொடர்புடைய 'கோளன் அண்டு கம்பெனி' என்ற நிறுவனத்தில் டாடிக்கு பிசினஸ் கூட்டும் இருந்தது.

எங்கள் குடும்பத்தில் இருப்பவர்களுக்கெல்லாம் ஹிட்லரின் யூத எதிர்ப்புச் சட்டங்களின் கசப்புக் கொடூர அனுபவங்கள் நிகழ்ந்தன. 1938ல் யூதர்களின் மீது தொடுக்கப்பட்ட ஒருங்கிணைக்கப்பட்ட தாக்குதல்களுக்குப் பிறகு, என்னுடைய இரண்டு மாமன்கள் அமெரிக்காவுக்குத் தப்பிச் சென்றனர். எழுபத்துமூன்று வயதான என்னுடைய பாட்டி எங்களுடன் தங்கி விட்டார். 1940- மே மாதத்திற்குப் பிறகு எங்களுடைய நல்ல காலம் முடிந்துவிட்டது. முதலில் போர், பின்னர் சரணாகதி. இறுதியில் ஜெர்மானியர்களின் வருகை. அத்துடன் யூதர்களான எங்களுடைய துயரங்கள் ஆரம்பமாயின. எங்களுக்கெதிரான சட்டங்கள் ஒன்றன் பின் ஒன்றாக வரத் தொடங்கின. யூதர்கள் தங்களுடைய மதச் சின்னமான மஞ்சள் நட்சத்திரத்தை எப்போதும் அணிந்திருக்க வேண்டும். சைக்கிளைத் தள்ளிக் கொண்டுதான் செல்ல வேண்டும். டிராம்களில் பயணிக்கவோ, வாகனங்களை ஓட்டவோ கூடாது. மாலை மூன்று மணிக்கும் ஐந்து மணிக்கும் மத்தியில்தான் பொருட்களை வாங்க வேண்டும். அதுகூட 'யூதர்களுக்குரிய கடை' என்ற பெயர்ப் பலகை பொறிக்கப்பட்ட கடைகளில் மட்டும்தான்! எட்டு மணிக்குப் பிறகு வெளியே

வரக்கூடாது. சொந்த வீட்டின் முற்றத்தில் கூட அமரக்கூடாது. நாடகக் கொட்டகை, சினிமா தியேட்டர்கள், ஏனைய பொழுது போக்கு வசதிகள் அனைத்தும் யூதர்களுக்கு மறுக்கப்பட்டன. பொது மக்களுக்கான விளையாட்டுப் போட்டிகளிலிருந்து அவர்கள் விலக்கப்பட்டனர். நீச்சல் குளங்கள், டென்னிஸ் கோர்ட்டுகள், ஹாக்கி திடல்கள், ஸ்டேடியங்கள் அனைத்தும் தடை செய்யப்பட்டன. யூதன் கிறிஸ்துவனை சந்திப்பதற்கும் தடை! யூத மாணவர்கள் அவர்களுக்குரிய தனிப்பட்ட பள்ளிகளில் மட்டுமே பயில வேண்டும் என்ற சட்டம் கடுமையாக்கப்பட்டது. இதைப்போன்ற ஏராளமான சட்டங்கள்!

சுருங்கக்கூறின் நாங்கள் செய்யக் கூடாத ஏராளமான விஷயங்கள்! இருப்பினும் இந்த தடைச் சட்டங்களுக்கு மத்தியிலும் வாழ்க்கை வழக்கப்படி ஓடிக்கொண்டுதான் இருந்தது.

ஜோப்பி என்னிடம் சொல்வாள் :

"உனக்கு என்ன செய்வதற்கும் பயம் தான் - தடை செய்யப்பட்டதா என்ற பயம்"

எங்களுடைய சுதந்திரம் மிகவும் வரையறைக்கப்பட்டதாக இருந்தது. இருப்பினும் நாங்கள் அதைச் சகித்துக் கொண்டோம்.

1942-ஜனவரியில் என்னுடைய பாட்டி காலமானார்.

ஆனால் பாட்டி இன்றைக்கும் என்னுடைய நினைவுகளில் நிரம்பியிருக்கிறார். இன்றைக்கும் நான் என்னுடைய பாட்டியை பெருமளவு நேசிக்கிறேன். பிறருக்கு இது தெரியாது தான்...

1934-ல் நான் மான்டிசரி கிண்டர்கார்டன் பள்ளியில் சேர்ந்தேன். தொடர்ந்து பல ஆண்டுகள் நான் அங்குதான் கல்வி பயின்றேன். ஓர் ஆண்டிறுதியில் நான் ஆறாம் வகுப்பில் 'பி' பிரிவில் பயின்ற போதுதான் நான் மிசஸ் கெயுடன் விடைபெற நேர்ந்தது. எங்களுடைய பிரிவு மிகவும் சோகமானதாகும். நாங்கள் இருவரும் அழுதுவிட்டோம். 1941ல் நானும் என்னுடைய அக்கா மார்கொட்டும் ஜூயிஷ் செகண்டரி ஸ்கூலில் சேர்ந்தோம். அக்கா செகண்டரி ஸ்கூலில் நான்காம் வகுப்பிலும் நான் முதல் வகுப்பிலும் சேர்ந்தோம்.

இன்று வரை எங்கள் நால்வரின் விஷயங்களெல்லாம் எத்த கைய சிக்கலும் இல்லாமல்தான் நடைபெற்றன. நான் என்னு டைய நிகழ்காலத்தைப் பற்றி இனி எழுதுகிறேன்.

அன்புள்ள கிட்டீ,

இனி முன்னுரை எதுவும் இல்லாமலேயே தொடங்கலாம். இல்லையா? மம்மியும் டாடியும் வெளியே சென்றிருக்கிறார்கள். மார்கொட் கூட்டாளிகளுடன் பிங்-பாங் விளையாடப் போய் விட்டாள்.

அண்மைக் காலத்திலிருந்து நானும் வெகு நேரம் பிங்-பாங் விளையாடுவதுண்டு. பிங்-பாங் விளையாடும் எங்களுக்கு ஐஸ்க்ரீம் வெகுவாகப் பிடிக்கும். விளையாடிக் களைக்கும் கோடை காலத்தில் குறிப்பாக! ஆடி முடித்ததும் அருகாமையிலி ருக்கும் யூதர்களுக்கு ஒதுக்கப்பட்ட 'டெல்ஃபி', 'ஒயாசிஸ்' போன்ற ஐஸ்க்ரீம் கடைகளுக்குத் தான் செல்வோம். ஒயாசீசில் எப்போதுமே கூட்டம் அதிகமாக இருக்கும். நாங்கள் அங்கு செல்லும்போது எங்களுடைய நட்பு வட்டத்தில் இருக்கும் தயாள குணம் படைத்த கௌரவமான நபர்களைச் சந்திக்க நேர்வதுண்டு. ஒரு வாரம் முழுக்கத் தின்று முடிக்குமளவுக்கு ஐஸ்க்ரீமை அவர்கள் எங்களுக்கு வாங்கித் தருவார்கள்.

என்னுடைய இந்த பருவத்தில் நான் நண்பர்களைப் பற்றி - ஆண் நண்பர்களைப் பற்றிப் பேசினால் நீ ஆச்சரியப்படுவாய். ஆனால் என்ன செய்வது? எங்களுடைய பள்ளியில் எந்த சிறுமிக்கும் அவர்களைத் தவிர்க்க முடியாது. யாராவது ஒரு பையன் என்னுடன் சைக்கிளில் வீட்டுக்கு வரட்டுமா என்று கேட்டு நாங்கள் பேசத் தொடங்கினால், 90 விழுக்காடு என்னால் உறுதியாகக் கூற முடியும், அவன் என்னைப் பிரிந்திருக்க முடியாத அளவுக்கு கண்மூடித்தனமாக காதல் கொண்டிருக்கிறான் என்று...! ஆனால் அவனுடைய சூடான பார்வைகளை கண்டும் காணா ததைப் போல் நான் மகிழ்ச்சியாக சைக்கிளை மிதித்துக் கொண்டே விலகிச் சென்று விடுவேன். அதோடு அவனுடைய காதலும் தானாக எரிந்து அணைந்து விடும்.

சிலர் ஆவேசம் தாங்கொணாது 'டாடியிடம் கேட்கட்டுமா!' என்ற கட்டத்திற்குச் சென்று விடுவார்கள். எனக்குப் பதட்டமாக இருக்கும். அந்தப் பதட்டத்தில் என்னுடைய ஸ்கூல் பேக் தரையில் விழுந்து விடும். என்னுடன் வரும் அவன் கீழே இறங்கி அந்தப் பையை எடுத்து என்னிடம் தரும் அந்தத் தருணத்தில் திறமையாகப் பேச்சை மாற்றி நான் தப்பி விடுவேன்.

இவர்கள் முற்றிலும் களங்கமற்றவர்கள்தான்.

ஆனால் சிலர் சற்று தப்பானவர்கள்தான். அத்தகையவர்கள் சந்தர்ப்பம் பார்த்து முத்தமிடவோ கையைப் பிடிக்கவோ முயற்சிக்கக் கூடும். அதற்கெல்லாம் நான் கிடையாது, வேறு ஆளைப் பாருங்கள் என்று அவர்களுக்குப் புரியவைக்கவும் என்னால் முடியும். இனி அவர்களுடன் பயணத்தைத் தொடர முடியாது என்று நான் சொல்வேன். அது மட்டுமின்றி இடத்தை விட்டு நகருங்கள் என்று நான் அவர்களைக் கேட்டுக் கொள்ளவும் செய்வேன்.

கிட்டீ, அவ்வாறு நம்முடைய நட்புக்கு கெட்டியான அடிப் படையை உருவாக்கி விட்டோம் இல்லையா?

மற்றவை நாளைக்கு

உன்னுடைய ஆன்

ஜூன் 1942 21 ஞாயிறு

அன்புள்ள கிட்டீ,

எங்களுடைய க்ளாஸ் பி1 எதிர்பார்ப்பு மிக்கது, உடனே ஆசிரியர் கூட்டம் நடைபெற இருக்கிறது. யாராருக்கு அடுத்த வகுப்புக்கு பதவி உயர்வு கிடைக்கும், யார் யார் இங்கேயே தொடர்வார்கள் என்பதைப் பற்றிய யூகங்களுக்கு எந்தக் குறைச் சலுமில்லை. எனக்கும் மீப்-டி-ஜோக்குக்கும் சிரிப்பதற்கான சங்கதிகளை எங்களுக்குப் பின்னால் அமர்ந்திருக்கும் பையன் களான விம்மும், ஜாக்கெசும் சதா நேரமும் உருவாக்கித் தரு கிறார்கள். ஒரு பைசா கூட விடுமுறைக் காலத்திற்கு மிச்சம் வைக் காதவாறு அவர்களுக்குள் பந்தயம் கட்டிக் கொண்டிருக்கிறார்கள்.

'உனக்குப் பிரமோஷன் கிடைக்கும்', 'இல்லை', 'கிடைக்காது' இவ்வாறு ஒரே வாதப் பிரதிவாத கோலாகலங்கள்தான் பகல் முழுக்க! பேசாமலிருங்கள் என்று மீப் கேட்டுக் கொள்வாள். நானும் திட்டுவேன். ஆயினும் எந்தப் பயனுமில்லை.

வகுப்பில் கால் பகுதி மாணவர்களுக்கும் மேல் வகுப்புக்கு பிரமோஷன் கிடைக்காது என்றுதான் எனக்குத் தோன்றுகிறது. ஏனென்றால் அந்த அளவுக்கு முட்டாள்கள் இங்கிருக்கிறார்கள். ஆனால் மிகவும் அசட்டையாக இருப்பவர்கள் ஆசிரியர்கள்தான். முற்றிலும் எதிர்பார்க்காததுதான் அவர்களுடைய நடவடிக்கை கள். இந்த முறை அவர்கள் 'வழக்கமான அசட்டையை'த் தொடர்ந்தால் கால்பகுதி முட்டாள்களும் தேறி விடுவார்கள்.

நானும் என்னுடைய சகபாடிகளாக சிறுமிகளும் இந்த முறை வெற்றி பெறுவோம் என்பதில் எனக்கு சந்தேகமில்லை. கணித

விஷயத்தில் அவ்வளவாக தைரியம் இல்லாவிட்டாலும் எப்படி யாவது நாங்கள் நுழைந்து விடுவோம். எதுவானாலும் பொறுமை யுடன் காத்திருக்க வேண்டியதுதான், பரஸ்பரம் மகிழ்வித்தவாறு.

என்னுடைய ஒன்பது ஆசிரியர்களுடனும் எனக்கு நல்ல உறவிருக்கிறது. ஏழு ஆசிரியர்கள், இரண்டு ஆசிரியைகள். நான் அதிகமாகப் பேசுகிறேன் என்ற காரணத்தால் என்னுடைய கணித ஆசிரியர் மிஸ்டர் கெப்டர், சிறிது காலம் என்னுடன் சுணக்கமாக இருந்தார். ஒரு நாள் 'ஓர் வாயாடி' என்ற தலைப்பில் காம் பொசிஷன் எழுதி வருமாறு அவர் என்னைப் பணித்தார். வாயாடி யாம்! அதைப் பற்றி என்ன எழுத? பரவாயில்லை, தீர்வு காணலாம் என்று நான் முடிவெடுத்தேன். நோட்டுப் புத்தகத்தில் தலைப்பைக் குறித்துக் கொண்டு நான் அமைதியாக அமர்ந்தேன்.

அன்று மாலையில் 'ஹோம் வொர்க்' செய்து முடித்த பிறகு நான் காம்பொசிஷனைப் பற்றிச் சிந்தித்தேன். என்னுடைய ஃபெளண்டன் பேனாவின் நுனியைக் கடித்துக் கொண்டு எண்ணத்தில் ஆழ்ந்தேன். வார்த்தைகளுக்கு இடைவெளிவிட்டு பெரிய எழுத்துக்களில் எழுதினால் யாரால் தான் பக்கங்களை நிரப்ப முடியாது? ஆனால் வாயாடித்தனத்திற்கு விளக்கமாக எதை எழுதுவது? நான் ஆழ்ந்து சிந்தித்தேன். கிடைத்து விட்டது அனுமதிக்கப்பட்ட மூன்று பக்கங்கள் முழுக்க நான் எழுதி நிரப்பி னேன். வாயாடித்தனம் பெண்களுக்கு சகஜமான ஒரு குணம் தான் என்றும், என்னுடைய தாயார் என்னைப் போலவே அல்லது அதை விட அதிகமாகவோ பேசும் வழக்கமுடையவர்தான் என்றும் நான் எவ்வளவுதான் கட்டுப்படுத்த முயன்றாலும் பிறவிக் குணமான சில பழக்கங்களை யாராலும் மாற்ற முடியாது என்றும் என்னு டைய வாதங்களை முன் வைத்தேன். மிஸ்டர் கெப்டர் என்னு டைய வாதங்களை வாசித்து உள்ளூர நகைத்திருக்கலாம். அடுத்த பாடம் தொடங்கியதற்குள் அவர் மேலும் ஒரு காம்பொசிஷனை எனக்கு அளித்தார். 'திருத்த முடியாத வாயாடி' நான் அதையும் எழுதினேன். அடுத்த இரண்டு பாடங்களில் எந்தக் குழப்பமும் இல்லை. மூன்றாம் பாடத் தொடக்கத்தில் அதோ வருகிறது

மேலும் ஒரு காம்பொசிஷன் 'க்வாக்', 'க்வாக்', 'க்வாக்', 'க்வாக்', என்று சலசலக்கும் மிசஸ் நாட்டர் பீக்' என்பதுதான் தலைப்பு! மாணவர்கள் ஆரவாரித்துச் சிரித்தனர். சிரிப்பில் பங்கேற்க வில்லையானாலும், நான் உள்ளூர வெதும்பினேன் - ஏனென்றால் இந்த விஷயத்தைப் பற்றிப் புதிதாக எழுத எதுவும் எஞ்சியிருக்க வில்லை. புதுமையான எதையாவது இனிமேல்தான் கண்டடைய வேண்டும். எதுவாயினும் எனக்கு அதிர்ஷ்டம் இருந்தது. சிறப் பாக கவிதை எழுதும் என்னுடைய சினேகிதி சான், காம்பொசி ஷனை முழுக்கு எனக்குக் கவிதையில் எழுதித் தருவதாகச் சொன்னாள். நான் மகிழ்ந்து குதியாட்டம் போட்டேன். இத்தகைய ஒரு முட்டாள் தலைப்பை எழுதச் சொல்லி என்னை முட்டா ளாக்கலாமென்று தான் மிஸ்டர் கெப்டர் எண்ணியிருப்பார். ஆனால் இதோ அவரே வகுப்பறையில் கேலிக்குரியவராக மாறப் போகிறார்! எழுதி முடித்த கவிதை கம்பீரமாக இருந்தது. ஒரு தாய் வாத்தும் மூன்று வாத்துக் குஞ்சுகளும் அவர்களின் தந்தையாக ஒரு அரையன்னமும் தான் கதாபாத்திரங்கள். வாயாடிகளான மூன்று குஞ்சுகளையும் தந்தையான அரையன்னம் கொத்திக் கொன்று விடுகிறது. அதிர்ஷ்டவசத்தால் மிஸ்டர் கெப்டருக்கு அதிலிருந்த நையாண்டியைப் புரிந்து ரசிக்க முடிந்திருக்கிறது. கவிதையை அவர் வகுப்பில் உரக்கப் பாடினார். கருத்துப் பரிமாற்றங்களுடன் ஏனைய வகுப்புகளிலும் அவர் அந்தக் கவிதையைப் பாடினார். எதுவாயினும் அதற்குப் பிறகு காம்பொசிஷன் எழுதாமலேயே விருப்பம் போல் பேச எனக்கு வாய்ப்புக் கிடைத்தது. மிஸ்டர் கெப்டர் அந்த நிகழ்வை நினைவு கூர்ந்து அடிக்கடி நகைச்சுவை யாகப் பேச மறக்கவில்லை.

உன்னுடைய ஆன்

ஜூன் 1942 — 24 புதன்

அன்புள்ள கிட்டீ,

கொதிக்கும் கோடை வெப்பம். உண்மையில் நாங்களெல்லாம் உருகி வடிந்து கொண்டிருக்கிறோம். டிராமில் பயணம் செய்வது எவ்வளவு நிம்மதியாக இருக்கும் என்பதை என்னால் யூகிக்க முடியும். ஆனால் யூதர்களாகிய எங்களுக்கு மறுக்கப்பட்ட சௌபாக்கியமல்லவா அது. கால்நடைப் பயணமே எங்களுக்குத் தாராளமாம்!

ஜான் லுக்கன்ஸ்ட்ராட்டில் ஒரு பல் டாக்டரைப் பார்க்க நான் மதியம் செல்ல வேண்டியிருந்தது. ஸ்டாட்ஸ்டிமர்டியூனா எங்களுடைய பள்ளியிலிருந்து எவ்வளவு தொலைவில் இருக்கிறது! அவ்வளவு தூரம் நடந்த களைப்பில் மதியம் தாண்டிய வகுப்பறையில் அமர்ந்து நான் தூங்கி வழிந்து கொண்டிருந்தேன். பல் டாக்டரின் உதவியாளரான பெண்மணி தயாள குணம் படைத்தவராக இருந்தார். அவர் எனக்கு குளிர் பானம் தந்தார்.

படகில் பயணம் செய்ய எங்களுக்கு அனுமதி இருந்தது. ஜோசப் இஸ்ரேல்கேடில் ஒரு சிறிய படகு இருந்தது. அக்கரைக்கு நாங்கள் கேட்டுக் கொண்ட பொழுதெல்லாம் படகோட்டி எங்களை ஏற்றிச் சென்றான். அவர்களின் வாழ்க்கை இவ்வாறு சகிக்க முடியாமல் ஆனதற்கு டச்சுக்காரர்கள் பொறுப்பில்லை அல்லவா?

ஈஸ்டர் விடுமுறை நாட்களில் என்னுடைய சைக்கிள் திருட்டு போய் விட்டது. மம்மியின் சைக்கிளை பத்திரமாகப் பாதுகாக்க ஒரு கிறிஸ்துவக் குடும்பத்திடம் ஒப்படைக்க வேண்டியிருந்தது. நடந்து செல்ல வேண்டியிருக்கிறதே என்று நினைக்கும்போது

இனிமேல் பள்ளிக்கே போக வேண்டாம் என்று எண்ணத்தான் தோன்றுகிறது. எதுவாயினும் விரைவில் விடுமுறைக் காலம் தொடக்கமாகிவிட்டது. ஒரு வாரம் கூடத்தான் இந்த மனக் கஷ்டத்தை சகிக்க வேண்டும். நேற்று ஒரு சுவையான சம்பவம் நடைபெற்றது. நான் சைக்கிள் ஷெட் அருகாமையில் நடந்து சென்று கொண்டிருந்தேன். திடீரென்று என்னை யாரோ அழைத் தார். திரும்பிப் பார்த்தேன். முதல் நாள் என்னுடைய சினேகிதி ஈவாவின் இல்லத்தில் வைத்து அறிமுகமான அழகான அந்தப் பையன் தான் காட்சியளித்தான். தயங்கித் தயங்கி என்னை நெருங்கி வந்து தன்னை அறிமுகப்படுத்திக் கொண்டான். ஹாரி கோல்டுபெர்க். இவனுக்கு என்ன தேவையோ? நான் ஆச்சரியப் பட்டேன். வெகு நேரம் நான் காத்திருக்க நேரவில்லை, என்னுடன் பள்ளிக்குச் சேர்ந்து நடந்து வர அனுமதி கிடைக்குமா என்பது தான் ஹாரியின் கோரிக்கை. “எதுவாயினும் நாம் ஒரே பாதையில் தானே சென்றாக வேண்டும்” என்றேன் நான். நாங்கள் சேர்ந்தே நடக்கத் தொடங்கினோம். ஹாரிக்கு பதினாறு வயதுதான். ஏராளமான சுவையான கதைகளைத் தெரிந்து வைத்திருந்தான். இன்று காலையிலும் ஹாரி எனக்காகக் காத்திருந்தான். இனி நாள் தவறாது எனக்காகக் காத்திருப்பான் போலிருக்கிறது.

உன்னுடைய ஆன்

ஜூலை 1942

1 புதன்

அன்புள்ள கிட்டீ,

உண்மையாகச் சொல்ல வேண்டுமென்றால் இதுவரை எழுத எனக்கு நேரமே கிடைக்கவில்லை. வியாழக்கிழமையிலிருந்து நான் கூட்டாளிகளுடன்தான் இருந்தேன். வெள்ளிக்கிழமை எங்களுக்கு விருந்தினர்கள் இருந்தார்கள். நேற்றுதான் அவர்கள் திரும்பிச் சென்றனர். ஒரு வாரத்திலேயே நானும் ஹாரியும் ஒருவருக்கொருவர் நன்றாகப் புரிந்து கொண்டோம். ஹாரி தன்னுடைய வாழ்க்கையைப் பற்றி ஏராளமாகச் சொன்னான். ஹாலந்துக்கு ஹாரி தனியாகத்தான் வந்தான். தற்பொழுது தாத்தாவுடனும், பாட்டியுடனும் வசிக்கிறான். அவனுடைய பெற்றோர்கள் பெல்ஜியத்தில் இருக்கிறார்கள்.

ஹாரிக்கு ஃபானி என்று சினேகிதி இருந்திருக்கிறாள். எனக்கும் அவளைத் தெரியும். ஓர் தூங்குமூஞ்சிப் பெண். என்னுடன் அறிமுகமான பிறகுதான் ஃபானியின் நெருக்கத்தில் அவனும் ஓர் தூங்குமூஞ்சியாக மாறுவதை உணர்ந்தானாம். வேடிக்கையாக இல்லையா? நாம் ஒவ்வொருவராலும் ஏதாவது ஒரு பயன் இருக்கத்தான் செய்கிறது. விசித்திரமான பயன்களாக இருப்பினும் கூட!

ஜோப்பி சனிக்கிழமை இரவு இங்குதான் உறங்கினாள். ஞாயிறு அன்று லயிசின் வீட்டுக்கு அவள் சென்ற பிறகு எனக்கு ஒரேயடியாக போரடிக்கத் தொடங்கி விட்டது. ஹாரி மாலையில் வரேன் என்று தான் சொன்னான். ஆனால் இதோ ஆறுமணிக்கு ஃபோன் பெல் ஒலிக்கிறது.

"நான் ஹாரி கோல்டுபெர்க் ஆன் அங்கிருக்கிறாளா?"

"இருக்கிறாள். நான்தான்."

"ஆன், நீ சௌக்கியமாக இருக்கிறாயா?"

"மிகவும் சௌக்கியம். நன்றி ஹாரி"

"வர இயலாமைக்கு நான் வருந்துகிறேன். ஆனால் நான் உன்னிடம் பேச விரும்புகிறேன். பத்து நிமிடங்களில் நான் அங்கு வரட்டுமா?"

"நிச்சயமாக. ஹாரி குட்பை"

"குட்பை. உடனே நான் அங்கு வருகிறேன்."

திடீரென நான் உடை மாற்றினேன். இன்னொன்றை அணிந்து கொண்டேன். முடியைச்சீவி மெருகேற்றினேன். ஆவலுடன் நான் சன்னலுக்கருகாமையில் ஹாரியின் வருகையை எதிர்பார்த்துக் காத்திருந்தேன்.

இறுதியில் ஹாரியும் வந்தான்.

ஏனோ நான் விரைந்தோடி கீழே செல்லவில்லை. காலிங்பெல் ஒலித்த பொழுது கதவைத் திறந்தேன். ஹாரி அறைக்கு வேகமாக நுழைந்தான்.

"ஆன் வழக்கமாக என்னுடன் சேர்ந்து நடக்க உனக்கு இன்னும் பருவமாகவில்லை. நீ மிகவும் சின்னஞ்சிறுமி என்று தான் எனது பாட்டி கூறுகிறார். நான் லியூர்ஸில் போக வேண்டும் என்று தான் பாட்டி கூறுகிறார் உனக்குத் தெரியுமல்லவா, நான் இனிமேல் ஃபானியுடன் சேர்ந்து எங்கும் செல்ல மாட்டேன்."

"இல்லை, என்ன விஷயம் உங்களுக்குள் சண்டையா?"

"இல்லை, ஒருபோதும் இல்லை. எங்களுக்கிடையே பல விஷயங்களிலும் ஒற்றுமை குறைவாக இருப்பதால் நட்பைத் தொடர்வதில் அர்த்தமில்லை என்று நான் அவளிடம் கூறிவிட் டேன். ஆயினும் நாங்கள் ஒருவரையொருவர் சந்திப்பதற்கும்

பேசுவதற்கும் தடையில்லை. ஃபானி இன்னொரு நண்பனுடன் சுற்றித் திரிவதாக நினைத்து அந்த எண்ணத்தில் தான் நான் அவளிடம் பழகினேன். ஆனால் அது தவறான புரிதலாகும். அதற்காக நான் அவளிடம் மன்னிப்பு கோர வேண்டும் என்பது என் மாமாவின் கருத்து. அதற்கு நான் தயாராக இல்லை என்பதால் அவளுடன் மேற்கொண்ட தொடர்பை முறித்துக் கொள்கிறேன். பல காரணங்களில் அதுவும் ஒன்று. என்னுடைய பாட்டிக்கு நான் ஃபானியுடன் செல்வதில்தான் விருப்பம். ஆனால் என்னால் முடியாது. வயதானவர்களின் இத்தகைய பழமைக் கருத்துக் களுடன் என்னால் இணைந்து போக முடியாது. தாத்தாவும் பாட்டியும் எனக்குத் தேவைதான். ஆனால் அவர்களுக்கு நானும் தேவைப்படுகிறேனல்லவா? இனிமேல் புதன்கிழமை மாலை வேளைகளில் நான் ஓய்வாக இருப்பேன். தச்சு வேலைக்குப் பயிற்சிக்காகச் செல்கிறேன் என்று தான் வீட்டில் சொல்லி இருக் கிறேன். உண்மையில் நான் சயோனிஸ்டுகளின் ஒரு கூட்டத்தில் கலந்து கொள்ளத்தான் போய்க் கொண்டிருக்கிறேன். என்னுடைய தாத்தாவும் மற்றவர்களும் சயோனிஸ்டுகளை வெறுப்பவர் களாவர். சயோனிஸ்டுகள் மீது அதீத ஆர்வமெல்லாம் எனக்கில்லை. ஆனால் எனக்கு அதன்மீது ஒரு ரசனை இருக்கிறது. ஆயினும் அங்கும் இப்போது குளறுபடிதான். இந்த புதன்கிழமை கூட அங்கு சென்று விட்டு அதோடு நிறுத்திக் கொள்வேன். பின்னர் புதன்கிழமை மாலையும், சனி ஞாயிறு கிழமைகளில் மதியத்திற்குப் பிறகும் நாம் அடிக்கடி சந்திக்கலாம். ஒருவேளை அதைவிடக் கூடுதலாகவும் சந்திக்கலாம்.

"ஆனால் தாத்தாவும், பாட்டியும் எதிர்க்கும்போது நான் என்ன செய்ய முடியும்?"

"நட்பு அனைத்திற்கும் வழிகோலிவிடும்".

நாங்கள் பேசிக் கொண்டே நடந்தோம். ஒரு திருப்பத்தை அடைந்ததும் அங்குள்ள புத்தகக் கடையின் முன் வேறு இரண்டு பையன்களுடன் பீட்டர் வெசல் நின்று கொண்டிருந்தான்.

"ஹலோ"

பீட்டர் வெகு காலத்திற்குப் பிறகு என்னிடம் பேசினான். எனக்கு மிகவும் மகிழ்ச்சியாக இருந்தது.

ஹாரியும் நானும் பேசிக் கொண்டே வெகு தூரம் நடந்து விட்டோம். நாளை மாலையில் ஏழு மணிக்கு ஐந்து நிமிடம் இருக்கும்போது ஹாரியின் வீட்டுக்கு முன் நான் வருவதாக ஒப்புக் கொண்டு நாங்கள் விடைபெற்றோம்.

ஹாரி, நேற்று என்னுடைய பெற்றோர்களைச் சந்திக்க வந்தான். க்ரீம் கேக், பல வகை பிஸ்கெட்டுகள், இனிப்புப் பண்டங்கள், டீ ஆகியவற்றை தயார் செய்து வைத்திருந்தேன். வெறுமனே ஒருவர் முகத்தை ஒருவர் பார்த்து போர் அடித்த போது நாங்கள் வெளியே வந்து காலாற நடக்கத் தொடங்கினோம். ஹாரி திரும்ப என்னை வீட்டில் விட்ட போது மணி எட்டைத் தாண்டி பத்து நிமிடம் ஆகியிருந்தது. டாடி மிகவும் கோபத்திலிருந்தார். எட்டு மணிக்குப் பிறகு நாங்கள் யூதர்கள் வெளியே சுற்றுவது பாதுகாப்பற்றது என்று அவர் என்னைக் கண்டித்தார். இனிமேல் நிச்சயமாக எட்டு மணிக்கு பத்து நிமிடம் முன்பாகவே வீட்டுக்குத் திரும்புவதாக வாக்களித்தேன்.

நாளைக்குத் தன்னுடைய வீட்டுக்கு வருமாறு ஹாரி எனக்கு அழைப்பு விடுத்திருக்கிறான். ஹாரியின் பெயரைச் சொல்லி ஜோப்பி எப்போதும் என்னைக் கேலி செய்கிறாள். ஆனால் உண்மையில் நான் ஹாரியைக் காதலிக்கவில்லை. எனக்கு ஆண் நண்பர்கள் இருக்கலாமல்லவா? ஆனால் ஒரே ஒரு சிநேகிதன் அல்லது மம்மி சொல்வதைப் போல ஒரு காதலன். அது முற்றிலும் வித்தியாசமான விஷயம்.

ஹாரி ஒரு நாள் ஈவாவைப் பார்க்கச் சென்றபோது அவள் கேட்டாள்:

"ஹாரி உனக்கு யார் மேல் அதிகப் பிரியம்?", ஆன் மீதா, ஃபானி மீதா?"

"அதை நீ ஏன் தெரிந்து கொள்ள வேண்டும்?"

ஹாரி மடக்கினான்.

பிறகு மேற்கொண்டு எதுவும் பேசாமல் ஹாரி போய் விட்டான். போகும் போது திடீரெனச் சொன்னானாம்: "ஆன் மீதுதான். நீ இதை யாரிடமும் சொல்லி விடாதே."

ஹாரி என்னைக் காதலிக்கிறான் என்பது எனக்கு சுகமான ஒரு சிந்தனையாகும். சுருங்கக் கூறின் இது மாறுதல் கூடத்தானே....

ஆனி கைக்குழந்தையாக தன் அம்மா மற்றும் மார்கொட்டுடன் - 1929

'ஹாரி ஒரு கண்ணியமான பையன்' என்று மார்கொட் சொல்வதுண்டு. உண்மைதான். ஆனால் அவன் அதற்கும் கூடுதலாக பல சிறப்புகளுக்கும் உரியவனாவான். மம்மிக்கும் ஹாரியைப் பற்றி நல்லதைத்தான் சொல்ல இருக்கிறது. அழகான பையன், நன்றாகப் பழகுவான், நற்குணம் படைத்தவன் எனப் பல்வேறு பாராட்டுகள். வீட்டில் எல்லோரும் ஹாரியின் மீது பிரியமாக இருக்கிறார்கள் என்பதால் எனக்கும் மகிழ்ச்சிதான். ஹாரியும் என்னுடைய வீட்டில் இருப்பவர்கள் மீது பிரியமாக இருந்தான். ஆனால் என்னுடைய சிநேகிதிகள் அனைவரும் முற்றிலும் சிறுபிள்ளைத்தனம் படைத்தவர்களாக இருக்கிறார்கள் என்பது ஹாரியின் கருத்தாகும்... சங்கதி உண்மையும் கூட..."

உன்னுடைய ஆன்

ஜூலை 1942 — 5 ஞாயிறு

அன்புள்ள கிட்டீ,

கடந்த வெள்ளிக்கிழமை அன்று ஜுயிஷ் தியேட்டரில் எங்களுடைய தேர்வு ரிசல்ட் வெளியிடப்பட்டது. ஓரளவு பரவாயில்லை. இதைவிட அதிகமாக எதுவும் நான் எதிர்பார்க்க வில்லை. என்னைப் பற்றி ஆசிரியர்கள் அளித்த ரிப்போர்ட்டிலும் மோசமாக எதுவுமில்லை. 'மிகவும் திருப்திகரம்' என்றுதான் இருந்தது. அல்ஜீப்ராவுக்கு ஐந்து மார்க், இரண்டு சப்ஜெக்ட்டுக்கு தலா ஆறு மார்க், எஞ்சியவற்றுக்கு ஏழு, எட்டு மார்க் வீதமும் போட்டிருந்தனர். என்னுடைய பெற்றோர்கள் மிகவும் மகிழ்ச்சி யடைந்தனர். மார்க் விஷயத்தில் அவர்கள் மற்றவர்களிலிருந்து மாறுபட்ட பார்வை கொண்டவர்களாக இருந்தனர். நான் மகிழ்ச்சியானவளும் பணிவானவளுமாக இருப்பின் ஆசிரியரின் ரிப்போர்ட் நல்லதா கெட்டதா என்பதைப் பற்றி அவர்கள் பொருட்படுத்தவில்லை, மற்ற விஷயங்கள் தானாகச் சரியாகி விடும் என்பது அவர்களுடைய நம்பிக்கை. ஆனால் நான் அதற்கு நேர்மாறானவள். மோசமான ஒரு மாணவியாக இருக்க எனக்குச் சற்றும் விருப்பமில்லை.

மான்டிசரிப் பள்ளியிலேயே நான் தொடர்ந்து பயின்றால் போதுமானதாக இருந்தது. எல்லா யூதக் குழந்தைகளும் யூதர்களுக்கான தனிப் பள்ளிக்கு பயிலச் செல்ல நேரிட்டபோது என்னையும் லயிசையும் எங்களுடைய ஹெட் மாஸ்டர் இந்த ஜுயிஷ் செக்கண்டரி பள்ளியில் ஏற்றுக் கொண்டார். நாங்கள் கடும் முயற்சி செய்து சிறந்த மதிப்பெண்களைப் பெறுவோம் என்று அவர் எதிர்பார்க்கிறார். அவரை ஏமாற்ற எனக்குக்

கிஞ்சித்தும் விருப்பமில்லை.

மார்கொட்டின் தேர்வு முடிவும் வெளியாகியிருக்கிறது. வழக்கப்படி சிறந்த மதிப்பெண்கள். புத்திசாலித்தனத்திற்கு ஏதேனும் சிறப்புப் பரிசு இருந்தால் நிச்சயமாக அவள் அதைப் பெறுவாள். அந்த அளவுக்கு புத்திசாலிதான் அவள்.

அண்மைக்காலமாக டாடி பெரும்பொழுதும் வீட்டிலேயே தான் இருக்கிறார். அந்தஅளவுக்குக் காரியங்கள் சலிப்பேற்படுத்து கின்றன. மிஸ்டர் கியூஹீஸ் 'ட்ராவிசி' கம்பெனி, மிஸ்டர்க்ரேலர் 'கோலன் அண்டு கம்பெனி'யின் பொறுப்புக்களை ஏற்றிருக் கிறார்கள். கடந்த நாள் வீட்டு முற்றத்தில் உலாவும்போது டாடி கூறினார்:

"விரைவில் நாம் தலைமறைவாகப் போக நேரிடும்".

"என்ன டாடி சொல்கிறீர்கள்? நான் கேட்டேன்.

"ஆமாம் ஆன். ஒரு ஆண்டுக்கும் மேலாக நாம் நம்முடைய உணவும் உடைகளும் வீட்டுச் சாமான்களும் நம்மவர்களுக்கு அனுப்பி வைக்கிறோமல்லவா? நம்முடைய சொத்துக்களெல் லாம் ஜெர்மானியர்கள் கைப்பற்றும் நிலைமை உருவாகக் கூடாது. அவர்கள் இங்கு வந்து நம்மைக் கைது செய்து சிறைப்படுத்து வதற்கு முன் நாம் பாதுகாப்பான ஒரு இடத்தை அடைந்தாக வேண்டும்.

"ஆனால் டாடி, நாம் என்றைக்குத் தான் போகப் போகிறோம்?"

எனக்கு ஒரே பதட்டமாக இருந்தது. "நீ கவலைப்பட வேண்டாம், ஆன். எல்லாம் சரியாகி விடும். உன்னுடைய இந்த இளமைப் பருவம் அதையும் இதையும் எண்ணிப் பாழாகக் கூடாது. அமைதியாக இரு..."

சோகமான அந்த உண்மை, அண்மையில் உடனே நிகழா மலிருக்க வேண்டும்!

அன்புடன் உன்னுடைய ஆன்

ஜூலை 1942 — 8 புதன்

அன்புள்ள கிட்டீ,

ஞாயிறு முதல் புதன் வரையிலான இந்த இடைவேளையில் ஆண்டுகள் உருண்டோடியதைப் போல் தோன்றியது. அந்த அளவுக்கு சம்பவங்கள் இந்த நாட்களில் நிகழ்ந்திருக்கின்றன. உலகமே தலைகீழாகப் புரண்டதைப் போலிருக்கிறது. இப் போதும் நான் உயிரோடிருக்கிறேனே என்பது மட்டுமே ஒரு ஆறுதல் என்கிறார் டாடி.

ஆம், நான் இப்போதும் உயிரோடிருக்கிறேன். எங்கே, எப்படி என்று கேட்காதே. நீ புரிந்து கொள்ளக் கூடியதற்கும் அப்பால் தான் பல விஷயங்கள் நிகழ்ந்திருக்கின்றன. எனவே ஞாயிற்றுக்கிழமை மதியத்திற்குப் பிறகு நடந்தவற்றையெல்லாம் விளக்கமாகச் சொல்கிறேன்.

ஏறத்தாழ மூன்று மணியானபோது - ஹாரி மீண்டும் வருவதாக இப்போது தான் வெளியே சென்றான். அப்போது யாரோ காலிங் பெல்லை அழுத்தும் ஒலி எழுந்தது. பின் பக்க வராண்டாவில் ஒரு புத்தகம் வாசித்தவாறு இளம் வெயிலில் காய்ந்து கொண்டிருந்த நான் அதை செவிமடுக்கவில்லை. சில நிமிடங்களுக்குப் பிறகு மார்கொட் மிரட்சியுடன் அடுக்களைக் கதவருகில் காட்சி யளித்தாள்.

“இதோ பார், டாடிக்கு சம்மன்ஸ் அனுப்பியிருக்கிறார்கள். சீக்ரெட் சர்வீசிலிருந்து வந்திருக்கிறது”.

மார்க்கொட் முணுமுணுத்தாள்.

மம்மியும் இல்லை, அவர் மிஸ்டர் வான்டானைச் சந்திக்கப்

போயிருக்கிறார்" என்றாள் மார்கொட்.

டாடியுடன் பிசினஸ் செய்யும் ஒரு நண்பர்தான் வான்டான்.

நான் ஒரு கணம் சிலையானேன். ஒரு சம்மன்ஸ் என்றால் என்ன வென்று எல்லோருக்கும் தெரியும். பயங்கரமான கான்சன்ட் ரேஷன் கேம்ப்புகள்... பரிதாபகரமான தனிமைச் சிறைகள்... அவ்வாறு ஒரு கொடூரமான விதிக்கு எங்களுடைய டாடியை விட்டுக்கொடுப்பதா?

"ஒருக்காலும் நடக்காது. டாடி போக மாட்டார்".

பொறுமையிழந்து காத்திருக்கும்போது மார்கொட் மெதுவாகக் கூறினாள்:

"நாளைக்கே நாம் தலைமறைவு முகாமுக்கு இடம் பெயர வேண்டுமா என்பதை முடிவு செய்யத்தான் மம்மி வான்டான் தம்பதிகளைச் சந்திக்கப் போயிருக்கிறார்."

நாங்கள் இருவரும் மௌனம் காத்தோம். டாடியைப் பற்றி நினைக்கும்போது கவலையாக இருந்தது. தனக்கு என்ன நேர்ந்திருக்கிறது என்பதை அறியாமல் 'ஜூட்செ இன்வாடில்' சில வயோதிக ஜனங்களைச் சந்திக்கச் சென்றிருந்தார் அவர்.

மம்மி இன்னும் வரவில்லை. மொத்தத்தில் நிம்மதியற்ற ஒரு சூழ்நிலை. சகிக்க முடியாத வெப்பம் வேறு. நாங்கள் பீதியுடன் எதுவும் பேசாமல் இருந்தோம்.

திடீரென்று காலிங்பெல் முழங்கியது.

"அது ஹாரிதான்!" நான் சொன்னேன்.

"ஏய் கதவைத் திறக்காதே" மார்கொட் தடுத்தாள். அதற்குள் கீழே மம்மியும் மிஸ்டர் வான்டானும் ஹாரியுடன் பேசுவது எங்கள் காதில் விழுந்தது. தாமதியாமல் அவர்கள் கதவைத் திறந்து அறைக்குள் நுழைந்தனர். பின்னர் கதவை இழுத்து மூடினார்.

பின்னர் ஒவ்வொரு முறை பெல்லடிக்கும் போதும் மார் கொட்டும் நானும் பதுங்கிப் பதுங்கி கதவின் அருகில் நின்று எட்டிப் பார்த்தோம். டாடியாக இருந்தால் மட்டும்தான் திறப்

போம். அன்னியர்களை இப்போது அனுமதிக்க முடியாது.

வான்டானுக்கு மம்மியுடன் எதையோ பேச வேண்டியிருந்த தால் என்னையும் மார்கொட்டையும் அறையிலிருந்து வெளி யேற்றினர். நாங்கள் தனிமையானதும் மார்கொட் என்னிடம் ஒரு ரகசியத்தைக் கூறினாள்.

சம்மன்ஸ் உண்மையில் மார்கொட்டுக்குத்தான் டாடிக்கில்லை!

நான் திடுக்கிட்டேன். என்னால் அழுகையை அடக்க முடிய வில்லை. மார்கொட்டுக்கு இப்போது பதினாறு வயதாகிறது. இந்தப் பருவச் சிறுமிகளை அவர்கள் தனியாகப் பிடித்துச் செல் வார்களா? இல்லை, அவ்வாறு நேராது. மம்மி முணுமுணுப் பதைக் கேட்டேன். நாங்கள் அனைவரும் தலைமறைவு முகாமுக்குச் செல்ல வேண்டும் என்று டாடி கூறியதற்கு அதுதான் காரணமாக இருக்கலாம்.

தலைமறைவாகச் செல்வது... அது எங்கே? ஏதாவது நகரில்? தொலைவில் ஒரு கிராமத்தில்? நல்லதாக ஒரு வீடு? அல்லது குடிசையா? எப்போது?... எங்கே?.... எப்படி கேள்விகள் மட்டும் எஞ்சின...

நான் கேட்கக் கூடாதது இந்தக் கேள்விகள் என்பது எனக்குத் தெரியும். இருப்பினும் இந்தக் கேள்விகளெல்லாம் என்னுடைய மனதிலிருந்து மறையவில்லை.

எங்களுடைய சில பல விலையுயர்ந்த சம்பாத்தியங்களை ஒரு ஸ்கூல் பேகில் நிரப்பத் தொடங்கினோம். நானும் மார்கொட்டும் என்னுடைய டைரியைத்தான் முதலில் பேகுக்குள் திணித்தோம். பிறகு முடியை சுருளாக்குவதற்கான சாதனம், கர்ச்சீப்புகள், பாடப் புத்தகங்கள், சீப்பு, பழைய கடிதங்கள் இவ்வாறு பலப்பல. விசித்திரமான சில பொருட்களையும் நான் அந்தப் பையில் அள்ளித் திணித்தேன். ஆம். நிச்சயமாக புத்தம்புது உடைகளை விட விலை உயர்ந்தவை நினைவுகள்தான்...

மாலை ஐந்து மணி அளவில் டாடி வந்து சேர்ந்தார். மிஸ்டர் க்லீமேனை அழைத்து அவரை இங்கு வர முடியுமா என்று நாங்கள்

விசாரித்தோம். வான்டான் வெளியே சென்று மீப்பை அழைத்து வந்தார். 1933லிருந்து டாடியுடன் பிசினஸ் செய்யும் மீப் டாடியின் நெருங்கிய நண்பராவார். மீப் மட்டுமின்றி அவருடைய புதுக் கணவர் ஹெங்கும் அப்படியே. மீப் வந்தவுடனே ஷீஸ், ஸ்டாக்கிங்ஸ், உள்ளாடைகள், கோட்டுகள் ஆகியவற்றை ஒரு பேகுக்குள் போட்டுக் கொண்டு வெளியே சென்றார். மாலையில் மீண்டும் வருவதாக வாக்களித்துச் சென்றார்.

வீட்டுக்குள் முழுக்க பேரமைதி நிலவியது. யாருக்கும் உணவைப் புசிக்ககூட மனம் வரவில்லை. சரியான வெப்பம். நிம்மதியற்ற சூழல்.

வீட்டின் முதல் மாடி அறைகளை மிஸ்டர் குட்ஸ்மிட் என்பவருக்கு நாங்கள் வாடகைக்கு விட்டிருந்தோம். விவாகரத்து பெற்ற அவருக்கு முப்பது வயதிருக்கலாம். அவர் எங்களையே சுற்றிக் கொண்டிருக்கிறார். ஏறத்தாழ பத்துமணி வரை குட்ஸ்மிட் அங்கே நின்று கொண்டிருந்தார்.

மீப், ஹெங்க் வான்ஸ்டாண்டன் போன்றோர் பதினோரு மணிக்குத் தான் திரும்பி வந்தனர். மீண்டும் ஷீஸ், ஸ்டாக்கிங்கிஸ், உள்ளாடைகள் ஆகியவற்றை மீப்பின் பேகிலும் ஹெங்கின் பெரிய பாக்கெட்டுகளிலும் திணித்துக் கொண்டனர். பதினொன்றரை மணிக்கு அவர்கள் மீண்டும் வெளியே சென்றனர். நான் மிகவும் சோர்ந்து போனதால் உறங்கப் போய்விட்டேன். என்னுடைய சொந்த வீட்டில், என்னுடைய சொந்தப் படுக்கையில் உறங்கும் கடைசி இரவுதான் இது என்று தெரிந்த பிறகும் அதைப் பற்றி சிந்திக்க முடியவில்லை. படுத்த உடனே தூங்கிவிட்டேன். மறுநாள் காலையில் மம்மி அழைத்தபோதுதான் எனக்கு விழிப்பு வந்தது. இன்று அவ்வளவாக வெப்பம் இல்லை. சின்ன மழைத் தூறலாக கூட இருக்கலாம். நாங்கள் ஒவ்வொருவரும் தேவைக் கதிகமான உடைகளை அணிந்தோம். இப்போது எங்களைப் பார்த்தால் வடதுருவத்திற்குப் பயணமாகிறவர்கள் என்றுதான் நினைப்பார்கள். உடைகளைத் திணித்த பேகுகள், சூட்கேசுகளை எடுத்துக் கொண்டு வெளியே கிளம்பினால் பாதுகாப்பிருக்காது

என்பதால்தான் அவைகளை ஒன்றின்மீது ஒன்றாக ஒரே வேளையில் அணிய வேண்டியிருந்தது. உடலோடு ஒட்டிக் கிடக்கும் இரண்டு ஜோடி உடைகள், இரண்டு ஜோடி காற்சட்டைகள், ஒரு உடுப்பு, அதன்மீது ஒரு பாவாடை, ஜாக்கெட், கோட்டு இரண்டு ஜோடி ஸ்டாக்கிங்ஸ், ஷீஸ், கம்பளித் தொப்பி, ஸ்கார்ப் மேலும் பலப் பல... எனக்கு மூச்சு திணறியது. ஆனால் அதைப் பற்றி யாரும் எதுவும் கேட்கவில்லை.

மார்கொட் அவளுடைய பேகில் பாடப் புத்தகங்ளை நிரப்பினாள். அந்த பேகுடன் அவள் தன்னுடைய சைக்கிளை மிதித்து மீப்பை பின் தொடர்ந்து அறியப்படாத ஒரு இடத்திற்குச் சென்றாள். கிட்டீ இன்னும் கூட எனக்கு எங்களுடைய ரகசிய முகாம் எங்கிருக்கிறது என்று தெரியாது. ஏழரை மணிக்கு நாங்கள் வீட்டைப் பூட்டி வெளியேறினோம். என்னுடைய பிரியமான பூனைக்குட்டி மூர்டியிடம் மட்டும் தான் நான் விடைபெற்றேன். மிஸ்டர் குட்ஸ்மிட்டுக்கு எழுதிய ஒரு கடிதத்தில் மூர்டியை அண்டை வீட்டாரிடம் ஒப்படைக்க வேண்டும் என்று நாங்கள் நினைவூட்டியிருந்தோம்.

அடுக்களையில் பூனைக்குட்டிக்காக இறைச்சியை வைத்திருந்தோம். காலை உணவின் மிச்ச சொச்சங்கள் உணவு மேஜையில் பரவிக் கிடந்தன. விரிப்புகள் அகற்றப்பட்ட மெத்தைகள், போன்றவற்றைக் கண்டால் அவசர அவசரமாக எங்கோ தலைமறைவாக ஓடிப்போகிறார்கள் என்பதை எல்லோரும் புரிந்து கொள்வார்கள். ஆனால் நாங்கள் இப்போது அதைப் பற்றியெல்லாம் சிந்திக்கவில்லை. எங்களுடைய ஒரே ஒரு குறிக்கோள் தப்பிச் செல்வது மட்டும்தான். தப்பிச் செல்ல வேண்டும், பத்திரமான இடத்தை மிக விரைவில் சென்றடைய வேண்டும் - அது மட்டும்தான் எங்களுடைய சிந்தனையில் நிரம்பியிருக்கிறது. எஞ்சியதை நாளைக்குத் தொடர்கிறேன்.

இப்படிக்கு

உன்னுடைய ஆன்

ஜூலை 1942 9 வியாழன்

அன்புள்ள கிட்டீ,

டாடியும், மம்மியும் நானும் பேய்மழையில் நடந்து கொண்டிருக்கிறோம். எங்கள் ஒவ்வொருவரின் கையிலும் ஒவ்வொரு ஸ்கூல் பேகும் சாமான்கள் வாங்குவதற்கான பையும் இருக்கின்றன. இரண்டிலும் பல்வேறு பொருட்களைத் திணித்திருக்கிறோம்.

வேலைக்குச் செல்லும் பொதுமக்கள் எங்களை இரக்கத்துடன் பார்க்கின்றனர். எங்களுக்கு ஒரு இலவசப் பயணத்தை அளிக்க இயலாமையால் அவர்கள் மிகவும் வருந்துவதாக அவர்களுடைய முக பாவனையில் இருந்து தெளிவாகத் தெரிந்தது. எங்கள் உடையில் ஒளிரும் அந்த மஞ்சள் நட்சத்திரம்தான் அனைத்தையும் வெளிப்படுத்தியிருக்குமே ....

பிரதான சாலையை அடைந்த பிறகு தான் எங்களுடைய எதிர்காலத் திட்டங்களைப் பற்றி மம்மியும் டாடியும் என்னிடம் பேசத் தொடங்கினார்கள். கடந்த சில மாதங்களாக எங்களுடைய வீட்டுச் சாமான்களும் வேறு பல பொருட்களும் எங்களுடைய மறைவிட முகாமுக்கு அனுப்பிக் கொண்டிருந்தோம். ஜூலை 16ம் தேதியிலிருந்து தலைமறைவாகப் போய் வசிப்பதற்கான அனைத்து ஏற்பாடுகளையும் செய்திருந்தோம். திடீரென்று கிடைத்த நாடு கடத்தல் நோட்டீசினால் தலைமறைவுப் பயணத்தை சற்று முன்னதாகவே மேற்கொள்ள வேண்டியதாயிற்று. எங்களுடைய தலைமறைவு இருப்பிடம் இன்னமும் முழு நினைவில் உருவாகவில்லை.

இருப்பினும் இருக்கும் வசதியிலேயே நாங்கள் காலந் தள்ளியாக வேண்டும். டாடியின் அலுவலகம் இயங்கும் அதே கட்டிடத்தில்தான் தலைமறைவு முகாம்! வெளியிலிருப்பவர்களுக்கு அவ்வளவு எளிதாகப் புரிந்து கொள்ள முடியாது. பின்னர் நான் இதையெல்லாம் விளக்கமாகச் சொல்கிறேன். டாடியுடன் தற்போது ஆட்கள் அதிகமாக யாரும் பணியாற்றவில்லை. மிஸ்டர் க்ரேலர், க்லீமேன், மீப், எல்லிவோசன் ஆகியோர்தான் கூட இருக்கிறார்கள். இருபத்துமூன்று வயது இளம் பெண்ணான எல்லி வோசன் டைப்பிஸ்ட் ஆவார். எங்களுடைய வருகையைப் பற்றித் தெரிந்தவர்களும் இவர்கள்தான். எல்லியின் தந்தை மிஸ்டர் வோசனும் இரண்டு பையன்களும் கூட அங்கு பணியாற்றியிருக்கிறார்கள். ஆனால் யாரும் அவர்களிடம் எதையும் சொன்னதில்லை.

அந்தக் கட்டிடத்தைப் பற்றி விளக்க வேண்டுமல்லவா? ஒரு ஸ்டோர் அறையைப் போல் பயன்படுத்தப்படும் ஒரு பெரிய அறை கீழே இருக்கிறது. வீட்டின் முன் கதவு இந்தப் பெரிய அறையின் கதவருகில் அமைந்திருக்கிறது. முன் கதவுக்குள் ஒரு சின்ன சந்தில் மாடிப்படியும் அதன் மேற் பகுதியில் ஒரு இன்னொரு கதவும் இருக்கிறது. அதன் கண்ணாடிச் சில்லின் மீது 'ஆஃபீஸ்' என்று கறுப்பு எழுத்தில் எழுதியிருக்கிறது. இதுதான் முக்கிய அலுவலகம். மிகப் பெரிது, ஒளிமயமானது, பொருட்கள் அங்குதான் வைத்திருக்கிறோம். பகல் வேளையில் எல்லியும் மீப்பும் க்லீமேனும் அங்கு பணியாற்றுகிறார்கள். அதற்கு அடுத்து இருள் சூழ்ந்த ஓர் சிறிய அறை. செல்ஃபும் உடைகள் வைக்கப்பட்ட அலமாரிகளும் இன்னொரு பெரிய அலமாரியும் அந்த அறையில் இருக்கின்றன. அந்த சிறிய அறைக்கு அப்பால்தான் இரண்டாவது அலுவலகம். மிஸ்டர் க்ரேலரும் மிஸ்டர் வான்டானும் அங்குதான் பணியாற்றுகிறார்கள். இப்போது அங்கு க்ரேலர் மட்டும்தான் இருக்கிறார். க்ரேலரின் அலுவலகத்தை அடைய ஓர் இடை நாழி இருக்கிறது.

ஆனால் உள் பக்கத்திலிருந்து மட்டும் திறக்கக்கூடிய ஒரு

கண்ணாடிக் கதவு வழியாகத் தான் அங்கு செல்ல முடியும். க்ரேலரின் ஆபிசிலிருந்தும் ஒரு நீண்ட இடைவழியில் சென்றால் கல்கரி சேமித்து வைத்திருக்கும் அறையை அடையலாம். அங்கிருந்து நான்கு சுவடு உயரத்திலிருக்கும் இடைவழியாகச் சென்றால் முழுக் கட்டடத்திற்கும் பொதுவாக இருக்கும் ஷோரூமை அடையலாம். இது ஒரு ரகசிய அலுவலகமாகும். இருண்ட அறை. அந்தஸ்தான பர்னிச்சர்கள். தரையில் லினோலியமும், பரவதானிகளும் விரிக்கப்பட்டிருந்தது. ரேடியோ, மிகவும் பிரகாசமான ஒரு விளக்கு உள்பட முதல்தரமான பொருட்கள் தான் அங்கு பார்க்க முடியும். அதன் பக்கத்து அறைதான் அடுக்களை. விசாலமான அடுக்களையில் தண்ணீரைச் சுட வைப்பதற்கான கீசரும், கியாஸ் அடுப்பும் இருக்கின்றன. அதன் அருகாமையில் கழிவறை. இத்தனையும் முதல் மாடியல் இருப்பவையாகும். கீழ் தளத்திலிருந்து ஒரு மரத்தாலான ஏணிப்படிகளில் சென்றால் அடுத்த மாடியை அடையலாம். ஒவ்வொரு கோடியிலும் ஒவ்வொரு கதவிருக்கும் ஒரு சிறிய தட்டிருக்கிறது. மாடிப்படியின் மேலே இடது பக்கத்தின் இருக்கும் கதவு வீட்டின் முன் பக்கத்தில் இருக்கும் ஸ்டோர் ரூமுக்கும் மேல் தட்டில் இருக்கும் சிறிய அறைகளுக்கும் இட்டுச் செல்கிறது. செங்குத்தான அந்த டச்சு மாடிப் படிகளில் ஒன்று தெருப்பக்கம் திறப்பதற்கான இன்னொரு கதவுக்கு இட்டுச் செல்கிறது.

வலது பக்க கதவு வழியாகத் தான் எங்களுடைய மறைவிடக் குடியிருப்புக்குள் நுழைய வேண்டும். நிறம் மங்கிய அந்த மதிலுக்கப்பால் இவ்வளவு அறைகள் இருப்பதை யாராலும் யூகிக்க முடியாது. கதவின் முன்னாலிருக்கும் சின்ன வாயிற் படியைக் கடந்தால் உள்ளே நுழையலாம்.

நுழைவாயிலுக்கு நேர் எதிர்ப்புறத்தில் செங்குத்தான இன்னொரு ஏணிப்படி இருக்கிறது. ஃப்ராங் குடும்பத்தின் இருப்பறையும் படுக்கையறையும் ஆக வேண்டிய ஒரு அறையை நோக்கித்தான் இந்த ஏணிப்படியின் இடப்பக்க வழி இட்டுச் செல்கிறது. அதற்கடுத்த சிறிய அறை, ஃப்ராங் குடும்பத்துச்

சிறுமிகள் ஸ்டடி ரூம், பெட்ரூமாக மாறப்போகிறது. வலது பக்கத்தில் சன்னல் இல்லாத ஒரு சிறிய அறையில் தான் வாஷ் பேசினும், கழிவறையும் மார்கொட்டினுடையவும் என்னுடைய வும் அறைக்குத் திறக்கும் இன்னொரு கதவும் இங்கிருக்கிறது. அருகிலிருக்கும் ஏணிப் படியில் ஏறி மேல் கதவைத் திறந்தால் வியக்கத்தக்க ஒரு காட்சியைக் காணலாம். கால்வாய்க் கரையில் அமைந்த இந்தப் பழைய கட்டிடத்திற்கு இவ்வளவு பிரகாசமான ஒரு அறை முற்றிலும் அசாதாரணமாகத் தோன்றலாம். இந்த அறை யில் ஒரு கேஸ் அடுப்பு இருக்கிறது. மேலும் கை கழுவுவது போன்ற வசதிகளுக்கான ஒரு ஸிங்கும் இருக்கிறது. (முன்பு இது ஒரு சோதனைக் கூடமாகப் பயன்படுத்தப்பட்டதால்) தற்போது இது வான்டான் தம்பதிகளின் அடுக்களையாகவும், கூடவே எல்லோருடைய இருப்பறையாகவும் உணவறையாகவும் பயன் படுத்தப்படுகிறது.

ஏணிப்படியின் கீழ் இருக்கும் சிறிய அறைதான் பீட்டர் வான்டானின் பிரைவேட் ரூமாக மாற இருக்கிறது. கீழ்த்தட்டில் இருப்பதைப் போலவே மேலேயும் ஒரு விசாலமான அறை இருக்கிறது. கிட்டீ, எங்களுடைய மனதுக்கினிய தலைமறைவுக் குடியிருப்பை முழுக்க நான் உனக்குத் தெரியப்படுத்தி விட்டேன்.

உன்னுடைய ஆன்

ஜூலை 1942   10 வெள்ளி

அன்புள்ள கிட்டீ,

எங்களுடைய புதிய வசிப்பிடத்தைப் பற்றிய வெகு நீளமான விளக்கத்தை அளித்து நான் உன்னை போரடித்து விட்டேனா? ஆனால் நாங்கள் எங்கே குடியிருக்கப் போகிறோம் என்பதைப் பற்றி உனக்குக் கட்டாயமாகத் தெளிவான புரிதல் இருக்க வேண்டுமென்று விரும்புகிறேன்.

கதையை மேற்கொண்டுத் தொடரலாம். நாங்கள் பிரின்சன் கிராஃபை அடைந்த உடனே மீப் எங்களை மேல் மாடியில் மறைவிடத்திற்கு அழைத்துச் சென்றாள். நாங்கள் உள்ளே நுழைந் தவுடன் அவள் கதவை இழுத்து மூடினாள். அறையில் இப்போது நாங்கள் மட்டுமே இருந்தோம். சைக்கிளில் வந்ததால் மார்கொட் முன்னதாக வந்துவிட்டாள். அறைகள் அனைத்திலும் குப்பைக் கூளமாகக் காட்சியளித்தன. விவரிக்க முடியாத அளவுக்கு சில மாதங்களாக நாங்கள் ஆபீசுக்கு அனுப்பி வைத்துக் கொண்டிருந்த கார்டுபோர்டு பெட்டிகள் தரையிலும் படுக்கைகளிலும் குவிந்து கிடந்தன. அந்தச் சிறிய அறையில் மேல் தட்டுவரை படுக்கை விரிப்புகள் குன்றுகள் போல் பரவிக் கிடந்தன. அன்று இரவில் நாங்கள் சுத்தமான படுக்கைகளில் தூங்க வேண்டுமென்றால் நாங்கள் உடனே சுத்தப்படுத்தும் பணியில் இறங்கியாக வேண் டும். மம்மியும் மார்கொட்டும் மிகவும் களைத்துப் போயிருந்தனர். எனவே அவர்கள் அழுக்கேறிய படுக்கையிலேயே சுருண்டு படுத்தனர். நானும் டாடியும் துப்புரவுப் பணியில் மூழ்கினோம்.

அந்த ஒரு நாள் முழுக்க நாங்கள் பெட்டிகளிலுள்ள

பொருட்களை வெளியே எடுத்து அலமாரிகளில் அடுக்குவதும் அறையைச் சுத்தப்படுத்துவதுமான பணிகளைச் செய்துகொண்டு இருந்தோம். நாங்கள் சூடான எந்த உணவையும் உண்ணவில்லை. ஆனால் அதைப்பற்றி நாங்கள் எண்ணிக் கூடப் பார்க்கவில்லை. மிகவும் களைத்துப் போயிருந்ததால் மம்மியும் மார்கொட்டும் உணவைப் பற்றிச் சிந்திக்கக்கூட இல்லை. அவசர வேலைகளால் டாடியும் அதைப்பற்றி நினைக்கவில்லை.

செவ்வாய்க்கிழமை காலையிலேயே நேற்று பூர்த்தியாகாத பணிகளில் மூழ்கினோம். எல்லியும் மீப்பும் எங்களுக்குரிய ரேஷனை வாங்கிக் கொண்டு வந்தனர். டாடி பிளாக் அவுட்டை மேலும் தீவிரப்படுத்தினார். அடுக்களையின் தரையை நாங்கள் துடைத்து சுத்தப்படுத்தினோம். சுருங்கக் கூறின் அந்த நாள் முழுக்க ஓயாத பணிதான்.

என்னுடைய வாழ்க்கையில் நிகழ்ந்த பெரிய மாறுதலைக் குறித்து சிந்திக்கக்கூட புதன்கிழமை வரை எனக்கு நேரம் கிடைக்கவில்லை. ஆனால் அதற்குப் பிறகும் இதோ இப்போது முதன் முதலாக உன்னிடம் இதையனைத்தையும் சொல்வதற்கான ஒரு சந்தர்ப்பம் கிடைத்திருக்கிறது. இதுவரை என்னவெல்லாம் நிகழ்ந்திருக்கின்றன என்பதையும் இனிமேல் என்னவெல்லாம் நிகழக்கூடுமென்பதையும் சுயமாகக் கண்டடையும் ஒரு சந்தர்ப்பம் கூடத்தான் இது.

இப்படிக்கு

உன்னுடைய ஆன்

ஜூலை 1942 — 11 சனி

அன்புள்ள கிட்டீ,

ஒவ்வொரு மணி நேரத்தையும் ஒலித்தறிவிக்கும் வெஸ்டர் டொரன் கிளாக்கின் முழூங்கும் மணி ஓசையுடன் இணைந்து போக டாடிக்கும் மம்மிக்கும் மார்கொட்டுக்கும் இது வரை இயலவிலல்லை. ஆனால் என்னால் அது முடிகிறது. ஆரம்பத்திலிருந்தே நான் அந்த க்ளாக்கை விரும்பினேன். குறிப்பாக இராப் பொழுதுகளில் அது ஒரு நம்பிக்கையான நண்பனைப் போலத்தான் எனக்குத் தோன்றியது. கிட்டீ தலைமறைவாக வாழநேர்வதைப் பற்றி உனக்கு என்ன தோன்றுகிறது? எதுவாயினும் அதைப்பற்றி கூடுதலாகத் தெரிந்துகொள்ள உனக்கு ஆர்வமிருக்கலாம். உண்மையில் எனக்கும் அதைப்பற்றி அதிகமாக எதுவும் தெரியாது. இந்த வீட்டுச் சூழ்நிலையுடன் இணைந்து போக என்னால் என்றைக்காவது இயலும் என்று தோன்றவில்லை. ஆனால் அதற்குப் பொருள் நான் இந்த வீட்டை வெறுக்கிறேன் என்பதல்ல. முற்றிலும் விசித்திரமான ஒரு போர்டிங்கில் விடுமுறைக் காலத்தைக் கழிக்க வந்ததைப் போல் தான் உணர்கிறேன். இது ஒரு கிறுக்குச் சிந்தனை இல்லையா? ஆனால் என்னால் இப்படித்தான் சிந்திக்க முடியும். இந்த ரகசியத் தலைமறைவு முகாம் ஒளிந்து வாழ வசதியான இடம்தான். ஒருபுறம் சாய்வானதும் ஈரம் நிரம்பியதுமானதாகவும் இருந்தாலும் கூட ஆம்ஸ்டர்டாமில் வேறு எங்கும் இவ்வளவு சுகமான தலைமறைவு முகாம் கிடையாது. ஒருவேளை ஹாலந்து முழுக்கத் தேடினாலும் இதைப்போல் ஒன்றைப் பார்க்க முடியாது. முதன் முதலில் எங்களுடைய இந்த சிறிய அறை முற்றிலும் சூன்யமாகத் தான் எனக்குக் காட்சியளித்தது.

ஆனால் சினிமா நட்சத்திரங்களின் படங்களையும், ஃபோட்டோ கார்டுகளையும், ஓவியங்களையும் சுவற்றில் ஒட்டினோம். அவ்வாறு வெறுமனே காட்சியளித்த அந்த அறை அழகான ஒரு சித்திரக் கூடமாகக் காட்சியளித்தது. இந்தப் படங்களின் சேமிப்பை டாடி இங்கு கொண்டு வந்தது மிகவும் பயனுள்ளதாகி விட்டது. இப்போது இந்த சிறிய அறை பொலிவுடன் காட்சியளிக்கிறது. இனி வான்டான் தம்பதிகள் வந்தால் மேல்தட்டு அறையிலிருந்து சிறிது பலகைத் துண்டுகளும் எங்களுக்கு கிடைக்கும். அதைப் பயன்படுத்தி சிறிய சுவர் அலமாரிகளையும் மராமத்துப் பணிகளையும் மேற்கொள்ளலாம். அவ்வாறு இந்த அறையை மேலும் உயிர்த்துடிப்பு மிக்கதாக மாற்ற முடியும்.

இப்போது மம்மிக்கும், மார்கொட்டுக்கும் மனநிலை மேலும் சற்று மேம்பட்டிருக்கிறது. நேற்று முதல் தடவையாக மம்மி சிறிது சூப் தயாரித்தார். ஆனால் மம்மி சூப்பை அடுப்பில் வைத்த பிறகு கீழ்த் தளத்திற்குச் சென்று யாருடனோ பேசத் தொடங்கி சூப்பை மறந்து விட்டார். அவ்வாறு பயறு கருகி பாத்திரத்தின் அடியில் ஒட்டிக் கொண்டது. பின்னர் அதைச் சுரண்டி எடுக்க வேண்டியதாயிற்று. க்லீமேன் எனக்கு ஒரு புத்தகத்தைக் கொண்டு வந்து தந்தார். "யங் பீப்பிள்ஸ் ஆன்வல்" என்று அதற்குப் பெயர்.

பிறகு இன்னொரு விஷயம், நேற்று நாங்கள் ரகசிய அலுவலகத்திற்குச் சென்று ரேடியோ கேட்டோம். வெளியிலிருந்து யாராவது ரேடியோ ஒலியைச் செவிமடுக்கிறார்களா என்று எனக்கு ஒரே அச்சமாக இருந்தது. எனவே நான் என்னுடன் மாடிக்கு வர டாடியை வற்புறுத்தி அழைத்தேன். மம்மிக்கு என்னுடைய சங்கடம் புரிந்ததால் என்னுடன் வந்தார். சதா நேரமும் நாங்கள் அச்சத்துடன்தான் காலந் தள்ளினோம். அண்டை வீட்டுக்காரர்கள் யாராவது எங்களுடைய குரலை செவிமடுத்தார்களா அல்லது நடப்பதை அவர்கள் யாராவது பார்த்து விடுவார்களா என்றெல்லாம் நாங்கள் பயந்தோம். முதல் நாளன்றே சன்னல்களுக்கெல்லாம் கர்ட்டனைப் போட்டோம். கர்ட்டன் என்று சொல்ல முடியாது. பல்வேறு டிசைன்களிலும் வடிவத்திலும் அமைந்த துணித் துண்டுகளை ஒட்டுப்போட்டுத் தைத்திருந்

தோம். டாடியும் நானும் சேர்ந்து சற்றும் சீரற்றவாறு அவற்றைத் தைத்து உருவாக்கினோம். நாங்கள் இங்கு வசிக்கும் வரை விழாமலிருக்க டிராயிங் பின்களைப் பயன்படுத்தித்தான் இந்த கர்ட்டன்களைப் பொருத்தினோம்.

எங்கள் வசிப்பிடத்தின் வலப்பக்கம் சில பெரிய வணிக நிறுவனங்கள் இருந்தன. இடது பக்கத்தில் ஒரு ஃபர்னிச்சர் தொழிற்சாலையும் இருந்தது.வேலை நேரத்திற்குப் பிறகு அங்கு யாரும் இருக்கமாட்டார்கள். இருப்பினும் சுவர் வழியாக ஒலி கடந்து செல்லும் என்பதால் அவர்கள் பார்க்க நேரிடலாம் என்று நாங்கள் அஞ்சினோம். சதா எச்சரிக்கையாக, ஜாக்கிரதையாக இருந்தோம். மார்கொட்டுக்குத் தீராத ஜலதோஷம் இருக்கிறது. ஆனால் இராப்பொழுதுகளில் நாங்கள் இருமக் கூடாது என கட்டளையிடப்பட்டிருக்கிறோம். கோடில் அருந்தித்தான் அவள் தூங்கச் செல்வாள். அதன் பலத்தில் அவள் உறங்கி விடுவாள். அடுத்த செவ்வாய்க்கிழமைக்காக நான் காத்திருக்கிறேன். அன்று தான் வான்டான் குடும்பம் இங்கு வரப் போகிறது. அவர்கள் வந்து விட்டால் மிகவும் நன்றாக இருக்கும். எதுவாயினும் இவ்வளவு பேரமைதியாக இருக்காது. பின்னர் மாலைகளிலும், இரவு களிலும், அவர்கள் இங்கிருந்தால் எவ்வளவு ஆறுதலாக இருக்கும் என்று விரும்புகிறேன்.

கிட்டீ, ஒருபோதும் வெளியே செல்ல முடியாத இந்த வாழ்க்கை எவ்வளவு கொடூரமானது என்பது உனக்குத் தெரியு மல்லவா? அது மட்டுமின்றி எந்த நிமிடமும் நாங்கள் கண்டு பிடிக்கப்படுவோம் என்றும், சுட்டுக்கொல்லப்படுவோம் என்றும் நினைக்கும்போது நான் பெரிதும் பயப்படுகிறேன். மகிழ்ச்சி கரமான விஷயங்களை நாங்கள் சிந்திக்க முடியாதல்லவா? தாழ்ந்த குரலில் பேசவும் தரையில் பாதச்சுவடுகளை மெதுவாக வைத்தும் நடக்கவேண்டியிருந்தது. பகல் முழுக்க! அல்லாவிட்டால் இந்த ஓசைகள் வெளியில் இருப்பவர்களின் காதில் விழுந்து விடும்.

கிட்டீ யாரோ என்னை அழைக்கிறார்கள். நான் போகட்டுமா?

உன் அன்புள்ள ஆன்

ஆகஸ்ட் 1942 14 வெள்ளி

அன்புள்ள கிட்டீ,

கடந்த ஒரு மாதமாக நான் உன்னுடன் பேசவில்லை. உண்மையைச் சொல்லட்டுமா? உன்னிடம் சொல்லுமளவுக்கு சுவையாக எந்த விஷயமும் இங்கு நிகழவில்லை. ஜுலை பதிமூன்றாம் நாள் தான் வான்டான் குடும்பத்தினர் வந்தனர். பதினான்காம் நாள் தான் அவர்கள் வருவார்கள் என்று தான் நாங்கள் நினைத்தோம். ஆனால் ஜுலை பதினான்கிற்கும் பதினாறுக்கும் மத்தியில் ஜெர்மானியர்கள் அனைத்துப் பகுதி களிலிருந்து ஆட்களை வரவழைத்து நாடு கடத்தும் அறிக்கையை விடுக்க முடிவெடுத்ததால் அவர்கள் ஒரு நாள் முன்னதாகவே புறப்பட வேண்டியதாயிற்று. காலையில் ஏறத்தாழ ஒன்பதரை மணிக்குத் தான் வான்டான் தம்பதியரின் புதல்வன் பீட்டர் வந்து சேர்ந்தான். நாங்கள் அப்போது காலை உணவருந்திக் கொண்டிருந் தோம். பீட்டருக்கு இன்னும் பதினாறு வயதாகவில்லை. அடக்க ஒடுக்கமான நாணிக்கோணும் ஒரு பையன். அவனுடன் மேற் கொள்ளும் நட்பிலிருந்து அதிகமாக எதையும் எதிர்பார்க்க முடியாது. முஸ்சி என்ற தன்னுடைய பூனையையும் பீட்டர் கொண்டு வந்தான். அரை மணி நேரத்திற்குப் பிறகுதான் வான்டான் தம்பதியர் வந்து சேர்ந்தனர். அவர்களுடைய வருகை எங்களுக்கு சிரிப்பை வரவழைத்தது. மிசஸ் வான்டான் தன்னு டைய தொப்பியை பாதுகாக்கும் பெட்டியில் சிறுநீர்கழிக்கும் ஒரு பெரிய கோளாம்பியையும் எடுத்து வந்திருக்கிறார். பிறகு அவர் உரக்கக் கூறினார், "இது என்னுடன் இல்லாவிட்டால் எனக்கு நிம்மதி இருக்காது." அவருடைய படுக்கையின் கீழிலேயே அது

இடம் பெற்றது. மிஸ்டர் வான்டான் அவருடைய மடிப்பு மேசையுடன் தான் வந்தார். அவர்கள் இங்கு வந்ததிலிருந்துதான் நாங்களெல்லாம் மகிழ்ச்சியுடன் ஒன்றாக அமர்ந்து உணவருந்தினோம். மூன்று நாட்களுக்குள்ளேயே நாங்கள் அனைவரும் ஒரே குடும்பத்து உறுப்பினர்களைப்போல் ஆகிவிட்டோம். மனித சஞ்சாரம் மிக்க வெளியுலகில் தங்களுக்கு அதிக நாள் காலம் தள்ள முடிந்ததைப் பற்றி வான்டான் குடும்பத்தினர் ஏராளமாகச் சொல்ல வேண்டியிருந்தது. எங்களுடைய வீட்டுக்கும் மிஸ்டர் குட்ஸ்மிட்டுக்கும் என்ன நேர்ந்தது என்பதைப் பற்றி அறியவும் எங்களுக்கு ஆவலாக இருந்தது. மிஸ்டர் வான்டான் கூறினார், "திங்கட்கிழமை காலையில் மிஸ்டர் குட்ஸ்மிட் எனக்கு ஃபோன் செய்தார். உடனே அங்கு வர முடியுமா? என்று என்னைக் கேட்டார். உடனே நான் அங்கு சென்றேன். குட்ஸ்மிட் மொத்தத்தில் மிகவும் மிரண்டு போய் நிற்பதைத் தான் நான் பார்த்தேன். ஃப்ராஸ் குடும்பம் அங்கு எழுதி வைத்த ஒரு கடிதத்தை அவர் என்னிடம் காண்பித்தார். கடிதத்தில் குறிப்பிட்டதைப் போல் பூனையைப் பக்கத்து வீட்டில் ஒப்படைக்க அவர் என்னைக் கேட்டுக் கொண்டார். எனக்கு மகிழ்ச்சியாக இருந்தது. ஆனால், எந்த நிமிடமும் வீட்டைச் சோதனையிடுவார்கள் என்று குட்ஸ்மிட் அஞ்சினார். எனவே நாங்கள் எல்லா அறைகளையும் பரிசோதனை செய்தோம். ஓரளவு சுத்தம் செய்யவும் தவறவில்லை. திடீரென மிசஸ் ஃப்ராங்கின் மேசையின் மீது மாஸ்டிரிச் முகவரி எழுதிய ஒரு ரைட்டிங் பேட் இருப்பதைப் பார்த்தேன். அது வேண்டுமென்றே மேற்கொண்ட செயல் என்று புரிந்து விட்டது. இருப்பினும் நான் வியந்து விட்டதைப் போல் நடித்தேன். உடனே அதைக் கிழித்துப்போடுமாறு குட்ஸ்மிட்டைக் கேட்டுக் கொண்டேன்.

இந்த வேளைகள் முழுக்க உங்களைக் காணவில்லை என்பதைப் பற்றி எனக்கு எதுவும் தெரியாது என்பதைப் போலத் தான் என்னுடைய நடவடிக்கைகள் இருந்தன. ஆனால் இந்த முறை பார்த்தபிறகு நான் கூறினேன்.

ஓர் இளம்பெண்ணின் டைரிக்குறிப்புகள் ✎ 53

"மிஸ்டர் குட்ஸ் மிட் இந்த முகவரிக்கு என்ன பொருள் என்பது எனக்கு நினைவுக்கு வருகிறது. ஏறத்தாழ ஆறுமாதங்களுக்கு முன் ஒரு உயர் அதிகாரி மிஸ்டர் ஃப்ராங்கிடம் ஏதாவது தேவைப்பட்டால் அவர் உதவுவதாகச் சொல்லியிருந்தார். மாஸ்ட்ரிச்சில் அவர் வசித்தார். தன்னுடைய வார்த்தையைக் காப்பாற்ற அவர் அவர்களை பெல்ஜியத்திற்கும் அங்கிருந்து சுவிட்சர்லாந்துக்கும் அழைத்துச் சென்றிருக்கலாம். ஃப்ராங்கின் நண்பர்கள் யாராவது கேட்டால் இதை அவர்களிடமும் தெரிவிக்கலாம். ஆனால் மாஸ்ட்ரிச்சைப் பற்றிக் குறிப்பிட வேண்டாம்.

இந்தக் கதையை நாங்கள் வெகுவாக ரசித்தோம். வான்டான் கூடுதல் விளக்கங்களை வெளியிட்டபோது நாங்கள் வாய்விட்டுச் சிரித்தோம். மக்கள் எப்படிக் கற்பனை செய்கிறார்கள், ஒருவர் நான் அதிகாலையில் சைக்கிளில் போய்க் கொண்டிருந்ததைப் பார்த்தாராம். நடுநிசியில் ராணுவ லாரியில் எங்களை ஏற்றிச் செல்வதைப் பார்த்ததாக ஒரு பெண் கூறியிருக்கிறாள்.

உன்னுடைய ஆன்

ஆனி தன் அப்பா அம்மாவுடன்

ஆகஸ்ட் 1942 — 21 வெள்ளி

அன்புள்ள கிட்டீ,

எங்களுடைய தலைமறைவு முகாமுக்குச் செல்லும் நுழை வாயிலை நன்றாக மறைத்திருக்கிறோம். கதவுக்கு முன் ஒரு அலமாரியை வைப்பது நல்லது என்று மிஸ்டர் க்ரேலர் கூறினார். ஆனால் ஒரு கதவைப் போல் திறக்கவும், சட்டென மாற்றி வைக்கவும் வசதிப்படும் ஒரு அலமாரியாக அது இருக்க வேண் டும் மறைத்து வைத்திருக்கும் சைக்கிள்களைக் கண்டுபிடிக்க வீடு களில் முழுக்க தேடுதல் வேட்டையை தொடங்கியிருக்கிறார் களாம்! மிஸ்டர் வோசன் அனைத்தையும் சரிசெய்து உதவினார். இதற்குள் நாங்கள் எங்கள் ரகசியங்களையெல்லாம் அவரிடம் சொல்லியிருந்தோம். ஆனால் பெருமளவுக்கு உதவுவதற்கெல் லாம் அவரால் இயலாது.

கீழ்த்தளத்திற்குப் போக வேண்டுமென்றால், குனிந்து நின்ற வாறு தாவ வேண்டியிருக்கிறது. ஏனென்றால் மத்தியில் இருக்கும் மிதிப்படி அகற்றப்பட்டிருந்தது. உயரம் குறைவான கதவின் விட்டத்தில் மோதி எங்களுடைய நெற்றியெல்லாம் வீங்கி விட்டது, இப்போது மரத்தூள் நிரப்பப்பட்ட துணியை கதவின் விட்டத்தில் ஆணி அறைந்து தொங்கவிட்டிருக்கிறோம். இதனா லாவது பலனிருக்குமா என்று பார்ப்போம்.

அண்மைக்காலமாக நான் அதிகமாக வேலை செய்வதில்லை. செப்டம்பர் வரை நான் எனக்கு விடுமுறை அளித்திருக்கிறேன். அதற்குப் பிறகு டாடி எனக்குப் பாடம் கற்றுத் தருவார். இதுவரை நான் கற்றதெல்லாம் மறந்திருப்பேனா என்று தெரியவில்லை.

இங்குள்ள எங்களுடைய வாழ்க்கையில் எந்தவித மாற்றமும் இல்லை. மிஸ்டர் வான்டானுக்கும் எனக்குமிடையே அடிக்கடி சில மோதல்கள் நிகழ்வதுண்டு. ஆனால் மார்கொட்டை வான்டானுக்கு மிகவும் பிடிக்கும். மம்மி பெரும்பாலும் ஒரு குழந்தையாக பாவித்துத்தான் என்னுடன் பழகுகிறார். அதை நான் சற்றும் விரும்பவில்லை. இதையெல்லாம் தவிர்த்தால் காரியங்கள் மேன்மையாகத்தான் போய்க் கொண்டிருக்கிறது எனலாம். பீட்டரை இப்போதும் நான் முற்றாக வெறுக்கத்தான் செய்கிறேன். நாட்கணக்கில் எப்போதும் சோம்பேறியாக படுக்கையிலேயே காலந் தள்ளும் பையன். இடையில் எப்போதாவது மர வேலைகளைச் செய்வான். மீண்டும் தூங்கப் போய்விடுவான். என்னே, ஒரு முட்டாள் பையன்! இப்போது மனோகரமான காலநிலை, அனைத்துத் துயரங்களுக்கும் அப்பால் வாழ்க்கையை முடிந்த அளவுக்கு அனுபவிக்க நாங்கள் முயற்சிப்பதுண்டு. குறிப்பாக, தெளிந்த சூரிய ஒளி நுழையும் மாடி அறையிலிருக்கும் தொங்குக் கட்டிலில் படுத்தவாறு.

இப்படிக்கு

உன்னுடைய ஆன்

செப்டம்பர் 1942 2 புதன்

அன்புள்ள கிட்டீ,

வான்டான் தம்பதிகளுக்கிடையில் இன்றைக்கு ஒரு சண்டை நிகழ்ந்தது. என்னுடைய மம்மியும் டாடியும் இருந்தால் அவ்வாறு நடந்திருக்காது. அதுகூட உப்புப் பெறாத விஷயத்துக்கு.

இயல்பாகவே இது பீட்டருக்கு சங்கடத்தை உண்டு பண்ணியது. யாரும் அவனைப் பொருட்படுத்துவதில்லை. அற்ப விஷயங்களுக்கு அங்கலாய்க்கும் பையன். தவிர சோம்பேறியும்... நேற்று கண்ணாடியில் பார்த்தபோது தன்னுடைய நாக்கு நீலநிறமாக இருப்பதாகக் கூறி மிகவும் அரண்டு மிரண்டு போனான். அந்த நீல நிறம் வந்த மாதிரியே மறைந்தும் போய்விட்டது. கழுத்தைச் சுற்றி ஒரு போர்வையைச் சுற்றி இன்று காணப்பட்டான். மரியாதைக்குரிய கணவான் பீட்டருக்கு பிடரி வலியாம். இதயத்திற்கும் சிறுநீரகத்திற்கும் மூச்சுக் குழாய்க்கும் ஏதோ கோளாறு இருப்பதாக அவன் சந்தேகப்படுகிறான். உலகிலிருக்கும் அனைத்து நோய்களும் தனக்கிருப்பதாக நினைத்து அஞ்சி வாழும் ஒருவன்.

மிசஸ் வான்டானுக்கும் மம்மிக்கும் கருத்தொற்றுமை இல்லை. அடிக்கடி வாய்த்தகராறுகள் நிகழ்கின்றன. எல்லோருக்குமான போர்வைகளைப் பாதுகாத்து வைக்கும் அலமாரியில் இருந்து மிசஸ் வான்டான் அவருடைய மூன்று போர்வைகளை அகற்றி விட்டார். மம்மியும் அதையே செய்தார் என்பதை அறிந்தால் அது அவருக்கு ஏக திருப்பி தாக்குதலாக அமையும்.

எங்களுடைய உணவு மேசையில் பயன்படுத்தும் பாத்திரங்கள் எங்கு பாதுகாத்து வைக்கப்பட்டிருக்கிறது என்பதை அறிய அவர்

மிகுந்த ஆவலாக இருக்கிறார். குப்பைக் கூளங்களுக்குப் பின்னால் ஒரு கார்டுபோர்டு பெட்டியில்தான் அவை பாதுகாத்து வைக்கப் பட்டிருக்கிறது என்பதை அவர் கண்டுபிடிக்கப் போவதில்லை. நேற்று தவறுதலாக மிசஸ் வான்டானின் ஓர் சூப் பாத்திரம் என்னு டைய கையிலிருந்து நழுவித் தரையில் விழுந்து நொறுங்கி விட்டது. அவர் கோபம் கொண்டு கூச்சலிட்டார், கண்டபடி திட்டினார்.

மிஸ்டர் வான்டான் மிகவும் இனிமையாகத் தான் இப்போது என்னிடம் பழகுகிறார். என்றைக்கும் இப்படியே இருக்கட்டும். இன்று காலையில் மம்மி எனக்கு சில பல அறிவுரைகளைத் தந்தார். அது சற்றும் எனக்குப் பிடிக்கவில்லை. காரணம், எங்க ளுடைய கருத்துக்கள் ஒருவருக்கொருவர் முரண்பட்டதாகும். டாடியை எனக்கு மிகவும் பிடிக்கும். ஐந்து நிமிடத்திற்கு மேல் டாடிக்கு என்னுடன் பிணக்குடன் இருக்க முடியாது. கடந்த வாரம் ஒரு சிறிய சம்பவம் நடைபெற்றது. மிஸ்டர் க்லீமேன் கொண்டு வந்தளிக்கும் புத்தகங்களில் பெரும்பாலானவற்றையும் மார் கொட்டுக்கும், பீட்டருக்கும் நான் வாசிக்கக் கொடுப்பதுண்டு. ஆனால் பெண்களைப் பற்றிய ஒரு புத்தகத்தை அவர்கள் இரண்டு பேருக்கும் நான் வாசிக்கக் கொடுக்கவில்லை. பீட்டருக்கு ஆவலை அடக்க முடியவில்லை. அவனுடைய அம்மாவுக்குத் தெரியாமல் அவன் புத்தகத்தை மறைத்து வைத்து வாசிக்கத் தொடங்கினான். தகவல் அறிந்து பீட்டரின் தந்தை கோபித்துக் கொண்டார். பீட்டரும் விட்டுக் கொடுக்கவில்லை.

மார்கொட்டுக்கும், பீட்டருக்கும் இடையில் மிகுந்த வேறு பாடுகள் இருக்கின்றன. மார்கொட் பக்குவம் படைத்த சிறுமியாவாள்.

மம்மி மிசஸ் வான்டானிடம் சொல்வது காதில் விழுந்தது.

ஒருநாள் மாலைப்பொழுதில் ஏழரை மணிக்கு பீட்டர் யாருக்கும் தெரியாமல் புத்தக வாசிப்பைத் தொடங்கினான். மீண்டும் அவனு டைய தந்தைக்கு அது தெரிந்து விட்டது. பின்னர் ஒரே வசைமாரியும் ரகளையும் தான்... பீட்டர் அன்று பிணக்குடன் இரவு சாப்பிட வில்லை. சிறிது நேரத்திற்குப் பிறகு பீட்டர் புகைபோக்கியினுள்

நுழைந்து அமர்ந்து கொண்டான். அவனுடைய தாயார் பீதியடைந்தார். நீண்ட நேரம் வற்புறுத்திய பிறகு தான் பீட்டர் இறங்கி வந்தான். அவன் மன்னிப்புக் கோர வேண்டுமென்று பீட்டரின் தந்தை அடம் பிடித்தார். எனினும் அது நிகழவில்லை. பிணக்கு மூன்று நாட்கள் நீடித்தது. பிறகு மீண்டும் சகஜ நிலைமை உருவாயிற்று.

இப்படிக்கு

உன்னுடைய ஆன்

செப்டம்பர் 1942 — 21 திங்கள்

அன்புள்ள கிட்டீ,

இன்றைக்கு உன்னுடன் சில பொதுவான விஷயங்களைப் பகிர்ந்து கொள்ள விரும்புகிறேன்.

மிசஸ் வான்டானால் என்னை கிஞ்சித்தும் சகித்துக் கொள்ள முடியவில்லை. நான் எப்போதும் பேசிக் கொண்டிருப்பதால் அவர் என்னைத் திட்டுகிறார். பாத்திரங்களை சுத்தம் செய்வதைப் பற்றியும் பிரச்சினைகள் இருக்கின்றன. மார்கொட் பாத்திரம் கழுவி கஷ்டப்படும்போதுதான் அவர் மேலும் அதிகமாகப் பாத்திரங்களைக் கழுவக் கொடுப்பார்.

நானும் டாடியும் எங்களுடைய மூதாதையர்களைப் பற்றிப் பேசுவதுண்டு. மிஸ்டர் க்லீமேன் எனக்கு மட்டும் தனியாகப் படிக்க சில புத்தகங்களைக் கொண்டு வந்து தருவார். சிசிவான் மார்க்ஸ் வெல்சின் புத்தகம் எனக்கு மிகவும் பிடித்திருந்தது. 'மிட் சம்மர் மேட்னஸ்' வாசித்து நான் வயிறு வலிக்கச் சிரித்தேன்.

ஏராளமாகப் படிக்க வேண்டியிருக்கிறது. நான் தினமும் பிரெஞ்சு மொழி கற்று வருகிறேன். பீட்டருக்கு ஆங்கிலம் கடினம் தான். புத்தகங்கள், பென்சில், ரப்பர் போன்றவை என்னிடம் ஏராளமாக இருக்கின்றன. சில வேளைகளில் லண்டனிலிருந்து ஒலிபரப்பாகும் 'டச்சு நியூஸ்' கேட்பதுண்டு. பென்வராட் இளவரசனின் ஒரு அறிவிப்பை கடந்த நாள் கேட்க நேரிட்டது. ஜூலியானா இளவரசிக்கு ஒரு குழந்தை பிறக்கப் போகிறதாம். அரச குடும்பத்து விஷயங்களில் நான் ஏன் இவ்வளவு அக்கறை செலுத்துகிறேன் என்று அவர்கள் அனைவரும் வியக்கிறார்கள்.

சில வேளைகளில் பெரியவர்களின் பேச்செல்லாம் என்னைப் பற்றியதாக இருக்கும். என்னுடைய சமர்த்தான அக்காவைப் போல் நானும் உயர்ந்த ரேங்க் வாங்க வேண்டுமென்று அவர்கள் விரும்புகிறார்கள். ஃபிலாசபியும், சைக்காலஜியும் எனக்குத் தெரியாது என்று வருத்தப்படுகிறார்கள். இருப்பினும் நான் அவ்வளவு மோசமானவளாக இல்லை என்று அவர்கள் ஆறுதல டைகிறார்கள்.

பனிக்காலத்தை சமாளிக்க கூடுதலாக உடைகள் எதுவும் எங்களிடம் இல்லை. பல உடைகள் நண்பர்களிடம் கொடுத்து வைத்திருந்தோம். அவற்றை இனி போர் முடியாமல் பார்க்க முடியாது. புது உடையொன்றை தைக்க நான் டாடியிடம் அனுமதி பெற்றேன்.

மிசஸ் வான்டானைப் பற்றி எதையோ டைரியில் எழுதும் போது அவரே வந்து விட்டார். நான் உடனே டைரியை மூடி விட்டேன்.

"ஆன், நான் அதைப் பார்க்க வேண்டுமே...."

"மன்னிக்கவும் முடியாது,"

"கடைசிப் பக்கத்தையாவது பார்க்கலாமா?"

"தயவு செய்து மன்னியுங்கள். சிரமப்பட வேண்டாம்".

நான் உண்மையிலேயே திடுக்கிட்டேன். அவரைப் பற்றி விமர்சிக்கும் விஷயங்களைத் தான் நான் எழுதிக் கொண்டிருந்தேன்.

இப்படிக்கு

உன்னுடைய ஆன்

செப்டம்பர் 1942 25 வெள்ளி

அன்புள்ள கிட்டீ,

நேற்று மாலையில் நான் மாடிக்குச் சென்று வான்டான் குடும்பத்தினருடன் சற்று நேரம் பொழுது போக்கினேன். அடிக்கடி நான் அங்கு செல்வதுண்டு. எலுமிச்சைச்சாறும் பூச்சி பிஸ்கெட்டும் சாப்பிடக் கிடைக்கும். (பூச்சிகளை விரட்டும் வில்லைகள் வைக்கப்பட்ட துணி அலமாரியிலிருக்கும் பிஸ்கெட்) பீட்டரைப் பற்றி நாங்கள் பேசினோம். பீட்டர் என்னுடைய முகத்தை வருடுவது போன்ற செய்கைகள் எனக்குப் பிடிக்காது என்பதை நான் அவரிடம் கூறினேன். அவர் என்ன நினைத்திருப்பார் என்பதை நான் அறியேன்.

இப்படிக்கு

உன்னுடைய ஆன்

செப்டம்பர் 1942 27 ஞாயிறு

அன்புள்ள கிட்டீ,

எனக்கும் மம்மிக்கும் அடிக்கடி மனத்தாங்கல் ஏற்படுகிறது. மார்கொட்டுக்கும் எனக்கும் மனத்தாங்கல் இருக்கிறது. ஆனால் என்ன செய்வது? எனக்கு மார்கொட்டையும் மம்மியையும் விட என்னுடைய நண்பர்களுடன் தான் நெருக்கம் அதிகம்.

போருக்குப் பிந்தைய நிலைமைகளைப் பற்றி நாங்கள் அடிக்கடி பேசுவதுண்டு.

மிசஸ் வாண்டானின் நடவடிக்கைகள் சகிக்க முடியாததாகும். அவருடைய தனிப்பட்ட உடமைகள் அனைத்தையும் அவர் ஒளித்து வைப்பார். அதைப் பார்க்கும் போது மம்மியும் அப்படியே செய்வார்.

எனக்கு விருப்பமில்லாத காய்கறிகளை நீக்கி வைத்துவிட்டு நான் உருளைக்கிழங்கைச் சாப்பிடத் தொடங்கும்போது மிசஸ் வான்டான் அதில் தலையிடுவார். சொந்தப் பிள்ளைகளின் விஷயத்தில் மட்டுமின்றி பிறருடைய பிள்ளைகளின் விஷயத்திலும் தலையிடுவது வான்டான் தம்பதிகளின் சுபாவமாகும். மார்கொட் எந்தக் குற்றம் குறையும் இல்லாத சிறுமியாதலால் அவளைப் பற்றி அவர் எதுவும் பேசமாட்டார். ஆனால் என்னுடைய விஷயத்தில் அப்படியில்லை. எப்பொழுதும் என்னை விமர்சிப்பார். என்னுடைய மம்மியும் டாடியும் எனக்கு உதவி, சாதகமாகப் பேசுவார்கள்.

காற்கறிகளைச் சாப்பிடாத என்னைக் கண்டித்த அவர் 'ஆன்

என்னுடைய மகளாக இருந்தால் அவளை இவ்வாறு செல்லம் கொடுத்து கெடுத்திருக்க மாட்டேன்' என்று சொல்லித்தான் பேச்சை முடித்தார்.

நான் அவருடைய மகளாக இல்லாதது என்னுடைய அதிர்ஷ்டம். என்னுடைய வளர்ப்பு சரியில்லை என்று மிசஸ் வான்டான் அடிக்கடி கூறுவதுண்டு. நேற்று டாடி அவருக்கு சரியான பதிலடி கொடுத்தார்.

"மிகவும் சிறப்பாகத் தான் நான் அவளை வளர்த்திருக்கிறேன். ஓரளவு உங்களுடைய நெடிய பிரசங்கங்களுக்குப் பதில் பேசாமல் இருக்கவாவது அவள் மரியாதையைக் கற்றிருக்கிறாள் அல்லவா?"

அவருக்கு நாணம் தாங்க முடியவில்லை. அசடு வழிந்தது. நான் ஒருபோதும் வெட்கப்படுவதில்லை என்பதுதான் அவருக்கு என்னைப் பிடிக்காததற்குக் காரணம்.

இப்படிக்கு

உன்னுடைய ஆன்

செப்டம்பர் 1942 28 திங்கள்

அன்புள்ள கிட்டீ,

மனத்தாங்கல்களைப் பற்றித்தான் இன்றைக்கும் சொல்ல வருகிறேன்.

எதற்காக மூத்த மனிதர்கள் சண்டை போடுகிறார்கள்? இவ்வளவு நாட்களாக சிறுவர் சிறுமியர்கள் தான் சண்டை போடுகிறார்கள் என்றுதான் நான் நினைத்துக் கொண்டிருந்தேன். இப்போது என்னுடைய நினைப்பு தவறு என்பதைப் புரிந்து கொண்டேன். பெரும்பாலும் அவர்களுடைய சண்டைக்கும் நான்தான் காரணமாக இருப்பேன். என்னுடைய உருவம், சுபாவம், பழகும் முறை அனைத்தையும் விமர்சனம் செய்வார்கள். நான் இதையெல்லாம் பேசாமல் சகித்துக் கொள்ள வேண்டுமென்று அவர்கள் நினைக்கிறார்கள். நேற்று பிறந்து விழுந்த பச்சிளம் குழந்தையல்லவே நான்! ஒரு நாள் நான் இவர்களுக்குப் பதிலளிப்பேன். நிச்சயம் அன்று அவர்கள் பாடம் கற்றுக் கொள்வார்கள்.

“உண்மையில் அவ்வளவு மோசமாகத்தான் நான் பழகுகிறேனா? அவர்கள் கூறுவதைப் போல் அகந்தை படைத்தவளும், முட்டாளும், சோம்பேறியுமா நான்?

கிட்டீ, அடிக்கடி குற்றச்சாட்டுக்கும் கேலிக்கும் உள்ளாகி நான் எந்த அளவுக்கு சங்கடப்படுகிறேன் தெரியுமா? சகிக்க முடியாத நிலைமையில் ஒரு நாள் வெடித்து சிதறுவேன்!

டாடியின் அசாதாரணமான பணிவுத் தன்மையைப் பற்றி நாங்கள் நேற்று பேசிக் கொண்டிருந்தோம். திடீரென்று மிசஸ்

வான்டான் சுய புகழ்ச்சியில் ஈடுபட்டாள்.

"நானும் எவ்வளவு பணிவானவள் தெரியுமா? என்னுடைய கணவரை விட"

என்ன பதில் அளிக்க முடியும்? பணிவு கிஞ்சித்தும் இல்லாதவர் தான் அவர்.

மிஸ்டர் வான்டான் குறுக்கிட்டுச் சொன்னார்.

"ஆன் நான் அப்படி ஒன்றும் பணிவானவன் இல்லை. பணிவு உன்னை சாதனைக்கு இட்டுச் செல்லாது. நினைவில் வைத்துக் கொள்"!

இந்தக் கருத்தை மம்மியும் ஆமோதித்தார். ஆனால் மிசஸ் வான்டான் மீண்டும் தொடர்ந்தார். மம்மி எங்களை வளர்த்து வதைப் பற்றி அவ்வளவு மகிழ்ச்சியற்ற முறையில் அபிப்பராயங் களை வெளியிட்டார். மம்மி அதற்குக் கோபப்படாமல் பதிலளித் தார். எதையும் வாய் திறக்க முடியாமல் மிசஸ் வான்டான் அங்கிருந்து நகர்ந்து விட்டார்.

ஆனால் ஏமாற்றத்தை மறைக்க முடியாமல் அவர் என் மீது வசைமாரியைப் பொழிந்தார். அது மீன் விற்கும் பெண்ணை நினைவுறுத்தியது. எனக்குப் படம் வரையத் தெரிந்திருந்தால் கோபத்தால் கொந்தளிக்கும் அவருடைய முகத்தை ஓவியமாகத் தீட்டியிருப்பேன்!

ஒன்று மட்டும் எனக்குப் புரிந்தது. ஒருவருடைய யதார்த்த குணத்தை அவருடன் சண்டை போடும்போதுதான் புரிந்து கொள்ள முடியும்!

இப்படிக்கு

உன்னுடைய ஆன்

செப்டம்பர் 1942 29 செவ்வாய்

அன்புள்ள கிட்டீ,

தலைமறைவாக வாழ்பவர்களுக்கு அசாதாரணமான அனுபவங்கள் ஏற்படும். ஒரு குளியலறை இல்லாததால் வாஷ்டப்பின் உதவியால் தான் நாங்கள் குளிக்கிறோம். சுடுநீர் கிடைக்காததால் ஒவ்வொருவரும் கியூ வரிசை முறையில் தான் இதற்காகக் காத்திருக்க வேண்டியிருக்கிறது. ஆட்கள் மாறுபட்ட சுபாவத்தினராக இருப்பதால் இந்த விஷயத்தில் அவர்கள் மாறுபட்ட முறைகளைத் தான் கடைபிடிக்கிறார்கள். கண்ணாடிக் கதவுகள் பொருத்திய அடுக்களையில்தான் பீட்டர் குளிப்பான். அரை மணி நேரத்திற்கு யாரும் அந்தப் பக்கமாக வரக்கூடாது என்று கேட்டுக் கொள்வான். மிஸ்டர் வான்டான் முதன் மாடியில் தான் குளிப்பார். மிசஸ் வான் டான் வசதியான ஒரு இடத்திற்காகக் காத்திருக்கிறார். டாடி ரகசிய அலுவலகத்தில் குளிப்பார். மம்மி அடுக்களையின் ஒரு மூலையில் தன்னுடைய குளியலை முடிப்பார். கர்ட்டன்களை இழுத்து விட்டுக் கொண்டு இருளில் நின்றவாறு முன்பக்கத்து அலுவலகத்தில் நானும் மார்கொட்டும் குளிப்போம். இந்த இடம் எனக்குப் பிடித்தமானது என்பதால் அல்ல, வேறு இடம் கிடைக்காததுதான் காரணம். அலுவலகத்துடன் ஒட்டிய பெரிய டாய்லெட்டில் குளிக்கலாமென்று பீட்டர்தான் ஆலோசனை சொன்னான். ஞாயிற்றுக்கிழமை நான் அதை சோதனை முயற்சியாக மேற்கொண்டேன். நிச்சயமாக அது நல்ல இடம்தான். இதற்கிடையில் ஒரு நாள் கீழ்த்தளத்தில் பழுதான குழாயைச் சீரமைக்க ஒருவர் வந்தார். நீரை வடியவிட இயலாமலும், குரலெழுப்ப முடியாமலும் நாங்கள் எவ்வளவு சிரமப்பட்டோம் தெரியுமா?

டாடியும் நானும் சேர்ந்து ஒரு கண்ணாடி ஜாடியை தற்காலிக "குளிக்கும் செட்" போல் மாற்றினோம். வேறு வழியில்லை.

சளைக்காமல் பேசும் என்னைப் போன்ற ஒரு சிறுமிக்கு ஒரு நாள் முழுக்க பேசாமல் இருக்க நேரிடுவதைப் பற்றி நினைத்துப் பாருங்கள்! மூன்று நாட்கள் ஒரே இருப்பில் அமர்ந்ததால் எனக்கு ஒரே உடல் வலி. உறங்கப் போகும் முன் உடற்பயிற்சி செய்த போது தான் ஓரளவு சரியாயிற்று.

இப்படிக்கு

உன்னுடைய ஆன்

ஆனியும் மார்கொட்டும் அப்பாவுடன் 1930

அக்டோபர் 1942 01 வியாழன்

அன்புள்ள கிட்டீ,

நேற்று நான் மிகவும் பயந்து விட்டேன். எட்டுமணியானதும் காலிங்பெல் உரக்க ஒலித்தது. நாங்கள் கண்டுபிடிக்கப்படலாம் என்று நான் அஞ்சினேன். தபால்காரரோ வேறு யாராவதாகவோ இருக்கலாம் என்று எல்லோரும் தேற்றினார்கள்.

லவின் என்ற மெடிக்கல் ஷாப் நடத்தும் ஓர் யூதர் க்ரேலரின் பணியைச் செய்து கொண்டிருக்கிறார். அவருக்கு இந்த வட்டாரம் முழுக்க நல்ல பரிச்சயம்தான். பழைய சோதனைக் கூடத்தை மீண்டும் ஆராயலாமே என்று அவர் விரும்பியிருக்கலாம். நாங்கள் நிசப்தமாகத்தான் வாழ்ந்து கொண்டிருக்கிறோம். வாயாடியான ஆன் இந்த அளவுக்கு மௌனமாக வாழ நேரிடும் என்று ஒரு மூன்று மாதங்களுக்கு முன்னர்கூட யாரும் நினைத்துப் பார்த்திருக்க மாட்டார்கள்,

29ம் நாள் மிசஸ் வான்டானின் பிறந்த நாள். ஒரு விழாவாகக் கொண்டாடுவதற்கான வாய்ப்பில்லாவிட்டாலும் நாங்கள் அவருக்கு சின்னப் பரிசுகளும் மலர்க்கொத்துக்களையும் அளித்தோம். இதைத் தவிர ஒரு விருந்தும் கொடுத்தோம். அவருடைய கணவர் சிகப்பு கார்னேஷன் மலர்களைத்தான் பரிசளித்தார். இன்னொரு விஷயத்தையும் குறுக்கிட்டுச் சொல்ல விரும்புகிறேன். டாடியுடன் கொஞ்சிக் குலவ மிசஸ் வான்டான் முயற்சிப்பது எனக்கு வெறுப்பூட்டியது. டாடியின் முகத்தையும், தலைமுடியையும் நீவுவது, தன்னுடைய பாவாடையைத் தூக்குவது, பெரிய தமாஷைப்போல் கருத்துக்களை வெளியிடுவது, பிம்பின்

(டாடியின் செல்லப் பெயர்) சிரத்தையைக் கவர வெவ்வேறு செயல்களை அவர் சோதித்துப் பார்க்கிறார்.

இடையிடையே பீட்டர் தன்னுடைய 'வளை'யிலிருந்து இறங்கி வந்து எங்களுடைய நகைச்சுவைகளில் கலந்து கொள் வான். எங்கள் இருவருக்கும் பொதுவான சில ஆர்வங்கள் இருக் கின்றன. அதில் ஒன்று 'வேடம்' பூணுவதாகும். பீட்டர் அவனு டைய தாயாரின் நீளமான உடைகளை அணிவான். நான் அவனு டைய 'சூட்'டைப் போட்டுக் கொள்வேன். பெரியவர்கள் இதைப் பார்த்துத் தலையில் அடித்துக் கொண்டு சிரிப்பார்கள். ஒரு நாள் எல்லி எனக்கும் மார்கொட்டுக்கும் புதிய பாவாடைகளை வாங்கிக் கொண்டு வந்தாள். சாக்கு போன்ற கெட்டித் துணி. ஆனால் விலை மிக பயங்கரமாக இருந்தது. போரினால் ஏற்பட்ட மாறுதல்கள்.

இன்னொரு ரகசியம் கூட இருக்கிறது. ஒரு செக்ரடேரியல் நிறு வனத்துடன் தொடர்புற்று நானும் மார்கொட்டும் ஷார்ட்ஹாண்ட் கற்றுக் கொள்ளும் ஒரு கரஸ்பாண்டன்ட் கோர்சில் சேர்வதற்குத் தேவையான முன்னேற்பாடுகளைச் செய்திருந்தோம். நீ வேண்டு மானால் பாரேன், அடுத்த ஆண்டுக்குள் நாங்கள் ஷார்ட் ஹாண்டில் தேர்ச்சி பெற்றுவிடுவோம்! ஒரு 'கோட்' மொழி தெரிந்து வைத்திருப்பது நல்லதுதானே! அவசியமும்தானே!

இப்படிக்கு

உன்னுடைய ஆன்

அக்டோபர் 1942 3 சனி

அன்புள்ள கிட்டீ,

நேற்றும் ஒரு 'அல்லோலகல்லோம்' நிகழ்ந்தது. மம்மி என்னைப் பற்றி டாடியிடம் சில பல குற்றச்சாட்டுகளைக் கூறியிருக்கிறார். நானும் விட்டுக் கொடுக்கவில்லை. மம்மி அழத் தொடங்கி விட்டார். எனக்கு மம்மியை விட டாடியைத்தான் பிடிக்கும் என்று நான் அவரிடம் கூறினேன். அது மாறக்கூடும் என்றார் டாடி. நான் அதை நம்பவில்லை. மம்மியுடன் ஆன்ம உறவு இல்லாவிட்டாலும் சண்டை சச்சரவில்லாமல் இருந்தால் போதுமென்று நினைக்கிறேன். மம்மிக்கு உடல்நலம் குன்றும் போது நான் உதவ வேண்டுமென்று டாடி கூறுகிறார். எனக்கு அந்த எண்ணம் வரவில்லை.

நான் சிறப்பாக பிரெஞ்ச் கற்றுக் கொள்கிறேன். 'லாபெல்லா நீவர்நெய்ஸ்' தான் இப்போது வாசிக்கிறேன்.

இப்படிக்கு

உன்னுடைய ஆன்

அக்டோபர் 1942 9 வெள்ளி

அன்புள்ள கிட்டீ,

துயரமான செய்திகளைத்தான் இன்றைக்குச் சொல்லப்போகிறேன். எங்களுடைய யூத நண்பர்கள் பல பேரை 'கெஸ்டெப்போ'க்கள் பிடித்துச் சென்று விட்டனர். மனித நேயமற்ற கொடியவர்கள் தான் கெஸ்டெப்போக்கள்! கால்நடைகளை ஏற்றிச் செல்லும் டிரக்கில் மனிதர்களை நெருக்கித் தள்ளியவாறு திணித்துச் செல்கிறார்கள். 'டிரான்ட்' என்ற யூதர்களின் முகாமுக்குத்தான் அழைத்துச் சென்றனர். அங்குள்ள நிலை மிகவும் பயங்கரமானதாகும். நூறு பேருக்கு ஒரு குளியலறைதான். தேவைக்கேற்ற கழிப்பிடங்கள் கிடையாது. ஆண்களும் பெண்களும் ஒரே இடத்தில்தான் உறங்க வேண்டும். இதனால் கடுமையான ஒழுக்க மீறல்கள் நிகழ்கின்றன. பெண்கள் மட்டுமின்றி சிறுமிகள் கூட பாலியல் தொல்லைகளுக்கு ஆளாகிறார்கள். அவர்களில் பல பேர் இப்போது கர்ப்பிணிகளாக இருக்கிறார்களாம்.!

தப்பிச் செல்வது என்பது அசாத்தியம். முகாமில் தங்க வைத்திருப்பவர்களில் பெரும்பாலோரும் மொட்டையடிக்கப்பட்டு அகதிகளாக முத்திரை குத்தப்பட்டவர்களாவர்.

ஹாலந்தில் இருக்கும் முகாமில் கூட இது தான் நிலைமை என்றால் ஏராளமான பேரை அனுப்பி வைக்கும் தொலை தூர முகாம்களின் நிலைமை எப்படியிருக்கும்? அவர்களில் பல பேர் கொலை செய்யப்படலாம். பிரிட்டிஷ் ரேடியோ, அவர்கள் அனைவரும் விஷவாயு அறைகளில் மடிந்து வீழ்வதாகத் தான் சொல்கிறது.

ஒருவேளை சாவதற்கு மிக எளிதான வழி இதுவாக இருக்கலாம். எனக்கு மிகவும் பயமாக இருக்கிறது. மீப் இத்தகைய கதைகளைச் சொல்லும்போது நான் எப்படி அஞ்சாமலிருக்க முடியும்? அடுத்த நாள் தன்னுடைய இல்லத்தின் முன்பு அமர்ந்த கிழவியும் ஊனமற்றவளுமான ஓர் யூதப் பெண்மணியிடம் அங்கேயே காத்திருக்கச் சொல்லிவிட்டு கெஸ்டெப்போ காரை அழைத்து வரச் சென்றான். பாவம் கிழவி! வேட்டுச் சத்தமும், சர்ச்லைட்டின் கண் கூசும் ஒளியும் அவரை பயமுறுத்தின. அவருடைய கழிவிரக்க நிலைமையைப் பார்த்து மனமிரங்கினாரெனினும், மீப்புக்கு அவரை அழைத்துச் செல்ல துணிவு வரவில்லை. எந்தப் பயமும் இல்லாமல்தான் ஜெர்மானியர்கள் ஆக்கிரமிப்பில் ஈடுபடுகிறார்கள். தலைக்கு மேல் குண்டு வீசலாம் என்று அவர்கள் நினைக்கிறார்கள். தினமும் ஆயிரக்கணக்கான யூதர்களான இளைஞர்களைப் பிடித்துச் செல்கின்றனர். அவர்களில் அபூர்வமாக சிலர் வழியில் ஏதாவது ரயில் நிலையம் போன்ற இடங்களில் இருந்து தப்பியோடியிருப்பார்கள். எஞ்சியவர்கள் முழுக்க கான்சென்ட்ரேஷன் முகாம்களை அடைகிறார்கள். துயரமான செய்திகள் இதோடு முற்றுப் பெறவில்லை. ஏராளமான பேர் பிணைக்கைதிகளாகப் பிடிக்கப்படுகின்றனர்.

திறமையான ஆட்கள், நிரபராதிகளான நபர்கள் எனப் பல பேர் நாள்தோறும் சிறையில் அடைக்கப்படுகின்றனர். குறிப்பிட்ட நபர்கள் கிடைக்காவிட்டால் பிடிபட்டவர்களை துப்பாக்கி முனையில் சுவரை ஒட்டி நிற்க வைத்து சுட்டுக் கொல்கிறார்கள். மறுநாள் காலைப் பத்திரிகையில் இந்தப் படுகொலையை வெறும் "விபத்துச் சாவு" என்று சித்தரிக்கின்றனர். இந்த ஜெர்மானியர்கள் என்ன மனிதர்கள் பாருங்கள்...! ஒரு காலத்தில் நானும் அவர்களில் ஒருவள்தானே! இல்லை. ஹிட்லர் எங்களுடைய தேசியத்தை என்றைக்கோ அழித்து விட்டார். தற்போது உலகிலேயே மிகப் பெரும் எதிரிகள் ஜெர்மானியர்களும் யூதர்களும்தான்.

இப்படிக்கு
உன்னுடைய ஆன்

அக்டோபர் 1942 — 14 புதன்

அன்புள்ள கிட்டீ,

நான் இப்போது மிகவும் 'பிசி'யாக இருக்கிறேன். "லாபெல்லா நீவர்நெய்ஸ்"ன் ஒரு அத்தியாயத்தை முழுக்க மொழி பெயர்த்து விட்டேன். மிகவும் கடினமான ஒரு கணிதத்தையும் செய்து விட்டேன். பிரெஞ்சு இலக்கணத்தை மூன்று பக்கங்கள் வாசித்தேன். தினமும் கணக்குப் போடுவது எனக்குப் பிடிக்காத விஷயம். இது சற்று கடினமான கணக்கு என்பதை டாடியும், ஒப்புக் கொள்கிறார். டாடியைவிட நான் கணிதத்தில் பரவாயில்லை. கணிதத்தில் நாங்கள் இருவரும் அவ்வளவாக உருப்படியாக இல்லாவிட்டாலும் பல வேளைகளில் மார்கொட் தான் எங்களுக்கு கணிதம் போதிப்பாள். ஷார்ட் ஹாண்ட் விஷயத்தில் நான்தான் மிகவும் பின்னால் இருப்பவள்.

நேற்று நான் 'தி அசால்ட்' என்ற படைப்பை முழுக்க வாசித்து முடித்தேன்.

சுவையாக இருந்தது. ஆனால், சிஸிவான் மார்க்ஸ் வெல்ஸ்டின் அளவுக்கு இல்லை. எதிர்காலத்தில் எனக்குக் குழந்தைகள் பிறக்கும்போது நான் அவர்களுக்கு சிஸியின் புத்தகங்களைப் படிக்கக் கொடுப்பேன். நேற்று மார்கொட்டும் நானும் அருகருகே படுத்துக் கிடந்தோம். அப்போது அவள் என்னுடைய டைரியை வாசிக்கத் தருவாயா என்று கேட்டாள்.

'தருகிறேன், சில பகுதிகளை மட்டும்' என்றேன். அவளுடைய டைரியை எனக்கு வாசிக்கத் தருவாயா என்று கேட்டதற்கு தருவதாக அவளும் சொன்னாள்.

பின்னர் நாங்கள் எங்களுடைய எதிர்காலத்தைப் பற்றித்தான் பேசினோம். எதிர்காலத்தில் என்னவாக விருப்பம் என்று நான் மார்கெட்டிடம் வினவினேன். அவள் அதற்கு வெளிப்படையாக பதில் சொல்லத் தயாராக இல்லை. ஆசிரியையாகத்தான் விரும்புகிறாள் என்று நினைக்கிறேன். என்னுடைய யூகம் சரிதானா இல்லையா? என்று தெரியவில்லை. இல்லை, நான் எதற்காக இதைத் தெரிந்துகொள்ள முனைப்புக் காட்ட வேண்டும்?

என்னுடைய தோற்றம் பார்ப்பதற்கு நன்றாக இல்லையா என்று நான் அவளிடம் கேட்டேன், நான் மிகவும் அழகான சிறுமி, எனது கண்கள் கவர்ச்சி மிக்கது என்று அவள் கூறினாள். உன்னுடைய அபிப்ராயம் என்ன? மற்றவை அடுத்த கடிதத்தில்

இப்படிக்கு

உன்னுடைய ஆன்

அக்டோபர் 1942 20 செவ்வாய்

அன்புள்ள கிட்டீ,

இரண்டு மணி நேரத்துக்கு முன்புதான் அந்தச் சம்பவம் நடைபெற்றது. இன்னும் என் நடுக்கம் மாறவில்லை. இந்தக் கட்டிடத்தில் பல இடங்களில் வைக்கப்பட்டிருக்கும் தீய ணைப்புக் கருவிகளில் கார்பன்-டை-ஆக்சைட் நிரப்புவதற்காக ஒருவர் வருவார் என்று நான் கேள்விப்பட்டிருந்தேன். ஆனால் அவர் எப்போது வருவார் என்பதை நாங்கள் அறியோம். சற்று முன்புதான் அந்த ஆசாரி இங்கு வந்தார்.

சுவர் அலமாரியை ஒட்டிய கதவுக்கு வெளியில் இருந்து தட்டுவதும் முட்டுவதுமான ஒலியெழுந்தபோது தான் எங்க ளுக்குத் தகவல் தெரிந்தது. அவ்வளவு நேரம் நாங்கள் பேசிக் கொண்டிருந்தோம். எங்களுடன் உணவருந்திக் கொண்டிருந்த எல்லியிடம் கீழே போக வேண்டாம் என்று நான் கூறினேன். டாடியும் நானும் கதவருகில் மறைந்து நின்றோம். ஏறத்தாழ கால்மணி நேரம் பணியாற்றிவிட்டு ஆயுதங்களை எங்களுடைய அலமாரியின் மீது வைத்துவிட்டு அவர் கதவைத் தட்டத் தொடங்கினார். நாங்கள் திடுக்கிட்டோம். ஏதாவது ஓசை கேட்டு சந்தேகப்பட்டதால் அவர் எங்களுடைய ரகசிய முகாமை சோதனையிட வந்திருக்கக் கூடும், தட்டுவது முட்டுவது உந்துவது தள்ளுவது போன்றதெல்லாம் சற்று நேரம் தொடர்ந்தது, முற்றிலும் அன்னியமான இவர் எங்களுடைய ரகசிய முகாமைக் கண்டுபிடிக்கப் போகிறார் என்று நினைத்து நான் அரை மயக்க நிலைக்கு ஆளாகிவிட்டேன். எங்களுடைய முடிவு இதோ நெருங்கிவிட்டது என்று எண்ணியபோதுதான் மிஸ்டர்

க்லீமேனின் குரல் வெளியே கேட்டது. "கதவைத் திறக்கவும், இது நான்தான்" உடனே நாங்கள் கதவைத் திறந்தோம். எங்களுடைய ரகசிய முகாமைத் தெரிந்தவர்களால் மட்டுமே திறக்கக்கூடிய அலமாரியின் தாழ்ப்பாள் எப்படியோ வளைந்து நெளிந்து செயல்படாமல் போயிருந்தது. எனவேதான், அங்கு மராமத்துப் பணிக்கு வருபவரைப் பற்றி எவராலும் எங்களுக்குத் தகவல் தர இயலவில்லை. இப்போது அவர் போய்விட்டார். க்லீமேன் எல்லியை அழைத்துவர விருப்பப்படினும் தாழ்ப்பாளைத் திறக்க முடியாததால் அது நடைபெறவில்லை.

அதிர்ஷ்டம் தான் நாங்கள் மீண்டும் தப்பியிருக்கிறோம். நேற்று இரவு மிகவும் ஜாலியாக இருந்தது. மீப்பும் ஹெங்கும் எங்களுடன் தான் தங்கினர். எல்லோரும் ஒருங்கே இருந்ததால் உணவு மிகுந்த ருசியாக இருந்தது போல் தோன்றியது. டாடியின் லைட் ஃப்யூசாகி விட்டதால் சிறிது நேரம் நாங்கள் இருளில் தங்க நேரிட்டது, எப்படியோ ஃப்யூஸ் சரி செய்யப்பட்டது.

இன்று காலை நான் முன்னரே எழுந்து விட்டேன். எட்டரை மணிக்கு ஹெங்க் போக வேண்டியிருந்தது. நல்லதாக காலை உணவை முடித்துக் கொண்டு மீப்பும் பயணமானார். அவர்கள் போகும்போது மழை பெய்து கொண்டிருந்தது. அடுத்த வாரம் எங்களுடன் ஒரு நாள் தங்குவதற்காக எல்லியும் வரப்போகிறாள்.

இப்படிக்கு

உன்னுடைய ஆன்

அக்டோபர் 1942

29 வியாழன்

அன்புள்ள கிட்டி,

எனக்கு மொத்தத்தில் ஒரே சங்கடமாக இருக்கிறது. ஏனென்றால் டாடிக்கு உடல் நலம் சரியில்லை. நல்ல ஜுரம். உடலில் சிவந்த தடிப்புகள், ஐந்தாம் காய்ச்சல் என்று சொல்கிறார்கள். சற்று எண்ணிப் பார், டாக்டரை அழைத்து வரக்கூட எங்களால் இயலவில்லை. உடல் வியர்த்தால் சூடு தணியும் என்றுதான் மம்மி கூறுகிறார்.

வான்டான் குடும்பத்தின் அனைத்து வீட்டுக் கருவிகளும் ரகசியப் போலீசாரால் எடுத்துச் செல்லப்பட்டுவிட்டன. மீப்தான் இதைத் தெரிவித்தாள். நாங்கள் அளித்த தகவலை மிசஸ் வான் டானுக்குத் தெரியப்படுத்தவில்லை. ஏற்கனவே அவர் ஒரு மன நோயாளியைப் போல் தான் இருக்கிறார். தன்னுடைய அழகான களிமண் பாத்திரங்களையும், நாற்காலிகளையும், மேசைகளையும் அனைத்தையும் இழந்து விட்டதாக கூச்சலிட்டு ரகளை செய்ய நாமே ஏன் வாய்ப்பை உருவாக்கித் தர வேண்டும்? நாங்களும் அனைத்து விலையுயர்ந்த பொருட்களையெல்லாம் கைவிட்டுத் தான் இங்கு வந்திருக்கிறோம். அதைப்பற்றிச் சொல்லி என்ன பயன்?

பெரியவர்களுக்கான பல புத்தகங்களையும் வாசிக்க எனக்கு தற்போது அனுமதி கிடைப்பதுண்டு. நிக்கோ வான் சச்டெ லண்டின் 'நா வாஸ் யூத்' என்ற புத்தகத்தைத்தான் இப்போது படித்துக் கொண்டிருக்கிறேன். இந்தப் புத்தகத்திற்கும் பள்ளி மாணவர்களின் காதல்கதைகளுக்கும் குறிப்பிடத்தக்க எந்த

மாறுதலும் இருப்பதாகத் தெரியவில்லை. முன்பின் தெரியாத ஆண்களுக்கு தன்னுடைய உடலை விற்கும் பெண்களைப் பற்றி யெல்லாம் அதில் குறிப்பிடப்பட்டிருக்கிறது, அவர்கள் பணம் பெறுவதற்காக அதைச் செய்கிறார்கள். எனக்கு அப்படி ஏதாவது நிகழ்ந்தால் நான் தற்கொலை செய்து கொள்வேன். ஈவாவுக்கு ஒவ்வொரு மாதமும் மாதவிடாய் வருவதாக அதில் குறிப்பிடப் பட்டிருக்கிறது. நானும் விரும்பக்கூடிய ஒன்றுதான் அது.

ஒவ்வொரு மாலை நேரங்களிலும் எனக்கு வாசித்துக் காட்டு வதற்காக கெய்தே, மில்லர் ஆகியோரின் நாடகங்களை டாடி கொண்டு வந்திருக்கிறார், டோண் கார்லோஸ் வாசிக்கவும் டாடி தொடங்கியிருக்கிறார்.

டாடியின் பணியைப் பின்தொடர்ந்து மம்மியும் புத்தகங்களின் பால் என்னை ஈர்க்க முயற்சிக்கிறார். மம்மியின் பிரார்த்தனைப் புத்தகம் வாசிக்க என்னைத் தூண்டுகிறார். ஆர்வமில்லாவிட் டாலும் ஜெர்மன் மொழியில் இருக்கும் ஒரு சில பிரார்த்தனைப் பாடல்களை நான் வாசித்தேன். அழகாகத்தான் இருக்கின்றன. ஆனால் பெரியதாக எனக்கு அதிலிருந்து எதுவும் கிடைக்கப் போவதில்லை என்று தான் தோன்றுகிறது. எதற்காக மம்மி என்னை பக்தியின்பால் நெருக்கித் தள்ளுகிறார். நாளைக்கு நாங்கள் முதன்முதலாக அடுப்பைப் பற்ற வைக்கப் போகிறோம். இங்கெல்லாம் புகை எழும்பிப் பரவுமா என்று ஐயப்படுகிறேன். ஏனென்றால் இங்குள்ள புகைக்கூண்டை சுத்தப்படுத்தி வெகு நாட்களாயிற்று! இருப்பினும் அது புகையை இழுத்து வெளி யேற்றும் என்று எதிர்பார்க்கலாம்.

இப்படிக்கு

உன்னுடைய ஆன்

நவம்பர் 1942 — 7 சனி

அன்புள்ள கிட்டீ,

மம்மி மிகவும் பொறுமையிழந்து காணப்படுகிறார். டாடியும் மம்மியும் ஒருபோதும் மார்கொட்டைத் திட்டுவதில்லை. என்னைத்தான் எப்போதும் கண்டிப்பார்கள், நேற்று ஒரு சிறு சம்பவம் நடைபெற்றது. மார்கொட் அழகான படங்களுடைய ஒரு புத்தகத்தைப் புரட்டிக் கொண்டிருந்தாள். இடையில் எப்போதோ அவள் எழுந்து சென்றபோது நான் அந்தப் புத்தகத்தை எடுத்துப் புரட்டிப் பார்க்கத் தொடங்கினேன். மார்கொட் திரும்பி வந்த போது புத்தகம் என் கையிலிருப்பதைப் பார்த்து விட்டாள். முகத்தைச் சுளித்தவாறு புத்தகத்தைத் திருப்பித்தருமாறு கேட்டாள். இதை இன்னும் சற்று நேரம் பார்க்க வேண்டும் போலிருந்தது எனக்கு. மார்கொட்டுக்கு கோபம் வந்தது. மம்மியும் அவளுக்கு ஆதரவாக இருந்து என்னைத் திட்டத் தொடங்கினார். அந்தப்புத்தகத்தை அவளிடம் திருப்பிக் கொடு என்றார். அப்போது டாடியும் அறைக்குள் நுழைந்தார். விஷயம் என்ன என்று அறியாமல் டாடியும் என்னைக் கடிந்து கொண்டார். புத்தகத்தை அங்கேயே வைத்துவிட்டு நான் எழுந்து சென்றேன். எதற்காக அவர்கள் என்னைக் கடிந்தார்கள்? டாடியும் மம்மியும் தலையிட்டிருக்காவிட்டால் நான் உடனே புத்தகத்தை அவளிடம் திருப்பிக் கொடுத்திருப்பேன்.

மம்மியும் மார்கொட்டும் எப்போதும் ஒரே கூட்டாக இருப்பார்கள்.

டாடி வித்தியாசமானவர். டாடி மார்கொட்டைப் புகழ்ந்தாலும்,

செல்லம் காட்டினாலும் எனக்கு சங்கடமாக இருக்கும். ஏனென்றால், எனக்கு டாடியை மிகவும் பிடிக்கும்.

மிஸ்டர் வான்டான் நேற்று ஒரு புதிய செய்தியைச் சொன்னார். பிரிட்டிஷ் படை ட்யூனிஸ், அல்ஜியேர்ஸ், கசாபிளான்கா, ஓரான் போன்ற இடங்களில் நுழைந்து விட்டதாம். முடிவின் தொடக்கம் என்றுதான் எல்லோரும் சொன்னார்கள். ஆனால் பிரிட்டிஷ் பிரதமர் சர்ச்சில் "இது முடிவல்ல, முடிவின் தொடக்கமும் அல்ல, மாறாகத் தொடக்கத்தின் முடிவாகலாம்" என்றுதான் சொன்னார். நிச்சயமாக எதிர்பார்ப்புக்கு இடமிருக்கிறது. கடந்த மூன்று மாதங்களாக ஆக்கிரமிப்பை எதிர்த்துக் கொண்டிருந்த ரஷ்ய நகரான "ஸ்டாலின்கிராட்டைக்" கைப்பற்ற ஜெர்மானியர்களால் இன்னும் முடியவில்லை.

எங்களுடைய தலைமறைவு முகாமுக்கு திரும்பி வருகிறேன் எங்களுடைய உணவுப் பிரச்சினையைப் பற்றி இனி பேசுகிறேன். மேல் மாடியில் வசிப்பவர்கள் சாப்பாட்டு ராமன்களாவர். க்லீமேனின் நண்பரான ஒரு 'பேக்கர்'தான் எங்களுக்கு ரொட்டி தருபவர். வீட்டிலிருந்து கிடைக்கும் ஆகாரம் இங்கு கிடைக்காது. ஓரளவு போதும் என்ற நிலைமைதான். ரேஷன் கார்டுகளை நாங்கள் ரகசியமாக வாங்கி விட்டோம். இருபத்தேழு ஃப்ளோரினிலிருந்து முப்பத்து மூன்று ஃப்ளோரின்களுக்கு அவையின் விலையும் தாவி உயர்ந்துவிட்டது. வெறும் ஒரு காகிதத் துண்டுக்குத்தான் இந்த விலை என்பதை நினைத்துப் பார்க்க வேண்டும். நூற்று அம்பது டின் காய்கறிகளும் இருநூற்று எழுபது பௌண்ட் காய்ந்த பயிறு வகைகளும் இப்போது எங்களிடம் இருக்கின்றன. எங்களுக்காக மட்டுமில்லை, அலுவலகத்தில் இருப்பவர்களுக்கும் சேர்த்துத் தான் சாக்குப் பைகளில் நிரப்பி அவற்றைத் தொங்கவிட்டிருக்கிறோம். சுமை தாங்காமல் சில இடங்களில் சாக்குப் பையின் தையல் விடுபட்டிருக்கிறது. எனவே, நாங்கள் அதையெல்லாம் பரணையில் கொண்டு போய் வைக்க முடிவு செய்தோம். பரணையில் கொண்டு போய் வைப்பது பீட்டரின் வேலை.

ஐந்தாறு சாக்குப் பைகளை அவன் பரணையில் ஏற்றி வைத்தான். அப்போது சாக்குப்பையை இழுத்துச் சென்றபோது ஒரு சாக்குப்பையின் அடிப்பகுதியில் தையல் பிய்ந்துவிட்டது. பிறகு ஒரே தானிய மழைதான். செத்துக் கிடப்பவர்கள் கூட எழுந்து விடக்கூடிய ஓசை. இந்தப் பழமையான கட்டிடம் நொறுங்கி விழுவதாக கீழ்த்தளத்தில் இருப்பவர்கள் நினைத்தார்கள் (அன்னியர்கள் யாரும் இல்லாததற்கு கடவுளுக்கு நன்றி) முதலில் பீட்டர் மிகவும் பயந்து விட்டான். பின்னர் தலையிலடித்துக் கொண்டு சிரிக்கத் தொடங்கினான். குறிப்பாக தவிட்டு நிற பயறு மணிகளின் கடல் மத்தியில் ஒரு தீவைப் போல நான் நின்று கொண்டிருப்பதைப் பார்த்து உடனே நாங்கள் அனைவரும் பயிறு மணிகளை பொறுக்கி எடுக்கத் தொடங்கினோம். ஒவ்வொரு முக்கிலும், மூலையிலும் ஓடி ஒளிந்து கொண்டிருக்கும் பயறு மணிகளைப் பொறுக்கி எடுப்பது அவ்வளவு சுலபமான விஷயமில்லை.

டாடியின் உடல் நலம் தேறி வருகிறது என்பதைச் சொல்ல மறந்துவிட்டேன்.

பி.எஸ்: அல்ஜியேர்ஸ் சரணடைந்து விட்டதாக இப்போதுதான் ரேடியோவில் செய்தி கேட்டேன். மொரோக்கோ, காசாபிளான்கா, ஓரான் ஆகியவை பல நாட்களுக்கு முன்னரே பிரிட்டிஷாரின் கைக்கு வந்துவிட்டன. டியூனிசின் விஷயத்தைத் தெரிந்து கொள்ளத்தான் நாங்கள் இப்போது காத்திருக்கிறோம்.

இப்படிக்கு

உன்னுடைய ஆன்

நவம்பர் 1942 — 10 செவ்வாய்

அன்புள்ள கிட்டீ,

ஒரு கம்பீரமான செய்தி இதோ. எட்டாவதாக ஒரு நபரைக் கூட நாங்கள் ஏற்றுக்கொள்ள நேரிட்டிருக்கிறது. எங்கள் ஏழு பேருக்கும் தேவையான இட வசதியும் ஆகாரங்களும் இங்கிருப்ப தாக நாங்கள் நிம்மதியாக இருந்தோம். க்லீமேனையும் க்ரேலரை யும் தொல்லைப்படுத்த வேண்டியிருக்கிறதே என்பதுதான் வருத்தம். ஆனால் யூதர்களின் நிலைமைகள் மேலும் மேலும் இரக்கத்துக்குரியதாக மாறும் சூழ்நிலையில் எட்டாவது நபரான ஒருவரின் வேண்டுகோளை எளிதாகப் புறக்கணிக்க முடியாது. டாடி அவர்களுடைய கருத்தைக் கேட்டார். ஏழு பேரானாலும், எட்டு பேரானாலும் ஆபத்துக்கான வாய்ப்பு ஒரே மாதிரிதான் என்று அவர்கள் பதிலளித்தனர். எங்களுடைய குழுவில் சேரத் தகுதியான ஒரு தனி நபரைத் தேடத் தொடங்கினோம். வான்டான் குடும்பத்து ஆட்கள் யாரும் தேவையில்லை என்று டாடி முடிவெடுத்தார். அவ்வாறு தான் ஆல்பர்ட் டுஸல் என்ற பல் டாக்டர் தேர்ந்தெடுக்கப்பட்டார். போர் தொடங்குவதற்கு முன்னரே அவருடைய மனைவி நாட்டை விட்டு வெளியேறி யிருந்தார். டுஸல் மென்மையான குணம் படைத்தவர் என்றுதான் கேள்விப்பட்டோம். மீப்புக்கும், அவரைத் தெரியுமாதலால் அவரை இங்கு வரவழைப்பதற்கான ஏற்பாடுகளை அவள் செய்வாள். டுஸல் என்னுடைய அறையில்தான் உறங்குவார்.

இப்படிக்கு
உன்னுடைய ஆன்

நவம்பர் 1942 — 12 வியாழன்

அன்புள்ள கிட்டீ,

உனக்கு ஒரு ரகசியத் தங்குமிடம் ஏற்பாடு செய்யப்பட்டிருப்பதாக மீப் சொன்னபோது டுஸல் மிகவும் மகிழ்ச்சியடைந்தார். முடிந்த அளவு விரைவில் வந்து சேருமாறுதான் கூறப்பட்டது. அவருக்கு வேறு பல ஆயத்தங்களைச் செய்ய வேண்டியிருந்ததால் மீண்டும் சற்று கால தாமதம் தேவைப்பட்டது. சனிக்கிழமையே வந்து சேர மீப் கூறிய போதும் திங்கட்கிழமை வருவதாகத்தான் டுஸல் ஒப்புக் கொண்டார். காலம் தாழ்த்துவது சற்றும் சரியில்லை. வெளியே இருந்து பிடிபட்டால் ஆபத்துதான்! சில நாட்களுக்குள் வந்து விடுகிறேன் என்ற அவருடைய சொல்லுக்கு டாடி பணிந்து போயிருக்கக் கூடாது.. வேறு விசேஷம் எதுவுமில்லை.

இப்படிக்கு

உன்னுடைய ஆன்

நவம்பர் 1942 — 17 செவ்வாய்

அன்புள்ள கிட்டீ,

டுஸல் வந்து சேர்ந்தார். அனைத்தும் சிறப்பாகத்தான் இருக்கிறது. பதினோரு மணிக்கு தபால் நிலையத்திற்கு அருகாமையில் ஒரு இடத்தில் காத்திருக்கத்தான் மீப் அவரிடம் கூறியிருந்தார். டுஸல் அங்கு காத்திருந்தார். மிஸ்டர் க்லீமேன் அவரிடம் சென்று மீப்பின் அலுவலகம் வரை வருமாறு அழைத்தார். பதினோரு மணி இருபது நிமிடம் ஆனதும் டுஸல் அலுவலக கதவைத் தட்டினார். மஞ்சள் நட்சத்திரச் சின்னம் வெளியே தெரியாமலிருக்க, கோட்டை அவிழ்க்க உதவியவாறு மீப் அவரை உள்ளே அழைத்துச் சென்றார். வேலைக்குச் செல்லும் வரை க்லீமேன் டுஸலுடன் பேசிக் கொண்டிருந்தார். பின்னர் மீப் டுஸலை ரகசியமாக மாடிக்கு அழைத்துச் சென்று சுவர் அல மாரியை விலக்கி உள்ளுக்குள் அழைத்து வந்தார். நாங்கள் காப்பியும் கொணியாக்கும் தயார் செய்து டுஸலை எதிர்பார்த்துக் காத்திருந்தோம். முதல் பார்வையிலேயே அவர் எங்களுடைய ஃபர்னிச்சர்களை அடையாளம் கண்டுகொண்டார். காலந்தாழ்த் தாமல் மீப் அவரை எங்களிடம் அழைத்து வந்தார்.

பேசமுடியாமல் டுஸல் ஒரு நாற்காலியில் அமர்ந்தார். சிறிது நேரத்திற்குப் பிறகு அவர் திக்கித் திக்கிக் கேட்டார்.

“அப்படீன்னா... அப்படீன்னா நீங்கள் பெல்ஜியத்திற்குப் போகவில்லையா? ஏன் தப்பிச் செல்லும் முயற்சி வெற்றி பெற வில்லையா?

எங்களைக் கண்டுபிடிக்க முயற்சிக்கும் ராணுவத்தினரை

ஏமாற்றுவதற்கான ஒரு கட்டுக்கதை தான் அது என்று நாங்கள் விளக்கினோம். எங்களுடைய தலைமறைவு முகாமைப் பற்றி விரிவாக எடுத்துச் சொன்னபொழுது டுஸல் வியப்படைந்தார்.

எல்லோரும் ஒன்றாக அமர்ந்து உணவருந்தினோம். ஓர் சிறு மயக்கத்திற்குப் பிறகு டுஸல் சொந்தப் பொருட்களை சீராக அடுக்கி வைத்தார். வான்டான் எழுதித் தயாரித்த தலைமறைவு முகாமின் சட்டங்களை வாசிக்கக் கிடைத்ததும் சொந்த வீட்டில் கிடைக்கும் நிம்மதியைப் பெற்றார் டுஸல். தலைமறைவு முகாம்களைப் பற்றிய தெளிவான விளக்கங்களும், நடைமுறைகளும் அவருக்கு எடுத்துக் கூறப்பட்டது.

யூதர்களுக்கும் அவர்களைப் போன்ற மற்றவர்களுக்கும் பயன்படும் ஒரு சிறப்பு நிறுவனம் திறக்கப்பட்டு இயங்கிக் கொண்டிருந்தது. ஆண்டு முழுக்க அது செயல்பட்டுக் கொண்டிருக்கிறது. ஆம்ஸ்ட்ர்டாமின் இதயப் பகுதியில் அமைந்த அமைதியான அழகான இடம். பதிமூன்று, பதினேழு எண்கள் கொண்ட டிராம்களிலும், காரிலும், சைக்கிளிலும், கால்நடையிலும் அங்கு செல்லலாம்.

உணவும் வசிப்பிடமும் இலவசம்.

கொழுப்பு நீக்கப்பட்ட உணவு.

பாதுகாக்கும் அறை: அனைத்துப் பொருட்களுக்கும் உரியது.

ரேடியோ மையம்! லண்டன், நியூயார்க், டெல் அவீவ் ஆகிய அனைத்து நிலையங்களுடனும் தொடர்புடையது. அங்கு தங்குபவர்களுக்கு மட்டும்தான். ஆறுமணிக்குப் பிறகு மட்டும் தான் பயன்படுத்த வேண்டும். அனைத்து நிலையங்களின் ஒலி பரப்பையும் கேட்கலாம். ஆனால் ஜெர்மன் நிலையங்களிலிருந்து ஒலிபரப்பாகும் சாஸ்திரிய சங்கீதம் போன்றவைகளை மட்டுமே கேட்க வேண்டும்.

ஓய்வு வேளைகள்: இரவு பத்து மணியிலிருந்து காலை ஏழரை வரை டைரக்டர்களின் கூற்றுப்படி முகாமில் தங்குபவர்கள் ஓய்வெடுக்கலாம். பொது நன்மைக்காக ஓய்வுவேளையைக்

கட்டாயமாகப் பயன்படுத்த வேண்டும்.

ஓய்வு நாட்கள்: (வீட்டுக்கு வெளியே) கால வரம்பின்றி தள்ளி வைக்கப்பட்டிருக்கிறது.

பயன்படுத்தும் மொழி: மிகவும் மெதுவாகப் பேச வேண்டும். வளம் மிக்க கலாச்சாரமான எந்த மொழியையும் பயன்படுத்தலாம். அதே காரணத்தாலேயே ஜெர்மன் மொழி கூடாது.

கற்கும் விஷயங்கள்: வாரத்தில் ஒரு முறை ஷார்ட்ஹாண்ட். ஆங்கிலம், பிரஞ்சு, கணிதம், வரலாறு இவை நாள் தோறும்...

வளர்ப்பு மிருகங்கள்: தனியாக அனுமதி பெற வேண்டும். சிறந்த பராமரிப்பு கிடைக்கும் (கொடிய பிராணிகள் தவிர்க்கப் படும்)

உணவு வேளை: ஞாயிறு மற்றும் வங்கி விடுமுறை நாட்கள் தவிர காலை உணவு ஒன்பது மணிக்கு.

மதிய உணவு: (வயிறு முட்ட அல்ல) 1.15க்கும் 1.45க்கும் மத்தியில்.

இரவு உணவு: நேரக்கட்டுப்பாடு கிடையாது. சூடானதோ, குளிர்ந்தோ இருக்கலாம்.

பொறுப்புகள்: எல்லோரும் அலுவலகப் பணியில் உதவ வேண்டியவர்களாவர்.

குளியல்: ஞாயிற்றுக்கிழமை காலை ஒன்பது மணி முதல் குளியல் இடத்தைப் பயன்படுத்தலாம். கழிவறை, ரகசிய அலுவலகம், அடுக்களை வசதி கிடைக்கும்.

போதைப் பானங்கள் டாக்டரின் குறிப்புகளுக்கேற்ப.

இப்படிக்கு

உன்னுடைய ஆன்

நவம்பர் 1942 19 வியாழன்

அன்புள்ள கிட்டீ,

நாங்கள் நினைத்ததைப்போலவே டுஸல் மிகவும் கண்ணிய மானவர். என்னுடைய சிறிய அறையில் காலந்தள்ள அவர் தயார்.

முன்பின் தெரியாத ஒருவர் என்னுடைய பொருட்களைப் பயன் படுத்துவதை நான் விரும்பவில்லை. ஆனால் ஒரு நல்ல விஷயத் திற்காக ஓரளவு தியாகம் செய்யாமல் இருக்க முடியாதல்லவா? இன்னொருவரைக் காப்பாற்ற முடிந்தால் மற்ற விஷயங்கள் அற்பமானவை என்று தான் டாடி கூறுவார்.

முதல்நாள் அன்றே டுஸல் ஏராளமான கேள்விகளைக் கேட்டார். வேலைக்காரி எப்போது வருவாள்? குளியலறை யையும், கழிவறையையும் எப்போது பயன்படுத்தலாம்? நீ சிரிக்கக் கூடாது. ஓர் தலைமறைவு முகாமில் இவையனைத்தும் சாதாரண விஷயங்கள்தான், பகல் வேளையில் எத்தகைய ஓசைகளும் இருக்கக் கூடாது. அன்னியர்கள் இங்கிருந்தால் ஜாக்கிரதையாக இருக்க வேண்டும். டுஸலுக்கு நினைவாற்றல் மிகவும் குறைவாக இருப்பதாக எனக்குத் தோன்றியது. எல்லாக் கேள்விகளையும் இரண்டு முறை கேட்பார். இருப்பினும் நினைவிருக்காது. ஒருவேளை திடீரென ஏற்பட்ட இந்த மாற்றத்தினால் மனம் குழம்பியிருக்கக் கூடும்.

விஷயங்கள் குழப்பமின்றி போய்க் கொண்டிருக்கிறது. வெளி யுலகத்தைப் பற்றி டுஸல் பலவற்றைப் பேசினார். பெரும்பாலும் துயரமான செய்திகள்தான். எண்ணற்ற நண்பர்களும் உறவினர் களும் துயரங்களுக்கு ஆட்பட்டு விட்டனர். ஒவ்வொரு மாலைப் பொழுதும் பச்சையும் சாம்பலும் நிறங்களில் பிரம்மாண்டமான

ராணுவ லாரிகள் உறுமிப் பாய்ந்து கொண்டிருந்தன.

ஏதாவது ஒரு வீட்டில் யூதர்கள் வகிக்கிறார்களா என்பதைக் கண்டறிய ஜெர்மானியர்கள் ஓடியாடித் திரிந்து கொண்டிருக் கிறார்கள். யூதர்கள் இருப்பின் அந்தக் குடும்பத்தை முழுக்க கைது செய்கிறார்கள். தலைமறைவாய் போவதைத் தவிர தப்பிக்க எந்த வழியுமில்லை. கையில் பெயர் விபரங்களின் பட்டியலுடன் தான் அவர் வருவார். சில வேளைகளில் கையூட்டு பெற்றுக் கொண்டு ஆட்களைத் தப்பிச் செல்ல அவர்கள் அனுமதிப்பார்கள். ஒவ் வொருவருக்கும் இவ்வளவு தொகை என்ற அடிப்படையில் புராதன காலத்து அடிமை வியாபாரம் போலத்தான் இது. இது வேடிக்கை அல்ல, அப்பட்டமான உண்மை. இருட்டும் நேரத்தில் வாய்விட்டு அழும் குழந்தைகளைத் தூக்கிக் கொண்டு வரிவரியாக நடந்து செல்லும் நிரபராதிகளை நான் பார்த்துக் கொண்டிருக் கிறேன். வயோதிகர்களும்,சிசுக்களும், கர்ப்பிணிகளும் நோயாளி களும் அடித்து உதைக்கப்பட்டு இழுத்துச் செல்லப்படுகிறார்கள். அவர்கள் மரணத்திற்காக ஊர்வலமாக அழைத்துச் செல்லப் படுகிறார்கள்.

இவ்வளவு சுகமாக வாழ்ந்து கொண்டிருக்கும் நாங்கள் அதிர்ஷ்டசாலிகள்தான். எங்களால் உதவ முடியாத அந்த துரதிர்ஷ்டக்காரர்களை நினைத்து வருத்தப்படுவதைத் தவிர்த்தால் எங்களுக்கு இங்கு எந்தத் தொல்லையுமில்லை. ஓடைகளில் விழுந்தும் குளிரில் நடுநடுங்கியும் இரவு முழுக்க அடி உதை வாங்கியும் துடிதுடிக்கும் என்னுடைய அன்பான நண்பர்களைப் பற்றி நினைக்கும்போது நான் இங்கு சுகமாக மெத்தையில் படுத்துறங்குவது பாவமாகத் தெரிகிறது. பூமியில் மிகவும் கொடியவர்களான நாஜிகளின் கையில் அகப்பட்ட அந்த பாவப் பட்டவர்களின் விதி எவ்வளவு இரக்கத்துக்குரியது! யூதர்களாகப் பிறந்ததுதான் அவர்கள் புரிந்த ஒரே ஒரு குற்றம்.

இப்படிக்கு
உன்னுடைய ஆன்

நவம்பர் 1942 — 20 வெள்ளி

அன்புள்ள கிட்டீ,

என்ன செய்யலாம் என்று எங்கள் யாருக்கும் தெரியவில்லை. யூதர்களின் கஷ்டங்களைப் பற்றிய உண்மையான சித்திரம் இப்போதுதான் பளிச்செனத் தெரிகிறது. இதற்கு முன்பு மீப் எதையாவது பேசும்போது மம்மியும் மிசஸ் வான்டானும் அழத் தொடங்குவார்கள். பிறகு அவர்கள் எதையும் பேச மாட்டார்கள். இப்போது இதோ டுஸல் சொன்னது முழுக்க யாராலும் மறக்க முடியாத கதைகள்தான்.

இருப்பினும் நாங்கள் மகிழ்ச்சியாக இருக்க முயற்சித்தே ஆக வேண்டும். நாங்கள் துயரப்படுவதால் யாருக்கு என்ன லாபம்? எங்களுடைய தலைமறைவு வசிப்பிடம் சோகத்தின் வசிப்பிட மாகுவதால் என்ன பயன்? நான் பகல் முழுக்க அழுது கொண்டிருப்பதாலும் எந்தப் பயனும் இல்லையே?

இதற்கிடையில் தனிப்பட்ட முறையிலான சங்கடங்களும் இருக்கின்றன. மொத்தத்தில் மனமே சூன்யமாக இருக்கிறது. இதுவரை எனக்கு அவ்வாறு தோன்றவில்லை. இப்போது இதோ அந்த சூன்ய உணர்வும் என்னை அலைக்கழிக்கிறது.

இப்படிக்கு

உன்னுடைய ஆன்

நவம்பர் 1942 — 21 சனி

அன்புள்ள கிட்டீ,

அதிகப்படியான மின்சாரத்தைப் பயன்படுத்தியதால் இங்கு இரண்டு வாரங்களாக 'கரண்ட் கட்' அமலாக்கப்பட்டிருக்கிறது. அதற்குப் பிறகும் மின்சாரம் கிடைக்குமா என்பதை யார் அறிவர்? மாலை நேரங்களில் இனி வாசிக்க முடியாது. விடுகதைகள் கூறியும் உடற்பயிற்சி செய்தும் ஆங்கிலமும் பிரஞ்சும் பேசிப் பழகியும் புத்தகங்களைப் பற்றி விமர்சனம் செய்தும் நாங்கள் பொழுதைக் கழிக்கிறோம். ஆனால் அதுவனைத்தும் சுவாரஸ்ய மற்றதுதான். நேற்று நான் ஒரு புதிய பொழுதுபோக்கைக் கண்டடைந்தேன். சக்தி வாய்ந்த தொலைநோக்கியின் வாயிலாக பின்புறத்திலிருக்கும் வெளிச்சம் மிகுந்த வீடுகளைப் பார்த்துக் கொண்டிருப்பது. பகல் வேளைகளில் திரைச்சீலையை மாற்றக் கூடாது. ஆனால் இரவில் அந்தக் கட்டாயமில்லை. அண்டை வீட்டுக்காரர்களை ஆராய்வது இவ்வளவு சுவையாக இருக்கும் என்று இதற்கு முன்பு நான் நினைத்துக் கூடப் பார்த்ததில்லை.

ஒரு வீட்டில் தம்பதிகள் உணவருந்திக் கொண்டிருந்தனர். ஒரு பல் டாக்டர் ஒரு கிழவியை பரிசோதித்துக் கொண்டிருக்கிறார். டுஸலைப் பற்றி அவர் குழந்தைகளுடன் மிக நெருக்கமானவர் என்று தான் கேள்விப்பட்டிருந்தேன். ஆனால் இப்போதுதான் அவருடைய உண்மையான நிறம் வெளிப்பட்டிருக்கிறது. கடுமை யானவர் நன்னடத்தை கண்ணியம் போன்றவற்றைப் பற்றி ஓயாது பேசுபவர். மிகவும் மோசமாகப் பழகக் கூடிய சிறுமியென்ற பெயர் பெற்ற எனக்கு டுஸலிடமிருந்து செவிமடுக்க நேர்ந்த அறிவுரைகள் எண்ணிலடங்கா. டுஸல் எனக்கு அறிவுரை கூறிய

அடுத்த கணமே மிசஸ் வான்டானின் பங்குக்கு என்மீது ஒரு கேள்விக் கணையும் பாயும். போதாக்குறைக்கு மம்மியின் அர்ச்சனை வேறு.

நினைத்துப்பார்... குற்றம் சாட்டப்பட்டு தலைமறைவாக வாழும் குடும்பம். அத்தகைய ஒரு குடும்பத்தைச் சேர்ந்த செல்லம் கொடுத்து வளர்க்கப்பட்ட தறிகெட்ட சிறுக்கி என்ற கெட்ட பெயருடன் வாழ்வது எவ்வளவு சிரமமானது! என்மீது சாட்டப் பட்ட குற்றம் குறைகளை எண்ணிப் பார்த்து சில வேளைகளில் நான் அழுவதுண்டு; அல்லது சிரிப்பதுண்டு; அவ்வப்போதைய என்னுடைய மனநிலைக்கு ஏற்ப...

நான் எப்படிப்பட்டவள், அல்லது எப்படிப்பட்டவளாக இருக்க வேண்டும் என்று நினைப்பவள் என்பதிலிருந்து மாறு பட்ட ஒருத்தியாக மாற வேண்டும் என்ற தவறான எண்ணத்துடன் நான் படுக்கைக்குச் சென்றேன். நான் கடவுளைக்கூட சிரமப்பட வைக்கிறேனா என்று தோன்றுகிறது. இந்த வாசகங்களைப் படித்துப் புரிந்துகொள்ள முயற்சிக்காமல் இருப்பாயா?

இப்படிக்கு

உன்னுடைய ஆன்

டிசம்பர் 1942 7 திங்கள்

அன்புள்ள கிட்டீ,

'சானுகா'வும் செயிண்ட் நிக்கலாஸ் தினமும் இந்த ஆண்டு ஏக காலத்தில் வருகிறது. சானுகாவை அவ்வளவு விமரிசையாக நாங்கள் கொண்டாடவில்லை. ஒருவருக்கொருவர் சின்ன அன்பளிப்புகளைப் பரிமாறிக் கொண்டோம். அவ்வளவுதான். மெழுகுவர்த்தி அபூர்வமானதால் பத்து நிமிடங்கள் மட்டுமே நாங்கள் அதை எரிய விட்டோம். அதைவிட பாட்டுப் பாடி விழாவில் பங்கேற்பதுதான் முக்கியம்.

செயிண்ட் நிக்கலாஸ் தினமான சனிக்கிழமை மேலும் சற்று சுவையானதாகும். மீப்பும் எல்லியும் வெகு நேரம் டாடியுடன் ரகசியம் பேசிக் கொண்டிருந்தார்கள். சுவையான எதுவோ நிகழப் போவதாக எங்களுக்குத் தோன்றியது.

அது சரியாகவும் இருந்தது. இரவு எட்டு மணிக்கு நாங்கள் மரத்தாலான ஏணிப்படிகளில் இறங்கி கீழ்த்தளத்தில் இருக்கும் இருட்டறையை அடைந்தோம். அறையில் ஜன்னல்கள் இல்லாததால் நாங்கள் ஒரு மெழுகுவர்த்தியை கொளுத்தி வைத்தோம். அதோ அறையின் மூலையில் ஒரு பெரிய கூடையில் செயிண்ட் நிக்கலாஸ் காகிதத்தால் அலங்கரிக்கப்பட்ட ஏராளமான பரிசுகள்! எல்லோருக்கும் ஒவ்வொரு பரிசு இருக்கிறது. கூடவே ஒரு கவிதை வரியும்... எனக்கு ஒரு பதுமை பரிசாகக் கிடைத்தது. அதன் பாவாடையில் பல விதமான பொருட்களைப் பாதுகாத்து வைக்கலாம். இது ஒரு சிறந்த தொடக்கம்தான். ஏனென்றால் இதுவரை நாங்கள் செயிண்ட் நிக்கலாஸ் தினத்தைக் கொண்டாடியதில்லை.

இப்படிக்கு
உன்னுடைய ஆன்

டிசம்பர் 1942 10 வியாழன்

அன்புள்ள கிட்டீ,

மிஸ்டர் வான்டான் இறைச்சி, சேசேஜ், வாசனைத் திரவியங்கள் போன்றவற்றை விற்கும் பிசினஸ்மேன் ஆவார். இந்தத் துறையில் அவருடைய அனுபவத்தைக் கணக்கில் எடுத்துக் கொள்ளப் பட்டதால்தான் டாடியின் பிசினசில் பங்குதாரராக சேர்த்துக் கொள்ளப்பட்டார். இப்போது எங்களுக்குத் தொல்லையளிக்காமல் திறமையாக வியாபாரத்தைக் கையாள்வதில் அவர் கவனம் செலுத்தி வருகிறார்.

எதிர்பாராத அசாதாரண சூழலில் பயன்படுத்துவதற்காக நாங்கள் கூடுதல் இறைச்சிக்காக ஆர்டர் செய்திருந்தோம். இறைச்சியைத் தயார் செய்வதைப் பார்க்க விநோதமாக இருக்கும். பெரிய இறைச்சித் துண்டுகளை, அவையை நறுக்கித் தள்ளுவதற்காக இயந்திரத்திற்குள் செலுத்துவதையும், தேவையான மசாலாக் கலவைகளுடன் சேர்த்து வெளியே எடுப்பதையும், குடலுக்குள் மசாலாக் கலவையை நிரப்பி சேசேஜ் ஆக்குவதையும் பார்க்க குதூகலமாக இருக்கும். மாலையில் நாங்கள் சேசேஜ் இறைச்சியை பொரித்து இரவு சாப்பாட்டை புசித்தோம். கௌடர் லாண்ட் சேஜேக்கள் நன்றாக உலர்த்த வேண்டுமென்பதால் மொட்டை மாடியில் இரண்டு கம்புகளில் வரிசையாகத் தொங்கவிட்டோம். சேஜேஜுகளின் இந்தக் காட்சியைக் கண்டு அறைக்குள் நுழைந்தவர்களெல்லாம் சிரிக்கத் தொடங்கினர். அந்த அளவுக்கு அது வினோதமாக இருந்தது.

அறை மொத்தத்தில் அலங்கோலமாக இருந்தது. தன்னுடைய மனைவியின் ஏப்ரனை, தன்னுடைய பருத்த உடலில் சுற்றி

இப்போது மீண்டும் ஒரு சுற்று பருமனாகத்தான் படுகிறார். இறைச்சியை சமைக்கும் பணியில் மூழ்கியிருந்தார் வான்டான். ரத்தம் புரண்ட கைகளும், சிவந்து களைத்த முகமும், அழுக்குப் படிந்த ஏப்ரனும் வான்டானுக்கு ஒரு சமையல்காரனின் தோற்றத்தை அளித்தன. எல்லா வேலைகளையும் ஒரேயடியாகச் செய்துமுடிக்கும் அவசரத்தில் காணப்பட்டார்.. மிசஸ் வான்டான். ஒரு புத்தகத்தை வைத்துக் கொண்டு டச்சு மொழி கற்றுக் கொள்கிறார். அடுப்பில் கொதிக்கும் சூப்பைக் கிளறுகிறார். இறைச்சி சமைப்பதைக் கவனிக்கிறார். இடையிடையே தன்னு டைய நெஞ்சு வலியைப் பற்றி அங்கலாய்க்கிறார். (உடலைக் கட்டுக்குள் வைக்க அடிக்கடி அவசியமற்ற உடற்பயிற்சியை மேற் கொள்ளும் வயதான பெண்களுக்கு இப்படியெல்லாம் நிகழலாம்) டுஸலின் ஒரு கண் வீங்கியிருப்பதால் தியாமோமைல் தேயி லையை சூடாக்கி அவர் தடவிக் கொண்டிருந்தார். ஜன்னல் வழி யாக நுழையும் சூரிய ஒளியில் ஒரு நாற்காலியில் அமர்ந்து வெயில் காய்ந்து கொண்டிருந்த பிம் வெளியல் நகர்வதற்கேற்ப அங்கும் இங்குமாக நகர்ந்து கொண்டிருந்தார். தன்னுடைய வாத நோய் அவரை மிகவும் வருத்திக் கொண்டிருப்பதைப் போல் தோன்றியது. முகத்தில் ஒரு வித இயலாமையுடன் கூனிக்குறுகி அமர்ந்து மிஸ்டர் வான்டான் வேலை செய்வதை கவனித்துக் கொண்டிருந்தார் அவர். ஏதோ ஒரு முதியோர் இல்லத்தில் வாழும் சுருக்கம் விழுந்த சருமங்களுடன் காட்சியளிக்கும் படுகிழ வனைப் போல் இருந்தார் அவர். பீட்டர் அவனுடைய பூனைக் குட்டியுடன் அறைச் சுற்றி குறுக்கும் நெடுக்குமாக ஓடியாடி விளையாடிக் கொண்டிருந்தான். மம்மியும் மார்கொட்டும் நானும் உருளைக்கிழங்கைத் தோலுரித்துக் கொண்டிருந்தோம். உண்மை யில் நாங்கள் அனைவரும் வான்டான் வேலை செய்வதையே கவனித்துக் கொண்டிருந்ததால் அவரவர் வேலைகளை அழகாகச் செய்ய முடியவில்லை.

டுஸல் பல் டாக்டர் என்ற முறையில் தன்னுடைய பணியைத் தொடங்கியிருந்தார். மிசஸ் வான்டான்தான் அவருடைய முதல் நோயாளி. அவள் அறையின் மத்தியில் ஒரு நாற்காலியில்

அமர்ந்திருந்தாள். டுஸல் தன்னுடைய கருவிகளுடன் பணியைத் தொடங்கினார்.

டுஸல் மிசஸ் வான்டானின் சொத்தைப் பல்லைப் பரிசோதிக்கவும் சுரண்டவும் தொடங்கினார். அவர் வலி தாங்காமல் துடித்து நெளிய ஆரம்பித்தார். அதற்கிடையே பல் டாக்டரின் கருவி நோயாளியின் பற்களுக்கிடையில் சிக்கி கொண்டது. மிசஸ் வான்டான் அதை வெளியே இழுத்தெடுக்க முயற்சித்தபோது அது மேலும் ஊடுருவிச் செல்லத் தொடங்கியது, டுஸல் செய்வதறியாது பார்த்துக் கொண்டிருந்தார். நாங்கள் அனைவரும் தலை யசைத்து சிரித்தோம். இறுதியில் அந்தக் கருவியை இழுத் தெடுக்கும் முயற்சியில் மிசஸ் வான்டான் வெற்றி பெற்றார். நானும் மிசஸ் வான்டானும் எஞ்சிய பொழுது டாக்டரின் உதவியாளராக செயல்பட்டோம்.

"ஓர் அரைகுறை மருத்துவரின் செயல்பாடு" என்ற தலைப்பில் ஏதாவது மத்திய காலப் படைப்புகளில் வரக்கூடிய ஒரு ஓவியம் போல இருந்தது, டாக்டரின் மருத்துவம் பார்க்கும் காட்சி! இதற்கிடையே பொறுமை இழந்த மிசஸ் வான்டான் தன்னுடைய சூப்பின் மீதும் உணவின்மீதும் கவனத்தைத் திருப்பியிருந்தார். ஒரு விஷயம் உறுதி. இனி ஒருபோதும் மிசஸ் வான்டான் இந்த டாக்டரிடம் சிகிச்சைக்காக செல்ல மாட்டார்.

இப்படிக்கு

உன்னுடைய ஆன்

டிசம்பர் 1942 — 13 ஞாயிறு

அன்புள்ள கிட்டீ,

திரைச்சீலையின் இடைவெளி வழியாக வெளியே பார்வையை செலுத்தியவாறு நான் அலுவலகத்தில் அமர்ந்து கொண்டிருக்கிறேன். பொழுது சாய்ந்து கொண்டிருப்பினும், எழுதுவதற்குத் தேவையான வெளிச்சம் இருக்கிறது.

சாலை வழியாக நடந்து செல்பவர்களை கவனித்துக் கொண்டிருப்பது சுவையானதாகும். எல்லோருமே அவசரக்காரர்களாக இருக்கிறார்கள். சைக்கிளில் செல்பவர்கள் கூட சரியாகப் பார்க்க முடியாதவாறு விரைவாகத்தான் ஓட்டிச் செல்கிறார்கள்.

எங்களுடைய அண்டைவாசிகள் சரியான சுத்தம் பேணுபவர்கள் அல்ல! குறிப்பாகச் சிறார்கள். ஒரு நீண்ட கம்பினால் கூட நமக்கு அவர்களைத் தீண்டத் தோன்றாது. மூக்கிலிருந்து சளி ஒழுகிக் கொண்டிருக்கும். அவர்கள் சொல்வது எதுவும் எனக்குப் புரியாது. நேற்று மார்கொட்டும் நானும் விளையாடிக் கொண்டிருந்தபோது நான் சொன்னேன்: "அந்தச் சிறார்களையெல்லாம் ஒரு தூண்டிலில் தொங்கவிட்டு தேய்த்துக் குளிப்பாட்டி சலவை உடைகளை அணிவித்தால் எப்படியிருக்கும்?" அதற்குள் மார்கொட் இடைமறித்து "நாளைக்கு அவர்கள் பழையபடியே அழுக்குத் துணிகளாகத்தான் தென்படுவார்கள்" என்றாள்.

சாலையில் வேறு பல காட்சிகளும் தென்பட்டன. கார்கள், மழை ஓசையெழுப்பி சீறிப் பாயும் டிராம்கள்.

இங்கிருக்கும் மக்களின் வாழ்க்கையைப் போலவே எங்களுடைய சிந்தனைகளும் விரசமானதுதான். அவையனைத்தும் ஒரே

வட்டத்திற்குள்ளே சுற்றிச் சுழன்று கொண்டிருக்கின்றன. யூதர்களைப் பற்றி, உணவைப் பற்றி, பின்னர் அரசியல், மீண்டும் யூதர்களைப் பற்றி...

யூதர்களைப் பற்றி சிந்தித்துக் கொண்டிருக்கும்போது கர்ட்டனின் இடைவெளி வழியாக நான் இரண்டு யூதர்களைப் பார்த்தேன். எனக்கு மிகுந்த குற்ற உணர்வேற்பட்டது. அவர்களுடைய துன்பங்களில் அவர்களைத் தனியாகத் தவிக்கவிட்டு, நான் அந்தக் காட்சியைக் கண்டு ரசிப்பதைப் போல்.....

எங்களுடைய வீட்டின் எதிர்ப்புறத்தில் 'படகுவீட்டில்' வசிக்கும் ஒரு குடும்பம் இருக்கிறது. கூடவே ஒரு குறும்பு நாய்க்குட்டியும்... ஓயாமல் குரைப்பதாலும், ஓடிப்பாய்ந்து கொண்டிருக்கும் போது தென்படும் வால்நுனியை வைத்தும்தான் நாங்கள் அதை அடையாளம் காண்போம். ஓ! மழை தூர ஆரம்பித்துவிட்டது. மக்கள் குடைகளின் கீழ் அடைக்கலம் ஆகத் தொடங்கிவிட்டனர். தங்கள் கணவர்மார்களின் மனோ பாவத்திற்கு ஏற்ப துயருறுபவர்களாகவும், தயாள குணம் படைத்தவர்களாகவும் மாறிவிட்ட பெண்களைக் கண்டால் என்னால் இப்போது அடையாளம் கண்டுபிடிக்க இயலும்.

இப்படிக்கு

உன்னுடைய ஆன்

டிசம்பர் 1942   22 செவ்வாய்

அன்புள்ள கிட்டி,

எங்களுடைய ரகசிய முகாமில் இருப்பவர்களுக்கு ஓர் மகிழ்ச்சியான செய்தி கிடைத்திருக்கிறது. கிருஸ்துமஸ்க்கு ஒவ் வொருவருக்கும் சற்று கூடுதலாக வெண்ணை அனுமதிக்கப் பட்டிருக்கிறதாம். பத்திரிக்கையில் அரை பவுண்ட் கூடுதலாகக் கிடைக்கும் என்று எழுதியிருக்கிறது. அனால் அது வெளியுலகில் வாழ்பவர்களுக்குத்தான் பொருந்தும். அதாவது அரசிடமிருந்து நேரிடையாக ரேஷன் பெறுபவர்களுக்கு. சட்ட விரோதமாக நான்கு ரேஷன் கார்டுகளுடன் தலைமறைவாக வாழும் யூதர் களுக்கு அல்ல!

வெண்ணையைப் பயன்படுத்தி நாங்கள் ஏதாவது பலகாரம் செய்யலாமென்றிருந்தோம். இன்று காலையில் நாங்கள் சற்று பிஸ்கெட்டும் கேக்கும் தயாரித்தோம். வீட்டில் அனைவரும் மேல் மாடியில் அவசரமான பணியில் மூழ்கியிருக்கிறார்கள். வேலை கள் முடியும்வரை வாசிக்கவும், அதற்காகவும், இதற்காகவும் என்று சாக்குச் சொல்லி நான் அங்கு நுழையக்கூடாது என்று மம்மி கட்டளையிட்டிருக்கிறார்.

காயம்பட்ட விலா எலும்பைப்பற்றி புகார் எழுப்பியவாறு முற்றிலும் அதிருப்தியுடன் மிசஸ் வான்டான் நாள்தோறும் படுக்கையிலேயே காலம் தள்ளிக் கொண்டிருக்கிறாள். மீண்டும் உடல்நலம் தேறியவராக எழுந்து நடந்து சீரும் சிறப்புமாக செயல்படுவதைப் பார்க்க நான் பெரிதும் விரும்புகிறேன். உடல் பூர்வமாகவும் உளப்பூர்வமாகவும் நலமாக இருந்தால் கடினமாக உழைக்கக்கூடிய மகிழ்ச்சிகரமான ஒரு பெண்மணியாவார் அவர்.

பகல் வேளையில் ஸ்....ஸ்...மெல்ல மெல்ல என்று என்னை எச்சரிக்கை செய்வதோடு, இரவிலும் அத்தகைய எச்சரிக்கையை விடுக்கத் தொடங்கியிருக்கிறார் டுஸல். அவருடைய கருத்துப்படி நான் தூக்கத்தில் கூட திரும்பிப் படுக்கக் கூடாதாம். நான் அவரை சற்றும் சட்டை செய்வதில்லை. அடுத்த தடவையிலிருந்து நான் இத்தகைய எச்சரிக்கையை அவருக்கும் விடுக்கப் போகிறேன்.

பலமுறை அவருடைய நடவடிக்கைகள் எனக்கு கோபமூட்டக் கூடியதாக இருக்கும். குறிப்பாக ஞாயிற்றுக்கிழமை அதிகாலையில் உடற்பயிற்சி செய்வதற்காக லைட்டைப் போடும்போது.... பல மணிநேரம் நீடிக்கக்கூடிய இந்த உடற்பயிற்சியால் என்னுடைய படுக்கையின் பக்கத்தில் நாற்காலிகள் அங்கும் இங்குமாக இழுத்துப் போடப்படுகின்றன. பலமாக கையைச் சுழற்றி முஷ்டி பிடித்து காற்றுடன் போராடுகிறார். பின்னர் டாய்லெட்டில் நுழைந்து அமர்க்களப்படுத்துவார். அறைக்குள் நெடுகிலும் நாற்காலிகளை இழுத்துப் போட்டுக் கொண்டு எதையெல்லாமோ எடுப்பதற்காக அவசரப்பட்டுக் கொண்டிருப்பார்.

இத்தகைய விரக்தியான விஷயங்களைச் சொல்லி நான் உன்னை போரடிக்க விரும்பவில்லை. அமைதியைப் பாதுகாக்க நான் திட்டமிட்ட பழிவாங்கும் நடவடிக்கைகள் அனைத்தையும் கைவிட்டாலும் குறிப்பிடத்தக்க மாறுதல் எதுவும் நிகழ்ந்துவிடப் போவதில்லை. (மின்சார இணைப்பைத் துண்டித்தல், கதவை மூடுவது, அவருடைய உடைகளை ஒளித்து வைப்பது போன்ற வைகள்தான் பழிவாங்கும் நடவடிக்கைகள்). நான் மேலும் சற்று விவேகமாகச் சிந்திக்கிறேன். அனைத்து விஷயங்களுக்கும் நான் சில யுக்தியைப் பயன்படுத்த வேண்டியிருக்கிறது. அனுசரிப்பது, பேசாதிருப்பது, நல்ல பிள்ளையாக இருப்பது, வலியத் தோற்பது அவ்வாறு என்னுடைய மூளை முழுக்க இத்தகைய காரணங்களையே சிந்திக்கப் பயன்படுத்தினால் போர் முடிவதற்குள் எனக்கு மூளை மிஞ்சியிருக்காது.

இப்படிக்கு

உன்னுடைய ஆன்

ஜனவரி 1943 — 13 புதன்

அன்புள்ள கிட்டீ,

இன்றைக்குக் காலையில் சங்கதிகள் அனைத்தும் சிக்கலாகி விட்டது. எனவே எதையும் சீராக என்னால் செய்ய முடியவில்லை. வெளியே பயங்கரமான நிலைமை. இரவும் பகலுமென்று பாராமல் அந்த நிர்க்கதியான மக்களை வேட்டையாடிப் பிடித்து, சிறிது நாணயங்களும் ஒரு பழந்துணி மூட்டையையும் தவிர வேறு எதையும் எடுத்துச் செல்ல அனுமதிக்காமல் நாடு கடத்துகிறார்கள். வழியில் இதைக்கூட அவர்களிடமிருந்து களவாடப்படுகின்றன. குடும்பங்கள் குலைக்கப்படுகின்றன. பெண்களும் ஆண்களும் பிள்ளைகளும் ஒருவரை ஒருவர் விட்டுப் பிரிய நேர்கிறது. பள்ளி களிலிருந்து திரும்பும் சிறார்கள் தங்களுடைய பெற்றோர்கள் விட்டுச் சென்ற வீடுகளைத்தான் பார்க்க நேரிடுகிறது. கடைத் தெருவுக்குப் போய் திரும்பும் பெண்கள் தங்கள் வீடுகள் பூட்டிக் கிடப்பதையும் குடும்பத்தினர் மாயமாய் மறைந்ததையும் உணர் கின்றனர்.

டச்சுக்காரர்களும் பீதியில்தான் உள்ளனர். ஏனென்றால் அவர் களுடைய ஆண்பிள்ளைகளையெல்லாம் ஜெர்மனிக்கு அனுப்பிக் கொண்டிருந்தார்கள். அனைவரும் அஞ்சி அஞ்சியே வாழ்ந்தனர்.

ஒவ்வொரு இரவும் நூற்றுக்கணக்கான விமானங்கள் ஹாலந்தின் மீது பறந்து வெவ்வேறு ஜெர்மன் நகரங்களுக்குச் சென்று கொண்டிருந்தன. இந்த ஜெர்மன் நகரங்களும் சொந்த குண்டு வீச்சுக்கு ஆட்பட்டவையே. ஒவ்வொரு மணி நேரத்திலும் ஆயிரக்கணக்கானவர்கள் ரஷ்யாவிலும், ஆப்பிரிக்காவிலும்

கொல்லப்படுகின்றனர். யாராலும் இதிலிருந்து தப்பிக்க முடியாது. பூகோளம் முழுக்கப் போரில் ஈடுபட்டிருக்கிறது. நேச சக்திகளுக்கு இதனால் பயன் கிடைக்குமென்று சொல்லப்படினும் இதுவரை போர் ஓய்ந்துவிடும் அறிகுறி எதுவும் தென்படவில்லை.

ஒரு வகையில் நாங்கள் அதிர்ஷ்டசாலிகள்தான். ஆம் பல்லாயிரக்கணக்கானவர்களை விட நாங்கள் அதிர்ஷ்டசாலிகளே! இங்கு எங்களுடைய வாழ்க்கை அமைதியாகவும் பாதுகாப்பாகவும் இருக்கிறது. எப்போதாவது போர் ஓய்ந்த பிறகான நிலைமைகளைப் பற்றி விவாதிக்குமளவுக்கு சுயநலம் படைத்தவர்களாகவும் இருக்கிறோம். புதிய உடைகளும், காலணிகளும் வாங்குவதைப் பற்றி நாங்கள் சிந்திக்கிறோம்; போரின் கெடுதிகளிலிருந்து பிறரைப் பாதுகாப்பதைப் பற்றி சிந்திக்காமல்....

கிழிசலான கந்தல் ஆடைகளை உடுத்தியவாறுதான் அண்டை வீடுகளில் இருக்கும் சிறார்கள் ஓடி விளையாடுகின்றனர். கோட்டு, தொப்பி, ஸ்டாக்கிங்ஸ் எதுவும் அவர்களுக்கில்லை. பெரும்பாலும் அவர்கள் பட்டினிதான் கிடக்கிறார்கள். பசியாற்ற ஒன்றிரண்டு கேரட்டுகளை மென்று தின்கிறார்கள். குளிர்ந்து உறைந்துபோன வீடுகளிலிருந்து குளிர்ந்து உறைந்துபோன தெருக்களுக்கு அவர்கள் வருகிறார்கள். அவர்களுடைய வகுப்பறைகளும் குளிர்ந்து சில்லிட்டவையே... ஹாலந்தில் இன்றைக்கு ஏராள மேராளம் சிறார்கள் வழிநடப்பவர்களை தடுத்து நிறுத்தி ஒரு துண்டு ரொட்டிக்காக பிச்சை கேட்கிறார்கள். போரின் விளைவாக ஏற்பட்ட இந்த இடுக்கண்களைப் பற்றி நினைக்கும் பொழுதெல்லாம் எனக்குத் துயரமாக இருக்கிறது. இந்தத் துன்பங்களுக்கு முடிவேற்படும் வரை பொறுமையுடன் காத்திருக்கத்தான் எங்களால் இயலும். யூதர்களும் கிருஸ்துவர்களும் காத்திருக்கிறார்கள். உலகம் முழுக்க காத்திருக்கிறது. ஏராளமானோர் மரணத்திற்காக காத்திருக்கிறார்கள்.

இப்படிக்கு

உன்னுடைய ஆன்

ஜனவரி 1943 30 சனி

அன்புள்ள கிட்டீ,

கோபத்தால் என்னுள்ளம் கொதித்துத் தளும்புகிறது. ஆனால் எனக்கு அதை வெளிபடுத்த இயலவில்லை. காலால் அழுத்தி மிதித்து உரக்க அழவும் மம்மியுடன் சண்டை போடவும் தோன்று கிறது. ஒவ்வொரு நாளும் என்மீது தொடுக்கும் கண்டனங்களும், கேலிப் பார்வைகளும் வில்லிலிருந்து ஏவும் அம்புபோல என் உள்ளத்தைத் துளைக்கிறது.

மார்கொட், வான்டான், டுசல், டாடி இவர்களனைவரிடமும் 'என்னை சும்மா விடுங்களேன்.... ஓர் இரவாவது கண்ணீர் சிந்தாமல் என்னை தூங்க அனுமதியுங்கள்' என்று உரக்க குரல் எழுப்பத் தோன்றுவதுண்டு. ஆனால் நான் இவ்வாறு நினைப்ப தெல்லாம் அவர்களுக்குத் தெரியக்கூடாது. அவர்கள் எனக்கேற் படுத்திய காயங்களைப் பற்றி அவர்கள் புரிந்து கொள்ளக் கூடாது. அனைத்திலிருந்தும் இந்த உலகத்திலிருந்தே நான் தப்பிச் செல்ல விரும்புகிறேன். அவர்களுடைய என்மீதான கழிவிரக்கத்தையும் வேடிக்கைப் பேச்சுக்களையும் என்னால் சகிக்க முடியவில்லை. நான் பேசும்போது அதை தேவையற்ற பேச்சாக அவர்கள் நினைக் கிறார்கள். நான் பேசாதிருந்தால் அதை நிந்தனையாகவும் எடுத்துக் கொள்கிறார்கள். நான் பதிலளித்தால் அது அகந்தையாகி விடும். ஒரு சிறந்த கருத்தை நான் வெளிப்படுத்தினால் தந்திரம் என்கிறார் கள். நான் களைத்துப் போனால் சோம்பல் என்றும் கூறுகிறார்கள். ஏதாவது உணவை நான் அதிகமாக உண்டால் அது சுயநலமாம். முட்டாள், கோழை, தந்திரக்காரி என்பதெல்லாம் என்னுடைய சிறப்புப் பெயர்கள். காலை முதல் பொழுது சாயும்வரை நான்

செவிமடுப்பதெல்லாம் சகிக்கமுடியாத அளவுக்கு கேடுகெட்ட ஓர் சிறுமி என்பதுதான். இதையெல்லாம் பொருட்படுத்தமாட்டேன் என்ற தோரணையில் பழகினாலும் நான் இதையெல்லாம் பொருட்படுத்தத்தான் செய்கிறேன். யாருக்கும் வெறுப்பு ஏற்படாதவாறு எனக்கு நற்குணங்களை அளிக்க இறைவனிடம் பிரார்த்தனை செய்ய விரும்புவேன். ஆனால் சொல்லப் போனல் அதன் தேவையும் இல்லை. ஏனென்றால் இறைவனால் அளிக்கப் பட்டதுதானே என்னுடைய குணாம்சம். அதனாலேயே அது கெட்டதாக இருக்காது. பிறரை மகிழவைக்க நான் இயுன்றவரை முயற்சிப்பதுண்டு. என்னுடைய சிரமங்களை அவர்களுக்குத் தெரியப்படுத்துவதும் கிடையாது. சற்று நேரம் கூட பொறுத்துக் கொள்ள முடியாத வசவுகளை கேட்கும் பொழுதுதான் நான் மம்மியிடம் எதிர்த்துப் பேசுவேன்; 'நீங்கள் என்ன சொல்கிறீர்கள் என்று நான் கவனிப்பதில்லை. என்னை சும்மா விடுங்கள். நான் திருந்தமாட்டேன் என்பதுதானே உங்களுடைய நினைப்பு'. இயல் பாகவே அத்தகைய சந்தர்ப்பங்களில் திமிர் பிடித்த ஒரு சிறுமியாக நான் முத்திரை குத்தப்படுகிறேன். ஓரிரண்டு நாட்களுக்கு முற்றி லும் புறக்கணிக்கப்படுவேன். பின்னர் திடீரென அனைத்தையும் மறந்து பிறரிடம் பழகுவதைப் போலவே என்னிடமும் பழகுவார் கள். ஆனால் ஒரு நாள் சர்க்கரையைப்போல் இனிக்கப் பழகவும், இன்னொரு நாள் நஞ்சைப்போல கொடூரமாகப் பழகவும் எனக்குத் தெரியாது. இந்த இரண்டுக்கும் மத்தியில் ஓர் அமைதி யான வழிதான் என்னுடையது! என்னுடைய சிந்தனைகளை எனக்குள்ளேயே அடக்கிவைத்து, அவர்கள் என்மீது காட்டும் சிறுமைத்தனத்துடன் அவர்களிடமும் பழகினால்......ஓ என்னால் அதற்கு இயல வேண்டுமே!

இப்படிக்கு

உன்னுடைய ஆன்

பிப்ரவரி 1943   5 வெள்ளி

அன்புள்ள கிட்டி,

எங்களுக்கிடையிலான மனத்தாங்கலைப் பற்றி அண்மையில் நான் எதுவும் சொல்லாவிடினும், குறிப்பிடத்தக்க எதுவுமில்லை. முதன் முதலில் மிஸ்டர் டுசலுக்கு அது ஒரு கொடுமையாகத் தோன்றியபோதிலும் தற்பொழுது அவரும் இந்தச் சூழலுடன் இணைந்துவிட்டார். மார்கொட்டும் பீட்டரும் வயதுக்கு மீறிய பக்குவத்தை வெளிப்படுத்துகின்றனர். நீயும் அவர்களைப்போல இருக்கக் கூடாதா? என்ற கேள்வியைத்தான் நான் எப்போதும் செவிமடுக்கிறேன். மார்கொட்டைப்போல மாற எனக்கு சற்றும் விருப்பமில்லை. மிகவும் தாழ்ந்த குணாம்சம் உடையவள். எடுப்பார் கைப்பிள்ளையாக பணிந்துபோகும் சுபாவம். மேலும் சற்று வலுவான மனம் படைத்தவளாக இருக்கத்தான் நான் விரும்புகிறேன். ஆனால், அவர்கள் என்னை கேலி செய்வார்களோ என்ற அச்சத்தால் நான் இதைப் பற்றி யாரிடமும் சொல்வதில்லை. சாப்பாட்டு மேசையைச் சுற்றிய நிலைமையும் கோலாகலமானது தான். இடையிடையே அலுவலகப் பணியாளர்கள் சூப் அருந்த வரும் போது மட்டும்தான் இங்கு இரைச்சல் சற்று அமுங்கியிருக்கும்.

இன்று மதியமும் மார்கொட் உணவருந்துவது குறைச்சலாகத் தான் இருக்கும் என்று கூறி வான்டான் அவளை கேலி செய்தார். மம்மி மார்கொட்டுக்கு உதவுவதில் எப்பொழுதும் கவனமாக இருப்பாள். இன்றைக்கும் அதுதான் நடந்தது. தகுந்த பதில் கிடைத்ததும் வான்டான் வாயை மூடிக்கொண்டார்.

சற்று முன்புதான் மிசஸ் வான்டான் ஏதேதோ அபத்தல்களை பொழியத் தொடங்கினார். தன்னுடைய தந்தையுடன் மிகவும் இணக்கமாக இருந்ததாகக் கூறித்தான் தொடங்கினார். அவருடைய தந்தையைப் பற்றி பெருமைப் பேச்சு எங்களுக்கு வேடிக்கையாகத்தான் இருந்தது. நாங்களனைவரும் வாய்விட்டு சிரித்துவிட்டோம். வழக்கமாக மௌனம் சாதிக்கும் பீட்டர்கூட சிரித்துவிட்டான்.

பீட்டருக்கு அன்னிய மொழி வார்த்தைகளின் மீது அவற்றின் பொருள் புரியாவிட்டாலும் அலாதியான பிரியம். ஒரு நாள் அலுவலகத்தில் யாரோ அமர்ந்திருந்ததால் கழிவறையில் தண்ணீர் ஊற்ற இயலவில்லை. பீட்டர் கழிவறைக்குச் செல்வதற்குமுன் கதவில் ஒரு நோட்டீசை எழுதி ஒட்டினான். 'வாடை எச்சரிக்கை' என்று எழுத விரும்பினான். எழுதி முடித்தபோது 'உங்களுக்குத் தேவைப்பட்டால்' என்றாகிவிட்டது. பொருள் தெரியாமல் அன்னிய மொழி வார்த்தைகளைப் பிரயோகித்தால் ஏற்படும் கோளாறு இது!

இப்படிக்கு

உன்னுடைய ஆன்

பிப்ரவரி 1943   27 சனி

அன்புள்ள கிட்டி,

எந்த வினாடியும் ஆக்கிரமிப்பை எதிர்பார்க்கிறோம். சர்ச்சிலுக்கு நியூமாணியா ஜுரமாம். மெதுவாக அவர் குணமடைந்து வருகிறார். இந்தியாவின் சுதந்திரப் போராட்டத் தலைவர் காந்தி தன்னுடைய உண்ணாவிரதத்துடன் முன்னோக்கிச் சென்று கொண்டிருக்கிறார். மிசஸ் வான்டான் தனக்கு விதியின் மீது நம்பிக்கை இருப்பதாகக் கூறுகிறார். துப்பாக்கிகள் குண்டுகளைப் பொழியும்பொழுது மிகவும் பயப்படுபவர்கள் யார் தெரியுமா? வேறு யாருமில்லை, பெட்ரோநெல்லாதான்!

பிஷப், சர்ச்சுக்குப் போகிறவர்களுக்காக எழுதிய ஒரு கடிதத்தை ஹெங்க் எங்களுக்குப் படித்துப் பார்ப்பதற்காக கொண்டு வந்திருந்தார். முற்றிலும் தூண்டக்கூடிய ஒரு கடிதம்.

'நெதர்லாந்து குடிமக்களே, நீங்கள் ஓய்வெடுக்கக்கூடாது. ஒவ்வொரு நபரும் போராடிக் கொண்டிருக்கிறார். தன்னுடைய நாட்டையும், மக்களையும், மதத்தையும் மீட்டெடுப்பதற்காக?

'உதவுங்கள், கொடையாளர்களாக இருங்கள். சோர்வடையாதீர்கள்'. போன்றவைகள்தான் சர்ச்சுகளின் சொற்பொழிவு மேடைகளிலிருந்து விடுக்கப்படும் வேண்டுகோள்கள். இதனால் ஏதாவது பலன் கிடைக்குமா? எதுவாயினும் எங்கள் மதத்தினருக்கு இதனால் எந்தப் பயனுமில்லை.

இதோ, இப்பொழுது எங்களுக்கு என்ன நேர்ந்திருக்கிறது என்பதை உன்னால் யூகிக்க முடியுமா? க்ரேலரிடமோ க்லீமேனிடமோ தகவல் அளிக்காமலேயே இந்தக் கட்டிடத்தை அதன்

உரிமையாளர் இன்னொருவருக்கு விற்றுவிட்டார். ஒரு நாள் காலையில் இதன் புதிய உரிமையாளர் ஒரு கட்டிடம் கட்டும் நிபுணருடன் இங்கு வந்தார். அதிர்ஷ்டவசமாக க்லீமேன் இருக்கிறார். அவர் அவர்களுக்கு எங்களுடைய தலைமறைவு இருப்பிடத்தைத் தவிர்த்து எல்லா இடங்களுக்கும் அழைத்துச் சென்று காண்பித்தார். எங்கள் தலைமறைவு வசிப்பிடத்துக்குச் செல்லும் நுழைவாயிலின் சாவியை எடுக்க மறந்து விட்டதாக க்லீமேன் நடித்தார். புதிய உரிமையாளர் அதைப் பற்றி எதுவும் கேட்கவில்லை. மீண்டும் இங்கு வந்து மூடப்பட்ட அறைகளைத் திறந்து காட்டுமாறு அவர் கேட்காமலிருக்க வேண்டும்.

டாடி மார்கொட்டுக்கும் எனக்குமாக ஒரு பெட்டியை காலி செய்து தந்திருக்கிறார். நாங்கள் வாசிக்கும் புத்தகங்கள் அவற்றின் படைப்பாளிகள் போன்ற விபரங்களை எழுதி வைக்கும் அட்டை களைப் பாதுகாக்கும் பெட்டி அது.

மம்மியும் நானும் இப்பொழுது இணக்கமாக இருக்கிறோம். இருப்பினும் எங்களுக்கு ஒருவரையொருவர் முழுதாக நம்ப முடியவில்லை. மார்கொட் சின்னதாக கோள் சொல்லக்கூடியவள் ஆவாள். டாடி பல்வேறு ரகசியப் பிரச்சனைகளில் ஈடுபாடு கொண்டவராக இருப்பினும் வழக்கம் போல பிரியமானவர்தான்.

தாவர எண்ணையிலிருந்து தயாரிக்கப்பட்ட மார்ஜரீனும் புதிய வெண்ணையும் மேசை மீது வைக்கப்பட்டிருந்தன. ஒவ்வொரு வருடைய தட்டுகளிலும் சற்று கொழுப்பும் வைக்கப்பட்டிருந்தது. வான்டான் குடும்பம் அதை நேர்மையாக பங்கு போடவில்லை. ஆனால் அதைப் பற்றி எதையாவது கூறி சச்சரவு ஏற்படுவதை என்னுடைய டாடியும் மம்மியும் விரும்ப மாட்டார்கள். உண்மையில் வான்டான் தம்பதியரைப் போன்றவர்களுக்குச் சுடச்சுட பதிலளிக்கத்தான் வேண்டும்.

இப்படிக்கு

உன்னுடைய ஆன்

மார்ச் 1943　　　10 புதன்

அன்புள்ள கிட்டி,

நேற்று மாலை மின்சாரம் 'ஷார்ட் சர்க்யூட்' ஆயிற்று. அதோடு தொடர்ச்சியாக வெளியே குண்டு வெடிப்புச் சத்தமும் எழுந்தன. துப்பாக்கிகளின் முழக்கமும், குண்டு வெடிப்பும், விமானங்களும் அனைத்தும் இப்பொழுது கூட என்னை பயமுறுத்திக் கொண்டே இருக்கின்றன. வழக்கமாக நான் பயத்திலிருந்து விடுபட டாடியின் படுக்கைக்குள்தான் ஒளிந்து கொள்வேன். அது குழந்தைத்தனம் தான் என்பதும் தெரியும். இருப்பினும் ஒருவருக்கு சொந்தக் குரலைக் கூட கேட்க முடியாத அளவுக்கு துப்பாக்கிகளின் கர்ஜனை மேலோங்கியிருக்கிறது. மிசஸ்.வான்டான் விதியை நம்புபவர் 'நிலைமை மிகவும் பயங்கரமாக அல்லவா இருக்கிறது! அவர்கள் கண்மூடித்தனமாக சுட்டுக் கொண்டிருக்கிறார்களே' என்று பரிதாபகரமாகப் புலம்பிக் கொண்டிருக்கிறார். நான் மிகவும் பயந்து கொண்டிருக்கிறேன் என்றுதான் உண்மையில் அவர் நம்பிக் கொண்டிருந்தார். கன்னங்கரேல் இருளில்தான் கூடுதலாக பயமேற்படுகிறது. கடுமையான ஜுரமடிக்கும் பொழுது நிகழ்வதைப் போல் நடுநடுங்கிக் கொண்டிருக்கிறேன். ஒரு மெழுகுவர்த்தியைக் கொளுத்தி வைக்க டாடியிடம் கேட் டேன். டாடி ஒப்புக் கொள்ளவில்லை. திடீரென இயந்திரத் துப் பாக்கியிலிருந்து தோட்டாக்கள் சீறிப் பாய்ந்தன. வழக்கமான துப் பாக்கி வேட்டுச் சத்தத்தை விட பயங்கரமான பன் மடங்கு ஓசை!

மம்மி படுக்கையிலிருந்து தாவி எழுந்து ஒரு மெழுகு வர்த்தியைக் கொளுத்தி வைத்தார். டாடிக்கு அது பிடிக்கவில்லை.

‘ஆன், பட்டாளக்காரி அல்லவே’ என்று மம்மி பதிலளித்தார். டாடி பிறகு மறுப்பு தெரிவிக்கவில்லை.

மிசஸ் வான்டானின் வேறு பயங்களைப் பற்றி நான் உன்னிடம் சொல்லியிருக்கிறேனா? இந்த ரகசிய தலைமறைவு முகாமின் அனைத்து ரகசியங்களையும் அறிந்தவள் நீ என்பதனால் இதையும் நான் உன்னிடம் சொல்லித்தான் ஆக வேண்டும். ஒரு நாள் இரவில் மேல் மாடியில் கொள்ளையர்களின் குரல் கேட்பதாகக் கூறி அவர் தன்னுடைய கணவரை தட்டி எழுப்பினார். ஆனால் அதே நிமிடத்தில் கொள்ளையர்கள் தப்பி ஓடிவிட்டனர். வான் டானுக்கு, அஞ்சி நடுங்கும் விதி நம்பிக்கையாளரான தன்னுடைய மனைவியின் இதயத் துடிப்பை மட்டும்தான் கேட்க முடிந்தது.

“ஓ, புட்டீ (அதுதான் மிஸ்டர் வான்டானின் செல்லப்பெயர்) அவர்கள் நம்முடைய சேசேஜ்களையும், பயிறு பருப்புகளை யெல்லாம் அள்ளிச் சென்றிருப்பார்கள். பீட்டர் பத்திரமாக இருக்கிறானா தெரியவில்லையே?...

“பீட்டரை அவர்கள் திருடியிருக்கமாட்டார்கள். எனக்கு தூங்க வேண்டும், நீ அலட்டிக்காமல் நிம்மதியாக இரு...” என்று கூறிவிட்டு வான்டான் தூங்க ஆரம்பித்தார். மிசஸ் வான்டானுக்கு தூக்கமே வரவில்லை.

இன்னொரு இரவில் வான்டான் குடும்பத்தினர் முழுக்க சில பயங்கர ஓசைகளைக் கேட்டு திடுக்கிட்டு எழுந்தனர். பீட்டர் மாடியில் பரண் மீது டார்ச்சை எடுத்துக் கொண்டு ஓடினான். அங்கு ஒரே இரைச்சலாக இருந்தது! யார் தெரியுமா? கொழுத்த பெருச்சாளிகள்! திருடர்கள் யார் என்ற புரிந்த பிறகு நாங்கள் மாடியில் தூங்கச் சென்றோம். அதற்குப் பிறகு அழைக்கப்படாத அந்த விருந்தாளிகள் வரவேயில்லை, இரவில் கூட...

இரண்டு நாட்களுக்கு முன் ஒரு நாள் மாலையில் சில பழைய பத்திரிக்கைகளை எடுக்க பீட்டர் பரண் மீது ஏறினான். படிகளில் இறங்குவதற்காகக் கதவைத் திறப்பதற்கு கை வைத்ததே ஒரு எலியின் மீதுதான். “எலி” பீட்டரின் கையைக் கடித்து விட்டது.

திடீரென்று ஏற்பட்ட மிரட்சியிலும் வலியிலும் பீட்டர் படிக் கட்டிலிருந்து உருண்டு புரண்டு கீழே விழுந்து விட்டான். அஞ்சி நடுங்கி காகிதம் போல வெளுத்து, ரத்தத்தில் தோய்ந்த உருவத்தைத்தான் நாங்கள் பார்க்க நேர்ந்தது. அதில் வியப்பதற்கு எதுவுமில்லை. எலியின்மீது கை வைப்பது, அதன் கடியை வாங்குவது - நிச்சயமாக இது மிகவும் சிரமமான காரியம்தான்.

இப்படிக்கு
உன்னுடைய ஆன்

மார்ச் 1943   12 வெள்ளி

அன்புள்ள கிட்டி,

நான் ஒருவரை உனக்கு அறிமுகப்படுத்தி வைக்கிறேன். இளம் தலைமுறையைச் சேர்ந்த என்னுடைய மம்மியை! சமகால இளமையின் பிரச்சனைகளைப் பற்றி ஆவேசமாகப் பேசுவது என்னுடைய மம்மியின் வழக்கம்.

பாதுகாப்பாக வைத்திருந்த ஒரு குப்பி சோள் மீன்கள் கெட்டுப்போய் விட்டன. முஸ்சிக்கும் மோஃபிக்கும் சுவையான உணவு. மோஃபியை உனக்கு அறிமுகமில்லை, அல்லவா? நாங்கள் வருவதற்கு முன்னரே இங்கிருந்த பூனைதான் மோஃபி. இந்த பூனைக்கு இன்னொரு பெயரும் இருக்கிறது. போஷ்.

இப்படி ஒரு பெயருக்கான காரணமும் உனக்குத் தெரிய வேண்டுமல்லவா? முதலில் இங்கு இரண்டு பூனைகள் இருந்தன. பொருட்களைச் சேமித்து வைக்கும் அறைகளிலிருக்கும் எலி களைச் சாகடிக்க ஒரு பூனை. பரணையில் காவலாளியாக ஒரு பூனை. எப்போதாவது இவை இரண்டும் சந்திக்க நேர்ந்தால் பயங்கரமான சண்டைதான். வழக்கமாக பொருட்கள் வைக்கப் பட்ட அறையிலிருக்கும் பூனையான மோஃபி தான் முதலில் தாக்குதலைத் தொடங்கும். அவ்வாறுதான் அவனுக்கு 'போஷ்' அல்லது 'ஜெர்மானியன்' என்ற பெயர் ஏற்பட்டது. ஆனால் வெற்றி எப்போதுமே 'ஆங்கிலேயன்', அல்லது 'டோமி' என்ற பெயரு டைய பரணையில் இருக்கும் பூனைக்குத்தான்! நாங்கள் இங்கு வருவதற்கு முன்னரே டோமி இங்கிருந்து போய்விட்டது. இப் போது இங்கு மோஃபியின் ஆட்சி தான்.

ஒரே மாதிரியான பயிறு வகைகளைச் சாப்பிட்டு சலித்து விட்டது. ரொட்டி கிடைப்பதில்லை. டாடி இப்போது மீண்டும் சோகமாகத் தென்படுகிறார். தனக்கு உடல்நலம் சரியில்லை என்று அவர் சொல்லிக் கொண்டிருக்கிறார்.

நான் தற்போது இனாபோடியர் பேக்கரின் 'தி நாக் அட் தி டோர்' என்ற புத்தகத்தில் மூழ்கியிருக்கிறேன். ஒரு குடும்பத்தின் கதை அழகாக எழுதப்பட்டிருக்கிறது. அதைவிட மேலாக போர், எழுத்தாளர்கள், பெண் விடுதலை இவ்வாறு பல விஷயங்கள் புத்தகத்தில் விவாதிக்கப்படுகின்றன. உண்மையில் எனக்கு இது முழுமையான திருப்தியைத் தரவில்லை.

ஜெர்மனியின் மீது பலத்த விமானத் தாக்குதல் நடைபெறுகிறது. சிகரெட் பற்றாக்குறை காரணமாக மிஸ்டர் வான்டான் பொறுமிக் கொண்டிருக்கிறார். டின்னில் அடைக்கப்பட்ட காய்கறிகளைப் பயன்படுத்தலாமா வேண்டாமா என்ற விவாதம் எங்களுக்குச் சாதகமாகத்தான் முடிந்திருக்கிறது.

எனக்கு ஸ்கைபூட்ஸ் தவிர்த்து பொருத்தமான ஷூக்கள் கூட எதுவுமில்லை. ஸ்கைபூட்ஸ் வீட்டுக்குள் பயன்படுத்தக்கூடியது அல்ல. 650 ஃப்ளோரின் கொடுத்து வாங்கிய ஒரு ஜோடி செருப்பு ஒரு வாரம்தான் பயன்படுத்த முடிந்தது. இதற்குள் அவை பழுதாகி விட்டன. ஒருவேளை மீப் . . .

இப்போது பிம்மின் முடியை நான்தான் வெட்டி விடுகிறேன். நான் அதை மிக அழகாகச் செய்வதாகவும் இனி வாழ்நாள் முழுக்க எந்த பார்பரிடமும் முடி வெட்ட மாட்டேன் என்றும் பிம் கூறுகிறார். இடையிடையே நான் அவருடைய காதுகளில் காயம் படாமல் பார்த்துக் கொள்ள வேண்டும்... அவ்வளவுதான்!

இப்படிக்கு

உன்னுடைய ஆன்

மார்ச் 1943 — 18 வியாழன்

அன்புள்ள கிட்டி,

துருக்கி போரில் குதித்துவிட்டது. உற்சாகம் தரக்கூடிய செய்தி. நாங்கள் அனைவரும் வானொலியில் புதிய செய்திகளுக்காக ஆவலுடன் காத்திருக்கிறோம்.

இப்படிக்கு

உன்னுடைய ஆன்

விளையாடும் சிறுமி ஆனி 1931

மார்ச் 1943   19 வெள்ளி

அன்புள்ள கிட்டி,

ஒரு மணி நேரத்திற்கு முன் இருந்த மகிழ்ச்சி ஏமாற்றமாக மாறிவிட்டது. துருக்கி இன்னும் போரில் பங்கேற்கவில்லை. ஏதோ ஒரு கேபினெட் அமைச்சர் துருக்கி அதன் அணி சேராக் கொள்கையை கைவிட்டுவிடும் என்று கூறியிருக்கிறார். அவ்வளவுதான், டேமிலிருந்து ஒரு பத்திரிகை விற்கும் பையன் துருக்கி இங்கிலாந்தின் பக்கம் சேர்ந்துவிட்டது என்று கூவிக் கூவி செய்தித் தாளை விற்றுக் கொண்டிருந்தான். காதில் விழுந்தது பாதி, விழாதது பாதி என்ற குறையாக அதைக் கேட்ட மக்கள் அவனிடமிருந்து பத்திரிகைகளைத் தட்டிப் பறிக்காத குறையாக வாங்கினர். அவ்வாறுதான் அந்த மகிழ்ச்சியான செய்தி எங்களுடைய காதுகளுக்கு எட்டியது. ஐநூறு ஆயிரம் டச்சுக் கரன்சி நோட்டுகள் விலையற்றதாக அறிவிக்கப்பட்டிருக்கிறது. கருப்புச் சந்தைக்காரர்கள் போன்றோருக்கு வைக்கப்பட்ட பொறிதான் அது. கள்ளப்பணம் வைத்திருப்பவர்களுக்கும் தலைமறைவாக வாழ்பவர்களுக்கும் இதனால் அவதிதான். ஆயிரத்தில் கரன்சி நோட்டு கையிலிருந்தால் இது உங்களுக்கு எப்படிக் கிடைத்து என்பதை மனம் திறந்து சொல்லி நிரூபிக்க வேண்டும். அடுத்த வாரம் வரை வரி செலுத்தல் போன்றவற்றுக்கு அவை ஏற்றுக் கொள்ளப்படும். டுசலுக்கு ஒரு பழைய டெண்டிஸ்டு டிரில் கிடைத்திருக்கிறது. அது காலால் இயக்கக் கூடியதாகும். எனக்கு முழுமையான ஒரு செக்கப் நடத்த டுசல் உடனே சம்மதிக்கக் கூடும். ஜெர்மனியின் சர்வாதிகாரியும் காயம்பட்ட ராணுவ வீரர் களும் கலந்துரையாடிய ஒலிபரப்பைக் கேட்டேன். வருத்தமாக

இருந்தது. ஏறத்தாழ கேள்வி பதில் கீழ்வருமாறு இருந்தது.

'என் பெயர் ஹென்ரிக் ஷெப்பல்'

'எங்கிருந்து காயம் பட்டது'

'ஸ்டாலின் கிராடுக்கு அருகாமையில்'

'எத்தகைய காயம்'

'இரண்டு கால்களும் பனியில் புதைந்து மரத்துப் போய் விட்டது, இடது கை முட்டியில் எலும்பு முறிவு'

இதே பாணியில்தான் இருந்தது வானொலி ஒலிபரப்பு. அது ஒரு கேலிக்குரிய பொம்மலாட்டம். காயம்பட்டவர்கள் தங்களுடைய எலும்பு முறிவுகளைப் பற்றி பெருமைப்படுகிறார்கள். காயம் எவ்வளவு ஆழமாக இருக்கிறதோ அந்த அளவுக்கு மகிழ்ச்சி. அவர்களில் ஒருவர் இந்த சர்வாதிகாரியிடம் கை குலுக்கும் பேறு பெற்றதில் (இன்னும் ஒரு கை எஞ்சியிருக்கிறதே என்பதாக கூட இருக்கலாம்) பெருமையால் பூரித்துப் போகிறார். பேச வார்த்தை கிடைக்காமல் திண்டாடுகிறார்.

இப்படிக்கு

உன்னுடைய ஆன்

மார்ச் 1943 25 வியாழன்

அன்புள்ள கிட்டி,

நேற்று மம்மியும், டாடியும், மார்கொட்டும், நானும் மிகவும் மகிழ்ச்சியாக இங்கு அமர்ந்திருக்கும் போது பீட்டர் வந்து டாடியின் காதில் எதையோ முணுமுணுத்தான். குடோனில் எதுவோ சரிந்து விழுந்துவிட்டது, யாரோ கதவருகில் துழாவித் தடுமாறி நடக்கிறார்கள் என்றெல்லாம் அரைகுறையாக என் காதிலும் விழுந்தது. மார்கொட்டும் எதையெல்லாமோ கேட்டிருக் கிறாள். ஆனால் டாடியும் பீட்டரும் வெளியே சென்ற உடனே அவர் என்னைத் தேற்ற ஆரம்பித்தார். நான் மிகவும் பயந்து விட்டேன்.

நாங்கள் மூவரும் ஆவலுடன் காத்திருந்தோம். சில நிமிடங் களில் மிசஸ் வான்டான் கீழே இறங்கி வந்தார். அவர் மாடியில் தனி அலுவலகத்தில் அமர்ந்து வயர்லெஸ் செவிமடுத்துக் கொண்டிருந்தார். வயர்லசை ஆஃப் செய்து விட்டு ஓசைப்படாமல் கீழ்த்தளத்திற்குச் செல்லுமாறு அவரிடம் டாடி கூறினாராம். ஆனால் சத்தமில்லாமல் இறங்க முயற்சிக்கும்போது இந்த ஏணிப்படிகள் இரட்டிப்பு ஓசையெழுப்பும். சற்று நேரத்திற்குப் பிறகு வெளுத்துப்போன முகத்துடன் டாடியும் பீட்டரும் வந்தனர். அவர்களுடைய அனுபவத்தை எங்களிடம் விளக்கினர்.

ஏணிப்படிகளுக்கு அடியில் அவர்கள் பதுங்கி அமர்ந்திருந் தார்கள். திடீரென இரண்டு பெரிய ஓசைகளைக் கேட்டனர்; பலமாகக் கதவைத் தட்டுவதைப்போல்... ஒரே தாவில் பீட்டர் மாடியை அடைந்தான். பின்னாலேயே டாடியும் சென்றார்.

ஸ்டாக்கிங்ஸ் அணிந்த பாதங்களை மெதுவாகத் தரையில் பதித்து அவர்கள் வான்டான் குடும்பத்தினரிடம் சென்றனர். மிஸ்டர் வான்டான் ஜலதோஷம் பீடித்து படுக்கையில் இருந்தார்.

நாங்கள் அனைவரும் அவரைச் சூழ்ந்திருந்தோம். ஒவ்வொரு முறை வான்டான் இருமும் போதும் நானும் மிசஸ் வான்டானும் பயந்து நடுங்கினோம். அப்போது எங்களில் யாரோ ஒருவருக்கு புத்தி உரைத்தது. அவருக்கு கோடின் கொடுக்க விரும்பினோம். அவ்வாறு இருமல் சற்று குறைந்தது. நாங்கள் மேலும் சற்று நேரம் காத்திருப்பினும் எந்த சத்தமும் கேட்கவில்லை. உள்ளே ஆள் நடமாட்டம் இருப்பதை அறிந்து திருடர்கள் ஓடி மறைந்திருப் பார்கள் என்று நினைத்தோம்.

கீழ்த்தளத்தில் வயர்லெஸ் இங்கிலாந்தின் செய்திகளை தெரிந்து கொள்வதற்கேற்ப டியூன் செய்து வைக்கப்பட்டருந்தது. அதைச்சுற்றி நாற்காலிகளும் போடப்பட்டிருந்தன. யாராவது நெருக்கித் தள்ளி நுழைந்தால் முதலில் அதுதான் கவனத்தை ஈர்க்கும், போலீசுக்கு தகவல் சென்றால் நிலைமை மோசமாகி விடும். டாடியும் மிஸ்டர் வான்டானும் முன்னால் செல்ல கையில் ஒரு சுத்தியலுடன் பீட்டர் அவர்களின் பின்னால் கீழ்த் தளத்திற்குச் சென்றான். நாங்கள் பெண்கள் பீதி கலந்த ஆவலுடன் காத்திருந் தோம். சில நிமிடங்களில் திரும்பி வந்த ஆண்கள் அனைத்தும் பத்திரமாக இருப்பதாகச் சொன்னார்கள்.

கழிவறையில் தண்ணீர் ஊற்றவோ, பிளக் அழுத்தவோ தேவையில்லை என்று நாங்கள் முடிவெடுத்தோம். ஆனால் இந்த மன அழுத்தங்களால் எங்களுடைய சீரணம் பாதிக்கப்பட்டதால் அனைவரும் அடிக்கடி கழிவறைக்குச் செல்ல வேண்டிய நிலைமை ஏற்பட்டதை சற்றே நினைத்துப் பார்!

இவ்வாறு ஏதாவது நிகழும்போது வேறு பல பிரச்சினைகளும் பின்னாலேயே உருவாகும். முதலாவது எனக்கு நம்பத்தகுந்ததான வெஸ்டர் டோரன் கிளாக் ஓடவில்லை. இன்னொன்று, மிஸ்டர் லோசன் நேற்று வழக்கத்திற்கு முன்னரே வெளியே சென்று

விட்டதால் எல்லிக்கு சாவி கிடைத்ததா, அவள் கதவைப் பூட்ட மறந்துவிட்டாளா என்பதைத் தெரிந்துகொள்ள இயலவில்லை என்பதாகும். நாங்கள் அனைவரும் நிம்மதியற்றிருந்தோம். இருப்பினும் எட்டு மணிக்கு திருடர்கள் கதவைத் தட்டிய பிறகு பத்தரை மணி வரை எந்தச் சத்தமும் கேட்கவில்லை என்பதால் எங்களுக்கு நிம்மதிதான். தெருவில் மக்கள் நடமாட்டம் அதிகமாக இருக்கும் இந்த வேளையில் இந்த எட்டு மணிக்கே கதவைத் தட்ட திருடர்களுக்கு தைரியமிருக்காது என்றும் நாங்கள் நம்பினோம். ஒருவேளை அருகாமையிலிருக்கும் குடோன் காவலாளிக்கு இருளில் அறை மாறிப் போனதாகவும் இருக்கலாம். திருடர்கள் என்று நாங்கள் தவறாக எண்ணி பயந்திருக்கவும் கூடும்.

அனைவரும் படுக்கைக்குச் சென்றபோதிலும் யாருக்கும் தூக்கம் வரவில்லை. டாடியும் மம்மியும், டுசலும் யாருமே தூங்கவில்லை. நானும் கண் துஞ்சவில்லை. மறுநாள் காலையில் எங்களுடைய ஆண்கள் வெளியில் புறக் கதவு பத்திரமாக இருக்கிறதா என்பதை ஆராய்ந்தனர். எல்லாம் பாதுகாப்பாக இருந்தது. இந்த நிகழ்ச்சியை நாங்கள் அனைவருக்கும் தெரிவித்தபோது அவர்கள் கேலி செய்து நகைத்தனர். சிரிப்பது எவ்வளவு சுலபம்! எல்லி மட்டும்தான் இதை சீரியசாக எடுத்துக் கொண்டார்.

இப்படிக்கு

உன்னுடைய ஆன்

மார்ச் 1943 27 சனி

அன்புள்ள கிட்டி,

எங்களுடைய சுருக்கெழுத்து பயிற்சி முடிந்துவிட்டது. தற்போது நாங்கள் வேகத்தைக் கூட்டும் பயிற்சியில் இருக்கிறோம். நாங்கள் கூடுதல் திறமைசாலிகளாக உருவாகி வருகிறோம் என்பது உனக்குப் புரிகிறதா? இங்கிருந்து சீக்கிரம் இடம் மாற வேண்டியிருப்பதால் பல விஷயங்களிலும் நான் ஆர்வமாக இருக்கிறேன். புராணங்களைப் படிப்பது எனக்கு மிகவும் பிடித்தமானதாகும். கிரேக்க, ரோமன் புராணக் கதைகள் என்னை மிகவும் ஈர்க்கின்றன. என்னுடைய வயதொத்த இளம் பெண் புராணங்களில் ஆர்வம் செலுத்துவது விசித்திரமாக இருப்பதாக எல்லோரும் சொல்கிறார்கள். இந்த விஷயத்தில் நானே முதலாவதாக இருக்கிறேன்.

மிஸ்டர் வான்டானுக்கு ஜலதோஷமும் தொண்டை வலியும் ஏற்பட்டு அதைப் பற்றியே சங்கடப்பட்டுக்கொண்டிருக்கிறார். கியோமோ மைல் தேயிலை நீரை வாயில் கொப்புளிக்கிறார். தொண்டையில் மீரத் தைலம் தேய்க்கிறார். மார்பிலும், மூக்கிலும், பல்லிலும், நாக்கிலும் யூக்கலிப்டஸ் தைலத்தை தேய்த்தபடி இருக்கிறார். இதைத் தவிர்த்து எல்லோரிடமும் சகிக்க முடியாதவாறு எரிச்சலாகப் பழகுகிறார்.

ஜெர்மானியர்களின் பெருந்தலைவர்களில் ஒருவரான ராவ்டர் ஒரு அறிவிப்பைச் செய்திருக்கிறார்"

"ஜெர்மனியின் கீழ் இருக்கும் அனைத்து நாடுகளிலிருந்தும் யூதர்கள் ஜுலை முதல் தேதிக்குள் காலி செய்து வெளியேற

வேண்டும். யூட்ரெஷ் மாநிலம் ஏப்ரல் முதல் தேதிக்கும் மே முதல் தேதிக்கும் மத்தியில் யூதர்களை முழுக்க வெளியேற்றி தூய்மைப் படுத்தப்படும். (யூதர்கள் ஈசல்களோ, வேறு பல கொடிய பிராணிகளோ என்றுதான் நினைக்கத் தோன்றும் இந்த அறிவிப்பைக் கேட்டால்) மே முதல் தேதிக்கும் ஜூன் முதல் தேதிக்கும் மத்தியில் ஹாலந்தின் மேற்கு-தெற்கு மாவட்டங் களிலும் யூதர்களை வெளியேற்றி தூய்மைப்படுத்த வேண்டும்!

நோய்வாய்ப்பட்ட கால்நடைகளைப் போல இந்த அப்பாவி மனிதர்களை கூட்டம் கூட்டமாக கசாப்புக் கூடங்களுக்குள் தள்ளி விடுகிறார்கள். இல்லை நான் இதைப் பற்றி எதையும் பேச விரும்பவில்லை. பயங்கரமான அச்சக் கனவுகளாக இந்தச் சிந்தனைகள் என்னுடைய தூக்கத்தைக் கெடுக்கின்றன.

ஒரே ஒரு நற்செய்தி. ஜெர்மன் லேபர் எக்ஸ்சேஞ்ச் செயல்படும் கட்டிடத்திற்கு அரசு எதிர்ப்பாளர்கள் தீ வைத்தனர் என்பதுதான். சில நாட்களுக்குள் ரிஜிஸ்டர் ஆபீசுக்கும் அதுவே நேர்ந்தது. ஜெர்மன் போலீஸ்காரர்களின் சீருடையணிந்தவர்கள், காவலாளி களின் வாயில் துணியைத் திருகிய பிறகுதான் அலுவலகங்களைக் கைப்பற்றி தீயிட்டு முக்கிய ஆவணங்களையெல்லாம் எரித்தனர்.

இப்படிக்கு

உன்னுடைய ஆன்

ஏப்ரல் 1943 — 1 வியாழன்

அன்புள்ள கிட்டி,

நான் உன்னை ஏப்ரல் ஃபூல் (தேதியை கவனிக்கவும்) ஆக்குவதாக நினைக்க வேண்டாம். மாறாக மிகவும் முக்கியமான ஒரு விஷயத்தைச் சொல்ல நினைக்கிறேன். துர்பாக்கியங்கள் எப்போதுமே தனியாக வருவதில்லை என்பது உண்மைதான் என்று மீண்டும் நிரூபணமாகியிருக்கிறது. முதலாவது மிஸ்டர் க்லீமேன் தொடர்பானதாகும். எப்போதும் எங்களைத் தேற்றவும் மகிழ்விப்பதுமாக இருக்கும் அவர், ரத்தப்போக்கு மூலம் மூன்று வாரங்களுக்கு படுக்கையிலிருக்க வேண்டியதாக இருக்கிறது. இரண்டாவது எல்லி ஃப்ளூ காய்ச்சலால் பீடிக்கப்பட்டிருக்கிறார். மூன்றாவது, வயிற்றுப் புண்ணுக்காக மிஸ்டர் வோசன் மருத்துவ மனையில் போய் படுக்கப் போகிறார். நான்காவது, பிசினஸ் தொடர்பான பல விஷயங்களையும் டாடி விளக்கமாக க்லீமேனுடன் தான் விவாதிப்பார். மிஸ்டர் க்ரேலரிடம் அதை யெல்லாம் சொல்லிப் புரிய வைக்க போதிய அவகாசம் இல்லாத தடங்கல்கள் உள்ளன. விரைவில் நடைபெற இருக்கும் ஒரு பிசினஸ் கான்ஃபரன்சில் டாடிக்காக க்லீமேன் தான் பேச ஏற்பாடு செய்யப்பட்டிருந்தது.

கான்ஃபரன்சில் பங்கேற்க விருந்தாளிகள் குறிப்பிட்ட நேரத்திலேயே வந்து சேர்ந்தனர். அவர் வருவதற்கு முன்னரே டாடி மிகவும் பதைபதைப்புடன் காணப்பட்டார். பேச்சு எப்படி நடை பெறப் போகிறதோ என்று நினைத்து அவர் பொறுமை இழந்து காணப்பட்டார். “நான் அங்கிருந்தால்” என்று அவர் அடிக்கடி சொல்லிக் கொண்டிருந்தார்.

"தரையில் காதை அழுத்தியவாறு படுத்தால் கீழே நடைபெறும் பேச்சை உங்களால் கேட்க முடியாதா" என்று டாடியிடம் கேட்டேன். என்னுடைய கேள்வி டாடியை மகிழ்ச்சியில் மூழ்கடித்தது. நேற்று பத்தரை மணி முதல் டாடியும் மார்கொட்டும் (இரண்டு காதுகள் ஒன்றைவிட மேலானது) தரையில் காதை வைத்துக் கொண்டு படுத்துக் கொண்டிருக்கிறார்கள். கான்ஃப்ரன்ஸ் மதியத்திற்கு முன் முடியவில்லை. ஆனால் தரையில் அசாதாரணமான நிலையில் படுத்துக் கொண்டிருந்ததால் டாடியின் உடல் ஏறத்தாழ தளர்ந்து போனதைப் போல் ஆகிவிட்டது. பதிலுக்கு நான் அந்தப் பொறுப்பை ஏற்றுக் கொண்டேன். கூடவே மார்கொட்டும் இருந்தாள். பேச்சு நீடித்துக் கொண்டே இருந்தது. லினோலியம் விரிக்கப்பட்ட அந்த தரையில் போரடிக்கக்கூடிய அந்தப் பேச்சை செவிமடுத்தவாறு படுத்த நான் என்னையறியாமல் தூங்கிப் போய்விட்டேன். அவர்களுக்கு சத்தம் கேட்டுவிடக் கூடாதே என்ற அச்சத்தால் மார்கொட் என்னை எழுப்பவுமில்லை. ஏறத்தாழ இரண்டரை மணி நேரம் சுகமான தூக்கம் போட்டதால் முக்கியப் பேச்சில் ஒரு வார்த்தை கூட என் நினைவில் இல்லை. அதிர்ஷ்டவசமாக மார்கொட் அனைத்தையும் மிகவும் சிரத்தையுடன் காதில் வாங்கியிருந்தாள்.

இப்படிக்கு

உன்னுடைய ஆன்

ஏப்ரல் 1943 — 2 வெள்ளி

அன்புள்ள கிட்டி,

நேற்று மீண்டும் என் பெயரைக் கெடுக்கும் ஒரு நிகழ்வு ஏற்பட்டது. டாடி வந்து என்னுடன் பிரார்த்தனை செய்து எனக்கு 'குட்நைட்' சொல்வதை எதிர்பார்த்து நான் படுக்கையில் சாய்ந்திருந்தேன். அப்போது மம்மி அறைக்குள் நுழைந்து என் படுக்கையில் அமர்ந்து மிகவும் இனிமையாக கேட்டார்.

"ஆன் இன்றைக்கு டாடி வர இயலாது. உன்னுடன் நான் பிரார்த்தனை செய்யட்டுமா?"

"முடியாது மம்மி!" நான் சொன்னேன்.

மம்மி எதுவும் பேசாமல் எழுந்து சென்றார். கதவருகிலிருந்து திரும்பப் பார்த்துச் சொன்னார்.

"எனக்கு உன்மீது கோபமில்லை. தட்டிப் பறிப்பதல்ல நேசம்".

நான் தவறிழைத்து விட்டதாக எனக்குத் தோன்றியது. ஆனால் அப்படித்தான் இருக்க முடியும். மம்மியைப் பற்றி நினைக்கும் போது எனக்குப் பெரும் வருத்தமாக இருந்தது. என்னுடைய புறக்கணிப்பு மம்மியை நோகடித்திருப்பதை நான் முதன் முதலாகப் புரிந்து கொண்டேன். நேசத்தைப் பற்றி கூறியபோது மம்மியின் முகத்தில் மனவேதனை கூடுதலாக இருந்தது.

ஆனால் அது என்னுடைய குற்றமாகாது. மம்மியேதான் நேசத்தைப் புறக்கணிக்க என்னைத் தூண்டினார். எடுத்ததற் கெல்லாம் என்னை விமர்சிப்பது, கேலி செய்வது, என்னுடைய மனநிலையைப் புரிந்து கொள்ளாமல் பழகுவது - இவை

யெல்லாம் அல்லவா மம்மியின் பாணி. மம்மி அன்று இரவு நெடு நேரம் அழுதவாறு படுத்திருந்தார், டாடி என் முகத்தையே ஏறிட்டுப் பார்க்கவில்லை. ஒரு வினாடி பார்த்தால் கூட "உன்னால் எப்படி உன் தாயை நோகடிக்க முடிகிறது" என்ற குற்றச்சாட்டுத் தான் அவருடைய கண்களில் தென்பட்டது.

நான் மன்னிப்பு கோர வேண்டும் என்றுதான் எல்லோரும் விரும்புகின்றனர். ஆனால் என்னால் அது இயலாது. நான் சொல்வது உண்மை. இன்றைக்கில்லாவிட்டால் நாளை மம்மி தெரிந்துகொள்ளக்கூடிய உண்மை இது! மம்மியின் கண்ணீர் துளிகளும் டாடியின் முக பாவனையும் என்னை பாதிக்கவில்லை.

இவ்வளவு நாட்கள் நான் அனுபவித்தது அனைத்தும் மம்மி என்மீது காட்டிய அலட்சியத்தால் அவர்மீது எனக்கு விருப்பு இல்லாமல் செய்துவிட்டதுதான் காரணம். அதை ஏன் அவர் புரிந்து கொள்ளவில்லை. மம்மியை சங்கடப்படுத்துவதில் எனக்கும் மன வருத்தம்தான். ஆனால் உண்மை இவ்வளவு முன்னதாக வெளிப் படுவதுதான் நல்லது.

இப்படிக்கு

உன்னுடைய ஆன்

ஏப்ரல் 1943   27 செவ்வாய்

அன்புள்ள கிட்டி,

வீடே குலுங்குமளவுக்கு இங்கு சச்சரவும் களேபரமுமாக இருக்கிறது. எனக்கும், மம்மிக்கும், வான்டான் தம்பதியினருக்கும், டாடிக்கும், மம்மிக்கும் மிசஸ் வான்டானுக்கும் இடையில் ஒருவருக்கொருவர் ஒரே சண்டைதான். சிறந்த சூழல் இல்லையா? ஆனின் (என்னுடைய) கெடுதிகள் மீண்டும் மீண்டும் சர்ச்சைக்குரியதாக்கப்படுகின்றன.

மிஸ்டர் வோசன் பிந்தர் கெஸ்ட் ஹவுஸ் மருத்துவமனையில் அனுமதிக்கப்பட்டிருக்கிறார். ரத்தப்போக்கு ஓரளவு நின்றுவிட்டதால் மிஸ்டர் க்லீமேன் நலமடைந்து வருகிறார். தீவைக்கப்பட்ட ரிஜிஸ்டர் ஆஃபீசை தீயணைப்புப் படையினர் அவர்களுடைய பாணியில் நாசப்படுத்தியதாக அவர் எங்களிடம் கூறினார். தீயை அணைக்க தண்ணீர் பீச்சியடிப்பதற்குப் பதிலாக அங்கெல்லாம் வெள்ளப் பெருக்கை உருவாக்கி விட்டார்களாம். நல்ல செய்தி இல்லையா? கார்ட்டன் ஓட்டலை நொறுக்கிவிட்டார்கள். வெடிப் பொருட்கள் நிரப்பிய இரண்டு பிரிட்டிஷ் போர் விமானங்கள் ஆஃபீஸர் ஹீம்மின் மீது விழுந்தன! விசன்ஸ்ட் ராட் - சிங்கல் பிராந்தியம் முழுக்க எரிந்து அழிந்தது. ஒவ்வொரு நாளும் ஜெர்மன் நகரங்களுக்கு மேல் நிகழும் விமானத் தாக்குதல்களின் சக்தி அதிகரித்துக் கொண்டே இருக்கிறது. இப்போது அமைதியான இரவுகளே இல்லை. தூக்கமில்லாதால் என்னுடைய கண்களின் கீழ் கருமை படர்ந்திருக்கிறது. இப்போது எங்களுடைய உணவு மிகவும் மட்டமானதுதான். காய்ந்த ரொட்டியும் காப்பியும் தான் காலை உணவு. இரண்டு வாரங்களாகத் தொடர்ச்சியாக கீரை

வகைகளைச் சேர்ந்த காய்கனிகளைத் தான் மதிய உணவில் பயன்படுத்துகிறோம். இருபது சென்டிமீட்டர் நீளம் பழுதாகி இனிக்கும் உருளைக்கிழங்கு. உடல் மெலிய விரும்புவர்களுக்கு ஏற்ற உணவைத்தான் எங்களுடைய இந்த ரகசிய வசிப்பிடத்தில் உண்கிறோம். மாடியிலிருப்பவர்கள் உணவு விஷயத்தில் மிகவும் அங்கலாய்த்துக் கொள்கிறார்கள். ஆனால் நாங்கள் அதை ஒரு பெரிய குறையாக எடுத்துக் கொள்வதில்லை. 1940ல் நிகழ்ந்த போரில் பங்கேற்றவர்களையும் அன்றைய ராணுவத்தில் இருந்த அனைவரையும் போர் கைதிகள் என்ற முறையில், ஜெர்மனியின் சர்வாதிகாரிகள் போர் புரிய அழைக்கப்பட்டிருக்கிறார்கள். தாக்குதலுக்கு எதிரான முன்னேற்பாடாகத்தான் அவ்வாறு செய்கிறார்கள் போலும்...

இப்படிக்கு

உன்னுடைய ஆன்

மே 1943

1 சனி

அன்புள்ள கிட்டி,

தலைமறைவாகப் போக முடியாத ஏனைய யூதர்களுடன் ஒப்பிடும்போது இந்த தலைமறைவு வசிப்பிடத்தில் எங்களுடைய வாழ்க்கை சொர்க்கமென்றே கூற வேண்டும். இருப்பினும் பின்னர் ஓர் முறை திரும்பிப் பார்க்கின்ற பொழுது சொந்த வீட்டில் சுகாதார மாகவும் சுகமாகவும் வாழ்ந்த நாங்கள் இவ்வளவு மோசமான ஒரு சூழலில் அல்லவா இங்கு வாழ்கிறோம் என்பதை நினைக்கும்போது எங்களுக்கே வியப்பாக இருக்கிறது. நான் சொல்வது எங்களுடைய பழக்க வழக்கங்களும் வாழ்க்கை முறையும் இந்த அளவுக்கு தரம் குறைந்து போய் விட்டதே என்பதுதான். உதாரணத்திற்கு இங்கு வந்த நாளிலிருந்து நாங்கள் ஒரே ஒரு ஆயில் கிளாத்தைத் தான் பயன்படுத்தி வருகிறோம் என்பதாகும். சாப்பாட்டு மேசை மீது விரிக்கப்படும் இந்த ஆயில் கிளாத் நெடு நாட்களாக பயன்படுத்தி வருவதால் அது அசுத்தமாகிவிட்டது. அந்தத் துணியைவிட ஓட்டை விழுந்த இன்னொரு அழுக்குத் துணியால் எவ்வளவுதான் அழுத்தித் துடைத்தாலும் அது சுத்த மாவதில்லை. பனிக்காலம் முழுக்க வான்டான் குடும்பம் ஒரே ஃப்ளானல் விரிப்பில்தான் படுத்து உறங்குகிறது. அதைக் கழுவி சுத்தம் செய்யத் தேவையான சோப்புப் பவுடர் எங்களுக்கு ரேஷனில் கிடைப்பதில்லை. கிடைப்பதும் நல்ல பொருள் இல்லை. சாம்பல் பூத்த பழைய டிரவுசரைத் தான் டாடி அணிகிறார். “டையும்” மிகப் பழையதாகி விட்டது. மம்மியின் கோர்செட் தைத்து சீர்படுத்த முடியாத அளவுக்கு கிழிந்துவிட்டது. மார்கொட்டின் ப்ரேசியர்ஸ் மிகவும் சிறிதாகிவிட்டது. பனிக்காலம்

முழுக்க மூன்று உள்ளாடைகளைத்தான் மம்மியும் மார்கொட்டும் மாறி மாறி பயன்படுத்தி வருகிறார்கள். என்னுடையதும் வயிறு வரை கூட எட்டவில்லை.

இதுவெல்லாம் சமாளித்து விடக்கூடிய இடுக்கண்கள்தான். இருப்பினும் சில நேரங்களில் கவலைப்படுவதுண்டு. என்னுடைய காலுறையில் இருந்து டாடியின் ஷேவிங் செட் வரை அனைத்தும் பழசாகி செல்லரித்து நைந்து போனதாகும். எப்படி நாங்கள் இந்த நிலைமையிலிருந்து மீண்டு வருவோம்?

நேற்று இரவு முழுக்க வெளியே ஒரே ஆரவாரமாக இருந்தது. எனவே ஒரு நான்கு முறையாவது நான் என்னுடைய அவசரத் தேவையான பொருட்களை எல்லாம் அடுக்கி மூட்டை கட்டி வைத்திருப்பேன். தப்பிச் செல்வதின் ஒரு பகுதியாக இதையெல் லாம் ஒரு சூட்கேசில் திணித்துக் கொண்டேன். அப்போது மம்மி கேட்டார், "எங்கே நீ தப்பிச் செல்லப் பார்க்கிறாய்?"

நாட்டில் பல்வேறு இடங்களில் நடைபெறும் போராட்டங் களின் காரணமாக ஹாலந்து முழுதும் தண்டிக்கப்படுகின்றன. ஹாலந்து முழுக்க அவசரநிலை பிரகடனப்படுத்தப்பட்டிருக்கிறது. எல்லோருக்கும் வெண்ணை தலா ஒரு யூனிட் குறைக்கப்பட்டி ருக்கிறது. எப்டியிருக்கிறது குறும்புத்தனம்?

இப்படிக்கு

உன்னுடைய ஆன்

மே 1943 — 18 செவ்வாய்

அன்புள்ள கிட்டி,

ஜெர்மன் விமானங்களும், பிரிட்டிஷ் விமானங்களும் பயங்கரமாக வானப்போர் புரிவதை நான் நேரில் பார்த்தேன். துரதிருஷ்டம்தான், நெருப்புப் பற்றி எரியும் விமானத்திலிருந்து நேச சக்திகளின் நான்கு போர் வீரர்கள் கீழே குதிக்க வேண்டியதாயிற்று. ஹாஃப் பெர்க்கில் வசிக்கும் எங்களுடைய பால்காரர் இன்று காலையில் ஒரு காட்சியைக் காண நேரிட்டது. நான்கு கனடாக் காரர்கள் சாலையில் அமர்ந்திருக்கிறார்கள். அவர்களில் ஒருவருக்கு டச்சு மொழி நன்கு தெரியும். அவர் பால்காரரிடம் சிகரெட் பற்ற வைக்க நெருப்பு கேட்டார். தங்கள் குழுவில் நான்கு பேர் இருந்ததாகவும், பைலட் தீக்காயம் பட்டு இறந்துவிட்டதாகவும், இன்னொருவரை காணவில்லை என்றும் அவர்கள் தெரிவித்தனர். அதற்குள் ஜெர்மன் போலீஸ் வந்து, திடகாத்திரமான அவர்கள் நான்கு பேரையும் பிடித்துச் சென்றனர். பயங்கரமான அந்த பாராசூட் தாவுதலுக்குப் பிறகும் இவ்வளவு தெளிவாக புத்தியுடன் இருக்க அவர்களால் எப்படி சாத்தியமாகிறது என்று எனக்கு வியப்பாக இருக்கிறது.

ஏறத்தாழ வெப்பம் மிகுந்த கால நிலையாக இருப்பினும், காய்கனித் தோல்களையும் குப்பைக் கூளங்களையும் ஒரு நாள் விட்டு ஒரு நாள் தீ வைத்து எரித்தாக வேண்டும். எந்தப் பொருளையும் குப்பைத் தொட்டியில் போடக் கூடாது. குடோன் காவல்காரர்கள் கண்ணில் தென்பட்டால், சற்றுக் கவனக்குறைவாக இருப்பினும் நாங்கள் காட்டிக் கொடுக்கப்படுவோம்.

இந்த ஆண்டிலேயே பட்டம் பெற விரும்புபவர்களோ, கல்வியைத் தொடர விரும்புபவர்களோ, மாணவர்களோ அனைவரும் தாங்கள் ஜெர்மனியின்மீது விசுவாசமாக இருப்ப தாகவும், புதிய ஆட்சியை அங்கீகரிப்பதாகவும் எழுதிக் கையெ ழுத்துப் போட்டுக் கொடுக்க கட்டாயப்படுத்தப்படுகின்றனர். 80 விழுக்காடு மாணவர்கள் தங்களுடைய நம்பிக்கைக்கும் மனச் சாட்சிக்கும் எதிராக செயல்பட மறுத்துவிட்டனர். அவ்வாறு எழுதிக் கொடுக்க மறுக்கும் மாணவர்கள் அனைவரும் ஜெர் மனியில் ஏதாவது ஒரு லேபர் கேம்புக்கு போக நேரிடும். இந்த நாட்டின் இளைஞர்கள் ஜெர்மனிக்கு சென்று வேலை செய்து அல்லல்பட வேண்டுமென்றால் இந்த நாட்டுக்கு வேறு என்ன எதிர்பார்ப்பு இருக்கிறது. நேற்று இரவு நான் டாடியின் படுக்கையில் அமர்ந்திருந்தேன். திடீரென்று மிசஸ் வான்டான் தாவி எழுந்தார். முஸ்சியிடம் கடிபட்டதைப்போல் நாங்கள் அனைவரும் பயந்து போனோம். மாடியில் தீப்பிடித்து விட்ட தாகத் தான் நான் நினைத்தேன். ஆனால் எதுவும் நிகழவில்லை. வெளியே பார்த்தபோது வான்டான் தம்பதியர் ஏதோ தீ ஜ்வாலையை கண்டனர். நெருப்பு பரவி விடும் என்றுதான் அவர்கள் நினைத்தார்களாம். எந்த விபத்தும் நிகழவில்லை என்பதை உணர்ந்து நாங்கள் தூங்கப் போய்விட்டோம்.

அடுத்த கால் மணி நேரத்திற்குள் மீண்டும் வேட்டுச் சத்தம் கேட்டது. படுக்கையில் இருந்து எழுந்து எதையோ சிந்தித்தற்குப் பிறகு மிசஸ் வான்டான் கீழே இறங்கி வந்து டுசலின் அறைக்குச் சென்றார். தன்னுடைய பங்காளியிடமிருந்து கிடைக்காத எதையோ தேடுவதைப் போல... டுசல் "வா கண்ணே என்னு டைய படுக்கைக்கு வா" என்று அழைத்தார்! நாங்கள் எல்லோரும் வாய்விட்டுச் சிரித்தோம்.

தொடர்ந்து பீரங்கிச் சத்தம் கேட்கவில்லை. நாங்கள் அமைதி யாகத் தூங்கினோம்.

இப்படிக்கு
உன்னுடைய ஆன்

ஜூன் 1943   13 ஞாயிறு

அன்புள்ள கிட்டி,

என்னுடைய பிறந்த நாளுக்கு அழகான ஒரு கவிதையைப் பரிசாக அளித்திருக்கிறார் டாடி. வழக்கமாக டாடி ஜெர்மானிய மொழியில் எழுதும் கவிதையை மார்கொட்தான் மொழி பெயர்ப்பாள்.

"மிகவும் இளையவளாக இருப்பினும் நீ இன்றைக்கு

ஒரு மழலை அல்ல செல்லமே...

இருப்பினும் வாழ்க்கையில் அனைவருக்கும் பாடம் புகட்ட முதியவர்கள் மொழியும், வார்த்தையும் விலையுயர்ந்தது,

என்றைக்கும் அது அப்படித்தான்.

நம்முடைய தவறுகள் அது எவ்வளவு அற்பம், மாற்றாரின் தவறுகள் எவ்வளவு பெரிது? உன்னுடைய பெற்றோர்களான எங்களை குழந்தாய் மன்னிப்பாயாக, நொந்தாலும் நாங்கள் உன் தவறைத் திருத்த வேண்டியவர்கள். உன்னை சரியாக வழி நடத்தக்கூடியவர்கள். நீ படிக்கிறாய்!!! பகல் முழுக்க நீ எங்களுக்கு அளிக்கிறாய் தூய காற்றை!!!

உன்னுடைய இருப்பே எங்களுக்கு உல்லாசம்... உன் பதில் எங்களுக்கு சதா மகிழ்ச்சி...

உனக்கு ஒரே குறை, நான் எப்படி இந்த சிற்றுடையை அணி வேன்? அது பழையதாகிவிட்டது சுருங்கிவிட்டது என்றெல்லாம்

செல்லமே நீ அழாதே...

நல்ல கவிதை இல்லையா? வேறு பல அழகிய பொருட்களும் எனக்குப் பிறந்த நாள் பரிசாகக் கிடைத்தன. கிரேக்க, ரோமன் புராணங்களைப் பற்றிய பருமனான ஒரு நூலும் ஏராளமான இனிப்புப் பண்டங்களும் கிடைத்தன. எனக்கு அருகதையானதை விட மிக அதிகமான பரிசுகள்!

இப்படிக்கு

உன்னுடைய ஆன்

ஆனி தன் வீட்டில் உள்ள புத்தக அறையில்...

ஜூன் 1943

15 செவ்வாய்

அன்புள்ள கிட்டி,

இதற்குள் ஏராளமான நிகழ்வுகள் ஏற்பட்டுவிட்டன. ஆனால் என்னுடைய உப்புச் சப்பற்ற இந்தக் கடிதங்களால் ஒரு வேளை உனக்குப் போரடித்திருக்கும் என்று சந்தேகப்படுகிறேன். எனவே விஷயத்தைச் சுருக்கமாகச் சொல்கிறேன்.

குடலில் ஏற்பட்ட ரணத்தை அகற்ற அறுவை சிகிச்சை மேசை மீது படுக்க வைத்து மிஸ்டர் வோசனின் வயிற்றைக் கிழித்த டாக்டர்கள் அவருக்கு புற்றுநோய் இருப்பதைக் கண்டறிந்தனர். அறுவை சிகிச்சைக்குப் பிறகும் பயனில்லை என்ற ஒரு கட்டத்தை எட்டியதால் வயிற்றை தையல் போட்டுத் தைத்த பிறகு மூன்று வாரங்கள் மருத்துவமனையிலேயே படுக்க வைத்தனர். சிறந்த உணவையும் பராமரிப்பையும் அளித்த பிறகு வீட்டுக்கு அனுப்பி வைத்தனர். எனக்கு அவரைப் பற்றி நினைக்கும்போது வருத்தமாக இருக்கிறது. இந்த நிலைமையில் அவரைச் சந்திக்க முடியாமையால் எனக்குக் கடுமையான சுய நிந்தனையும் இருக்கிறது. அது மட்டுமின்றி மிஸ்டர் வோசனைப் போன்ற ஒரு திறமையான காவல்காரர் இல்லாமல் எங்களால் இங்கு இருக்கவே முடியாது. ஏனென்றால் வெளியே நடக்கும் விஷயங்களையும், குடோனிலிருந்து எழும் சத்தங்களையும் அவர் எங்களுக்கு அடிக்கடி சொல்லிக் கொண்டிருப்பார்.

அடுத்த மாதம் எங்களுடைய ரேடியோவை கைமாற்ற வேண்டியிருக்கிறது. அழகான அந்த ரேடியோவை இழக்க நேர்வதில் வருத்தம்தான். ஆனால் க்லீமேனிடம் ஒரு சிறிய ரகசிய ரேடியோ

இருப்பதை அவர் எங்களுக்குத் தருவார். தலைமறைவாக வாழும் எங்களுக்கு அது தாராளமானது, ரகசியமான வசிப்பிடம், ரகசியமான பணம், ரகசியமாக ஒளிந்து வாழும் யூதர்கள், இதோடு ஒரு ரகசிய ரேடியோவும் இருக்கட்டுமே! வெளி உலகிலிருந்து வரும் செய்திகள் நல்லதாக இல்லாவிட்டால் அப்போதெல்லாம் ரேடியோ அதன் மாய ஒலியால் எங்களுடைய ஆன்ம பலத்தை அதிகரிக்கச் செய்கிறது. "தலை நிமிர்ந்து நில்" நிச்சயமாக ஒரு நல்ல எதிர்காலம் நமக்கு வாய்த்தே தீரும் என்று அறிவுறுத்தியவாறு.

இப்படிக்கு

உன்னுடைய ஆன்

ஜூலை 1943

11 ஞாயிறு

அன்புள்ள கிட்டி,

குழந்தைகளை வளர்ப்பது என்ற அதே விஷயத்திற்கு நான் மீண்டும் வருகிறேன். இங்கு வீட்டில் சச்சரவுகளைத் தவிர்ப்பதற்காக பிறருக்கு உதவவும், நட்புடன் பழகவும், நல்ல பிள்ளையாக இருக்கவும், நான் முடிந்தவரை முயற்சிக்கிறேன். நமக்கு ஆர்வமற்ற மனிதர்களுடன் இவ்வாறு பழகுவது சிரமம்தான். எது வாயினும் சொந்தக் கருத்தை வெளிப்படையாகக் கூறும் என்னுடைய பழைய தன்மைக்கு மாறாக, உள்ளத்தில் இருப்பதை மறைத்து வைக்கும் தற்போதைய முறை ஓரளவு பயனுடையதாக இருக்கிறது.

இருப்பினும், சில நேரங்களில் பொறுமையிழந்து அநியாயங்களை கடுமையாக எதிர்க்கவும் செய்கிறேன். அதன் விளைவாக, அடுத்த நான்கு வாரங்களுக்கு உலகிலேயே மிகவும் திமிர் பிடித்த சிறுமி என்ற குற்றச்சாட்டுக்கும் தொடர்ந்து உள்ளாவேன். இது உனக்கு நியாயம் என்று தோன்றவில்லையா?

வேறு விஷயங்களைக் கற்றுக் கொள்ள, நான் இப்போது சுருக்கெழுத்துப் பயிற்சிக்கு நேரம் ஒதுக்கியிருக்கிறேன். தவிர எனக்குப் பார்வை பிரச்சினையும் இருக்கிறது. எனக்குக் கிட்டப் பார்வை பிரச்சினை அதிகரித்துக் கொண்டே இருக்கிறது. கண்ணாடி வைக்காமல் இருக்க முடியவில்லை. (அப்போது என்னைப் பார்த்தால் ஒரு ஆந்தையைப் போல் இருப்பேன்).

ஆனால் தலைமறைவாக வாழும்போது அது எவ்வாறு இயலும்? நேற்று இரவு முழுக்க எல்லோரும் என்னுடைய கண்

பிரச்சினையைப் பற்றித்தான் பேசிக்கொண்டிருந்தார்கள்.

ஏனென்றால் கண்டாக்டரைப் பார்ப்பதற்காக என்னை மிஸ்டர் க்லீமேனுடன் அனுப்பி வைக்க விரும்பினார். அதைக் கேட்ட மாத்திரத்திலேயே நான் பயந்து நடுங்க ஆரம்பித்தேன். வெளியே செல்வதா? பயத்துடன் சற்று மகிழ்ச்சியும் ஏற்படாமலில்லை, ஆனால் இந்த விஷயத்தில் ஒரு முடிவெடுப்பது எளிதாக இருக்க வில்லை. அனைத்து இடர்பாடுகளையும் பிரச்சினைகளையும் கருத்திற் கொள்ள வேண்டியிருந்தது. என்னுடன் மீப் துணைக்கு வரத் தயாரானபோது கூட நான் தயங்கினேன்.

இதற்கிடையே நான் என்னுடைய சாம்பல் நிற பழைய கோட்டை எடுத்து வந்தேன். மிகவும் சின்னதாக இருந்தது. என்னுடை தங்கையின் கோட் என்றுதான் நினைக்கத் தோன்றும்.

என்ன செய்யலாம் என்று நான் சிந்தனையில் ஆழ்ந்தேன், நான் வெளியே செல்ல நேரிடாது என்று நினைக்கிறேன். ஏனென்றால் பிரிட்டிஷ் ராணுவம் சிசிலியை நெருங்கி விட்டதால், திடீரென அனைத்துக்கும் ஒரு முடிவேற்படுமென்று டாடி நினைக்கிறார்.

மார்கொட்டிடமும் என்னிடமும் இப்போது ஏராளமான அலுவலகப் பணிகளை எல்லி ஒப்படைக்கிறாள். அவருக்கு அது உதவிகரமாக இருப்பதுடன் ஏதாவது பணி செய்வதால் எங்களுக்கேற்படும் தன்னம்பிக்கையும் இதில் அடக்கமானதாகும். கடிதங்களைக் கோப்பில் பாதுகாப்பதும் விற்பனை விவரங்களைப் பதிவு செய்வதும் யாராலும் செய்யக் கூடியதுதான். ஆனால் மிகவும் கவனமாகத்தான் நாங்கள் அதைச் செய்கிறோம். மீப் ஒரு பொதி சுமக்கும் கழுதையைப் போல எங்களுக்குத் தேவையான பொருட்களைச் சுமந்து கொண்டு வருகிறார். தினமும் சிறிது காய்கறிகளையும் வேறு பொருட்களையும் பைகளில் நிரப்பி சைக்கிளில்தான் கொண்டு வருவார். நாங்கள் சனிக்கிழமைக்காகக் காத்திருப்போம். அன்றுதான் மீப் எங்களுக்கு புத்தகங்களைக் கொண்டு வருவார். பரிசுகளுக்காகக் காத்திருக்கும் குழந்தைகளைப் போல் நாங்கள் சனிக்கிழமையை எதிர்பார்த்துக் கொண்டிருப்போம்.

தலைமறைவாக வாழும் எங்களைப் பொறுத்தவரை புத்தகங்களுக்குரிய மதிப்பு பாமரர்களுக்குத் தெரியாது. வாசிப்பும், படிப்பும், ரேடியோ கேட்பது மட்டுமேதான் எங்களுடைய இந்த தலைமறைவு வாழ்க்கையில் ஒரே பொழுதுபோக்குகளாகும்.

இப்படிக்கு

உன்னுடைய ஆன்

ஜூலை 1943

13 செவ்வாய்

அன்புள்ள கிட்டி,

டாடியின் அனுமதியுடன் நேற்று மதியம் நான் டுசலிடம் ஒரு விஷயத்தைப் பற்றி கோரிக்கை வைத்தேன். வாரத்திற்கு இரண்டு நாட்கள் மாலையில் எங்களுடைய அறையிலிருக்கும் சிறிய மேசையை நான் பயன்படுத்திக் கொள்ளலாமா என்பதுதான் அது. வழக்கமாக டுசல் தூங்கும்போது இரண்டரை மணியில் இருந்து நான்கு மணி வரை மட்டும் தான் என்னால் அங்கு அமர்ந்திருக்க முடியும். மீதிப் பொழுது முழுவதும் எனக்கு அங்கமர்ந்து வாசிக்கவோ, படிக்கவோ மேசை போன்ற எந்த வசதியும் இல்லை.

முற்றிலும் நியாயமானதும், பணிவானதுமான ஒரு வேண்டு கோள்தான் என்னுடையது. அறிவாளியான டுசல் என்ன பதிலளித் திருப்பார் என்று நீ நினைக்கிறாய்? இல்லை திடமாக இல்லை என்றுதான் பதிலளித்தார். எனக்குச் சகிக்க முடியாத கோபம் வந்தது. காரணத்தைத் தெரிந்தே ஆகவேண்டும் என்று நான் விடாப்பிடியாகக் கூறினேன். ஒரே வசைமாரியாக அவர் பதிலளித்தார்.

"எனக்கும் வேலை செய்ய வேண்டும், மதியத்திற்குப் பிறகு தான் என்னால் அதற்கு இயலும். என்னுடைய பணிகளை குறிப்பிட்ட நேரத்திற்குள் செய்து முடிக்க இயலவில்லை என்றால் நான் அதைச் செய்ய ஆரம்பித்தது வீணாகி விடும். உனக்கு முக்கியமான பணி எதுவும் கிடையாதல்லவா? புராணம் படிப்ப தும், தைப்பதும் வேலையே அல்ல! அந்த மேசையை நான் உனக்குத் தர மாட்டேன்.

"மிஸ்டர் டுசல் நான் பொறுப்புடன்தான் என்னுடைய பணி களைச் செய்கிறேன். அதைச் செய்ய எனக்கு வேறு எந்த இடமும் கிடையாது. என்னுடைய கோரிக்கையை பரிசீலிக்க வேண்டும் என்று நான் தங்களைக் கேட்டுக் கொள்கிறேன்.

இவ்வாறு ஒரு பதிலளித்து விட்டு நான் திரும்பிச் சென்று விட்டேன், அறிவாளியான டாக்டரை முற்றிலும் அசட்டை செய்தவாறு... டாக்டர் மிகவும் மோசமாகவும் நான் முற்றிலும் நட்புறவாகவும் தான் பழகினோம் என்பதுதான் என்னுடைய நம்பிக்கை. நான் டாடியுடன் அதைப்பற்றி விவாதித்தேன், எதுவாயினும் விட்டுக்கொடுக்க முடியாது என்று நான் உறுதிபடக் கூறினேன். இந்த விஷயத்தை மீண்டும் கிளறுவதை விட மறு நாளைக்கு வைத்துக் கொள்ளலாம் என்றார் டாடி. நான் உடன் படவில்லை. டாடி பக்கத்து அறையில் அமர்ந்திருந்தபோது நான் பல் டாக்டரிடம் கேட்டேன்.

"என்னுடைய கோரிக்கையைப் பற்றி என்ன சொல்கிறீர்?"

அழகாகப் புன்னகைத்தவாறு டுசல் கூறினார்: "அந்த விஷயத்தைத்தான் நாம் பேசி முடித்தாகி விட்டதே."

டுசல் தவிர்க்க முற்பட்டபோதிலும் நான் கோரிக்கையை வலியுறுத்திக் கொண்டே இருந்தேன்.

"தாங்கள் இந்த அறைக்கு வந்தபோது நாம் இருவரும் இதை பங்குபோட்டுக் கொள்ளலாமென்றுதான் நான் முடிவெடுத்திருந் தேன். துல்லியமாக பங்கு போடுவதானால் மதியத்திற்கு முந்தைய பொழுது உங்களுக்கும் மதியத்திற்குப் பிந்திய பொழுது எனக்கும் தான் கிடைக்க வேண்டும். நான் அதைக்கூட வலியுறுத்தவில்லை. வாரத்தில் இரண்டு நாட்கள்தான் மதியத்திற்குப் பிந்தய பொழுதைக் கேட்கிறேன்."

அதற்குள் டுசல் தாவி எழுந்தார்.

"நான் பிறகு எங்கு போவேன்? மிஸ்டர் வான்டான் பரணை மீதிருக்கும் அறையில் எனக்கு சற்று இடம் கொடுத்தால் நான் அங்கு செல்கிறேன். உன்னுடன் காலம் தள்ளுவது இடைஞ்சல் களைத்தான் உருவாக்கும். இதே கேள்வியை உன்னுடைய அக்கா

மார்கொட் கேட்டிருந்தால் நான் ஒப்புக் கொண்டிருப்பேன். ஆனால் நீ மிகவும் சுயநலம் படைத்தவள். நீ விரும்பியதை அடைய பிறரை நெட்டித் தள்ளவும் நீ தயங்கமாட்டாய். எதுவாயினும் நான் அந்த இடத்தை உனக்காக விட்டுத் தருகிறேன். இல்லாவிட்டால் ஆன்ஃப்ராங் தேர்வில் தோல்வியடைந்ததற்கு மிஸ்டர் டுசல் மேசையை விட்டுக் கொடுக்க மறுத்தது தான் காரணம் என்ற பழிச்சொல்லுக்கு ஆளாவேன்."

வெள்ளம் பெருக்கெடுத்துப் பாய்வதைப் போல் இந்த வசவு தொடர்ந்து கொண்டே இருந்தது. ஓடிப்போய் அவருடைய முகத்தில் ஓங்கி அறையலாமா என்று நினைத்தேன். அவரைப் போன்ற ஒரு வாயாடியிடம் பேசிப் பயனில்லை என்று பின்னர் முடிவுக்கு வந்தேன்.

சொல்ல வேண்டியதை முழுக்கச் சொன்ன பிறகு வெற்றித் தோரணையுடன் டுசல் வெளியே சென்றார். கோட் பாக்கெட்டில் முழுக்க தின்பண்டங்களை நிரப்பி எடுத்துச் சென்றார். நான் டாடியிடம் அனைத்தையும் விபரமாக எடுத்துச் சொன்னேன். அன்று மாலையிலேயே டாடி டுசலுடன் அதைப்பற்றிப் பேசவும் செய்தார். டாடி எனக்காக பலமாக வாதாடினார். மிகவும் அற்ப மென டுசல் கேலி செய்த என்னுடைய வேலையையும், என்னுடைய தேவைகளையும் அவர் நியாயப்படுத்தினார். அவரை ஓர் அத்துமீறி நுழைந்தவராக நான் பேசுவதாக டாடியிடம் புகார் எழுப்பியிருக்கிறார். நான் அவ்வாறு பேசவில்லை என்று டாடி கூறியிருக்கிறார்.

இறுதியில் டுசல் பணிந்து விட்டார். வாரத்தில் இரண்டு நாட்கள் பிற்பகலில் நான் அவருடைய மேசையைப் பயன்படுத்தலாம்!

ஐம்பத்து நான்கு வயதான ஒருவர் இந்த அளவுக்கு குறுகிய உள்ளத்தை வெளிக்காட்டுபவராக இருக்கும்போது, அது அவருடைய அடிப்படை குணம் என்பதையும் அது ஒருபோதும் மாறப்போவதில்லை என்பதையும் புரிந்து கொள்ளலாம்.

இப்படிக்கு
உன்னுடைய ஆன்

ஜூலை 1943 16 வெள்ளி

அன்புள்ள கிட்டீ,

கொள்ளையர்கள் இந்த இடத்தை ஆக்கிரமித்துக் கொண்டிருக்கிறார்கள். வழக்கம்போல் இன்று காலை ஏழு மணிக்கு குடோனுக்கு வந்த பீட்டர், குடோன் கதவும், வெளிப்புறக் கதவும், திறந்து கிடப்பதைக் கண்ணுற்றான். பீட்டர் டாடியிடம் தகவலைச் சொன்னான். ரேடியோவை ஜெர்மன் செய்திகளுக்காக டியூன் போட்டு வைத்துவிட்டு அறையைப் பூட்டி இருவரும் மாடிக்குச் சென்று விட்டனர்.

இத்தகைய சந்தர்ப்பங்களில் கடைபிடிக்க வேண்டிய சட்டங்களையெல்லாம் பிசகாமலேயே பின்பற்றினோம். தண்ணீர் குழாய்களைத் திறக்கக் கூடாது, துணி துவைக்கக் கூடாது. முற்றிலும் பேரமைதி காக்க வேண்டும். அனைத்துப் பணிகளையும் எட்டு மணி நேரத்திற்குள்ளாகவே முடிக்க வேண்டும். கழிவறையைப் பயன்படுத்தக் கூடாது. இவ்வாறு பலப்பல! எந்த கூக்குரலும் காதில் விழாமல் சுகமாக உறங்க முடிந்ததால் நாங்கள் மிகவும் மகிழ்ச்சியடைந்தோம். ஏறத்தாழ பன்னிரண்டு மணிக்கு திருடர்கள் இரும்புக் கம்பியால் வெளிக்கதவைத் தள்ளித் திறந்து, குடோன் கதவைத் திறந்து உள்ளே நுழைந்ததாக க்லீமேன் எங்களிடம் கூறினார். திருடுவதற்கான எந்தப் பொருளும் அங்கு அவர்களுடைய கண்ணில் படவில்லை. எனவே அவர்கள் மாடியில் ஆராய்ந்தனர். இரண்டு பணப்பெட்டிகளில் வைக்கப்பட்டிருந்த நாற்பது ஃப்ளோரின், மற்றும் போஸ்டல் ஆர்டர்கள், செக்புக்குகள், ஆகியவற்றை திருடிக் கொண்டனர். ஆனால் மிகவும் வருத்தப்படக்கூடிய விஷயம் 150 கிலோகிராம்

கிடைக்கக்கூடிய சர்க்கரைக் கூப்பன்கள் திருடுபோனதுதான்.

ஆறுவாரங்களுக்கு முன் இங்கிருக்கும் மூன்று கதவுகளையும் அடித்து நொறுக்கி உள்ளே நுழைய முயன்ற அதே கும்பல் தான் இதையும் செய்திருப்பதாக க்லீமேன் தன்னுடைய கருத்தைக் கூறினார்.

இந்த நிகழ்ச்சியால் அனைவரும் பீதியுற்றிருக்கிறார்கள். ஆனால் இத்தகைய பீதிகள் எங்களுக்கிருப்பதைப் போன்ற தலைமறைவு முகாம்களில் தவிர்க்க முடியாதல்லவா? ஒவ்வொரு நாளும் மாலையில் மாடியில் இருக்கும் அலமாரியில் கொண்டு போய் வைக்கும் டைப்ரைட்டர்களும், பணமும் பத்திரமாக இருக்கிறது என்பதற்காக நாங்கள் இறைவனுக்கு நன்றி கூறினோம்.

இப்படிக்கு
உன்னுடைய ஆன்

ஜூலை 1943 19 திங்கள்

அன்புள்ள கிட்டி,

ஆம்ஸ்டர்டாமின் பல பகுதிகள் முழுக்க குண்டு வீசி அழிக்கப் பட்டு விட்டது. பயங்கரமாக சேதங்கள் ஏற்பட்டதாக தோன்று கிறது. தெருக்கள் முழுக்க சேதப்பொருட்களால் மூடப்பட்டு காட்சியளிக்கின்றன. பிணங்களை முழுக்க வெளியே இழுத்துப் போடவே பல நாட்கள் தேவைப்படும்.

இதற்குள் இருநூறு பேர் கொல்லப்பட்டிருப்பார்கள். ஏராள மான பேர் காயமுற்றனர். மருத்துவமனைகள் அனைத்தும் நிரம்பி வழிகின்றன. கட்டிடங்களின் இடிபாடுகளுக்கிடையில் தங்க ளுடைய பெற்றோர்களைத் தேடி அலையும் சிறார்களின் அழுகைக் குரல்கள் உரக்க கேட்டுக் கொண்டே இருக்கின்றன. தொலைவிலிருந்து அந்த ஓலங்கள் எதிரொலிக்கும்போது நான் அரை மயக்க நிலைமைக்கு ஆளாக்கப்படுகிறேன். ஏனென்றால் நெருங்கிவரும் பேரழிவின் சூசகம்தான் அது!

இப்படிக்கு

உன்னுடைய ஆன்

ஜூலை 1943

23 வெள்ளி

அன்புள்ள கிட்டி,

வெறுமனே ஒரு வேடிக்கைக்காக நான் உன்னிடம் ஒரு ரகசியத்தைச் சொல்கிறேன். வெளியே போக வாய்ப்பு கிடைத்தால் முதலில் என்ன செய்ய வேண்டும் என்பதுதான் ஒவ்வொருவருடைய விருப்பம். அதைப்பற்றி நாங்கள் விவாதித்தோம். மார்கொட்டும், மிஸ்டர் வான்டானும் நிரம்பி வழியும் சுடுநீர்த் தொட்டியில் அரை மணி நேரம் படுத்துக் கிடந்து ஜாலியாக குளிக்க விரும்புகின்றனர். மிசஸ் வான்டானின் விருப்பம் வெளியே போய் க்ரீம் கேக் புசிக்க வேண்டுமென்பதாகும். டுசலுக்கு இருக்கும் ஒரே விருப்பம் அவருடைய மனைவி லோட்ஜெவைப் பார்ப்பது மட்டும்தான். மம்மி சுவையான ஒரு கப் காப்பி குடிக்க விரும்புகிறார். வெளியே போய் மிஸ்டர் வோசனைச் சந்திப்பதுதான் டாடியின் நோக்கம். பீட்டருக்கு நகருக்குப் போய் திரைப்படம் பார்க்க வேண்டும். எனக்கு சுதந்திரம் என்பதே பெரிய மகிழ்ச்சியான விஷயம். எனவே என்ன செய்யலாம் என்பதைப் பற்றி சிந்திக்கவே முடியவில்லை. ஆனால் ஒன்று மட்டும் எனக்குத் தெரியும். அனைத்திற்கும் மேலாக நான் விரும்புவது எங்களுக்கென்று ஒரு வீடும் சுதந்திரமாக பயணிக்கும் வசதியும்தான். அதோடு என்னுடைய பள்ளியையும், கல்வியையும் சேர்த்துக் கொள்ள வேண்டும்.

எங்களுக்கு சிறிது பழங்களைக் கொண்டு வந்து தருவதாக எல்லி கூறியிருக்கிறார். அனைத்துக்கும் விலைதான் அதிகம். ஒரு கிலோ திராட்சைக்கு ஐந்து ஃப்ளோரின், ஒரு பவுண்ட் குஸ்

பெரிக்கு 0.70 ஃப்ளோரின். இருப்பினும் தினமும் மாலை நாளேடுகளில் "சட்டத்தைப் பின்பற்றுங்கள், விலைகளைக் கட்டுப்படுத்தவும்" என்ற அறிவிப்புக்கு மட்டும் பஞ்சமில்லை.

இப்படிக்கு

உன்னுடைய ஆன்

ஜூலை 1943 — 26 திங்கள்

அன்புள்ள கிட்டி,

இங்கு ஒரே அல்லோல கல்லோலமாக இருக்கிறது. ஒருநாள் கூட நிம்மதியான நாளே கிடையாது என்று நீ நினைக்கக்கூடும்.

நாங்கள் காலை உணவருந்திக் கொண்டிருந்தபோது தான் முதல் 'சைரன்' ஒலி எழுந்தது. நாங்கள் அதைச் சற்றும் பொருட்படுத்த வில்லை. போர் விமானங்கள் கடற்கரைப் பிராந்தியத்தைத் தாண்டிக் கொண்டிருக்கின்றன என்பதைத் தான் அந்த 'சைரன்' ஒலி அறிவுறுத்தியது.

உணவுக்குப் பிறகு ஏறத்தாழ ஒரு மணி நேரம் நான் ஓய்வெடுத்தேன். இரண்டரை மணி அளவில் கீழ்த்தளத்திற்குச் சென்றேன். மார்கொட் அவளுடைய அலுவலகப் பணிகளைச் செய்து முடித்திருந்தாள். அப்போது மீண்டும் 'சைரன்' ஒலித்தது. மார்கொட்டும் நானும் மாடிக்கு ஏறிச் சென்றோம். ஐந்து நிமிடங்களுக்குள் மீண்டும் பயங்கரமாக குண்டு வெடிப்பு ஆரம்பமாகி விட்டது. இடியோசை போன்று நடுங்க வைக்கும் ஒலியுடன் நாற்புறமும் குண்டுகள் வெடித்தன. இந்தக் கட்டிடமே அதிர்வதைப் போல் இருந்தது.

நான் என்னுடைய பாதுகாப்புப் பையை கையில் எடுத்துக் கொண்டேன். தப்பித்துக் கொள்ளலாம் என்று அல்ல, எதையாவது ஒன்றைக் கையால் எடுத்துக் கொள்ளலாமே என்றுதான். இங்கிருந்து தப்பி ஓடும்போது தெருக்களும் அபாயகரமானதாக இருக்கும். அரைமணி நேர இந்தக் குமுறல் நிலைமை தொடர்ந்தது. வீட்டுக்குள் அனைவரும் மிரண்டு போயிருந்தனர்.

பீட்டர் மாடியில் தன்னுடைய கண்காணிப்பு அறையிலிருந்து இறங்கி வந்தான். டுசல் அலுவலகத்தில் தான் அமர்ந்திருந்தார். வான்டான் ரகசிய அலுவலகத்திலேயே இருந்தார்.

துறைமுகப்பகுதியிலிருந்து மேல் நோக்கி எழுந்த புகைச் சுருள்களைப் பார்க்க நான் மாடிக்குச் சென்றேன். எதுவெதுவோ தீயில் எரிந்து கருகும் வாடை எங்கும் பரவியது. கெட்டியான மூடுபனி போன்ற எதுவோ ஒன்று வெளியே பரவி இருந்தது. பயங்கரமான இந்த தீ ஏனோ எங்களைப் பாதிக்கவில்லை. மாலையில் உணவருந்தும் போது மீண்டும் ஒரு விமானத் தாக்குதல் ஏற்பட்டது. பிடித்தமான உணவாக இருப்பினும் பயங்கரமான ஓசைகள் என்னுடைய பசியைத் தணித்துவிட்டன. அடுத்த முக்கால் மணி நேரத்துக்கு எதுவும் நிகழவில்லை. மீண்டும் விமானத் தாக்குதல்களின் ஓசைகள்! கூடவே அபாய அறிவிப்பின் சூசகமாக சைரன் ஒலி. "ஓ.. கடவுளே ஒரே நாளில் இரண்டு முறை விமானத்தாக்குதலா என்று நாங்கள் ஒவ்வொரு வரும் முணுமுணுத்தோம். போர் விமானங்கள் ஷிப்போனில் நேராக கீழிறங்கிப் பறப்பதும் உயர்ந்து எழுவதுமான அரவத்தை செவிமடுத்துக் கொண்டிருந்தோம். எந்த நிமிடமும் இங்கும் குண்டு வீசப்படலாம் என்று தோன்றியது.

ஒன்பது மணிக்கு தூங்கச் சென்றபோதும் என்னுடைய கால்கள் நடுங்கிக் கொண்டி ருந்தன. சுவர்க்கடிகாரத்தில் மணி பன்னிரண்டு அடித்தபோது நான் திடுக்கிட்டு கண் விழித்துக் கொண்டேன். மீண்டும் போர் விமானங்கள்! டுசல் உடை மாற்றிக் கொண்டார். முதல் குண்டு வெடிப்புச் சத்தம் கேட்ட உடனே நான் தாவி எழுந்து விட்டேன. ஏறத்தாழ ஒரு மணி நேரம் நான் மாடியின் பக்கத்தி லேயே அமர்ந்திருந்தேன். அப்போதும் விமானங்கள் பறந்த படியே இருந்தன. இறுதியில் குண்டு வெடிப்புச் சத்தங்கள் ஓய்ந்த பிறகுதான் நான் படுக்கச் சென்றேன். இரண்டு மணிக்கு நான் தூங்கிவிட்டேன்.

ஏழுமணிக்கு நான் திடுக்கிட்டு எழுந்தேன். மிஸ்டர் வான் டானும் டாடியும் எதையோ பேசிக் கொண்டிருந்தனர்.

கொள்ளையர்களைப் பற்றிப் பேசுவதாகத்தான் நினைத்தேன். அனைத்தும் என்று வான்டான் சொன்னது என் காதில் விழுந்தது. அனைத்தும் கொள்ளை போய்விட்டது என்றுதான் வான்டான் சொன்னாரா? ஆனால் அது கிடையாது. மாதக்கணக்காக எங்களால் செவிமடுக்க இயலாமலிருந்த, ஒருவேளை போர் தொடங்கியதிலிருந்தே - ஒரு மகிழ்ச்சியான செய்திதான் அது!

முசோலினி ராஜினாமா செய்து விட்டார். இத்தாலியில் மன்னர் ஆட்சிப் பொறுப்பை ஏற்றுக் கொண்டார். மகிழ்ச்சி தாளாமல் நாங்கள் துள்ளிக் குதித்தோம். நேற்று ஒரு பயங்கரமான நாளாக இருந்தது. அதன் பிறகு இதோ நம்பிக்கையூட்டும் சில செய்திகள் கிடைத்திருக்கின்றன. போர் ஓய்ந்து விடும் என்ற நம்பிக்கை! அமைதி திரும்பும் என்ற நம்பிக்கை! க்ரேலர் வந்திருந்தார். ஃபோக்கர் பிராந்தியம் முழுக்க அழிக்கப்பட்டுவிட்டதாக அவர் கூறினார். இதற்கிடையே இன்னொரு விமானத் தாக்குதலின் சைரன் ஒலித்தது. எந்த வேலையையும் செய்ய முடியாத அளவுக்கு நான் சோர்ந்து போய்விட்டேன். இருப்பினும் இத்தாலியில் நிகழ்ந்த புதிய சம்பவங்கள் எங்களுக்குள் நம்பிக்கையை வளர்த்தன. ஒருவேளை இந்த ஆண்டே போர் முடிவுக்கு வந்துவிடும் என்ற நம்பிக்கை.!

இப்படிக்கு
உன்னுடைய ஆன்

ஜூலை 1943

29 வியாழன்

அன்புள்ள கிட்டி,

மிசஸ் வான்டானும் டுசலும் நானும் துணிகளை வெளுத்துக் கொண்டிருந்தோம். அப்போது வழக்கத்திற்கு மாறாக நான் மௌனமாக இருந்தேன்.

கேள்விகளைத் தவிர்ப்பதற்காக நான் ஓரளவு தொந்தரவற்ற பேச்சைத் தொடங்கி வைத்தேன். "ஹென்றி ஃப்ரம் தி அதர்சைடு" என்ற புத்தகத்தைத் தான் தேர்ந்தெடுத்தேன். ஆனால் அங்கும் எனக்கு தவறு நேர்ந்துவிட்டது, மிசஸ் வான்டானைத் தவிர்த்து விட்டேன். இருப்பினும் டுசல் தொல்லைப்படுத்துவார் என்பதைப் புரிந்து கொண்டேன். மிகவும் கம்பீரமான புத்தகம் என்று டுசலே பரிந்துரைத்ததுதான் எனினும் இப்போது அவர் என் மீது எரிந்து விழுந்தார்.

"ஒரு ஆணின் மனநிலையை உன்னால் எப்படிப் புரிந்து கொள்ள இயலும்? ஒரு குழந்தையின் விஷயத்தில் அது மிகவும் எளிதானது. இத்தகைய ஓர் புத்தகத்தை வாசித்துப் புரிந்து கொள்ளும் வயதில்லை உனக்கு. (பின்னர் எதற்காக இவர் எனக்கும் மார்கொட்டுக்கும் வாசிக்க இந்தப் புத்தகத்தை சிபாரிசு செய்தார்) டுசலும் மிசஸ் வான்டானும் ஒரே குரலில் தொடர்ந்தனர்.

"உனக்கு முற்றிலும் பொருந்தாத விஷயங்களைப் பற்றித் தெரிந்து கொள்வதில்தான் உனக்கு விருப்பம். அந்த அளவுக்கு முட்டாள்தனமாகத்தான் உன்னை வளர்த்திருக்கிறார்கள். பருவ வயது பூர்த்தியாகும்போது வாசித்து ரசிக்க உனக்கு எதுவும்

மிஞ்சியிருக்காது. எனவே உனக்கு கணவர் அல்லது காதலன் தேவைப்படுமானால் உடனே கண்டுபிடிக்க வேண்டும். ஏனென்றால் இதற்குள் அனைத்தையும் புரிந்து வைத்திருக்கும் உனக்கு அதையெல்லாம் நடைமுறையில் செயல்படுத்த வேண்டுமல்லவா?

என்னுடைய பெற்றோர்களைக் குற்றம் சாட்டுவதற்காகத்தான் 'வளர்ப்பு' பிரச்சனையைச் சுட்டிக் காட்டினார் என்பது புரிந்தது. அவர்களுடைய முகத்தில் ஓங்கி அறையலாமா என்று தோன்றியது. என்னை முட்டாளாக்கி மகிழ்வதுதான் அவர்களுடைய பொழுதுபோக்கு. கோபத்தில் நான் அனைத்தையும் மறந்து விட்டேன். ஓ எப்படியாவது இவர்களிடமிருந்து ஒரு விடுதலை கிடைக்காதா? மிசஸ் வான்டான் பொல்லாத குணம் படைத்தவள் தான் - பிடிவாதத்தன்மை, சுயநலம், தந்திரம், திருப்தியின்மை, அதோடு டாம்பீகமும், கொஞ்சிக் குழைவதும் அவரைப் போல் பிறருக்குத் தொல்லையளிக்கக் கூடியவர் வேறு யாரும் இருக்க மாட்டார்கள். ஆனால் வெளிப் பார்வைக்கு எப்போதுமே நன்றாகப் பழகுவார். அதுவும் முன்பின் தெரியாதவர்களிடமும் குறிப்பாக ஆண்களிடமும்தான். எப்போதாவது அவருடன் பழகுபவர்களுக்கு அவரைப் பற்றி நல்ல அபிப்பராயம் இருக்கும். அவரைப் பற்றிப் பேசிப் பொழுதை வீணடிக்கக் கூடாது என்று தான் மம்மி கூறுவார். மார்கொட்டும் அப்படியே கூறுவார். அவர் ஒரு பொல்லாத பிறவி என்பது பிம்மின் கருத்து. என்னுடைய இதுநாள் வரையிலான பார்வைக்குப் பிறகு மேற்குறிப்பிட்ட வைகள் மட்டுமன்றி மேலும் பல்வேறு துர்க்குணங்களின் இருப்பிடம்தான் மிசஸ் வான்டான் என்பது என்னுடைய முடிவாகும். இவ்வளவு அதிகமான கெடுதல் மிக்க ஒருவரின் கெடுதல்களைப் பற்றிக் கூறி நான் ஏன் பொழுதை வீணடிக்க வேண்டும்?

இப்படிக்கு

உன்னுடைய ஆன்

ஆகஸ்ட் 1943

3 செவ்வாய்

அன்புள்ள கிட்டி,

கம்பீரமான அரசியல் செய்திகள் கிடைத்துக் கொண்டிருக் கின்றன. இத்தாலியில் ஃபாசிஸ்டு கட்சி தடை செய்யப்பட்டி ருக்கிறது. பல இடங்களிலும் மக்கள் ஃபாசிஸ்டுகளுடன் போர் புரிந்து கொண்டிருக்கின்றனர். பல்வேறு பிராந்தியங்களிலும் ராணுவமும் மக்களுடன் சேர்ந்து போரில் ஈடுபட்டுக் கொண்டிருக் கிறது. இத்தகைய ஒரு நாட்டுக்கு இங்கிலாந்துடன் போரிட இயலுமா?

மூன்றாவதாக ஒரு விமானத் தாக்குதல் கூட இப்போது நிகழ்ந்து முடிந்திருக்கிறது. பயத்தை அகற்ற நான் பல்லைக் கடித்துக் கொண்டிருக்கிறேன். இறுதி என்று ஒன்று இல்லாமலிருப்பதை விட நல்லதுதான் பயங்கரமான ஒரு "இறுதி" என்று எப்போதும் சொல்லிக் கொண்டிருக்கும் மிசஸ் வான்டான் தான் மிகப் பெரிய கோழை. இன்று காலையில் காற்றில் அசையும் இலையைப் போல அவர் நடுங்குவதும், கூடவே வாய்விட்டு அழுவதுமாக இருந்தார். ஒரு வார காலமாக அவருடன் சண்டை போட்டுக் கொண்டிருந்த அவருடைய கணவர் அவரைத் தேற்றிக் கொண்டி ருந்தார். எதுவாயினும், அவருடைய முகத்தில் சோகம் அப்பியி ருந்ததைக் கண்ணுற்ற எனக்கும் சங்கடமாகத் தானிருந்தது.

பூனையை வளர்த்துவதால் பயன் மட்டுமன்றி தொல்லையும் இருக்குமென்பதை முர்சி நிரூபித்துவிட்டது. இந்த வீட்டில் ஏராளமாக கரையான்கள் இருக்கின்றன. ஒவ்வொரு நாளும் அவற்றின் எண்ணிக்கை கூடிக்கொண்டேயிருக்கிறது. அறை

முழுக்க மூலை முடுக்குகளில் க்லீமேன் மஞ்சள் தூளை சிதறி யிருக்கிறார். ஆனால் பூச்சிகள் அழிந்தபாடில்லை. இதனால் எங்க ளுக்கு மிகவும் கஷ்டமாக இருக்கிறது. உடம்பெங்கும் அரிப் பதைப் போல் உணர்கிறோம். இப்போது நின்றபடியே சொறிவதற் கும் கழுத்தை வளைக்கவும், கால்களையும் முதுகையும் பரி சோதனை செய்யவும் தான் நாங்கள் உடற்பயிற்சி செய்கிறோம்.

இப்படிக்கு

உன்னுடைய ஆன்

ஆனியும் மார்கொட்டும் 1933

ஆகஸ்ட் 1943   4 புதன்

அன்புள்ள கிட்டி,

நாங்கள் தலைமறைவு முகாமுக்கு வந்து ஒரு வருடமாகிறது. இங்கு எங்களுடைய வாழ்க்கையைப் பற்றி உனக்கு ஓரளவு தெரிந்திருக்கும். ஆனால் இன்னும் எவ்வளவோ விஷயங்கள் சொல்ல வேண்டியிருக்கிறது. சாமான்ய மக்களின் வாழ்க்கையிலிருந்தும் அமைதிக் காலத்திலிருந்தும் எவ்வளவோ மாறுபட்டது எங்களுடைய அனுபவங்கள். அதைப்பற்றி ஓரளவாவது புரிந்து கொள்ள வேண்டுமென்றால் ஒரு சராசரி நாள் வாழ்க்கையைப் பற்றி உன்னிடம் விளக்கியாக வேண்டும்.

மாலை ஒன்பது மணி. தூங்கப் போவதற்கு முந்தைய தயார் நிலை. அது ஒரு பெரிய வேலை தான். நாற்காலிகள் தள்ளி வைக்கப்படுகின்றன. மெத்தைகள் கீழே இழுத்துப் போடப்படு கின்றன. போர்வைகள் விரித்து உதறப்படுகின்றன. அனைத்தும் இடம் பெயர்கின்றன. ஏறத்தாழ ஒன்றரை மீட்டர் நீளமாக ஒரு 'திவானில்'தான் என்னுடைய உறக்கம். நாற்காலிகளைச் சேர்த்து வைத்து நீளத்தை அதிகப்படுத்துகிறோம். கெட்டியான மெத்தை கள், விரிப்புகள், தலையணைகள் அனைத்தும் எடுத்து வர வேண்டும். பகல் பொழுது டுசலின் படுக்கையில்தான் அவற்றை வைத்திருப்போம். அடுத்த அறையிலிருந்து பெரிதாக ஓசைகள் எழும்பும். மார்கொட்டின் நிமிர்த்தவும் மடிக்கக் கூடியதுமான கட்டில் எழுப்புவதுதான் இந்த ஓசை. விரிப்புகளையும் தலை யணைகளையும் அதன்மீது பரப்பி ஓரளவு மென்மைப்படுத்து கிறோம். மேலே இருந்து கேட்கும் பயங்கர ஓசை, மிசஸ் வான்டானின் கட்டில் சன்னல் பக்கம் இழுத்துப் போடும்போது

எழுவதாகும். தூய காற்றில்லாமல் அவரால் தூங்க முடியாதாம்.

பீட்டர் வெளியே வந்ததும் நான் குளியலறைக்குள் நுழை வேன். பல் துலக்கல், உடலைக் கழுவுதல், முடியை ஒதுக்குவது போன்றவற்றை அரைமணி நேரத்துக்குள் செய்கிறேன்.

மணி ஒன்பதரை. அவசரமாக “டிரஸிங் கௌன்” அணிந்து நான் உறங்கத் தயாராகிறேன். கையில் பல பொருட்களை அள்ளி நான் படுக்கை அறைக்குள் நுழைவதற்குள் குளியலறைக்குள் இருந்து யாராவது குரல் எழுப்புவார்கள். வாஷ்பேசினில் படிந்திருக்கும் முடியிழைகளை அப்புறப்படுத்தித்தர வேண்டுமாம்.

பத்து மணி. எங்கும் ஒரே இருள். ஒரு கால்மணி நேரம் கட்டில் கள் க்ரீச்சிடும் ஓசை கேட்கலாம். பிறகு அனைத்தும் அமைதியா கிறது. வான்டான் தம்பதிகள் சச்சரவிடாமல் இருக்க வேண்டும்.

மணி பதினொன்றரை. க்ரேலரின் அலுவலகப் பணியை முடித்துக் கொண்டு டுசல் திரும்புகிறார். தூங்கப் போவதற்கு தயாராகுவதின் பகுதியாக முடிந்த வரை கூச்சலிடுகிறார்.

பெரும்பாலும் யாராவது ஒருவர் படுக்கையில் விழித்துக் கொண்டே இருப்பர். கொள்ளையர்களைப் பற்றிய பயம் தான் காரணம். இரவில் அடிக்கடி குண்டு வெடிக்கும் ஓசையையும் கேட்கலாம். பெரும்பாலும் அதை நான் அறிய மாட்டேன். ஆனால் திடுக்கிட்டுக் கண் விழித்துவிட்டால் ஒரு தலைய ணையை எடுத்துக் கொண்டு நான் டாடியிடம் ஓடிப்போவேன். துப்பாக்கிச் சூட்டு ஓசை கடுமையாக இல்லாவிட்டால் டாடியின் அருகில் இருப்பது எனக்கு நிம்மதிதான்.

மணி ஆறேமுக்கால். ட்ர்ர்ர்.... அலாரம் முழங்குகிறது. மிசஸ் வான்டான் அலாரத்தை நிறுத்துகிறார். மிஸ்டர் வான்டான் எழுகிறார்.

ஏழேகால். “தலைமறைவு முகாமில்” எங்களுடைய இன் னொரு நாள் ஆரம்பமாகிறது.

இப்படிக்கு

உன்னுடைய ஆன்

ஆகஸ்ட் 1943 5 வியாழன்

அன்புள்ள கிட்டி,

இனி மதிய உணவைப் பற்றி எழுதுகிறேன். இப்போது மணி பன்னிரண்டரை. குடோன் பணி ஆட்கள் வீட்டுக்குச் சென்றிருப்ப தால் எல்லோரும் சற்று மூச்சு விடலாம். மாடியில் தன்னுடைய ஒரே ஒரு தரை விரிப்பை "வாக்வம் க்ளீனரால்" மிசஸ் வான்டான் சுத்தம் செய்யும் ஓசையைக் கேட்கலாம். மார்கொட் புத்தகங்களை எடுத்துக்கொண்டு படிக்கச் சென்றிருக்கிறாள். டாடி தனக்குப் பிரியமான டிக்கன்ஸ் நாவலை எடுத்துக் கொண்டு காலியான ஒரு மூலையில் ஒண்டியிருக்கிறார். மம்மி மிசஸ் வான்டானுக்கு உதவ மாடிக்கும், பாத்ரூமைச் சுத்தம் செய்ய நானும் போகிறோம்.

மணி பனிரெண்டேமுக்கால். மிஸ்டர் வான்டான், க்லீமேன், க்ரேலர் எல்லி, மீப் அனைவரும் வந்து சேர்ந்துவிட்டனர்.

மணி ஒன்று. சிறு வயர்லெஸ் செட்டின் முன் அமர்ந்து நாங்கள் அனைவரும் பிபிசி செய்திகளைக் கேட்டுக் கொண்டிருந்தோம். தலைமறைவு முகாமில் இருப்பவர்களுக்கு அமைதியாக எதை யாவது செவிமடுக்கும் ஒரே ஒரு நேரம் இதுதான்.

ஒன்றேகால். அனைவரும் ஆளுக்கு ஒரு கப் சூப் அருந்து கிறோம். புட்டிங் இருந்தால் அதில் ஒரு துண்டையும் சேர்த்துக் கொள்வோம். மிகவும் புதிய செய்திகளை க்லீமேன் எங்களிடம் தெரிவித்தார். சில நேரங்களில் அவர் மகிழ்ச்சியாகவோ அல்லது சோகத்துடனோ காணப்படுவார். க்ரேலர் வருகிறார்.

ஒன்றே முக்கால். சாப்பாட்டு மேசையை விட்டெழுந்து ஒவ்

வொருவரும் அவரவர் விஷயங்களுக்குத் திரும்புகிறோம். மார் கொட்டும், மம்மியும் துணிகளைத் துவைக்கின்றனர். வான்டான் தம்பதிகள் ஓய்வெடுக்கின்றனர், பீட்டர் பரணையில் தன்னுடைய அறைக்கும், டாடி சற்று தலை சாய்க்க திவானுக்குள்ளும், டுசல் தன்னுடைய படுக்கைக்கும், ஆன் அவளுடைய பணிக்கும் செல்கின்றனர். டுசலின் முகத்தைப் பார்த்தால் சுவையான உணவைக் கனவு கண்டவாறு தூங்குவதாகத் தோன்றும். ஆனால் அதையெல்லாம் கவனிக்க எனக்கு நேரமில்லை. குறிப்பாக நான்கு மணிக்கு நான் மேஜையை காலி செய்ய வேண்டும்.

இப்படிக்கு

உன்னுடைய ஆன்

ஆகஸ்ட் 1943 9 திங்கள்

அன்புள்ள கிட்டி,

தலைமறைவு முகாம் தினசரி வாழக்கை முறையைத் தொடர்கிறேன். இரவு உணவை மிஸ்டர் வான்டான் துவக்கி வைக்கிறார். விருப்பப்பட்டதாக இருந்தால் வயிறாற உண்பார். உணவு தொடர்பான தன்னுடைய கருத்துக்கள் கேள்விக்கு அப்பாற்பட்டது என்ற முறையில் பழகுகிறார். யாராவது எதிர்த்தால் கோபமுற்று துடிதுடிக்கிறார். ஒரு விஷயம் சரி தான். இவருடைய கருத்துக்கள் பெரும்பாலும் முற்றிலும் நம்பக்கூடியதாகத் தானிருக்கும். தன்னம்பிக்கை மிகவும் கூடுதலாக இருக்கும். மிசஸ் வான்டான் எதையும் பேசாமலிருப்பதுதான் மேல். பெரும்பாலும் துர்முகம் தான் அவருடையது. ஆட்களை ஒருவரோடு ஒருவர் மோத விடுவதில் நிகரற்றவர். விருப்பப்பட்டதெல்லாம் எடுத்து உண்கிறார். பிறர் கவனித்தாலும் கவனிக்காவிட்டாலும் வாய் சளைக்காமல் பேசுகிறார். அறிவுரைகள், உற்சாகப்படுத்துதல் அனைத்தும் அதில் இருக்கும். கடின உழைப்பாளி, சில நேரங்களில் அழகி. இதுதான் பெட்ரோனெல்லா வான்டான்.

பீட்டர் பெரும்பாலும் அமைதியாக இருப்பான். எவ்வளவு உணவு புசித்தாலும் மன நிறைவிருக்காது. கம்பீரமான விருந்து உண்டாலும் அதன் இரு மடங்கு தன்னால் உண்ண முடியும் என்று பிரகடனம் செய்வான்.

மார்கொட் ஓர் எலிக்குஞ்சைப் போல் மௌனமாகப் புசித்துக் கொண்டிருப்பாள். காய்கறிகளும் பழங்களும் விருப்பமாக உண்பாள்.

மம்மிக்கு நல்ல பசி. சலிக்காமல் பேசுவார். சிறந்த குடும்பத் தலைவி. சமையல் வேலையை முழுக்க மிசஸ் வான்டான் செய்வார், துணி துவைப்பது, சுத்தம் செய்வது, பராமரிப்பது போன்ற வற்றை மம்மி மேற்கொள்வார்.

சாப்பாட்டு மேஜையைச் சூழ்ந்து அமர்ந்திருப்பவர்களில் மிகவும் பணிவாக இருப்பவர் டாடிதான். எல்லோருக்கும் தேவையானதெல்லாம் கிடைத்ததா? என்று உறுதி செய்யப்பட்டதற்குப் பின்னர்தான் சாப்பிடுவார். 'தனக்கு எதுவும் தேவையில்லை, சிறந்ததெல்லாம் பிள்ளைகளுக்கு' என்ற மனோபாவம்தான் அவருக்கு. டாடிதான் அனைவருக்கும் முன்னுதாரணமாக இருப்பவர். தலைமறைவு முகாமின் உணர்ச்சிப் பிழம்பான நான்தான் டாடியின் அருகில் அமர்ந்திருப்பேன்.

டாக்டர் டுசல் போதுமான அளவுக்குச் சாப்பிடுவார். எதையும் பேசுவதில்லை. எப்போதுமே அவருக்கு அவசர வேலைதான். மற்ற நேரங்களில் உணவு உட்கொள்வது, உறங்குவது அல்லது கழிவறையில் இருப்பார்.

எல்லி தலைமறைவு முகாமில் வசிப்பவர் அல்ல. கிடைத்ததை எல்லாம் உண்கிறார். எப்போதுமே மகிழ்ச்சியுடன் இருக்கும் பெண்மணி ஆவார். நல்ல முறையில் பழகக்கூடியவர்.

இப்படிக்கு

உன்னுடைய ஆன்

ஆகஸ்ட் 1943 — 10 செவ்வாய்

அன்புள்ள கிட்டி,

ஓர் புதிய கருத்து. அதாவது உணவு வேளையில் நான் பிறரிடம் பேசுவதைவிட அதிகமாக என்னுடன்தான் பேசுவேன். இனி மேல் இரண்டு விஷயங்களுக்காக இதுதான் நல்லதும்கூட. முதலாவது நான் வாசித்துக் கொண்டிருந்தால் பிறருக்கு மகிழ்ச்சி தான். இரண்டாவது, அவர்களுடைய அபிப்பராயங்களைச் செவிமடுத்தால் நானும் சங்கடப்பட வேண்டியதில்லை. என்னு டைய கருத்துக்களை அபத்தமானதாக நான் எண்ணவில்லை. ஆனால் பிறர் அவ்வாறுதான் எண்ணுகின்றனர். அதனால் நான் பேசாமலிருப்பதுதான் நல்லது. விருப்பமில்லாத உணவைப் பற்றி விமர்சிப்பதை விட உடனே நான் அதைப் புசித்து விடுகிறேன். காலையில் விழித்தெழுந்தவுடன் படுக்கையைச் சுருட்டி வைத்து விடுகிறேன். மீண்டும் படுக்கலாம் என்ற விருப்பத்தைத் தவிர்ப் பதற்காக. இத்தகைய மாறுதல்களுக்கு 'வாழும் கலை' என்று என்னுடைய மம்மி பெயர் சூட்டியிருக்கிறார்.

கடந்த ஒரு வார காலமாக நாங்கள் அனைவரும் நேரத்தைப் பற்றி ஆதங்கப்பட்டுக் கொண்டிருந்தோம். எங்களுடைய மிகவும் பிரியமான வெஸ்டர்டொரன் க்ளாக்கை போர்த் தேவைகளுக்காக எடுத்துச் சென்றிருக்கிறார்கள். சரியான நேரத்தை அறிய முடியாமல் நாங்கள் அவதிப்பட்டுக் கொண்டிருக்கிறோம். வேறு எதையாவது பதிலுக்கு கொண்டு வந்து வைப்பார்கள் என்று எதிர் பார்க்கலாம்.

முதல் தரமான ஷூக்கள் அணியும் என்னுடைய பாதங்களைப்

பற்றி அனைவரும் புகழ்ந்துரைப்பார்கள். 27.50 ஃப்ளோரின் கொடுத்து யாரோ ஒருவரிடமிருந்து மீப் இவற்றை வாங்கிக் கொடுத்தார். உயர் ரக தோலில் தயாரிக்கப்பட்டவை. இதை அணிந்தால் நான் மேலும் சற்று உயரமானவளாகத் தென் படுவேன்.

டுசல் மறைமுகமாகவாவது எங்களுடைய உயிருக்கு ஆபத்து விளைவிக்கக் கூடிய ஒரு வேலையைச் செய்திருக்கிறார். முசோலினியையும், ஹிட்லரையும் விமர்சிக்கும் தடை செய்யப்பட்ட ஒரு புத்தகத்தை எடுத்துவர அவர் மீப்பிடம் சொல்லியிருந்தார். புத்தகத்தை கொண்டு வரும் போது அவள் ஒரு ராணுவ வாகனத்தை எதிர்கொள்ள நேரிட்டது. அஞ்சி நடுங்கிய அவள் வேகமாக சைக்கிளை மிதித்து தப்பித்து விட்டாள். அவர்கள் மீப்பை பிடித்து ராணுவ வாகனத்தில் ஏற்றிச் சென்றிருந்தால் என்ன நேர்ந்திருக்கும் என்பதை நினைத்துப் பார்க்கக் கூட முடியவில்லை.

இப்படிக்கு

உன்னுடைய ஆன்

ஆகஸ்ட் 1943 — 18 புதன்

அன்புள்ள கிட்டி,

இந்தக் குறிப்பின் தலைப்பு 'உருளைக்கிழங்கு தோல் உரித்தல் எனும் சமூக உழைப்பு' என்பதாகும்.

ஒருவர் செய்தித்தாள்களைக் கொண்டு வருகிறார். இன்னொருவர் கத்திகளைக் கொண்டு வருகிறார். (மிகவும் கூர்மையானதை தனக்காக தனியாக எடுத்து வைக்கிறார்) மூன்றாவது ஆள் உருளைக்கிழங்கையும், நான்காமவர் ஒரு பாத்திரத்தில் தண்ணீரையும் கொண்டு வருகிறார்.

மிஸ்டர் டுசல்தான் பணியைத் தொடங்குகிறார். அவருக்கு சிறப்பாக தோலுரிக்க வராது. ஆனால் நிறுத்தாமல் உரிக்கிறார். பிறர் செய்வதைப் பார்த்தவாறு அடிக்கடி கருத்துக் கூறுகிறார். ஆன் இதோ இங்கே கவனி. நான் செய்வதைப் போல் மேலிருந்து கீழ் நோக்கி போன்ற ஆலோசனைகள்.

"ஆனால் இதைப்போல் செய்வதுதான் வசதி" என்று பதிலளித்தேன்.

"ஆனால் நான் செய்வதுதான் சரியானது" மிஸ்டர் டுசல் விட்டுக் கொடுக்கத் தயாராயில்லை.

நான் டாடியை உற்று நோக்கினேன். மிகவும் சிரத்தையுடன் தான் டாடி அதைச் செய்து கொண்டிருந்தார். மிகவும் கச்சிதமாக தோலுரித்துக் கொண்டிருந்தார்.

மிசஸ் வான்டான் வேறு பலவற்றையும் கவனித்துக் கொண்டு தான் இந்தப் பணியைச் செய்து கொண்டிருந்தார். பேசுவதும்

சிரிப்பதும் கூச்சலிடுவதுமாக .....

உருளைக்கிழங்கை தோலுரிக்கும்போது 'ஏப்ரன்' அணியத் தேவையில்லை என மிசஸ் வான்டான் கூறினார்.

"நான் அதை அழுக்காக்கவில்லையே", மிஸ்டர் வான்டான் பதிலளித்தார்.

மிசஸ் வான்டான் ஒவ்வொரு விஷயங்களாக நிறுத்தாமல் பேசிக் கொண்டிருந்தார்.

"ஏன் இப்போது ஆங்கிலேயர்கள் விமானத் தாக்குதலை மேற் கொள்ளாமல் இருக்கிறார்கள்."

"காலநிலை பாதகமாக இருப்பதால் இருக்கலாம்."

"நேற்று காலநிலை சாதகமாகத்தானே இருந்தது."

"அதைப்பற்றி நாம் எதையும் பேச வேண்டாம்."

"பாருங்க, மிஸ்டர் ஃப்ராங்க் எப்போதும் அவருடைய மனைவியுடன் பேசிக் கொண்டிருக்கிறாரே?"

இதைச் செவிமடுத்த மிஸ்டர் வான்டானின் முகம் வெளுத்து விட்டது. அதைப் பார்த்த பிறகும் மிசஸ் வான்டான் தொடர்ந்து பேசிக் கொண்டிருந்தார்.

"இந்தப் பிரிட்டிஷ்காரர்கள் எதுவும் செய்வதில்லை."

"பேசாமல் இருக்கத்தானே சொன்னேன்."

மம்மி வாய் விட்டுச் சிரித்தார். நான் காதில் வாங்காதவளைப் போல நடித்தேன். இந்தக் காட்சி ஒவ்வொரு நாளும் திரும்பத் திரும்ப நடைபெறுகிறது.

இப்படிக்கு

உன்னுடைய ஆன்

ஆகஸ்ட் 1943   20 வெள்ளி

அன்புள்ள கிட்டி,

ஐந்தரை மணி ஆனதும் குடோன் பணியாளர்கள் வீடுகளுக்குத் திரும்புகிறார்கள். நாங்கள் சுதந்திரர்களாகிறோம்.

மணி ஐந்தரை. மாலை வேளைகளில் எங்களுக்குச் சுதந்திரம் அளிக்கத்தான் எல்லி வருகிறாள். நான் எல்லியுடன் மாடிக்குச் செல்கிறேன்.

தனக்குத் தேவையான பொருட்களின் பட்டியலுடன் மிசஸ் வான்டான் வருகிறார். "ஓ, எல்லி எனக்கு ஒரே ஒரு விருப்பம்தான் இருக்கிறது". எல்லி என்னைப் பார்த்து கண் சிமிட்டுகிறாள். யாராவது மாடிக்கு வந்தால் உடனே மிசஸ் வான்டான் அவர்களிடம் தன்னுடைய விருப்பங்களின் பட்டியலை முன் வைக்கிறார். அதனால் தானோ என்னவோ யாருமே மாடிக்கு வர விரும்பவில்லை போலும்.

மணி ஐந்தே முக்கால். எல்லி திரும்பிப் போகிறாள். அனைத்து இடங்களையும் ஒரு முறை கண்காணிக்க நான் இரண்டு கீழ்த்தளங்களுக்கும் செல்கிறேன். முதலில் அடுக்களைக்கு, பிறகு ரகசிய அலுவலகத்துக்கு, தொடர்ந்து முர்சிக்கான சிறிய கதவைத் திறப்பதற்காக நிலக்கரி அறைக்கு. ஒரு நெடிய பரிசோதனைக்குப் பிறகு நான் க்ரேலரின் அறைக்குள் நுழைகிறேன். வான்டான் அனைத்து மேசைகளின் டிராக்களிலும் அன்றைய தபால்கள் ஏதாவது வந்திருக்கிறதா என்று ஆராய்கிறார். பீட்டர் குடோன் சாவியையும், மோஃபியையும் எடுத்து வருகிறான். டாடி

டைப்ரைட்டரை மாடிக்கு எடுத்துச் செல்கிறார். தனக்கு நிம்மதியாக அமர்ந்து பணியாற்ற ஒரு இடத்தைத் தேடுகிறாள் மார்கொட். மிசஸ் வான்டான் கேஸ் அடுப்பின் மீது ஒரு 'கெட்டிலை' வைக்கிறார். மம்மி ஒரு பாத்திரத்தில் உருளைக் கிழங்குடன் கீழ்த்தளத்திற்கு வருகிறார். ஒவ்வொருவருக்கும் தாங்கள் என்ன செய்ய வேண்டுமென்பது நன்கு தெரியும்.

பீட்டர் குடோனிலிருந்து சீக்கிரமே திரும்பி விட்டான். ரொட்டியை தேடித்தான் வந்தான். அடுக்களையில் அலமாரியில் தான் ரொட்டியை வைப்பது வழக்கம். அங்கு தென்படாவிட்டால் பீட்டர் எல்லா இடங்களிலும் அலசுவான்.

பீட்டர் முர்சியின் வாலைப் பிடித்து இழுத்தான். முர்சி சீறுகிறது. பீட்டர் விலகிச் செல்கிறான். இப்போது சன்னல் பக்கத்தில் அமர்ந்து முர்சி தன்னுடைய உடலை நக்கிச் சுத்தம் செய்து கொண்டிருக்கிறது. அதை ஈர்ப்பதற்காக பீட்டர் ஒரு ரொட்டித் துண்டை அதன் மூக்கின் பக்கத்தில் கொண்டு போய் வைக்கிறான். பூனை சற்றும் சட்டை செய்யவில்லை. கதவிடுக்கு வழியாக நான் இதையெல்லாம் பார்த்துக் கொண்டிருக்கிறேன். நாங்கள் எங்கள் வேலையைத் தொடர்ந்தோம். டப், டப், டப், மூன்று முறை தட்டினால் உணவு தயாராகிவிட்டது என்று பொருள்.

இப்படிக்கு

உன்னுடைய ஆன்

ஆகஸ்ட் 1943 — 23 திங்கள்

அன்புள்ள கிட்டி,

தலைமறைவு முகாமின் தினசரி வாழ்க்கையைப் பற்றிக் கூறுகிறேன். கடிகாரத்தில் மணி எட்டு அடித்துவிட்டால் மார்கொட்டும், மம்மியும் ஒரே அங்கலாய்ப்புகள்தான். "ஸ்... ஸ் மெல்ல டாடீ," ஸ்... ஸ் ஓட்டோ" "எட்டரை மணி ஆகிவிட்டது", "குழாயைத் திறக்கக் கூடாது", "மெதுவாக நட" - இதெல்லாம் டாடிக்கான அறிவுரைகள்தான். தண்ணீர் பிடிக்கக் கூடாது. அங்கும் இங்கும் நடக்கக் கூடாது. அனைத்தையும் ஓசையின்றித் தான் செய்ய வேண்டும். அலுவலகப் பணியாளர்கள் இல்லாததால் இங்கிருந்து எழும் எந்த ஓசையையும் குடோனில் கேட்கலாம். எட்டு இருபதுக்கு மாடிக் கதவு திறக்கப்படும். என்னுடைய அறையில் செயல்பாடுகள் வேகமாக நடைபெறும். முடியை வாருவது, படுக்கையை அதற்குரிய இடத்தில் திரும்ப வைப்பது போன்ற பணிகள். மிசஸ் வான்டான் ஷூக்களை மாற்றி செருப்புகளை அணிகிறார். மிஸ்டர் வான்டானும் அமைதி காத்தார்.

இப்போது எங்களால் ஒரு உண்மையான குடும்ப வாழ்க்கையின் ஒரு பகுதியை ஓரளவு அனுபவிக்க முடிகிறது. வாசிப்பதும் வேலை செய்வதும்தான் எனக்கு விருப்பம். மார்கொட்டுக்கும் அப்படியே... டாடிக்கும் மம்மிக்கும்கூட அதுதான் விருப்பம். அமரும்போது க்ரீச்சிடும் ஒரு கட்டிலின் ஓரத்தில் டாடி அமர்ந்திருக்கிறார். (கியல் டிக்கன்ஸ் படைப்புகளும் அகராதிகளும் இருக்கிறது) அந்தக் கட்டிலில் மெத்தை விரிக்கவில்லை. ஒன்றன் மீது ஒன்றாக இரண்டு தலையணைகளை வைத்தால் பரவாயில்லை. ஆனால் டாடிக்கு அதிலெல்லாம் ஆர்வமில்லை.

"அதெல்லாம் இல்லாமலேயே நான் அங்கே அமர்ந்து கொள்கிறேன்" என்பார்.

வாசிப்பைத் தொடங்கி விட்டால் டாடி மற்றவற்றை எல்லாம் மறந்து விடுவார். வாசிப்புக்கு மத்தியில் அடிக்கடி வாய்விட்டுச் சிரிப்பார். இந்தக் கதைகளில் மம்மிக்கும் ஆர்வமூட்ட முடிந்த வரை முயற்சிப்பார். எனக்கு இப்போது அதற்கெல்லாம் நேரமில்லை என்று மம்மி பதிலளிப்பார். ஒரு நிமிடம் ஏமாற்றத்துக்குள்ளாகிய டாடி மீண்டும் வாசிப்பில் மூழ்குவார். சற்று நேரத்திற்குப் பிறகு மீண்டும் சுவையான இன்னொரு கதைப் பின்னணிக்கு வரும்போது மீண்டும் மம்மியை அதை ரசிக்க அழைப்பார். மம்மி ஒப்கிளாப் படுக்கையில் அமர்ந்து அவ்வப்போது வாசிப்பதும் தைப்பதும் வேலை செய்வதுமாக இருப்பாள். அப்போது அடிக்கடி எங்களுக்கான வேண்டுகோள்களையும் அளிப்பார். "ஆன் உனக்குத் தெரியுமா"? மார்கொட் இதைக் கொஞ்சம் எழுதித்தா" மீண்டும் அமைதி.

மார்கொட் புத்தகத்தை மூடி வைக்கிறாள். டாடி வாசிப்பில் முன்னைவிட கூடுதலாக மூழ்குகிறார். மம்மி மார்கொட்டுடன் பேசத் தொடங்குகிறார். நான் அதைக் கேட்டுக் கொண்டு அமர்ந்திருக்கிறேன். டாடியும் மெதுவாகப் பேச்சுக்கு வருகிறார். ஒன்பது மணியாகிவிட்டது. காலைச் சிற்றுண்டி நேரம்.

இப்படிக்கு

உன்னுடைய ஆன்

செப்டம்பர் 1943

10 வெள்ளி

அன்புள்ள கிட்டி,

ஒவ்வொரு முறையும் நான் உனக்குக் கடிதம் எழுதும்போதும் ஏதாவது ஒரு சிறப்புச் சம்பவம் நடைபெறுகிறது. அதில் பெரும் பாலும் மகிழ்ச்சியற்ற விஷயங்கள்தான். ஆனால் இப்போது ஒரு நல்ல விஷயம் நடைபெற்றுக் கொண்டிருக்கிறது. கடந்த புதன்கிழமை மாலையில் அதாவது செப்டம்பர் 8ம் தேதி நாங்கள் அனைவரும் ஏழு மணி செய்தியை கேட்கக் காத்திருந்தோம். முதல் செய்தி - போர் தொடர்பான மிகவும் நல்ல செய்தி - இத்தாலி சரணடைந்துவிட்டது. இத்தாலியின் நிபந்தனையற்ற சரணாகதி, எவ்வளவு ஆவேசமான செய்தி அது, 8.15க்கு இங்கிலாந்திலிருந்து ஒலிபரப்பாகும் டச்சுச் செய்தித் திரட்டு ஆரம்பமாகியது. "நேயர்களே ஒரு மணி நேரத்திற்கு முன்பு இன்றைய போர்ச் செய்திகளை நான் எழுதி முடித்த உடனேதான் இத்தாலியின் சரணாகதி செய்தி கிடைத்தது. அதுவரை நான் எழுதிய அனைத் தையும் மகிழ்ச்சியுடன் குப்பைக் கூடைக்குள் போட்டுவிட்டேன். அமெரிக்காவின் தேசிய கீதமும், பிரஞ்சுக்காரர்களின் சர்வதேச கீதமும் பாடப்பட்டன. வழக்கம் போல டச்சு ஒலிபரப்பு உத்வேக மூட்டக் கூடியதாக இருப்பினும் பெருமளவுக்கு எதிர்பார்ப் பளிக்கக் கூடியதாக இல்லை.

இப்போதும் எங்களுக்கு பல பிரச்சனைகள் இருக்கின்றன. க்லீமேனைப் பொறுத்தது அவை! எங்களுக்கு மிகவும் பிரிய மானவர் அவர். எப்போதும் மகிழ்ச்சியாக இருப்பார். அசாமான்ய துணிச்சல்காரர். ஆனால் உடல்நலம் குன்றியிருக்கிறார். அதிகமாக

உணவு உட்கொள்ளவோ, நடக்கவோ கூடாது. மிஸ்டர் க்லீமேன் நுழையும்போது வீட்டுக்குள் சூரியன் உதிப்பதாக மம்மி அண்மையில் கூறியது மிகவும் உண்மை. அண்மையில் வயிறு தொடர்பான ஒரு அறுவை சிகிச்சைக்கு அவர் மருத்துவமனையில் சேர்க்கப்பட்டார். நான்கு வாரங்களாவது அவர் அங்கு படுக்க வேண்டும் போலிருக்கிறது. பக்கத்தில் உள்ள ஒரு கடைக்கு பொருள் வாங்கச் செல்வதுபோன்ற லாகவத்துடன் அவர் எங்களிடம் விடைபெற்றார்!

இப்படிக்கு

உன்னுடைய ஆன்

மார்கொட் தன் நண்பர்களுடன் 1929

செப்டம்பர் 1943   16 வியாழன்

அன்புள்ள கிட்டி,

இங்கு ஒவ்வொரு நாளும் மக்களுக்கு இடையிலான உறவுகள் நலிவடைந்து கொண்டிருக்கின்றன. உணவு வேளைகளில் யாருமே வாயைத் திறப்பதில்லை. (சாப்பிடுவதைத் தவிர்த்து). ஏனென்றால் யாராவது எதாவது சொன்னால் அது வேறு யாரை யாவது நிம்மதியிழக்கச் செய்யும். தினமும் வருத்தத்திலிருந்து மீள நான் வலேரியன் மாத்திரைகளை உட்கொள்கிறேன். ஆனால் மறுநாள் நான் மேலும் வருந்துவதைத் தவிர வேறு எந்தப் பலனும் இல்லை. மனம் திறந்து சிரிக்க முடிந்தால் அது இந்த மாத்திரை களைவிடப் பயனுடையதாக இருக்கும். ஆனால் நாங்கள் அனைவரும் சிரிப்பதை மறந்துவிட்டோம். அடிக்கடி எனக்கு ஓர் அச்சம் ஏற்படும் - இந்த முகத்தை மேலும் இறுக வைத்தால் என்னுடைய முகம் மேலும் நீண்டு உதடுகளின் இருபக்கமும் கீழ் நோக்கி தொங்கி விடும்என்று! மற்றவர்களுக்கும் இதே நிலைமை தான். பீதியுடன்தான் வரவிருக்கும் குளிர்காலத்தைப் பற்றி எல்லோரும் நினைத்துக் கொண்டிருக்கின்றனர். எங்களை வாட்டும் இன்னொரு விஷயம், குடோன் ஊழியரான வி.எம். எங்களுடைய தலைமறைவு முகாமைப் பற்றி சந்தேகப்படுவது தான். அவர் தேவையற்ற விசாரிப்புகளை இந்த விஷயத்தில் மேற்கொள்வதுதான் எங்களை அச்சுறுத்துகின்றன. முற்றிலும் நம்பக்கூடியவராக அவர் இல்லை. ஒரு நாள் மிகவும் எச்சரிக்கை யாக இருக்க வேண்டுமென்று கூறிவிட்டு க்ரேலர் அருகாமையிலி ருக்கும் மருந்துக் கடைக்குப் போனார். ஐந்து நிமிடங்களில் திரும்பி வந்த அவர் ஒன்றே காலுக்கு திரும்பச் செல்ல இருந்த

போது வி.எம். அலுவலத்தில் இருப்பதாக எல்லி முன்னறிவிப் பளித்தாள். கிரேலர் திரும்பி வந்து ஒன்றரை மணிவரை எங்களுடன் இருந்தார். பின்னர் ஷூக்களை கழற்றி ஒவ்வொரு படிக்கட்டிலும் ஓசையெழுப்பாமல் சற்று நேரம் நின்றவாறு கீழ்த்தளத்திற்கு சென்றார். இதற்குள் எல்லி, வி.எம்-மிடமிருந்து தப்பி கிரேலரை அழைத்துச் செல்ல வந்தாள். அப்போதும் கழற்றிய ஷூக்களை கையில் ஏந்தி நிற்கும் மானேஜரைப் பார்த்தால் சாலையில் செல்வோர் என்ன நினைப்பார்கள்? பரவாயில்லை! சாக்ஸ் மட்டுமே அணிந்து நடக்கும் மானேஜர்!

இப்படிக்கு
உன்னுடைய ஆன்

செப்டம்பர் 1943

29 புதன்

அன்புள்ள கிட்டி,

இன்றைக்கு மிசஸ் வான்டானுக்கு பிறந்த நாள். நாங்கள் அவருக்கு ஒரு ஜாடி நிறைய ஜாம், பால்கட்டி, இறைச்சி, ரொட்டி போன்றவற்றை வாங்குவதற்கான கூப்பனை அளித்தோம். மிஸ்டர் வான்டான், டுசல், எங்களுடைய காப்பாளர்கள் ஆகிய வர்களிடமிருந்து உணவுப் பொருட்களும் பூக்களும் போன்றவை அனைத்தும் அவருக்கு பரிசாகக் கிடைத்தன. இந்தச் சூழலில் இதைத்தானே செய்ய முடியும்!

எல்லி இந்த வாரம் மிகவும் பொறுமை இழந்து காணப் பட்டார். பல முறை ஒவ்வொரு விஷயத்துக்காகவும் அவளை வெளியே அனுப்ப வேண்டியதாயிற்று. மீண்டும் மீண்டும் வெளியே செல்ல நேர்ந்தபோது அவளுக்கு சங்கடமாக இருந்தது. க்லீமேனுக்கு உடல் நலமின்மை, மீப் ஜலதோஷம் பிடிபட்டு வீட்டிலேயே இருக்கிறாள். எல்லிக்கு கால் சுளுக்கிக்கொண்டதால் ஏற்பட்ட வலி, அவளுடைய காதல் தொடர்பான பிரச்சனைகள், எப்போதுமே புகார் சொல்லிக் கொண்டிருக்கும் அவளுடைய தந்தை - இதற்கிடையில் அவள் பொறுமை இழக்காமல் இருந் தால் ஆச்சரியம்! ஓயாமல் வெளியே போகமுடியாது என்று சொன்னால் கடைகளிலிருந்து கொள்முதல் செய்யவேண்டிய பொருட்களின் பட்டியலின் நீளம் சுருங்கிவிடும் என்று நாங்கள் அவளைத் தேற்றினோம்.

மிஸ்டர் வான்டானுக்கு மீண்டும் ஏதோ கோளாறு ஏற்பட்டி ருக்கிறது. ஏதாவது ஒரு விஷயத்துக்காக டாடியும் சதா

கோபப்படுகிறார். இறைவா இன்னும் என்ன கொடுமை எங்க ளுக்கு நிகழப்போகிறதோ! இந்த களேபரங்களில் இருந்து விலகியிருக்க எனக்கு சாத்தியப்பட வேண்டுமே! இல்லா விட்டால் விரைவில் எனக்கு பைத்தியம் பிடித்துவிடும்.

இப்படிக்கு
உன்னுடைய ஆன்

அக்டோபர் 1943 29 வெள்ளி

அன்புள்ள கிட்டி,

வான்டான் தம்பதிகளுக்கு இடையில் மீண்டும் சச்சரவு நிகழ்ந்திருக்கிறது. சிறிது நாட்களுக்கு முன் க்லீமேன் தனக்கு பரிச்சயமான ஒரு கம்பளி வியாபாரியைப் பற்றி பேசிக் கொண்டிருந்தார். தன்னுடைய மனைவியின் கம்பளிச் சட்டையை வியாபாரியிடம் விற்பனை செய்ய அவர் விரும்பினார். முயல் ரோமத்தில் தயாரிக்கப்பட்ட அந்த சட்டை, கடந்த பதினேழு ஆண்டுகளாக மிசஸ் வான்டான் பயன்படுத்தி வருவதாகும். 325 ஃப்ளோரினுக்கு மிஸ்டர் வான்டான் அதை விற்றுவிட்டார். முற்றிலும் நியாயமான விலை கிடைத்தது. போர்க்காலம் முடிந்த பிறகு இந்தப் பணத்தால் புதிய ஆடைகளை வாங்க வேண்டு மென்பது மிசஸ் வான்டானின் விருப்பம். ஆனால் அன்றாடச் செலவுக்கு பணமில்லாததால் இந்தப் பணத்தைச் செலவழிக்க வேண்டும் என்று மிஸ்டர் வான்டான் அடம்பிடித்தார்.

பரஸ்பரம் ஏசுவதும் ஆக்ரோஷிப்பதும் வாய்விட்டுக் கதறு வதும் சற்று நேரம் நீடித்தது. அச்சமூட்டும் சூழல். மாடிப்படி களின் கீழ் மூச்சை அடக்கிக் கொண்டு நாங்கள் நின்று கொண்டிருந் தோம். தேவைப்பட்டால் அவர்களை விலக்கிவிடத் தயாராக இருந்தோம். இந்த சண்டை சச்சரவுகளும், அழுகையும் சொல் லொணாத ஒரு டென்ஷனை உருவாக்குகிறது. பெரும்பாலும் அழுதவாறுதான் நான் படுக்கையில் சாய்கிறேன். அரைமணி நேரமாவது மன நிம்மதியுடன் இருக்க இயலவேண்டும் என்பது தான் என்னுடைய பிரார்த்தனை.

மிஸ்டர் க்லீமேனுக்கு மீண்டும் உடல்நலம் குன்றியது. வயிற்றுக்குள் இருக்கும் பிரச்சனைகள் அவருடைய அமைதியைக் குலைக்கின்றன. வயிற்றிலிருந்து வெளியேறும் ரத்தம் வழிதல் நின்றுவிட்டதா என்றுகூட அவருக்குத் தெரியவில்லை. எப்போதும் மகிழ்ச்சியுடன் இருக்கும் க்லீமேன் முதல் முதலாக கடந்த நாள்தான் சோகமாகத் தென்பட்டார். தனக்கு உடம்பு சரியில்லை என்றார் அவர்.

முற்றிலும் பசியில்லை என்பதைத் தவிர்த்தால் எனக்கு எந்தப் பிரச்சனையும் இல்லை. பசியில்லாததால் சாப்பிட இயலவில்லை. உனக்கு உடம்பு சரியில்லை போலத் தெரிகிறதே என்று அவர்கள் என்னிடம் திரும்பத் திரும்பக் கேட்கின்றனர். என்னுடைய உடல்நலத்தில் அவர்கள் இயன்றவரை அக்கறை செலுத்துகிறார்கள். திராட்சை ரசம், மீன் எண்ணை, ஈஸ்ட் மாத்திரைகள், கால்சியம் அனைத்தும் எனக்களிக்கிறார்கள். என்னுடைய நரம்புகள் தளர்ந்துவிட்டன. குறிப்பாக ஞாயிற்றுக்கிழமைகளில் முற்றிலும் சகிக்க முடியாத சூழல். துயரம் தோய்ந்த தூங்கி வழியும் சூழல். ஒரு பறவையின் இனிமைக் குரலைக்கூட கேட்க முடியவில்லை. எங்கும் சுடுகாட்டு அமைதி. அது என்னைப் பிடித்து உலுக்கி பாதாளத்திற்கள் ஆழ்த்திவிடும் என்று நான் அச்சப்படுகிறேன்.

அத்தகைய வேளைகளில் டாடியும், மம்மியும், மார்கொட்டும் யாருமே எனக்கு உதவ முன் வருவதில்லை. ஒரு அறையிலிருந்து இன்னொன்றுக்கு கீழ்த்தளத்திலிருந்து மாடிக்கு நான் பதட்டத்துடன் உலாத்துகிறேன். கொடூரமாக சிறகுகள் துண்டிக்கப்பட்ட ஒரு வானம்பாடி, கரிய இருளில், கூண்டின் இரும்புக் கம்பிகளில் தலையை மோதி உழல்வதைப்போல உணர்கிறேன். வெளியே செல், மனம் திறந்து சிரி, தூயக் காற்றை சுவாசி என்று என் உள்ளத்திலிருந்து யாரோ கட்டளையிடுவதைப் போல் உணர்கிறேன்.

ஆனால் அதன்படி நடக்க என்னால் இயலவில்லை. பொழுதை உடனே கழித்துவிட, தனிமையையும் சகிக்க முடியாத பீதியையும்

மறப்பதற்காக நான் ஓடிப்போய் படுக்கையில் குப்புற விழுந்து மெதுவாக தூங்கி விடுகிறேன். க்லீமேன் திரும்பி வந்துவிட்டார். முகம் இன்னும் வெளிறியவாறுதான் காணப்படுகிறது. இருப்பினும் வான்டான் குடும்பத்துக்காக துணிகளை விற்பனை செய்யக் கிளம்பிவிட்டார் மகிழ்ச்சியுடன். வான்டான் குடும்பத்தின் கையிலிருந்த பணமனைத்தும் கரைந்துவிட்டது. கோட்டுகள், மற்ற துணிகள், ஷீக்கள் போன்ற தன்னுடைய பொருட்கள் எதையும் விற்பதற்கு மிசஸ் வான்டான் விரும்பவில்லை. தன்னுடைய 'சூட்'டுக்கு அதிகமான விலையே எதிர்பார்ப்பதால் அதை யாரும் வாங்க முன்வரவில்லை. இறுதியில் என்ன நிகழும் என்பதை யாராலும் கூறமுடியாது. எதுவாயினும் மிசஸ் வான்டான் தன்னுடைய ரோமச்சட்டையை விற்காமலிருக்க முடியாது. அதைப் பற்றி பயங்கரமான ஒரு சச்சரவு மாடியில் நடந்து முடிந்து விட்டது. தற்போது சமரசத்தின் பொழுதாகும். என்னுடைய பிரியமான நாய், என்னுடைய செல்லம், கெர்லி போன்ற அழைப்புகளுக்கான வேளை.

இந்த இல்லத்தில் சிறிது காலமாக நடைபெற்றுக்கொண்டிருக்கும் ஒருவர் இன்னொருவர்மீது கூறும் குற்றச்சாட்டுகள் என்னை வியக்க வைக்கிறது. டாடி எப்போதும் சிந்தனை வயப்பட்டவராக இருக்கிறார். மம்மியும் மனத்தளவில் டென்ஷனாகிக் காணப்படுகிறார். மார்கொட்டுக்கு எப்போதுமே தலைவலிதான். டுசலுக்கு தூக்கம் கிடையாது. மிசஸ் வான்டானுக்கு புகார் இல்லாத வேளைகளே இல்லை. ஓ! எனக்கு மூளைக்கோளாறு ஏற்பட்டாலும் ஆச்சரியப்படுவதற்கில்லை. பல வேளைகளில் நான் யாரிடம் சச்சரவில் ஈடுபட்டேன், யாரிடம் இணக்கமாக இருந்தேன் என்பதுகூட மறந்து போகிறது.

இதிலிருந்து மனதை விடுதலை செய்ய ஒரேஒரு வழி படிப்பில் கவனம் செலுத்துவதுதான். அதைத்தான் நான் செய்து கொண்டிருக்கிறேன்.

இப்படிக்கு
உன்னுடைய ஆன்

நவம்பர் 1943 3 புதன்

அன்புள்ள கிட்டீ,

பெய்டன் டீச்சர்ஸ் இன்ஸ்ட்டியூட்டிலிருந்து டாடி ஒரு ப்ரோஸ்பெக்ட்ஸ் தருவித்து இருக்கிறார். எங்களுடைய கல்வி தொடர்பாக எதையாவது செய்ய வேண்டுமென்பதற்காகத்தான். தடித்த அந்தப் புத்தகத்தை இரண்டு மூன்று தடவை புரட்டிப் பார்த்தபிறகும், தனக்குத் தேவையான எதையும் மார்கொட் அதில் காணவில்லை. டாடியே ஒரு வழியைச் சொன்னார். லத்தீன் மொழி அரிச்சுவடியைப் புரிந்துகொள்வதற்காக தேவையான பயிற்சியை அளிக்க டீச்சர்ஸ் இன்ஸ்டியூட்டுக்கு கடிதம் எழுதச் சொன்னார். எனக்காக குழந்தைகளின் பைபிளை அனுப்பித் தர எழுதுமாறும் டாடி கூறினார். புதிய ஏற்பாட்டைக் குறித்து நான் எதையாவது புரிந்து கொள்ளலாமல்லவா? ‘சானுகாவுக்கு’ புதிய பைபிளை இவளுக்கு பரிசளிப்பதற்காகவா? என்று மார்கொட் கேட்டாள். ‘செயிண்ட் நிக்கலாஸ் தினத்தில் கிறிஸ்துவுக்கும், சானுகாவுக்கும் பொருத்தமில்லை’ என்றார் டாடி.

இப்படிக்கு
உன்னுடைய ஆன்

நவம்பர் 1943 — 8 திங்கள்

அன்புள்ள கிட்டீ,

இந்தக் கடிதங்களின் தொகுப்பைப் புரட்டிப் பார்த்தால் தெரிய வரும் ஒரு விஷயம், மிகவும் திடீரென மாறிக் கொண்டிருக்கும் என்னுடைய மனநிலையாகத்தானிருக்கும். புறச்சூழல் என்னைக் கணிசமாக பாதிக்கிறது என்பது சங்கடமான விஷயம். ஆனால் எல்லோருடைய விஷயத்திலும் இப்படித்தான் இருக்கிறது. என்னை ஈர்க்கும் ஒரு புத்தகத்தைக் கையில் ஏந்திய பிறகுதான் என்னால் பிறரை எதிர்கொள்ள முடிகிறது. பெரும்பாலான பொழுதுகளிலும் நான் கடினமான துயரத்திற்கு உள்ளாகிறேன். என்ன காரணம் என்று தெரியவில்லை. ஒருவேளை, நான் ஒரு கோழையானதால் இருக்கலாம்.

இன்று மாலை எல்லி இங்கிருந்தபொழுது காதைத் துளைக்கும் ஒரு நீண்ட மணியோசை எழுந்தது. நான் பயந்து நடுங்கி விட்டேன். என்னுடைய இதயம் பலமாகத் துடிக்கத் தொடங்கி விட்டது. கூடவே வயிற்று வலி வேறு. பல இரவுகளில் தூங்கச் செல்லும்போது நான் ஒரு இருட்டறையில் இருப்பதைப்போல் உணர்வேன். சில வேளைகளில் எங்களுடைய மம்மியும் டாடியும் என்னுடன் இல்லாத நேரத்தில் ஆள் நடமாட்டமற்ற சாலையில் நான் தனியாக நடந்து செல்வதைப் போலத் தோன்றுவதும், சில வேளைகளில் எங்களுடைய தலைமறைவு முகாம் தீப்பற்றி எரிவதாகவும் அல்லது நாஜி பயங்கரவாதிகள் எங்களைப் பிடித்துச் செல்வதாகவும் நினைப்பேன். எல்லாமே உண்மையில் நடை பெறுவதாகத்தான் உணர்கிறேன். எந்த வினாடியும் இவ்வாறெல்

லாம் நிகழலாம் என்று தோன்றுகிறது.

இந்தத் தலைமறைவு முகாமில் நாங்கள் மேற்கொள்ளும் மனக்கட்டுப்பாடு பொறாமை கொள்ளச் செய்வதாகத்தான் மீப் கூறுகிறாள். அது உண்மையாக இருக்கலாம். ஆனால் நாங்கள் அனுபவிக்கும் பயத்தின் உண்மையான ஆழம் அவருக்குத் தெரியாது. இனி என்றைக்கும் சாதாரணமான ஒரு வாழ்க்கையோ, பார்வையோ எங்களுக்கு வாய்க்கும் என்றும் தோன்றவில்லை. எங்களுடைய பழைய வீட்டைப் பற்றியும், என்னுடைய தோழி களைப் பற்றியும், பள்ளிக்குச் செல்லும் குதூகலத்தைப் பற்றியும் நினைக்கும்போது, நானில்லை வேறொரு நபர்தான் அதையெல் லாம் அனுபவித்ததாக எண்ணத் தோன்றுகிறது.

“தலைமறைவு முகாமில்” வாழும் எங்கள் எட்டுப்பேரைப் பற்றியும் நினைக்கும்போது, இருண்ட அச்சம் மிகுந்த கரு மேகங்களால் சூழப்பட்ட சிறியதோர் சொர்க்கம்தான் என் நினைவுக்கு வருகிறது. இப்போதுகூட எங்களால் மிதிபடும் இந்தத் தரை பாதுகாப்பானதுதான். ஆனால் மேகங்கள் நெருங்கி நெருங்கி வருகின்றன. எங்களுடைய பாதுகாப்புக்கும் நெருங்கிக் கொண்டிருக்கும் ஆபத்துக்கும் மத்தியிலான இடைவெளி சுருங்கிக் கொண்டிருக்கிறது. இருளும் பயங்கரமும் எங்களை நெருங்கி வருவதற்கேற்ப நாங்கள் ஒவ்வொருவரும் ஒரு பாது காப்பு வழியைத் தேடி உழன்று கொண்டிருக்கிறோம். நிரந்தரமாக போர் நடை பெறும் இடங்கள், அமைதி விடியும் அழகான இடங்கள் போன்றவற்றைப் பற்றியெல்லாம் நாங்கள் சிந்தித்துக் கொண்டிருக்கிறோம். எங்களைத் தப்பிச் செல்ல அனுமதிக்காத பயங்கரமான ஆபத்தைப் பற்றி எண்ணுகிறோம். இன்றுவரை அது எங்களை நொறுக்க முடியவில்லை. என்னால் இதயம் வெடித்துக் கெஞ்சி அழத்தான் இயலும். இந்தக் கருமேகங்கள் கலைந்து எங்களுடைய பாதுகாப்பு வழி தென்படவேண்டும்.

இப்படிக்கு

உன்னுடைய ஆன்

நவம்பர் 1943 — 11 வியாழன்

அன்புள்ள கிட்டீ,

இந்த அத்தியாயத்துக்குப் பொருத்தமான ஒரு தலைப்பை நான் கண்டடைந்து விட்டேன்...

“என்னுடைய ஊற்றுப் பேனாவின் நினைவுக்காக ஒரு கண்ணீர்க் காவியம்”.

என்னுடைய ஊற்றுப் பேனா எந்நாளும் எனக்கு விலைமதிக்க முடியாத சம்பாத்தியத்தின் ஒன்றாகும். அதைக் குறிப்பாக அதன் கனத்த நிப்பை நான் மிக விலை உயர்ந்ததாக கருதுகிறேன். ஏனென்றால் கனத்த நிப்பினால் மட்டும் தான் என்னால் அழகாக எழுத முடியும். என்னுடைய பேனாவுக்கு நெடிய சுவையாக ஒரு எழுதுகோல் வாழ்க்கை இருக்கிறது. உன்னிடம் அந்தக் கதையைக் சுருக்கமாகக் கூறுகிறேன்.

எனக்கு அப்போது ஒன்பது வயது. அன்றைக்கு ஆச்சனில் வசித்துக் கொண்டிருந்த என்னுடைய பாட்டி தான் எனக்கு அந்தப் பேனாவை அனுப்பி வைத்தார். பஞ்சுக்குள் அழகாகப் பொதிந்து ‘சாம்பிள் விற்பனைக்கு அல்ல’ என்று எழுதப்பட்ட ஒரு கவருக்குள் வைக்கப்பட்டிருந்தது. அப்போது நான் பிப்ரவரி மாத குளிர் காற்றில் ஃப்ளூ ஜுரத்தால் பீடிக்கப்பட்டு படுக்கையில் இருந்தேன். சிகப்பு நிற தோல் உறைக்குள் இருந்த அந்தப் பேனாவை நான் என்னுடைய நண்பர்களுக்கெல்லாம் காட்டி னேன். அவ்வாறு ஆன் ஃப்ராங் என்ற நான் ஒரு பேனாவின் உரிமையாளரானேன். எனக்குப் பத்து வயது நிரம்பியபோது அந்தப் பேனாவைப் பள்ளிக்கு எடுத்துச் செல்லவும் ஆசிரியையின்

விசேஷ அனுமதியுடன் அதைப் பயன்படுத்தும் பேரயையும் பெற்றேன்.

அடுத்த ஆண்டு அதைப் பயன்படுத்த என்னால் முடியவில்லை. ஏனென்றால் ஆறாம் வகுப்பு ஆசிரியை பள்ளிப் பேனாக்களையும், மைக்குப்பிகளையும் மட்டும்தான் பயன்படுத்த வேண்டும் என்று கட்டாயப்படுத்துபவராக இருந்தார்.

எனக்கு பன்னிரண்டு வயதான போது ஜூயிஸ் லைசியத்தில் சேர்ந்தேன். அந்த விசேஷ வாய்ப்பின் அங்கீகாரமாக என்னுடைய பேனாவுக்கு ஓர் புதிய கூடு கிடைத்தது. கூடுதலாக ஒரு பென்சிலை வைக்கவும் அதில் இடமிருந்தது. ஒரு ‘ஸிப்’ இழுத்து மூடக்கூடிய அந்தக் கூடு பார்க்க மிகவும் அழகாக இருந்தது.

எனக்கு பதிமூன்று வயதாகியதும் எங்களுடன் அந்தப் பேனாவும் தலைமறைவு முகாமுக்கு வந்தது. ஏராளமான நாட் குறிப்புகளும் காம்பொசிஷன்களும் இதன் நிப்பின் வாயிலாக பிறவி எடுத்தன.

தற்போது எனக்கு பதினான்கு வயது. நாங்கள் ஒன்றாக இருந்த கடைசி ஆண்டும் கழிந்துவிட்டது.

ஒருநாள் வெள்ளிக்கிழமை மாலை ஐந்து மணிக்கு அந்தச் சம்பவம் நிகழ்ந்தது. நான் என்னுடைய மேசைக்கருகில் அமர்ந்து எழுதத் தொடங்கும்போதுதான் மார்கொட்டும் டாடியும் சேர்ந்து என்னை அங்கிருந்து தள்ளி அப்புறப்படுத்தினார்கள். அது அவர்களுடைய லத்தீன் மொழி பயிலும் நேரமாம். ஊற்றுப் பேனா பயன்படுத்தாமல் மேசை மீதிருந்தது. அதன் உரிமையாளரான நான் மேசையின் ஒரு மூலையில் இருந்த பயிர் மணிகளைச் சுரண்டிக் கொண்டிருந்தேன்.

பாசி படிந்த அந்தப் பயிர்மணிகளைச் சுரண்டிச் சுத்தம் செய்யும் பணியை முடித்தபிறகு நான் அந்த இடத்தைப் பெருக்கித் தரையில் கிடந்த கழிவுகளை ஒரு செய்தித் தாளில் கொட்டி அடுப்பில் போட்டேன். திடீரென அடுப்பில் தீப்பற்றி எரிந்தது. அதற்குள் லத்தீன் மொழி பயில்பவர்கள் அங்கிருந்து போய்விட்டதால் நான்

மேசையின் அருகே சென்று எழுதத் தயரானேன். ஆனால் என்னுடைய பேனாவை அங்கு காணவில்லை. சற்று நேரம் தேடிய பின்னரும் பேனாவைக் கண்டுபிடிக்க முடியவில்லை. அப்போது மார்கொட் கூறினாள், "ஒருவேளை காராமணித் தோல்களுடன் அது அடுப்பில் விழுந்திருக்கலாம்" இல்லை இல்லை, அப்படி நேர்ந்திருக்காது" என்றேன் நான். ஆனால் விசாலமான தேடுதலுக்குப் பின்னரும் பேனா அகப்படாததால் மார்கொட் கூறியது உண்மையாக இருக்கலாம் என்று எனக்குத் தோன்றியது. குறிப்பாகச் சொல்வதானால் செலுலாயிட் எளிதாகத் தீப்பிடிக்கக் கூடிய பொருளல்லவா?

மறுநாள் எங்களுடைய சந்தேகம் சரிதான் என்பது நிரூபணமாகியது. டாடி அடுப்பைச் சுத்தம் செய்யும்போது எரிந்து கருகிய பேனாவின் மூடி அகப்பட்டது. தங்க நிப்பின் ஒரு துகள் கூட காணக் கிடைக்கவில்லை. 'அது உருகி எங்காவது ஒட்டிக் கிடக்கலாம்' என்றார் டாடி.

மிகவும் பலவீனமாக இருப்பினும் எனக்கு ஒரு ஆறுதல். என்னுடைய பேனா எரியூட்டப்பட்டுவிட்டது. வேறு எப்போதாக இருந்தாலும் இதுவேதான் நிகழ வேண்டுமென்பது என்னுடைய விருப்பமாக இருக்கும்.

இப்படிக்கு

உன்னுடைய ஆன்

நவம்பர் 1943 17 புதன்

அன்புள்ள கிட்டீ,

அழிவுகள் நிகழ்ந்து கொண்டிருக்கின்றன. எல்லியின் வீட்டில் டிஃப்தீரியா பீடித்திருப்பதால் ஆறுவாரக் காலத்திற்கு அவளுக்கு எங்களைப் பார்க்கக் கூடவழியில்லை. உணவு விஷயங்களிலும் கடைகளுக்குச் செல்வது போன்ற பணிகளிலும் அவள் இல்லாத தால் எங்களுக்கு ஏற்பட்ட சிரமங்கள் ஏராளம். அவளுடைய நட்பு இழந்து விடும் சங்கடம் வேறு. க்லீமேன் படுத்த படுக்கை யாகத்தான் இருக்கிறார். ஓட்டுமீல் கஞ்சியும் பாலும் மட்டும்தான் கடந்த மூன்று வாரங்களாக உணவு. பைத்தியம் பிடிக்கச் செய்யும் அவசரங்களில் சிக்கி கிரேலர் தவித்துக் கொண்டிருக்கிறார். மார்கொட் எழுதி அனுப்பும் லத்தீன் பாடங்களை லெய்டனில் இருக்கும் டீச்சர்ஸ் இன்ஸ்டிட்யூட் ஆசிரியர் ஒருவர் திருத்தி அனுப்புகிறார். எல்லியின் பெயரில்தான் அனுப்பி வைக்கிறார். அவர் கௌரவமானரும் கண்ணியம் மிக்கவருமாக இருப்பார். இவ்வளவு புத்திசாலியான ஒரு சிஷ்யை கிடைத்ததில் அவர் மகிழ்ந்திருப்பார்.

டுசல் மொத்தத்தில் மனவருத்தத்தில் இருக்கிறார். அதன் காரணம் எங்களுக்கு புரியவில்லை. மௌன விரதம் பூண்டிருக் கிறார். வான்டான் தம்பதிகளுடன் எதுவும் பேசுவதில்லை. மம்மி டுசலுக்கு ஒரு முன்னெச்சரிக்கை விடுத்தார். நிலைமை இப்படியே போய்க் கொண்டிருந்தால் மிசஸ் வான்டான் டுசலுக்கு பிரச் சனைகளை உருவாக்குவார். மிஸ்டர் வான்டான்தான் முதலில் தன்னுடன் பேசாமலிருந்தார் என்று டுசல் கூறினார்.

டுசல் தலைமறைவு முகாமுக்கு வந்து நேற்றோடு நவம்பர் 16-க்கு ஒரு ஆண்டு பூர்த்தியாகிறது. அதன் நினைவாக மம்மிக்கு ஒரு பூச்செடியை அவர் பரிசளித்தார். ஆனால் டுசலுக்கு எங்களிடம் இளக்காரம் என்ற தோரணையில் பழகிய மிசஸ் வான்டானுக்கு எதுவும் கிடைக்கவில்லை.

இந்த தலைமறைவு முகாமில் அவரைக் கூடத் தங்கவைத்ததற் காக எங்களுக்கு நன்றி கூறுவதற்கு மாறாக, டுசல் ஒரு வார்த்தைக்கூடப் பேசவில்லை. அதுமட்டுமின்றி பதினாறாம் தேதி காலையில், இந்நாள் நான் அவரிடம் வாழ்த்தவேண்டுமா? இரங்கல் தெரிவிக்க வேண்டுமா? என்று கேட்டபோது எதுவா னாலும் பிரச்சனையில்லை என்று பதிலளித்தார். மம்மி சமாதான முயற்சிக்கு துணியவில்லை.

"சிந்தை மிக உயர்ந்ததெனில் - மனிதர்தம் செயல்களோ மிக அற்பம்."

இப்படிக்கு

உன்னுடைய ஆன்

நவம்பர் 1943 27 சனி

அன்புள்ள கிட்டீ,

நேற்று இரவு நான் தூங்கச் செல்வதற்கு முன் என் முன்னால் ஒருவள் வந்து நின்றாள். பள்ளியில் என்னுடைய மிகவும் பிரியமான தோழி லயிஸ்.

என் கண்ணெதிரில் கிழிந்த கந்தலுடையணிந்து மெலிந்து கருகிய முகத்துடன் அவள் காட்சியளித்தாள். அவளுடைய கண்களில் துயரமும் வெறுப்பும் நிழலாடின. "ஆன் நீ ஏன் என்னை கைவிட்டுச் சென்றுவிட்டாய்? எனக்கு சற்றே உதவி செய்வாய், இந்த நரகத்திலிருந்து தப்பிப்பதற்காக!" என்று அவள் கெஞ்சினாள்.

ஆனால் என்னால் என்ன செய்ய முடியும்? பிறர் துயருறுவதப் பார்ப்பதற்கும், அவர்களுடைய கஷ்டங்களைத் தீர்ப்பதற்கும் கடவுளை வேண்டுவதைத் தவிர என்னால் என்ன செய்ய முடியும்?

அவளைப் புரிந்து கொள்ளவில்லை என்றுதான் இப்போது எனக்குத் தோன்றுகிறது. அப்போது நான் மிகவும் சின்னவளாகத் தானே இருந்தேன்! அவளுக்கு ஒரு புதிய தோழி கிடைத்தவுடன் அவர்களைப் பிரிப்பதற்காக நான் முயற்சி செய்ததாக அவள் தவறாக எண்ணி விட்டாள். நான் விலகியிருந்தது நிச்சயமாக அவளை வருந்தச் செய்திருக்கும். இப்போது இதோ பரிதாப கரமாக அவள் என்னைப் பார்த்துக் கொண்டிருக்கிறாள்!

நான் விரும்பினதெல்லாம் எனக்குக் கிடைக்கிறது. ஆனால் அவளோ பயங்கரமாக விதியின் தாக்குதலுக்குள்ளாகி துவண்டு போய்விட்டாள். என்னைவிட சற்றும் நன்மை இல்லாதவள்

அல்ல லயிஸ்! இருப்பினும் சுகமாக வாழவும் இடர்களைச் சகித்துக்கொண்டும் அவளுக்கு துன்பங்களைச் சகித்துக் கொண்டு இருக்கவும் தான் விதிக்கப்பட்டிருக்கிறது! எங்களுக்கிடையில் என்ன வேற்றுமை? எங்களுக்கிடையில் ஏன் இந்த இடைவெளி?

உண்மையைச் சொன்னால் சிறிது காலமாக, ஏறத்தாழ ஓராண்டாகவே நான் அவளைப் பற்றி நினைக்கவேயில்லை. அவளை மறந்து விடவில்லை. ஆனால் இந்த அளவுக்கு அதிகமாக அவள் துன்பத்தை அனுபவிப்பாள் என்று நான் நினைக்க வேயில்லை.

லயிஸ் போர் முடியும் வரை நாம் உயிரோடிருந்தால் நாம் மீண்டும் ஒன்றுபடுவோம். உனக்கு நான் இழைத்த தவறுகளை என்னால் திருத்தமுடியும்.

ஆனால், அவள் தனிமைப்பட நேர்ந்துவிடக் கூடாது! நான் அவளைப் பற்றி நேசத்துடனும் பரிவுடனும் சிந்திக்கிறேன். அவளுடைய பரிதாபத்துரிய முகம் என்னுடைய கண்களிலிருந்து மறையவில்லை. அவளுக்கு தன்னம்பிக்கை பிறக்குமா? எனக்குத் தெரியாது. நான் ஒருபோதும் அதைப்பற்றி அவளிடம் கேட்க வில்லை.

லயிஸ் என்னால் உன்னைக் காப்பாற்ற இயலவேண்டும்! எனக்குக் கிடைக்கும் வசதிகளையெல்லாம் உனக்கும் அளிக்க விரும்புகிறேன்! காலம் மிகவும் தாழ்ந்துவிட்டது. உனக்கு உதவவோ, உனக்கு நான் இழைத்த தவறுகளைத் திருத்தவோ என்னால் இனி முடியுமா என்று தோன்றவில்லை. ஆனால் நான் உன்னை நினைவில் கொள்வேன் என்பதும் உனக்காகப் பிராத்திப்பேன் என்பதும் நிச்சயம்!

இப்படிக்கு

உன்னுடைய ஆன்

டிசம்பர் 1943 — 6 திங்கள்

அன்புள்ள கிட்டீ,

செயிண்ட் நிக்கலாஸ் நாள் நெருங்கி விட்டது. கடந்த ஆண்டு அலங்கரித்து காட்சிக்கு வைக்கப்பட்ட கூடையைப் பற்றி நினைக்கும்போது இந்த ஆண்டு எந்த கொண்டாட்டங்களும் இல்லாமலிருப்பது மிகவும் மோசமாக எனக்குப் படுகிறது. நெடுநேரம் அதைப் பற்றிச் சிந்தித்து இறுதியில் சுவையான ஒரு விஷயத்தை நான் கண்டடைந்தேன். நான் டாடியுடன் இதைப் பற்றி விவாதித்தேன். ஒவ்வொருவருக்காகவும் ஒரு சிறு கவிதையை உருவாக்கும் முயற்சி ஒரு வாரத்துக்கு முன்னரே தொடங்கப்பட்டது. ஞாயிற்றுக்கிழமை இரவு ஏறத்தாழ ஏழே முக்கால் மணிக்கு சிறிய சித்திரங்களாலும், பிங்கும் நீலமும் வண்ணங்களில் அமைந்த காகிதத் தோரணங்களாலும் அலங் கரிக்கப்பட்ட சலவைக் கூடையுடன் நாங்கள் மாடிக்குச் சென் றோம். கூடையின் மேற்பகுதி தவிட்டு நிற ஒரு பெரிய தாளால் மூடப்பட்டிருந்தது. அதன் மீது ஒரு சிறு கடிதம் எழுதி வைக்கப் பட்டிருந்தது. எல்லோரும் இந்த அற்புதக் கூடை அசாதாரணமாகப் பெரிதாக இருப்பதைக் கண்டு வியந்தனர். கூடையின் மீதிருந்த கடிதத்தை நான் வாசிக்கத் தொடங்கினேன்.

மீண்டும் “சாண்டாக்ளாஸ்” வந்தார். முன்பு வந்ததைப் போல் இப்போது இல்லை என்றும், கடந்த ஆண்டு வந்தபோது சாண்டா மிகவும் மகிழ்ச்சியாகத் தென்பட்டார். நாங்கள் கட்டிக் காக்கும் கனவுகள் அன்று உயரத்தில் ஒளிர்ந்தன. இன்று அவையனைத்தும் மங்கி விட்டன. இருப்பினும் இன்றைக்கும் சாண்டாவை நாங்கள் வரவேற்கிறோம். இந்த நந்நாள் உற்சாகத்தை நாங்கள்

அணையாமல் வைத்திருக்கிறோம். வேறெதுவும் அளிக்க இல்லாததால் பாருங்கள் ஷூவுக்குள் இருக்கும் பரிசை!

ஒவ்வொருவரும் கூடையிலிருந்து தங்களுடைய ஷூவை எடுத்தபோது வெடிச்சிரிப்பு எழுந்தது. ஷூவின் உரிமையாளரின் முகவரி எழுதிய ஒரு பொதி அனைத்து ஷூக்களிலும் இருந்தது.

இப்படிக்கு

உன்னுடைய ஆன்

டிசம்பர் 1943   24 வெள்ளி

அன்புள்ள கிட்டி,

சில நாட்களாக எனக்குக் கடுமையான ஃப்ளூ பீடித்திருக்கிறது. எனவேதான், நான் உனக்குக் கடிதம் எழுதாமலிருந்தேன். இங்கிருந்து நோய் வாய்ப்படுவது மிகவும் பரிதாபத்துக்குரியது. இருமல் வரும்போது நான் போர்வைக்குள் முகத்தை மறைத்து இருமலை அடக்க முயற்சிப்பேன். அதன் விளைவு? இரும வேண்டும் என்ற உந்துதல் மாறாது. தொண்டையில் நமைச்சல் சகிக்க முடியாத நிலையை எட்டுகிறது. பின்னர் பால், தேன், சர்க்கரை, இருமல் மருந்து என அனைத்தையும் பயன்படுத்திப் பார்க்கிறேன். இவ்வாறு பலப் பல தீர்வு முயற்சிகளை மேற் கொள்ளும்போதே எனக்கு தலைசுற்றல் ஏற்படுகிறது. ஆவி பிடித்தல், அழுத்தி மசாஜ் செய்வது, ஈரத்துணிகளை நெஞ்சில் வைப்பது, உலர்ந்த துணிகளை விரிப்பது, சூடான பானங்களை உட்கொள்வது, சுடுநீரால் வாய் கொப்பளிப்பது, தொண்டையில் மருந்து தடவுவது, அசையாமல் படுப்பது, கூடுதலாக சுகம் கிடைக்க குஷன்களைச் சேர்த்து வைப்பது, சுடுநீர் நிரப்பிய குப்பிகளைப் பயன்படுத்துவது, எலுமிச்சை நீரைப் பருகுவது, இவற்றைத் தவிர ஒவ்வொரு மணி நேரத்திலும் தர்மாமீட்டர் மூலம் சூட்டைப் பரிசோதிப்பது என தொடர்ந்து செய்து வருகிறேன்.

இதனாலெல்லாம் யாராவது குணமாக முடியுமா? டுசல் எல்லாம் தெரிந்த டாக்டராக பரிசோதிக்க வருவதுதான் இதைவிட சகித்துக் கொள்ள முடியாத ஒன்று! என்னுடைய நிர்வாணமான மார்பில் தன்னுடைய முரட்டுத் தலையை வைத்து இதயத்

துடிப்பைத் தெரிந்து கொள்ள அவர் முயற்சிப்பது எனக்குச் சற்றும் பிடிக்கவில்லை. முதலில் டுசலின் காதுகளுக்குத்தான் மருத்துவம் செய்ய வேண்டும். அவருடைய கேட்கும் சக்தி குறைந்து கொண்டே வருகிறது.

எப்படியோ நான் குணமடைந்துவிட்டேன். இப்போது நான் பூரண ஆரோக்கியவதியாக இருக்கிறேன். ஒரு சென்டிமீட்டர் உயரமாகியிருக்கிறேன். இரண்டு பவுண்டு எடையும் அதிகரித்திருக்கிறது. படிப்பில் உண்மையாகவே அக்கறை செலுத்தும், வெளுத்து வெளிறிக் காட்சியளிக்கும் ஒரு சிறுமிதான் இப்போது...

புதிதாக அதிகமாக எதையும் சொல்லும்படியில்லை. சாமான்யமாக நாங்கள் வாழ்ந்து கொண்டிருக்கிறோம். இப்போது சச்சரவுகள் எதுவுமில்லை. கடந்த ஆறு மாதத்திற்குள் இங்கு அமைதியான ஓர் சூழல் உருவானது இதுதான் முதல் தடவை. எல்லி இதுவரை திரும்பி வரவில்லை.

கிருஸ்துமசுக்கு கூடுதலாக எண்ணையும், இனிப்புப் பண்டங்களும், சர்க்கரைப் பானமெல்லாம் எங்களுக்குக் கிடைத்தன. முக்கியப் பரிசாக ஒரு ப்ரூச் கிடைத்தது. அழகாக பளபளப்பானது. மம்மிக்கும், மிசஸ் வான்டானுக்கும் டுசல் ஆளுக்கு ஒரு கேக் பரிசளித்தார். மீப் தான் விசேஷமாக டுசலின் வேண்டுகோளை ஏற்று இதை தயாரித்தாள். தன்னுடைய சுமக்க முடியாத பணிகளுக்கிடையே மீப் இதையும் மேற்கொள்ள வேண்டியிருந்தது. மீப்புக்கும், எல்லிக்கும் நானும் பரிசளிப்பேன். கடந்த இரண்டு மாதங்களாக ஓட்டுமீல் கஞ்சியில் சேர்க்க அளிக்கப்படும் சர்க்கரையை நான் தனியாக ஒதுக்கி வைத்திருக்கிறேன். க்லீமேனின் உதவியுடன் நாக்கில் கரைந்து விடும் அதீத இனிப்புப் பண்டம் ஃபண்டான்ட் தயாரித்தேன்.

சின்னதாக மழைத்தூறல். ஸ்டவ்விலிருந்து புகை நெடி பரவுகிறது. உணவு சரியாக ஜீரணம் ஆகவில்லை. யாருக்கும் போரில் குறிப்பிடத்தக்க முன்னேற்றம் இல்லை.

இங்கிருக்கும் சூழல் எங்களை எந்த வகையில் பாதிக்கிறது

என்பதைப் பற்றி நான் உனக்கு ஏற்கனவே எழுதியிக்கிறே னல்லவா? என்னுடைய விஷயத்தில் இதுமேலும் கடுமை யானதாகும்.

சுகபோகங்களின் சிம்மாசனத்தில் அல்லது வாழ்க்கையில் ஏமாற்றத்தின் அதாள பாதாளத்தில் என்ற ஒரு கவிதை வரி இங்கு முற்றிலும் பொருத்தமாக இருக்கிறது. ஏனைய யூதச்சிறார்களுடன் ஒப்பிடும்போது நாங்கள் மிகவும் அதிர்ஷ்டக்காரர்களாகவும், சுகபோகங்களின் சிம்மாசனத்தில் வாழ்வதாகவும்தான் தோன்றும். ஆனால், சில வேளைகளில் வாழ்க்கையே மாற்றத்தின் அதள பாதாளத்துக்குள் வீழ்வது சில செய்திகளைச் செவிமடுக்கும் போதுதான். உதாரணத்திற்கு இன்று நிகழ்ந்தவையே எடுத்துக் கொள்ளலாம். மிசஸ் க்லீமேன் இன்றைக்கு இங்கு வந்திருந்தார். அவருடைய மகள் கோரியின் ஹோம் கிளப், தோணிப் பயணங் கள், நடிப்பு நிகழ்ச்சிகள் என வாய் சளைக்காமல் பேசிக் கொண்டிருந்தபோது எனக்கு கடுமையான ஏமாற்றமாக இருந்தது. கோரியுடன் எனக்குப் பொறாமை இல்லை. ஆனால் நானும் அவளைப் போல மகிழ்ச்சியாக இருக்க விரும்புகிறேன். கிருஸ்து மஸ், புத்தாண்டு விடுமுறை நாட்களில் சமூகத்திலிருந்து விலக்கி வைக்கப்பட்டவர்களைப்போல் இந்தச் சிறைக்குள் பதுங்கி வாழ்வது எவ்வளவு சங்கடமானது! நான் இவ்வாறு சொல்வது நன்றி கெட்டதனமாக உனக்குப் படுகிறதா? இருப்பினும் 'காகிதம் பொறுமையுடன் காதில் வாங்குகிறது' என்ற கோட்பாட்டில் நான் உறுதியாக நிற்கிறேன்.

யாராவது காற்றில் அசையும் ஆடையணிகளுடனும், குளிரூட்டும் இன்முகத்துடனும் வெளியே இருந்து வரும்போது இந்த தலைமறைவு முகாமுக்குள் நான் போர்வைக்குள் என்னுடைய முகத்தை மறைத்துக் கொள்வேன். போர்வைக்குள் முகத்தை மறைக்காமல் துணிச்சலாக இந்த இடர்ப்பாடுகளை எதிர்க்கொள்ளத்தான் வேண்டும் என்பதை நான் அறிவேன். ஒரு ஆண்டுகாலம் சிறைக்குள் வாழ்ந்தால் பெரும்பாலும் உங்களால் அதைச் சகித்துக் கொள்ள முடியாது. அனுபவிக்கும் இரக்கத்திற்கு

நன்றி கூறும்போதும், நடனமாடவும், விசிலடிக்கவும், வெளி யுலகைப் பார்த்துக் கொண்டிருக்கவும் இளமையில் சந்தோஷத்தை அனுபவிக்கவும் அனைத்துக்கும் மேலாக சுதந்திரத்தைச் சுவைப் பதற்கான வாய்ப்பு - அதைத்தான் நான் மிக மிக அதிகமாக விரும்புகிறேன். ஆனால் நான் அதை வெளியில் காண்பிக்கக் கூடாது. ஏனென்றால் நாங்கள் எட்டு பேரும் ஏமாற்றத்திற்கு ஆட் பட்டால் அது எங்களை எங்கு கொண்டு போய் தள்ளிவிடும்? நான் அடிக்கடி என்னையே கேட்டுக் கொள்வேன்? மனமாரச் சிரிக்கவும் மகிழவும் விரும்பும் ஒரு சிறுமிதானே நான்? இவ்வுலகில் யாராவது யூதர்களோ யூதர்கள் அல்லாதவர்களோ இதைப் புரிந்து கொள்வார்களா? எனக்குத் தெரியாது. என்னால் யாரிடமும் அதைப் பற்றிப் பேசவும் முடியாது. ஏனென்றால் சில வேளை களில் நான் வாய்விட்டு அழுதுவிடுவேன். அழுதால் சற்று ஆறுதல் கிடைக்கும், இருப்பினும் அது கூடாதல்லவா?

இத்தகைய கோட்பாடுகளையெல்லாம் கண்டடைந்திருக் கிறேன். இருப்பினும் இவ்வளவு இடுக்கண்களை பொறுமை யுடன் சகித்த பிறகும் என்னைப் புரிந்து கொள்ளும் ஒரு தாயுள்ளம் இல்லையே என்ற ஏக்கம் இருக்கத் தான் செய்கிறது. அதனால் தான் எதிர்காலத்தில் எதைச் செய்யும் போதும் எனது பிள்ளைகளுக்குப் பாசம் மிகுந்த ஒரு தாயாக நான் இருக்க விரும்புகிறேன். பிறர் சொல்வதைக் கேட்பதற்கு மாறாக சொந்தப் பிள்ளைகள் சொல் வதைக் கேட்கும் நல்ல மனம் படைத்த ஒரு தாயாக நான் இருக்க வேண்டும். என்னுடைய தாயாரை 'மம்மி' என்று அழைப்பதற்கு மாறாக 'மம்சி' என்று அழைக்கத்தான் விரும்புகிறேன் மம்சி என்றால் பாசத்தையும் நேசத்தையும் சுட்டிக்காட்டும் ஒரு வார்த்தைதான். என்னுடைய மம்மி ஏன் ஒரு உண்மையான மம்சியாக இல்லை.

இவ்வளவு எழுதிவிட்ட நான் ஏமாற்றத்தின் அதளபாதா ளத்திலிருந்து ஓரளவு மீண்டு விட்டேன்.

இப்படிக்கு
உன்னுடைய ஆன்

டிசம்பர் 1943 25 சனி

அன்புள்ள கிட்டீ,

இந்தக் கிருஸ்துமஸ் ஆண்டில் நான் டாடியைப் பற்றியும், தனக்கு சிறுவயதில் ஏற்பட்ட காதலைப் பற்றி டாடி என்னிடம் சொன்னதையும்தான் சிந்தித்துக் கொண்டிருந்தேன். கடந்த ஆண்டு டாடி என்னிடம் அதைப் பற்றிக் கூறியபோது அதன் சரியான பொருள் எனக்குப் புரியவில்லை. ஆனால் இன்றைக்கு மீண்டும் டாடி அதைப் பற்றிக் கூறினால் என்னால் அதை உள்வாங்கிக் கொள்ள முடியும்.

ஏராளமான ரகசியங்களைப் பாதுகாக்கும் டாடிக்கு யாரிட மாவது தன்னுடைய மனதைத் திறந்து காட்ட வேண்டும் என்று தோன்றியதால்தான் என்னிடம் கூறியிருக்கிறார் என்று நினைக் கிறேன். ஏனென்றால் தன்னைப் பற்றி எதையும் சொல்ல விரும்பாதவர்தான் டாடி. அவர் அனுபவிக்க நேர்ந்த எதைப் பற்றியும் மார்கொட்டுக்குத் தெரிந்திருக்குமென்று தோன்ற வில்லை. பாவம் டாடி, நடந்தது அனைத்தையும் மறந்து விட்ட தாக என்னை நம்ப வைக்க டாடியால் இயலாது. அதை அவர் என்றைக்கும் மறக்கவும் மாட்டார். டாடி மிகவும் பொறுமை யானவர். எனக்குத் அத்தகைய அனுபவங்களைச் சகித்துக் கொள் ளாமலேயே அவரைப் போல பொறுமைசாலியாக இருந்திட விரும்புகிறேன்.

இப்படிக்கு

உன்னுடைய ஆன்

டிசம்பர் 1943 — 27 திங்கள்

அன்புள்ள கிட்டீ,

கடந்த வெள்ளிக்கிழமை மாலையில் வாழ்க்கையில் முதன் முதலாக எனக்கு ஒரு கிறிஸ்துமஸ் பரிசு கிடைத்தது. க்லீமேனும் க்ரேலரும் அழகான அந்தப் பரிசைத் தந்தனர். 'அமைதி 1944' என்று பொறிக்கப்பட்ட அழகான ஒரு கேக்கை மீப் பரிசளித்தாள். போர்க் காலத்துக்கு முன்னர் இருந்த தரமான ஒரு பவுண்ட் இனிப்பு பிஸ்கெட்டுகளை எல்லி அளித்தாள். மேலும் பீட்டருக்கும் மார்கொட்டுக்கும் எனக்கும் ஒவ்வொரு குப்பி யோகார்ட்டும், பெரியவர்களுக்கு ஒவ்வொரு குப்பி பீரும் அளித்தனர். அனைத்தும் உயர்தரமாக தயாரிக்கப்பட்டிருந்தன. ஒவ்வொரு பொதியின் மீதும் அழகான படங்கள் அச்சிடப்பட்டிருந்தன. இவ்வாறு கிறிஸ்துமஸ் திடீரென வந்து போயிற்று.

இப்படிக்கு

உன்னுடைய ஆன்

டிசம்பர் 1943 — 29 புதன்

அன்புள்ள கிட்டீ,

நேற்று மாலை நான் மீண்டும் துயருற்றேன். என்னுடைய பாட்டியையும், லயிசையும் நினைவு கூர்ந்தேன். என்னுடைய பிரியமான பாட்டி அவர் எவ்வளவு சிறந்தவர் என்பதையும் அவர் எந்த அளவுக்கு துயரங்களைச் சகித்தவர் என்பதையும் நான் புரிந்து கொள்ளவில்லை என்றுதான் நினைக்கிறேன். இதையெல்லாம் தவிர்த்து வேறு யாரிடமும் சொல்லாத ஒரு 'பயங்கர ரகசியமும்' அவருக்குள் இருக்கிறது.

அவர் எவ்வளவு அன்பானவரும் நம்பகமானவரும் தெரியும். நான் எவ்வளவு குறும்பு செய்தாலும் பாட்டி என்னை கைவிட வில்லை.

பாட்டி உண்மையிலேயே என்னை நேசிக்கவும் புரிந்து கொள்ளவும் செய்தாரா? எனக்குத் தெரியாது. யாரும் மனம் திறந்து பாட்டியுடன் பேசவில்லை. அவர் எந்த அளவுக்கு தனிமையில் அவதிப்பட்டிருப்பார். நாங்கள் இத்தனைக்கும் அவர் கூடத்தான் இருந்து வருகிறோம். ஏராளமானோர் நேசிக்க இருப்பினும் ஒருவர் தனிமைப்படக் கூடும். ஏனென்றால் அவர் ஒருவர் மட்டுமில்லை அல்லவா ஒருவருடைய அன்பை முழுக்க அனுபவிப்பவர்?

லயிஸ் உயிருடன் இருப்பாளா? இருப்பின் அவள் இப்போது என்ன செய்து கொண்டிருப்பாள். கடவுளே அவளைக் காப் பாற்றுவீராக. லயிஸைப் பற்றி நினைக்கும் போதெல்லாம் அந்த இடத்தில் நான் என்னையேதான் காண்கிறேன். அப்படியிருக்க

இங்கு நிகழும் விஷயங்களைப் பற்றி நான் எதற்காக கவலைப்பட வேண்டும்? மாறாக நான் மகிழ்ச்சியாகத்தான் இருக்க வேண்டும். நான் சுயநலமியும் கோழையும்தான் என நினைக்கிறேன். ஏனென்றால் எனக்கு கடவுள் நம்பிக்கை போதுமான அளவுக்கு இல்லை என்பதால்தான். எனக்கு அருகதையானதைவிட அதிகமாகவே எனக்குக் கடவுளால் கிடைத்திருக்கிறது. இருப்பினும் அடிக்கடி நான் சரியான பாதையிலிருந்தும் விலகுகிறேன். சக உயிர்களைப் பற்றி நினைக்கும்போது வாய்விட்டு அழத்தான் தோன்றுகிறது, செய்வதற்கான ஒரே ஒரு விஷயம் "ஏதாவது ஒரு விந்தையை நிகழ்த்தி அவர்களையெல்லாம் காப்பாற்றுங்கள்" என்று இறைவனிடம் வேண்டிக்கொள்வது ஒன்று மட்டும்தான். அதை நான் எப்போதும் செய்து கொண்டுதானிருக்கிறேன்.

இப்படிக்கு

உன்னுடைய ஆன்

ஜனவரி 1944 2 ஞாயிறு

அன்புள்ள கிட்டீ,

இன்று காலையில் வேறு எதுவும் செய்வதற்கில்லாத நிலைமையில் நான் நாட்குறிப்பின் பழைய பக்கங்களைப் புரட்டிப் பார்த்தேன். சரியாகச் சொல்வதானால் நான் திடுக் கிட்டேன். எத்தனையோ கடிதங்களில் நான் மம்மியைப் பற்றி கடுமையான கோபத்துடன் குறிப்பிட்டிருக்கிறேன். நான் என்னையே கேட்டுக் கொண்டேன். ஆன் நீதான் வெறுப்பின் இந்த மொழியைப் பயன்படுத்தியிருக்கிறாய்? உன்னால் எப்படி இது சாத்தியமாயிற்று? நான் புரட்டிய பக்கத்தை வெகு நேரம் உற்றுப் பார்த்துக் கொண்டிருந்தேன். கோபமுற்று நடுங்கிக் கொண்டிருந்த வேளையில்தான் நான் அந்தக் கடிதங்களை எழுதியிருக்கிறேன். அவ்வாறு எழுதிய ஒரு ஆண்டுக்கு முந்தைய ஆனின் மனோ நிலையை என்னால் புரிந்து கொள்ள முடியும். ஆனால் இது சற்று மிகையானதுதான் என்பதை ஒப்புக் கொள்ளாமலிருக்க முடியாது.

அன்றைக்கும் இன்றைக்கும் பல வேளைகளில் என்னுடைய மனநிலை மூச்சுத் திணறுவதாகும். என் சார்பிலிருந்து மட்டும்தான் என்னுடைய நிலைமைகளை நான் மதிப்பீடு செய்திருக்கிறேன். மாற்றார் தரப்பிலிருந்து பார்க்க நான் முயற்சிக்கவில்லை.

என்னுடைய உள்ளத்திலேயே மறைந்திருந்து என்னை மதிப்பீடு செய்ததை மட்டும்தான் நான் எழுதி வைத்திருக்கிறேன், என்னுடைய மகிழ்ச்சிகள், துயரங்கள், புகார்கள் அனைத்தும் உள்ளிட்ட இந்த நாட்குறிப்பு எனக்கு மிகவும் முக்கியமானது, ஏனென்றால் பெரும்பாலும் இது என்னுடைய நினைவுகளின்

புத்தகமாகும். ஆனால் பல பக்கங்களிலும் விவரிக்கப்பட்டவை களுக்கு என்றைக்கோ முடிந்து போனவை என்ற தலைப்பைக் கொடுக்கலாம்.

மம்மியுடன் எனக்கு எப்போதும் கடுமையான கோபம் வருவதுண்டு. மம்மி என்னைப் புரிந்து கொள்ளவில்லை என்பது உண்மைதான். ஆனால் திருப்பி நானும் மம்மியைப் புரிந்து கொள்ளவில்லையே. மம்மி என்னை ஏராளமாக நேசித்திருக்கிறார். இரக்கத்துடன் பழகியுமிருக்கிறார். என் பொருட்டு மம்மிக்கு கசப்பான பல அனுபவங்களும் ஏற்பட்டிருக்கின்றன, பல்வேறு பிரச்சனைகளுக்கிடையில் இத்தகைய தொந்தரவுகளும் சேரும்போது மம்மி என்னை வசைபாடினால் அதைக் குற்றம் கூறக் கூடாது.

ஆனால் நான் அதை மிகவும் வினையாக எடுத்துக்கொண்டேன். மம்மியுடன் பாசமின்றிப் பழகினேன். அவ்வாறு மம்மியை மேலும் கூடுதலாக வேதனைக்குள்ளாக்கினேன். எங்கள் இருவருக்கும் வாழ்க்கையை சகிக்கவொண்ணாததை செய்துவிட்டோம். எதுவாயினும் அத்தகைய சந்தர்ப்பங்கல்லெல்லாம் முடிவடைகின்றன என்று ஆறுதல் பெறலாம்.

(வழக்கமான வாழ்க்கைச் சூழலில் இதுவெல்லாம் பெரிய பிரச்சினைகளாகியிருப்பது. ஆனால் எங்களுடைய இழுத்து மூடப்பட்ட வாழ்க்கையில் அனைத்துமே வித்தியாசமாக இருக்கிறது).

மம்மிக்கு என்பொருட்டு அழ வேண்டிய காலமெல்லாம் தாண்டிவிட்டது. கூடுதல் புத்திசாலியாகப் பழக நான் பயின்றுவிட்டேன், மம்மியும் மேலும் சற்று சாந்தமாகிவிட்டார். கோபத்தை அடக்க நாங்கள் இருவரும் பழகிவிட்டதால் இப்போது எங்களுடைய உறவு கூடுதலாக சீரடைந்துவிட்டது.

மம்மியை என்னால் ஒரு சிறு குழந்தையைப்போல் நேசிக்க இயலாது. அத்தகைய ஒரு உணர்ச்சியும் எனக்குக் கிடையாது. ஒரு வேளை அவருக்கு இருக்கலாம்.

(என் மனதை நான் இப்போது தேற்றிக் கொள்வது "நாட் குறிப்பின் பக்கங்களில் எழுதிய கடுமையான வார்த்தைகள் மம்மியின் இதயத்தில் பதிவதைவிட எவ்வளவோ தேவலை" என்று எண்ணித்தான்).

இப்படிக்கு

உன்னுடைய ஆன்

ஜனவரி 1944

6 வியாழன்

அன்புள்ள கிட்டீ,

சற்று கூடுதல் நேரத்தை எடுத்துக்கொண்டு உன்னிடம் இரண்டு விஷயங்களைப் பேச வேண்டும். ரகசியத்தை சொல்ல மிகவும் தகுதியானவள் நீதானே. முதலாவது மம்மியைப் பற்றியதாகும். நான் மம்மியைப் பற்றி ஏராளமான புகார் கூறியிருப்பதை நீ அறிவாயல்லவா. இருப்பினும் நல்ல முறையில் பழக நான் முயற்சிப்பதுண்டு. இப்போதுதான் மம்மியிடம் நான் காணும் குறை எத்தகையது என்பது எனக்குப் புரியலாயிற்று. மம்மியே எங்களிடம் "உங்களைப் பிள்ளைகள் என்பதை விட நண்பர்களாகத்தான் பார்க்கிறேன்" என்று கூறியிருக்கிறார். அதுதான் பிரச்சனையே. ஒரு நண்பனுக்கு எப்போதுமே ஒரு தாயின் பாத்திரத்தை வகிக்க முடியாது. நான் கௌரவமாக மதிக்க இயலும் ஒருவராகவும் நான் பின்பற்றுவதற்கு முன்னுதாரணமாகவும் மம்மி என் முன்னால் காட்சியளிக்க வேண்டும். மார்கொட் இப்படியெல்லாம் சிந்திப்பவள் இல்லை என்பதால் அவளுக்கு இதுவெல்லாம் பிரச்சினையில்லை. டாடியைப் பொறுத்தவரை மம்மி தொடர்பான சர்ச்சையைத் தவிர்த்து விடுவார்.

வாலிபத்தை எட்டிய தன்னுடைய பிள்ளைகளை நன்றாகப் புரிந்துகொள்ளும், அவர்களை பரிகாசிக்காத அவர்கள் அழத் தொடங்கினால் அவர்களைத் தேற்றக்கூடிய ஒரு தாயைத்தான் நான் விரும்புவேன். இன்னும் கூட மம்மியால் எனக்குப் பொறுத்துக்கொள்ள முடியாத ஒரு சம்பவம் இருக்கிறது. மம்மியும் நானும் மார்கொட்டும் சேர்ந்து ஒரு நாள் ஒரு பல் டாக்டரைச் சந்திக்கச் சென்றோம். டாக்டரிடம் மருத்துவம்

பார்த்துவிட்டு திரும்பியதும் மம்மியும் மார்கொட்டும் ஏதோ பொருட்கள் வாங்கக் கடைத் தெருவுக்குப் போக கிளம்பினர். என்னையும் அழைத்துச் செல்லுமாறு கேட்டேன், மம்மி மறுத்து விட்டார். என்னுடைய கண்களிலிருந்து நீர்த்துளிகள் வழிந் தோடின. இதைப் பார்த்து மம்மியும் மார்கொட்டும் கேலி செய்து நகைத்தனர். எனக்குக் கோபம் வந்து விட்டது. நானும் பதிலுக்கு நாக்கை நீட்டி 'அழகு' காட்டினேன். அப்போது ஒரு கிழவி அதைப் பார்த்தவாறு அந்த வழியாக சென்றாள். வெட்கிப்போன நான் சைக்கிளை மிதித்து வீட்டுக்குச் சென்று அழுது தீர்த்தேன்.

இன்றைக்கு மம்மி எனக்கேற்படுத்திய அந்த மனக்காயம் ஆறவில்லை.

இரண்டாவது விஷயம் என் சம்பந்தப்பட்டது. சொல்வதற்கு சிரமமானதும்கூட. சிஸ் ஹெய்ஸ்டரின் ஒரு கட்டுரையை நேற்று வாசிக்க நேர்ந்தது. வெட்கப்படும் இளம்பெண்களைப் பற்றிய அந்தக் கட்டுரை எனக்காகவே எழுதப்பட்டதைப்போல தோன்றியது. நான் ஒன்றும் வெட்கிக் குறுகும் சிறுமி இல்லை! இருப்பினும் அந்தக் கட்டுரையில் குறிப்பிட்ட இன்னொரு விஷயம் எனக்கும் பொருந்தும். என்னுடைய வயதை ஒத்த சிறுமிகள் தங்களுடைய உடலில் ஏற்படும் அற்புதமான மாற்றங் களைப் பற்றிச் சிந்திப்பார்கள் என்பதுதான் அது.

நானும் அப்படிச் சிந்திப்பதுண்டு. ஆனால் என்னைவிட மூத்த பிள்ளையான மார்கொட் ஏன் அதைப்பற்றிச் சிந்திக்கவில்லை என்பதை நான் அறியேன்.

என்னுடைய உடலில் உள்ளும் புறமும் மாற்றங்கள் நிகழ்ந்து கொண்டிருக்கின்றன என்பதை நான் அறிவேன். ஒவ்வொரு முறையும் மாதவிடாய் நிகழும்போது அது எவ்வளவு அசுகத்தை யும், அசௌகரியத்தையும் உருவாக்குகிறது என்றபோதிலும் நான் மகிழ்ச்சியடைவதுண்டு. ஏனென்றால் எனக்கு மட்டுமாகப் பாதுகாப்பதற்கு இயற்கை அளித்த இனிமையான ஓர் ரகசியம்தான் அது என்று எனக்குத் தோன்றுகிறது.

'இந்த வயதில் சிறுமிகள் முழுக்க நிச்சயமற்ற நிலை

பாட்டில்தான் இருப்பார்கள்' என்றுதான் சிஸ் ஹெய்ஸ்டர் கூறுகிறார். அவர்கள் சொந்தக் கருத்துக்களும் சிந்தனைகளும் உள்ள நபர்கள் என்பதை அவர்கள் அடையாளம் கண்டுகொள் கிறார்கள் என்கிறார் அவர். அது மிகவும் சரிதான். என் வயதை ஒத்த ஏனைய சிறுமிகளைவிட முதலில் நான் ஒரு நபர் என்பதை அடையாளம் கண்டுகொண்டது ஒருவேளை நானாகத்தான் இருப் பேன். என்னுடைய உடலைப்பற்றி நான் ஆச்சரியப்படுகிறேன். என்னுடைய வயதை ஒத்த ஏனைய சிறுமிகளைப் பொறுத்தும் அப்படியே! குறிப்பாக அவர்கள் தங்களுடைய உடலை மிகவும் ரகசியமாக உடைகளில் மறைத்து பாதுகாப்பதைப் பார்க்கும் போது வீனசைப் போன்ற நிர்வாண உருவங்கள் என்னை மகிழ்விக் கிறது. எனக்கு ஒரு சிறந்த பெண் சினேகிதை இருந்திருந்தால்..!

இப்படிக்கு
உன்னுடைய ஆன்

ஜனவரி 1944 — 6 வியாழன்

அன்புள்ள கிட்டீ,

யாராவது ஒருவருடன் பேசவேண்டுமென்ற ஆசை கூடுதலான போதுதான் நான் பீட்டரை தேர்ந்தெடுத்தேன். பீட்டரின் அறையில் நெடுநேரம் நான் பொழுதைக் கழிப்பது அவருக்கும் பிடிக்காது என்று அச்சம் எனக்கிருந்தபோதிலும், மிகத் தொல்லையளிப்பவர்களைத் தவிர வேறு யாரையும் அவர் வெளியேற்றமாட்டார் என்ற ஆறுதலும் இருந்தது. வேறு ஏதாவது காரணங்களைக் கூறி அங்கு தங்கவேண்டும் என்ற என்னுடைய முயற்சி நேற்று வெற்றி பெற்றது. பீட்டருக்கு 'குறுக்குகெழுத்தின்' மீது மிகுந்த ஆர்வமிருக்கிறது. நேற்று நான் அவருக்கு குறுக் கெழுத்தை பூர்த்தி செய்வதில் உதவும் பாவனையில் மாடியில் அவருடைய அறைக்குச் சென்றேன். நெடுநேரம் நான் பீட்டருடன் அவருடைய எதிரில் திவானில் அமர்ந்திருந்தேன்.

அவருடைய நீலநிறக் கண்களைச் சந்திக்கும்போது எனக்கு அசாதாரணமான அனுபவமாக இருந்தது. விவரிக்க இயலாத ஒரு புன்முறுவல் பீட்டரின் உதடுகளில் சதா ஒளிர்ந்து கொண்டிருக்கும். அப்போது அவர் எதைச் சிந்தித்துக் கொண்டிருக்கிறார் என்பதை என்னால் யூகிக்க முடியும். அவருடைய முகத்தில் இயலாமையும் நிச்சயமற்ற தன்மையும் அதோடு 'நான் ஒரு ஆண்மகன்' என்ற புரிதலும் இருப்பதை நான் உணர்ந்து கொண்டேன். பீட்டரின் பணிவான தன்மை என்னை அவருடன் மிகவும் மென்மையாகப் பழகத் தூண்டியது. எனக்கு அவருடைய கண்களையே பார்த்துக் கொண்டிருக்கலாம் போலத் தோன்றியது.

என் மனம் என்னிடமே கேட்டது. 'உன்னுடைய உள்ளத்தில் என்ன நிகழ்ந்து கொண்டிருக்கிறது? இந்த பொருளற்ற பேச்சுக்களுக்கப் பால் உனக்கு என்னிடம் சொல்வதற்கு ஏதுவுமில்லையா?'

அந்த மாலைப்பொழுதில் சிஸ்ஹெய்சரின் கட்டுரையைப் பற்றி பேசினதைத் தவிர சிறப்பாக வேறு எதுவும் நிகழவில்லை.

அன்று இரவு தூங்கச் சென்றபோது பீட்டருடன் நான் மேற் கொண்ட சந்திப்பைப் பற்றி நான் சிந்தித்தேன். பீட்டரின் உதவியை நாட முயன்றதை சிறுபிள்ளைத்தனம் என்று எனக்குத் தோன்றியது. எதுவாயினும் பீட்டருடன் பேசுவதால் எனக்கு மகிழ்ச்சி கிடைக்குமானால் அதைத் தொடர்வதில் தவறில்லை என்று முடிவுக்கு வந்தேன்.

ஆனால் ஒரு விஷயம் நிச்சயம்... நான் பீட்டரைக் காதலிக்க வில்லை. ஆனால், வான்டான் தம்பதிகளுக்கு இருப்பது ஒரு மக ளாக இருந்திருந்தால் நான் அவளிடம் நட்பு கொண்டிருப்பேன்.

இன்று காலையில் ஏழு மணிக்கு விழித்தெழுந்தவுடன் எனக்கு நினைவுக்கு வந்தது... நான் ஒரு கனவு காண்கிறேன். என்னுடன் அமர்ந்து மேரிபோசின் படங்களுடைய புத்தகத்தைப் புரட்டியது யார் தெரியுமா? பீட்டர் வெசல்! அந்தக் கனவு மிகவும் தெளிவாக இருந்தது. புத்தகத்தின் படங்கள் கூட எனக்கு நினைவிருக்கிறது. பீட்டரின் பார்வை என்னுடைய கண்களை மோதியது. இளம் தவிட்டு நிறத்தில் மெல்லிய அந்த விழிகளையே உற்றுப் பார்த்து நான் வெகுநேரம் அங்கு அமர்ந்திருந்தேன். திடீரென்று பீட்டர் மென்குரலில் கூறினார். 'இது எனக்கு முன்னரே தெரிந்திருப்பின் நான் வெகு முன்னதாகவே உன்னிடம் வந்திருப்பேன்! தீவிரமான உணர்ச்சிப் பெருக்கை தாங்க முடியாமல் நான் முகத்தைத் திருப்பிக் கொண்டேன். அதோ அப்போது என்னுடைய கன்னங் களில் மென்மையான அந்தக் கன்னங்கள் உராய்கின்றன. எவ்வளவு இனிமையான அனுபவம்!

திடுக்கிட்டு விழித்துக் கொண்ட பிறகும் பீட்டர் என்னுடைய கண்களையே உற்றுப் பார்ப்பதைப் போலவும் அவருடைய முகம்

என்னுடைய கன்னங்களில் உராய்வதைப் போலவும் தோன்றியது. எவ்வளவு உள்ளார்ந்து நான் அவரை நேசிப்பதாகவும், மீண்டும் நான் அவரை இழந்துவிட்டேன் என்பதை நினைத்தபோதும் கடுமையான வருத்தம் ஏற்பட்டது. இருப்பினும் பீட்டரைத்தான் தேர்ந்தெடுத்தேன் என்பதில் மகிழ்ச்சியாகவும் இருந்தது.

எதுவாயினும் இங்கு வந்ததற்குப் பிறகுதான் நான் இத்தகைய கனவுகளைக் காணத் தொடங்கினேன் என்பது விசித்திரம்தான். ஒரு நாள் நான் என்னுடைய பாட்டியைத்தான் கனவு கண்டேன். சுருக்கங்கள் மலிந்த அந்த மெல்லிய சருமத்தைக்கூட நான் தெளிவாகப் பார்த்தேன். பின்னர்தான் நான் என்னுடைய அப்பாவின் அம்மாவை கனாக்கண்டேன். அவர் ஒரு காவல் தேவதைபோல இருந்தார். அதற்குப் பிறகு லயிசைப் பார்த்தேன். எல்லா யூதர்களும் அனுபவிப்பதைப் போன்ற துயரங்களின் உருவகமாக அவள் இருப்பதாக எனக்குத் தோன்றியது. அவளுக்காக நான் பிரார்த்திக்கும்போது துயரத்தைச் சகித்துக்கொண்டு வாழும் அனைத்து யூதர்களுக்கும் பிற மனிதர்களுக்கும் சேர்த்துத் தான் நான் பிரார்த்திக்கிறேன். மிகவும் கடைசியாக நான் இதோ பீட்டரைக் கனவு காண்கிறேன். என்னுடைய மிகப் பிரியமான பீட்டரை, அதுவும் மிகத் தெளிவாக! இனி எனக்கு பீட்டரின் ஃபோட்டோ தேவையில்லை. அந்த அளவுக்கு தெளிவாக பீட்டரை என் கண்களுக்கு முன்னால் பார்க்கமுடிகிறது.

இப்படிக்கு

உன்னுடைய ஆன்

ஜனவரி 1944 7 வெள்ளி

அன்புள்ள கிட்டீ,

நான் ஒரு முட்டாள்தான். நான் இதுவரை என்னுடைய ஆண் நண்பர்களைப் பற்றி எதுவும் தெரிவிக்கவில்லை. கஷ்டம்தான்!

நான் மிகவும் சின்னஞ்சிறுமியாக இருந்தபோது அதாவது கிண்டர் கார்டனில் பயின்று கொண்டிருந்தபோது கரேல் சிம்சதுடன் நான் நட்புறவு கொண்டிருந்தேன். அவனுடைய தந்தை காலமாகியிருந்தார். அவனும் தாயாரும் ஒரு மாமியுடன்தான் வசித்து வந்தனர். கரேல் அவனுடைய கசின் ரோபி அளவுக்கு கவர்ச்சிகரமான உருவத் தோற்றம் பெற்றிருக்கவில்லை. பல ஆண்டுகள் நான் கரேலுடன் நெருக்கமாக இருந்தேன்.

பிறரிடம் நான் கொண்டிருந்த நேசம் எனக்குத் திருப்பிக் கிடைக்கவில்லை.

பிறகுதான் நான் பீட்டரைச் சந்திக்க நேர்ந்தது. ஒரு கோடைகாலம் முழுக்க நாங்கள் ஒன்றாக இருந்தோம். கரம் கோர்த்தவாறு நாங்கள் தெருவழியாக நடப்பதை இப்போதும் நினைத்துப் பார்க்கிறேன். பீட்டர் வெண்ணிற பருத்தி ஆடைதான் அணிந்திருந்தான். நான் ஒரு குட்டையான கோடைகால உடையில் இருந்தேன். பள்ளி திறந்தவுடன் பீட்டர் உயர்நிலைப் பள்ளியில் ஃபஸ்ட் ஃபார்மிலும் நான் லோவர் ஸ்கூலில் சிக்ஸ்த் ஃபார்மிலும் சேர்ந்தோம். பள்ளியிலும் நாங்கள் சந்திப்போம். தவிட்டு நிற விழிகளும் சிவந்த கன்னங்களும் நீளமான கூரிய மூக்குமுடைய அழகான பையனாக இருந்தான் பீட்டர். அதேபொழுது அமைதி யானவனும் புத்திசாலியும் ஆன்மார்த்தமானவாகவும் இருந்தான்

பீட்டர். அவன் சிரிக்கும்போது அந்த முகத்தில் குறும்பு நிழலாடியது. அந்த சிரிப்பு எனக்கு ஆவேசமூட்டியது.

நான் கிராமத்து வீட்டில் விடுமுறைக் காலத்தைக் கழித்துத் திரும்புவதற்குள் பீட்டர் போய்விட்டான். பீட்டர் வசித்த பழைய வீட்டில் புதிதாக குடிவந்த பையன் என்னைப் பற்றி ஏதோ தவறாகச் சொல்லி வைத்ததை நம்பி பீட்டர் என்னை புறக் கணித்தாக இருக்கலாம். அதனுடன் என்னைப் பொருத்திக் கொள்ள என்னால் ஒருபோதும் இயலவில்லை. நான் சிறிது நாள் விடாப்பிடியாக பீட்டரின் பின்னாலேயே திரிந்தேன். இறுதியில் 'ஆம்பளைப் பொறுக்கி' என்ற இழிச்சொல்லுக்கு ஆளாகிவிடு வேனோ என்று பயந்துதான் பின்வாங்கிவிட்டேன். பீட்டர் சமவயது இளம் பெண்களுடன் நட்பு கொண்டு என்னுடன் 'ஹலோ' சொல்லக்கூட நாட்டம் காட்டவில்லை. ஆனால், நான் அவனை மறக்கவில்லை.

ஜுயிஷ் செக்கண்டரி ஸ்கூலில் பயிலும்போது பல்வேறு பையன்களும் என்னுடைய ஈர்ப்புக்குள்ளானவர்களாக இருந் தனர். நாம் விரும்பவும் செய்தேன். பிறகுதான் ஹாரி என்னை தீவிரமாகக் காதலித்தான். ஆனால் எனக்கு அவன் மீது காதல் பிறக்கவில்லை.

'காலம் அனைத்துக் காயங்களையும் ஆற்றுகிறது' என்று ஒரு பழமொழி இருக்கிறதல்லவா? பீட்டரின் விஷயத்தில் என்னு டைய மனக்காயம் ஆறவில்லை. என்னுடைய அடி மனதில் அந்த நினைவுகள் அழியாமல் இருந்தன. இன்று காலையில் அதை நான் உணர்ந்தேன். நான் வளர்வதைப் பொறுத்து என்னுடைய காதலும் வளர்ந்து கொண்டே இருந்தது. பீட்டர் என்னை மறந்து விட்டார் என்பதில் எனக்கு பெரும் துயரம் இருக்கிறது.

இன்று காலையில் டாடி எனக்கு 'குட் மார்னிங் கிஸ்' அளித்த போது நான் முழுமையாக சோகத்தில் ஆழ்ந்துவிட்டேன், அது பீட்டராக இருந்தால் எவ்வளவு இனிதாக இருந்திருக்கும் என்று எண்ணினேன். என்னுடைய மனம் அழுதுகொண்டிருந்தது.

இப்போது என்னால் என்ன செய்ய இயலும்? இங்கிருந்து நாங்கள் வெளியேறிய உடனே பீட்டரைச் சந்திக்க வேண்டுமே என்று கடவுளை வேண்டுவதைத் தவிர! என்னுடைய கண்களின் காதலை அடையாளம் கண்டறிந்து பீட்டர் சொல்ல வேண்டும்.

"ஆன் நான் இதுவரை உன்னுடைய காதலைப் புரிந்து கொள்ள வில்லை. இல்லாவிட்டால் நான் எவ்வளவோ முன்னதாகவே வந்திருப்பேன்!"

நான் கண்ணாடியில் என்னுடைய முகத்தைப் பார்த்தேன். என்னுடைய முகத்தில் எவ்வளவோ மாறுதல்கள் நிகழ்ந்து விட்டன. என்னுடைய கண்கள் கூடுதல் ஒளிர்ந்தும் ஆழமாகவும் ஆகியிருக்கிறது. என்னுடைய கன்னங்களில் செம்மை கூடியிருக் கிறது. என்னுடைய உதடுகள் முன்னைவிட மென்மையாகி விட்டன. நான் இப்போது மேலும் மகிழ்ச்சியுடையவளாகி விட்டேன் என்று தோன்றுகிறது. ஆனால் நான் அப்படியொன்றும் மகிழ்ச்சியுடையவளாக இல்லை. ஏனென்றால் பீட்டர் என்னைப் பற்றி நினைப்பதேயில்லை. அவனுடைய விழிகள் என்னை உற்றுப் பார்ப்பதைப் போலவும் கன்னங்கள் என் முகத்தில் உராய் வதைப் போலவும் நான் மனதுக்குள் அனுபவித்துக் கொண்டு தானிருக்கிறேன்.

ஓ பீட்டர், உன்னை எப்படி என்னால் மறக்க முடியும்? உனக்கு பதிலான இன்னொருவனை என்னால் உள்வாங்கிக் கொள்ள முடியாது. நான் உன்னைக் காதலிக்கிறேன் பீட்டர். நான் உன்னை உளப்பூர்வமாக நேசிக்கிறேன். அந்த நேசம் என்னுடைய மனதுக்குள் ஒதுங்காமல் வெளியேறி பிறர் கண்களில் பட்டுவிடும் என்று எண்ணத் தோன்றுமளவுக்கு நான் உன்னை நேசிக்கிறேன்.

ஒரு வாரத்திற்கு முன் ஒருவேளை நேற்று வரை யாராவது என்னிடம் உன்னுடைய நண்பர்களில் யாரை நீ திருமணம் செய்து கொள்ள விரும்புகிறாய் என்று கேட்டால் 'தெரியாது' என்றுதான் பதிலளித்திருப்பேன். ஆனால் அதே கேள்வியை இனி யாராவது கேட்டால் நான் என்னுடைய உயிர் முழுக்க நேசிக்கும்

பீட்டரைத்தான் என்று பதிலளிப்பேன். ஆனால் ஒரு விஷயம் பீட்டர் என்னுடைய முகத்தில் ஒரு முறை ஸ்பரிசிக்க வேண்டும், அவ்வளவுதான்.

ஒரு முறை பாலியல் விருப்பங்களைப் பற்றிய பேசிக் கொண்டிருந்தபோது "நீ அதை அனுபவித்திருக்க மாட்டாய்" என்று டாடி கூறினார். ஆனால் நான் இப்போது அதைத்தான் அனுபவித்துக் கொண்டிருக்கிறேன். நான் என்னுடைய பீட்டரைத் தான் விரும்புகிறேன்.

இப்படிக்கு

உன்னுடைய ஆன்

ஜனவரி 1944

12 புதன்

அன்புள்ள கிட்டீ,

எல்லி திரும்பி வந்து இரண்டு வாரங்களாகிறது. வயிற்று உபாதையால் மீப்பும் ஹெங்கும் இரண்டு நாட்களாக வேலைக்கு வரவில்லை.

எனக்கு நாட்டியமாட மிகவும் விருப்பமிருக்கிறது. மாலை வேளைகளில் நான் நாட்டியப் பயிற்சி மேற்கொள்வதுண்டு. மம்மியின் இளநீல பெட்டிக் கோட்டிலிருந்து நான் ஒரு உடையைத் தயாரித்திருக்கிறேன். ஓரங்களில் லேஸ் வைத்து தைத்த நாட்டியத்திற்குப் பொருத்தமான ஒரு உடை. ஜிம்போஷியத்தில் பயன்படுத்தும் என்னுடைய ஷூவை 'பாலெ'க்கு ஏற்புடைய ஷூக்களாக மாற்றிவிட்டேன். இப்போது என்னுடைய உடல்வாகு திரும்பக் கிடைத்திருக்கிறது. தரையிலமர்ந்து ஒவ்வொரு கையிலும் குதிகால்களைத் தாங்கி கால்கள் இரண்டையும் ஒரே பொழுது மேல்நோக்கி உயர்த்தும் பயிற்சியைத்தான் இப்போது மேற்கொண்டிருக்கிறேன்.

இங்கு எல்லோரும் 'மேகங்களற்ற விடியல்' என்ற புத்தகத்தைப் படித்துக் கொண்டிருக்கிறார்கள். பதின்பருவப் பிரச்சனைகள்தான் அதில் பெரும்பாலும். "நீங்கள் அனைவரும் பதின்பருவத்தினரான சொந்தப் பிள்ளைகளின் விஷயத்தில் ஆர்வம் செலுத்தியிருந்தால்" எனத் தான் நான் அவர்களிடம் சொல்ல விரும்புகிறேன்.

பெற்றோர்களுக்கும் பிள்ளைகளுக்கும் மத்தியில் இதைவிடச் சிறந்த ஒரு உறவு சாத்தியமில்லை என்றும், நான்தான் பிள்ளை

களின் மீது அதிக ஆர்வம் செலுத்துபவள் என்றும் மம்மி நினைக்கிறார். மார்கொட்டுக்கு எனக்கிருக்கும் பிரச்சனை எதுவும் இல்லையென்றுதான் நினைக்கிறேன். தன்னுடைய பெண் பிள்ளைகளின் விஷயத்தில் மம்மியின் கருத்துக்கள் தவறு என்று அவருக்குப் புரியவைக்க ஏனோ என்னால் இயலவில்லை.

மம்மியிடம் மார்கொட்தான் கூடுதலாக அன்பாக இருப்பதாக மம்மி நம்புகிறார். அது சாதகமானதாகவும் நினைக்கிறார். மார்கொட் இப்போது முன்புபோல கோள்மூட்டி இல்லை. மாறாக நல்ல பிரண்டு அவள். எதற்கும் லாயக்கற்ற ஒரு சிறுமிதான் நான், என்ற பாவனையில் இப்போது அவள் என்னிடம் பழகுவதில்லை.

எனக்கு விசித்திரமான ஒரு பழக்கம் இருக்கிறது. எனக்கு, என்னை பிறர் கண்ணோட்டத்தில் பார்ப்பது என்பதுதான் அது. அப்போது எனக்கு என்னுடைய நடவடிக்கைகளை ஏதோ ஒரு ஆணின் செயல்பாடாகப் பார்க்க முடியும். அறிமுகமற்ற ஒருத்தியின் செயல்பாடாக என்னால் அவற்றை நடுநிலையாகப் பார்க்க இயலும். இங்கு வருவதற்கு முன், நான் அடிக்கடி தனிமைப்படுத்தப்பட்ட ஒருவள் என்றும் அனாதையானவள் என்றும் கற்பனை செய்து கொண்டிருப்பேன். அதற்குப் பிறகு இத்தகைய விசித்திரமான சிந்தனைகளுக்காக நான் என்னைத் தண்டிக்கவும் செய்வேன். ஒவ்வொரு காலைப் பொழுதிலும் மம்மி என்னிடம் பாசத்துடன் ‘குட்மார்னிங்’ சொல்வார் என்று தான் விரும்பினேன். ஆனால் முற்றிலும் முரட்டுத்தனமாகத்தான் மம்மி என்னிடம் பழகினார். பள்ளிக்குச் செல்லும்போது மம்மி திட்டியதையெல்லாம் மறந்து நான் மகிழ்ச்சியாவேன். பள்ளியில் நடந்தவற்றையெல்லாம் நான் ஒரே மூச்சில் மம்மியிடம் சொல்வனே். ஆனால், மம்மியின் செல்லத்திற்காகக் காத்திருந்து என்னுடைய தலையணை கண்ணீரால் ஈரமாகும் சந்தர்ப்பங்களும் நிகழும் மீண்டும் . . . மீண்டும்... மீண்டும்.

எல்லாமே மேலும் மேலும் சொதப்பல்கள்தான்.

இப்போது கடவுள் எனக்கொரு பரிசளித்திருக்கிறார் - பீட்டர்.

நான் இந்தப் பரிசை நெஞ்சுடன் சேர்த்தணைத்து முத்தமிட்டுச் சிந்திக்கிறேன். இனி யாரைப் பற்றியும் நான் கவலைப்பட மாட்டேன். சிரத்தை கொள்ளமாட்டேன். எனக்கு பீட்டர் இருக்கிறான். இவ்வாறுதான் ஒவ்வொரு கசப்பான அனுப வத்திலிருந்தும் நான் மீண்டு வருகிறேன். ஒரு பதின் பருவத்தி னளின் மனதில் இந்த அளவுக்கு ரகசியங்கள் இருப்பதாக யாராவது யூகிப்பார்களா?

இப்படிக்கு
உன்னுடைய ஆன்

ஜனவரி 1944 — 15 சனி

அன்புள்ள கிட்டி,

இங்கு நடைபெறும் சர்ச்சைகளின் தன்மைகளை விளக்கமாக உன்னிடம் தெரிவித்து என்ன ஆகப்போகிறது. ஒன்றை மட்டும் சொல்கிறேன். பெரும்பாலும் பொருட்களை எண்ணை, இறைச்சி போன்றவற்றை நாங்கள் பிரிவினை செய்து கொண்டோம். எங்களுடைய உருளைக்கிழங்கு போன்றவற்றை நாங்களே பக்குவம் செய்கிறோம்.

மம்மியின் பிறந்த நாள் நெருங்கிவிட்டது. கிரேலர் மம்மிக்கு கூடுதலாக சர்க்கரையை பரிசாக அளித்தது வான்டான் தம்பதியினரைப் பொறாமைப்படுத்தியிருக்கிறது.ஏனென்றால் மிசஸ் வான்டானுக்கு அவருடைய பிறந்த நாளுக்கு இவ்வாறு ஒரு பரிசு கிடைக்கவில்லை. ஆனால் அதன் பேரில் பொறமை பேசுவதாலோ சண்டை போடுவதாலோ என்ன பயன்?- ஒரு விஷயத்தைச் சொல்லாமல் இருக்க முடியவில்லை. கிட்டி. நாங்கள் இவர்களால் மிகவும் சலிப்படைந்துவிட்டோம். ஒரு இரண்டு வார காலமாவது வான்டான் தம்பதியினரை பார்க்காதிருப்பதே நலம் என்பது மம்மியின் விருப்பமாகும்.

வேறு ஒருவருடன் வீட்டைப் பங்கு போடும்போது சிறிது காலத்திற்குள்ளாகவே பிரச்சனைகள் எழலாம் என்று எனக்குத் தோன்றுகிறது. அதாவது நாங்கள் துரதிருஷ்டசாலிகள் என்பதால்தான் இத்தகையோர்கள் கூட்டாளிகளாக வாய்த்தனர். போர் நடைபெற்றுக் கொண்டிருக்கிறது. நெடுங்காலம் இங்கு தங்க நேர்ந்தால் கருகிய பயிர்மணியைப் போல் ஆகிவிடுவேன் நான் என்று தோன்றுகிறது. ஒரு உண்மையான இளம்பெண்ணாக வேண்டுமென்பது என்னுடைய விருப்பம். எவ்வளவு இடைவெளி இல்லையா?

இப்படிக்கு
உன்னுடைய ஆன்

ஜனவரி 1944 22 சனி

அன்புள்ள கிட்டீ,

மக்கள் ஏன் தங்களுடைய உணர்ச்சிகளை மறைத்து வைக்கிறார்கள் என்ற நான் ஆச்சர்யப்படுவதுண்டு. நானே கூட பிறருடைய முன் எவ்வளவு வித்தியாசமாகப் பழகுகிறேன்? ஏன் நாம் பரஸ்பரம் நம்பாமல் இருக்கிறோம்? ஏதாவது ஒரு காரணம் இருக்கலாம். ஆனால் மிக நெருங்கியவர்களைக் கூட நம்மால் நம்ப முடியவில்லை என்பது கஷ்டம்தான்.

அந்தக் கனவுக்குப் பிறகு நான் பெருமளவு மாறிவிட்டதாக நினைக்கிறேன், அதாவது அதிகமாக சுதந்திரம் கிடைத்த மாதிரி. வான்டான் தம்பதியினர் மீதான என்னுடைய மனப்பான்மை கூட மாறியிருக்கிறது என்பதை நீ அறிந்தால் ஆச்சரியப்படுவாய். எல்லோரையும் இப்போது புதிய வெளிச்சத்தில் பார்க்க முடிகிறது.

எவ்வாறு நான் இப்படி மாறினேன் - மம்மி யதார்த்த பாசமுடைய, என்னைப் புரிந்துகொள்ளும் ஒரு தாயாக இருந்தால், ஒரு யதார்த்த மம்மியாக இருந்திருந்தால் எங்களுடைய உறவு நிச்சயமாக திடமானதாக இருந்திருக்கும். மிசஸ் வான்டான் ஒரு நல்ல மனிதரில்லை. இருப்பினும் மம்மி மேலும் சற்று பொறுமை காட்டியிருந்தால் பாதிச்சச்சரவுகளைத் தவிர்த்திருக்கலாம் என்றுதான் இப்போது எனக்குத் தோன்றுகிறது.

மிசஸ் வான்டானுக்கு ஒரு குணம் என்னவென்றால் நம்மால் அவரிடம் பேச முடியும். சுயநலமும், கோள் சொல்வதும் பொறாமையும் எல்லாம் இருப்பினும் பணிந்துபோகும் தன்மை

யும் அவருக்கிருக்கிறது. அவரை ஆத்திர மூட்டாமலிருந்தால் அவர் சிரத்தைக்குரியவராக பேசிக் கொண்டு இருப்பார்.

மேலும் சிறிது திறந்த மனதுடன் நாங்கள் பழகியிருந்தால் மோதல்களை பல சந்தர்ப்பங்களில் தவிர்த்திருக்கலாம்.

நீ என்ன கேட்கப் போகிறாய் என்பதை நானறிவேன். "மிசஸ் வான்டானின் வாயிலிருந்து பல முறை திட்டு வாங்கிக் கட்டிக் கொண்ட நீதானா இப்படிப் பேசுகிறாய்? என்றுதானே" ஆம். நானேதான் இதைச் சொல்கிறேன்.

அனைத்தையும் முதலில் இருந்தே துவங்க நான் முடிவெடுத்து விட்டேன். எல்லா விஷயங்களையும் என்னுடைய சொந்தப் பொறுப்பில் நானே தீர்மானிப்பேன். அதற்குப் பிறகு திருப்தியற்ற ஒரு கண்டடைதல்தான் ஏற்படுகிறதென்றால் அதற்கேற்ப என்னுடைய பழகுதலை முறைப்படுத்த எனக்குத் தெரியும். மிசஸ் வான்டானுடன் வெளிப்படையான பேச்சுக்கும் நான் தயார்தான். அதன் பொருள் என்னுடைய வீட்டில் இருப்போருக்கு எதிராக நான் திரும்புவேன் என்பதல்ல. ஆனால் என்னுடைய தரப்பிலி ருந்து தேவையற்ற பிறர் தூஷணை எதுவும் இனியிருக்காது.

இவ்வளவு நாள் வான்டான் தம்பதியர் செய்வதெல்லாம் தவறுதான் என்பது என்னுடைய நினைப்பாக இருந்தது. ஆனால் இப்போது எங்கள் தரப்பிலும் தவறிழைத்திருப்பதை உணர் கிறேன். இனி ஒரு புதிய உள்பார்வையுடன் விஷயங்களை சீர் தூக்குவேன்.

இப்படிக்கு

உன்னுடைய ஆன்

ஜனவரி 1944 — 24 திங்கள்

அன்புள்ள கிட்டீ,

எனக்கு என்னவோ நேர்ந்துவிட்டது. ஒரு நிகழ்ச்சி என்று இதை அழைக்கலாம் என்று தோன்றவில்லை எனினும், என்னுடைய ஒரு கிறுக்கு என்று வேண்டுமானால் கூறலாம். எப்போதாவது யாராவது பாலியல் விஷயங்களைப் பேசினால் அதுவெல்லாம் ஏதோ மர்மமான விஷயங்களைப் பேசுகிறார்கள் அல்லது அனுமதிக்க முடியாத விஷயங்கள் பேசுவதைப் போலத்தான் எனக்குத் தோன்றியிருக்கிறது. எப்போதும் முணுமுணுக்கும் குரலில் தானாகப் பேசவும் செய்வேன். ஏன் இம்மாதிரி விஷயங்களுக்கு ஓர் ரகசியத்தன்மை என்று நான் அடிக்கடி நினைத்துப் பார்ப்பதுண்டு. ஆனால் நான் நினைத்தால் ஆட்களின் மனப்பான்மையை மாற்ற முடியாது என்பதால் மௌனம் சாதித்து விடுவேன், சில நேரங்களில் என்னுடைய தோழிகளிடம் கேட்டு விபரங்களைத் தெரிந்துகொள்ள முயற்சிப்பதுண்டு. இத்தகைய விஷயங்களை பையன்களிடம் விவாதிக்கக் கூடாது என்று மம்மியே என்னிடம் கூறியிருக்கிறார். அவர்கள் பேசத்தொடங்கினால் கூட விலகிச் சென்று விடவேண்டும் என்றார். நானும் அதை முழுமையாக ஏற்றுக் கொண்டேன்.

இங்கு வந்த பிறகு பல்வேறு சந்தர்ப்பங்களில் டாடி என்னிடம் இந்த விஷயத்தைப் பற்றிப் பேசியிருக்கிறார். உண்மையில் இதையெல்லாம் மம்மி சொல்லித்தான் கேட்க வேண்டும் என்று விரும்பினேன். சில வேளைகளில் புத்தகங்களிலிருந்தும் எனக்கு இது தொடர்பான அறிதல்கள் கிடைத்திருக்கின்றன.

மிஸ்டர் வான்டானோ மிசஸ் வான்டானோ பீட்டரிடம் இந்த விஷயத்தைப் பற்றி எப்போதும் பேசியதே இல்லை என்றார் மிசஸ் வான்டான்.

நேற்று எதிர்பாராத விதமான நாங்கள் மோஃபியைப் பற்றி பேச நேர்ந்தது. "மோஃபி ஆனா பெண்ணா?" என்று நான் கேட்டேன்.

"கடுவன் பூனை" என்றான் பீட்டர்.

நான் வாய் விட்டுச் சிரித்தேன்.

"கர்ப்பிணியான கடுவன் பூனை."

பீட்டரும் மார்கொட்டும் என் சிரிப்பில் பங்கேற்றனர். மோஃபி கர்ப்பிணி என்பதை இரண்டு மாதங்களுக்கு முன் பீட்டர்தான் எங்களிடம் கூறினார். நன்றாக தீனி தின்று அதன் வயிறு உப்பியிருப்பதைப் பார்த்துதான் பீட்டர் அவ்வாறு முடிவுக்கு வந்தான். தனக்கு நேர்ந்த ஏமாற்றத்தை எண்ணித்தான் பீட்டர் இப்போது சிரித்தான்.

"வா நீயே வந்துநேரில் பார்த்துக் கொள்".

பீட்டருடன் நான் குடோனுக்குள் சென்றேன். மோஃபியை அங்கு எங்கும் காணவில்லை. இறுதியில் நாங்கள் திரும்பி வந்து விட்டோம். மதியத்துக்குப் பிறகு மீண்டும் பீட்டர் மோஃபியை தேடிச் சென்றான். நானும் பின்னாடியே சென்றேன். மோஃபி மேசைமீது அமர்ந்திருந்தது. பீட்டர் மோஃபியை கையில் எடுத்துக் கேட்டான்.

"நீ பார்க்க விரும்புகிறாயா?"

நான் பேசாமல் நின்று கொண்டிருந்தேன்.

"இதுதான் அவனுடைய ஆண் பாலியல் உறுப்பு... பார்த்தாயா?"

வேறு யாராவது ஒரு பையன் இதைக் கூறியிருந்தால் நான் இக் கட்டான நிலைமைக்கு ஆளாகியிருப்பேன். ஆனால் முற்றிலும்

உணர்ச்சியற்றவாறு ஒரு பாடம் போதிப்பதைப்போல பீட்டர் விளக்கியதால் நான் துணிவு பெற்றேன். நாங்கள் வெகு நேரம் மோஃபியுடன் விளையாடவும் செய்தோம்.

"நான் இத்தகைய விஷயங்களைப் புத்தகத்தில் படித்துத்தான் தெரிந்துகொண்டேன்." நீ எப்படி?...

நான் பீட்டரிடம் கேட்டேன்.

"நானா, நான் என்னுடைய டாடியிடம்தான் சந்தேகங்களைக் கேட்பேன்." மீண்டும் அதே உணர்ச்சியற்ற குரலில் அவனுடைய பதில்.

என்னைப் போன்ற ஒரு விடலைப் பெண்ணிடம் நான் இந்த விஷயத்தைக் குறித்துப் பேசினால் கூட இந்த அளவுக்கு சாதாரணமாக அதைக் கையாண்டிருக்க முடியாது என்றுதான் எனக்குத் தோன்றுகிறது. எவ்வளவு கண்ணியமாக பீட்டர் பழகினான். மம்மியின் கருத்து தவறானது, ஆண் பிள்ளைகளின் மத்தியிலும் கௌரவமாக பேசுபவர்கள் இருக்கிறார்கள்.

என்னிடம் பேசும் போது கடைபிடித்த சாதாரணமான லாவகத்துடன்தான் பீட்டர் அவனுடைய பெற்றோர்களுடன் இந்த விஷயத்தைக் குறித்துப் பேசுவானா? அது எனக்கு எப்படித் தெரியும்?

இப்படிக்கு
உன்னுடைய ஆன்

ஜனவரி 1944 — 28 வெள்ளி

அன்புள்ள கிட்டீ,

இப்போது எனக்கு குடும்பங்களின் இன வரலாறுகள் மற்றும் ராஜ குடும்பங்களின் தாய்வழிக் கதைகளின்மீது மிகவும் ஆர்வம் பிறந்திருக்கிறது. நாம் இதன் மீது சிரத்தை செலுத்தினால் இறந்த காலத்திற்குள் முக்குளித்து புதிய கண்டடைதல்களை மேற்கொள் வதாக நிகழும். நான் என்னுடைய பாடங்களை ஒழுங்காகப் படித்து வயர்லஸ் வாயிலாக இங்கிலீஷ் ஹோம் சர்வீஸ் வகுப்பு களை சிறப்பாகப் புரிந்துகொள்ள முடிகிறது. இருப்பினும் ஞாயிற்றுக்கிழமைகளில் என்னிடமிருக்கும் சினிமா நட்சத்திரங் களின் படங்களை பார்த்துக் கொண்டிருப்பதுதான் பொழுது போக்கு.

திங்கள்கிழமைகளில் க்ரேலர் 'சினிமாவும் நாடகமும்' என்ற வார இதழை கொண்டு வருவார். அதில் எனக்குப் பெரு மகிழ்ச்சி. வெறுமனே பணத்தை பாழடிக்கிறார்கள் என்று பெரியவர்களைப் பற்றிச் சொல்வதுண்டு. ஆனால் எந்தெந்தப் படங்களில் யார் யார் நடிக்கிறார்கள்? ஒவ்வொரு படத்தினுடைய உள்ளடக்கம் என்னென்ன? ஒவ்வொரு விமர்சகனும் அந்தப் படத்தைக் குறித்து சொல்லியிருப்பது போன்ற விஷயங்களில் என்னுடைய அறிவு அவர்களை வியக்க வைக்கிறது.

எப்போதாவது ஒரு புதிய பாணியில் நான் முடியலங்காரம் செய்தால் எந்த நட்சத்திர நடிகையை நான் பின்பற்றுகிறேன் என்று அவர்கள் கேள்வி கேட்கின்றனர். அவர்களுடைய கருத்துக்களைக் கேட்டு சலிப்படைந்து நான் முடியலங்காரத்தை பழையபடிக்கே மாற்றி விடுவேன். வேறு என்ன செய்ய?

இப்படிக்கு
உன்னுடைய ஆன்

ஜனவரி 1944 28 வெள்ளி

அன்புள்ள கிட்டீ,

பழையதையே மீண்டும் மீண்டும் அசைபோடும் ஒரு பசுவின் நிலைமைதான் எனக்கு என்று உனக்குத் தோன்றுகிறதா? ஆன் புதிதாக ஏதாவது சொல்லமாட்டாளா என்று விரும்புகிறாயா?

என்ன செய்ய முடியும்? சொல்லிப் பழசாகிவிட்ட விஷயங் களைத்தான் இங்கு எல்லோரும் பேசிக் கொண்டிருக்கிறார்கள். மம்மியும் மிசஸ் வான்டானும் தங்களுடைய இளவயதுக் கால கதைகளைப் பேசிக் கொண்டிருக்கிறார்கள். டுசல் தன்னுடைய மனைவியின் உடைகளைக் குறித்தும், குதிரைப் பந்தயங்களைக் குறித்தும் நோய்களைக் குறித்தும் பேசுகிறார். இந்தக் கதைகள் அனைத்தும் இங்கு எல்லோருக்கும் மனப்பாடமாகிவிட்டது.

அண்மைக் காலமாக க்லீமேனும், ஹெங்கும் தலைமறைவாக வாழ்பவர்களையும் அஞ்சாத வாசம் நடத்துபவர்களையும் குறித்த விஷயங்களைத்தான் பேசுகிறார்கள். இத்தகைய கதைகள் எங்களை மிகவும் ரசிக்க வைக்கும் என்பது அவர்களுக்குத் தெரியும். தலைமறைவாக வாழ்பவர்களின் கஷ்டங்களையும், நாஜிப் படையினர் பிடித்துச் செல்லுபவர்களின் இன்னல்களை யும், விடுவிக்கப்பட்டவர்களின் மகிழ்ச்சி போன்றவற்றையும் சிறப்பாகவே எங்களால் உள்வாங்கிக் கொள்ள முடியும் என்பதை அவர்கள் நன்கறிவார்கள்.

“சுதந்திர நெதர்லாண்ட் இயக்கம்” போன்ற அமைப்புகள் போலி அடையாள அட்டைகளை உருவாக்குவதும் தலை மறைவாக வாழ்பவர்களுக்கு தொழில்களையும், பணத்தையும்

ஏற்பாடு செய்வதுமாக இருக்கிறார்கள். சொந்த உயிரையே பணயம் வைத்து எவ்வளவு சுயநலமின்றி இவர்கள் பணி யாற்றுகிறார்கள் என்பது வியக்கத்தக்கதாகும். எங்களுடைய இந்த உதவியாளர்கள்தான் மிகச் சிறந்த உதாரணம். எங்களை இதுவரை அவர்கள் பாதுகாத்தனர். ஒருமுறை கூட எங்களால் அவர்களுக்கு ஏற்படும் சிரமங்களுக்காகப் புகார் கூறியதில்லை. எவ்வளவு நன்மை செய்யக்கூடிய நல்ல மனிதர்கள் அவர்கள்!

நாள் தவறாது அவர்கள் எங்களைச் சந்திக்கின்றனர். எங்களு டைய சௌக்கிய விவரங்களைக் கேட்டறிகிறார்கள். ஆண்களு டன் அரசியலையும், பிசினஸ் விஷயங்களையும் விவாதிக்கி றார்கள். பெண்களிடம் உணவு விஷயங்களையும், போர்க்கால கெடுதிகளையும் பேசுகிறார்கள். புத்தகங்களைக் குறித்து சிறார் களிடம் பேசுகிறார்கள். பிறந்த நாட்கள் போன்ற கொண்டாட் டங்களில் மலர்க்கொத்துகளும் பிற பரிசுகளையும் அளிக்க புன்னகையுடன் வந்து எங்களை சந்திக்கிறார்கள். எங்களால் என்றைக்கும் மறக்க முடியாத சேவைகள்தான் இவை. இவர்கள் ஜெர்மானியர்களுடன் போர் புரியவில்லை என்றபோதிலும் அதைவிட கூடுதல் துணிச்சலும் சுயநலமின்மையும்தான் வெளிப் படுத்துகிறார்கள்.

நம்ப முடியாதவைகளாக இருப்பினும் யதார்த்தமான பல் வேறு கதைகள் கேள்விப்படப்படுகின்றன. செண்டர் லாண்டில் நடைபெற்ற கால்பந்து போட்டியில் ஒரு டீமில் தலைமறைவாக இருப்பவர்களும் எதிர் டீமில் போலீஸ்காரர்களும் விளையாடி னார்களாம் என்று ஒரு தகவல். ஹில்வர் சமில் ஒரு ரேஷன் கடையில் தலைமறைவுவாசிகளுக்கு ரேஷன் வாங்குவதற்காக தனிக்கால அட்டவணை கூட ஏற்பாடாகியிருக்கிறதாம். எது வாயினும் இதுவெல்லாம் ஜெர்மானியர்களுக்குத் தெரியாமல் இருக்க அவர்கள் எச்சரிக்கையாக இருக்க வேண்டும்.

இப்படிக்கு

உன்னுடைய ஆன்

பிப்ரவரி 1944

3 வியாழன்

அன்புள்ள கிட்டீ,

ஆக்கிரமிப்பு தொடர்பான சிந்தனைகள் ஒரு ஜுரம் போல நாடு முழுக்கப் பரவியிருக்கிறது. நீ இங்கு எங்களுடன் இருந்திருந்தால், ஒருவேளை இந்தச் சூழல்களின் பிடியில் நீயும் சிக்கியிருப்பாய். அல்லது இவ்வளவு பீதியை வெளிப்படுத்தியதற்காக நீ எங்களைக் கேலி செய்திருப்பாய்.

பத்திரிகைகள் அனைத்திலும் ஆக்கிரமிப்புத் தொடர்பான செய்திகள் தான். பல பத்திரிகைகளிலும் இந்த கூப்பாடுதான். பிரிட்டிஷ்காரர்கள் ஹாலந்தில் கால் பதித்துவிட்டதை எதிர்க்க ஜெர்மானியர்கள் எந்த வழியையும் கடைபிடிப்பார்கள், தேவைப் பட்டால் செயற்கையாக வெள்ளப் பெருக்கை உருவாக்கவும், அவர்கள் தயங்க மாட்டார்கள். ஹாலந்தின் எந்தப் பகுதிகள் வெள்ளத்தில் மூழ்கும் வாய்ப்புள்ளது என்பதை அடையாளப் படுத்தும் வரைபடங்களை அவை வெளியிடுகின்றன. வெள்ளப் பெருக்கால் மிக அதிகமாக அவதிக்குள்ளாகும் பகுதி ஆம்ஸ்டர் டாம் என்பதால் நாங்கள் எதிர்கொள்ளும் முதல் கேள்வியே தெருக்களில் ஒரு மீட்டர் தண்ணீர் உயர்ந்தால் நாங்கள் என்ன செய்வோம் என்பதுதான். இதற்கான தீர்வுகளை பல பேர் பலவாறு வெளியிட்டனர்.

“நடக்கவோ சைக்கிள் மிதிக்கவோ செய்ய முடியாததால் ஓட்டமில்லாத இந்த வெள்ளத்தில் நாம் துடுப்பைப் பயன் படுத்தித்தான் நகர வேண்டியிருக்கும்”.

“நிச்சயமாக அது கூடாது. நாம் நீந்தத்தான் முயற்சிக்க

வேண்டும். நீச்சலுடை அணிந்து நீருக்கடியில் நீந்த முடிந்தால் நாம் யூதர்கள் என்பதை யாரும் புரிந்துகொள்ள முடியாது."

"ஓ... எவ்வளவு அபத்தமான பேச்சு இது, தண்ணீருக்கடியில் நீச்சலடிக்கும் பெண்களின் காலில் எலிகள் கடித்தால் ரொம்ப வேடிக்கையாக இருக்கும்" (நிச்சயமாக அதைச் சொன்னவர் ஒரு ஆண்தான். இதைக் கேட்டதும் மிகவும் உரத்த குரலில் அழுதது யாரென்று உன்னால் யூகிக்க முடியும் அல்லவா?)

"ஆனால் வெள்ளப்பெருக்கு ஏற்பட்டால் நம்மால் இந்தக் கட்டிடத்தை விட்டு வெளியேற முடியாது. வலுவற்ற இந்த குடோன்தான் முதலில் நொறுங்கி விழும்.

"நீங்கள் கவனியுங்கள், நமக்கு ஒரு தோணி கிடைக்குமா என்று முயற்சித்துப் பார்க்கலாம்".

"அதைவிட எளிமையான வேறு பலவும் இருக்கின்றன. பரணையிலிருந்து ஒவ்வொரு மரப்பலகையாகப் பெயர்த்துப் படகை உருவாக்கி சூப்பு பரிமாறும் கரண்டியைத் துடுப்பாக்கி நீரில் படகோட்டிச் செல்லலாம்."

"அதைவிட எளிமையானது பொய்க்கால்களில் நடப்பதுதான். சின்ன வயதில் நான் அதில் நிபுணனாக இருந்தேன்."

"ஹெங் வான்டான் தன்னுடைய மனைவியை அவருடைய தோளில் அமர்த்தினால் போதும்."

இந்த உரையாடல்களைக் கேட்ட பிறகு உனக்கு சங்கதிகள் எப்படிப்பட்டவை என்பது புரிந்திருக்குமே...

இத்தகைய பேச்சுக்கள் சுவையானதுதான். ஆனால் யதார்த்தம் அவ்வாறில்லை. ஆக்கிரமிப்பு குறித்து இன்னொரு கேள்வியும் எஞ்சியிருக்கிறது. ஜெர்மானியர்கள் ஆம்ஸ்டர்டாமை மக்கள் இல்லாப் பகுதியாக்கி விட்டால் நாங்கள் என்ன செய்வோம்?

"ஏதாவது முறையில் மாறுவேடம் பூண்டு நாம் நகரத்திலிருந்து வெளியேறி விடலாம்."

“அது கூடாது என்ன நேர்ந்தாலும் நாம் அங்கேயே வசிக்க வேண்டும். இந்த நாட்டின் மக்களை முழுக்க ஜெர்மனிக்கு அழைத்துச் சென்று கொல்ல வேண்டும் என்பதுதான் அவர்களுடைய திட்டம்.”

“ஆம் மிகவும் பாதுகாப்பான இடம் இதுதான். க்லீமேனின் குடும்பத்தையும் நாம் இங்கேயே வரவழைப்போம். ஒரு கோணிக் கம்பளி கிடைத்தால் நாம் இந்தத் தரையில் படுத்துக்கொள்ளலாம். இப்போதே கம்பளியைச் சேமிக்க மீப்பிடமும், ஹெங்கிடமும் நாம் சொல்லி வைக்க வேண்டும்”.

“மேலும் தானியங்களைக் கொண்டு வரவும் சொல்ல வேண்டும். கூடவே இன்னும் சற்று காராமணி வகைகளை அனுப்பி வைக்க ஹெங்கிடம் சொல்ல வேண்டும். ஐம்பது டின் காய்கறிகள் தற்போது நம்மிடம் இருக்கின்றன.

“மம்மி, வேறு உணவுப் பொருட்கள் இன்னும் எவ்வளவு இருக்கின்றன?

“பத்து டின் மீல், நாற்பது டின் பால், பத்து கிலோ பால் பவுடர், மூன்று குப்பி சாலட் எண்ணை, நான்கு ஜாடி வெண்ணை, நான்கு ஜாடி இறைச்சி, இரண்டு குப்பி ஸ்ட்ரோபரி, இரண்டு குப்பி ராஸ்பெரி, இருபது குப்பி தக்காளி, பத்து பவுண்டு ஓட்ஸ், எட்டு பவுண்டு அரிசி” - இவையெல்லாம் இருக்கின்றன.

“ஓரளவு தேவலை. ஆனால் விருந்தாளிகள் அதிகமானால் சிரமம்தான். நிலக்கரியும், விறகும், மெழுகுவர்த்தியுமெல்லாம் நம் தேவைக்கு ஏற்ப இப்போது இருக்கிறது. நாம் பணத்துடன் தப்பிச் செல்ல நேர்ந்தால் பயன்படுத்துவதற்காக உடைக்குள் மறைத்து வைப்பதற்கான சிறிய பணப்பைகளை இப்போதே தைத்து தயாராக வைத்திருக்க வேண்டும்.

“திடீரென்று தப்ப நேர்ந்தால் எடுத்துச் செல்வதற்கான பொருட்களின் ஒரு பட்டியலைத் தயாரிக்க வேண்டும். ஆனால் தண்ணீரும் சமையல் எரிவாயுவும் மின்சாரமும் இல்லாமல் வேறு எது இருந்தும் என்ன பயன்?”

அப்படியானால் நாம் ஸ்டவ்வில் சமைக்கலாம். கிடைக்கும் தண்ணீரை வடிகட்டி பயன்படுத்துவோம். பெரிய குப்பிகளில் சேமித்து வைப்போம்.

எந்த நேரத்திலும் ஆக்கிரமிப்பு தொடர்பான விஷயங்கள்தான் காதில் விழுகிறது. பட்டினி கிடப்பதைக் குறித்து, சாவைக் குறித்து, குண்டு வீச்சுக் குறித்து, தீயணைப்புக் கருவிகளைக் குறித்து, யூதர்களின் பிரமாணங்களைக் குறித்தும், நச்சு வாயுக்களைக் குறித்தும்தான் இங்கு விவாதிக்கப்படுகின்றன. இதில் எதுவும் சுகமானதில்லை என்பதை உன்னால் யூகிக்க முடியுமல்லவா? "தலைமறைவு முகாமில்" ஆண்களெல்லாம் எப்போதும் ஓயாமல் முன்னெச்சரிக்கை விடுத்தபடியே இருக்கிறார்கள். தலைமறைவு முகாமில் இருக்கும் ஆண்களுக்கும் ஹெங்குக்கும் மத்தியில் நடைபெற்ற இந்த உரையாடலை ஒரு உதாரணமாகச் சொல்லலாம்.

தலைமறைவு: ஜெர்மானியர்கள் பின்வாங்கினால் மக்களை யெல்லாம் அவர்கள் தங்களுடன் அழைத்துச் செல்வார்கள் என்று நாங்கள் அச்சப்படுகிறோம்.

ஹெங்க்: அது சாத்தியமில்லை, ஏனென்றால் ரயில்கள் அவர்களுடைய வசதிப்படி ஓடவில்லை.

தலைமறைவு: ரயில்களா நல்லா சொன்னீங்க, பாவப்பட்ட மக்களை கால்நடையாகத்தான் அவர்கள் விரட்டிச் செல்வார்கள்.

ஹெங்க்: நான் அதை நம்ப மாட்டேன். நீங்களெல்லாம் அனைத்து விஷயங்களிலும் அதன் இருண்ட பக்கத்தை மட்டும் தான் பார்க்கிறீர்கள். மக்களை முழுக்க அவர்கள் ஏன் இங்கிருந்து தங்களுடன் அழைத்துச் செல்ல வேண்டும்.

தலைமறைவு: "நாம் பின் வாங்க நேர்ந்தால் நாம் கைப்பற்றிய அனைத்து நாடுகளின் கதவுகளையும் இழுத்து மூடித்தான் நாம் திரும்பச் செல்ல வேண்டும் என்று கொயபல்ஸ் கூறியது உமக்குத் தெரியாதா?"

ஹெங்க்: "அப்படி அவர்கள் எதையெதையோ சொல்லியி ருக்கிறார்கள்."

தலைமறைவு: "ஜெர்மானியர்கள் மனித நேயத்துடன் எதையாவது செய்வார்கள் என்று நீர் நினைக்கிறீரா? தோல்வி யடைந்து பின்வாங்க நேர்ந்தால் அவர்கள் கைப்பற்றிய நாட்டு மக்களும் தங்களுடன் வர வேண்டும் என்றுதான் ஜெர்மானியர்கள் நினைப்பார்கள்."

ஹெங்க்: "சுத்த அபத்தம் இதையெல்லாம் யாரும் நம்ப மாட்டார்கள்."

தலைமறைவு: "நாங்கள் இதையெல்லாம் அனுபவித்திருக் கிறோம். முதலில் ஜெர்மனியில் பிறகு இப்போது இங்கேயும். சிந்தித்துப் பாரும், ரஷ்யாவில் என்ன நடைபெற்றுக் கொண்டி ருக்கிறது?"

ஹெங்க்: "அங்கு உங்களால் யூதர்களை உட்படுத்த முடியாது." ஆங்கிலேயர்களும், ரஷ்யர்களும் ஜெர்மானியர்களைப் போன்ற வர்கள்தான். விஷயங்களை பெரிதுபடுத்தி ஆச்சரியத்தைக் கலப்படம் செய்து வெளிப்படுத்துவதுதான் பிரச்சாரத் தந்திரம்.

தலைமறைவு: "அது சரியில்லை. ஆங்கிலேயர்கள் ரேடியோ மூலமாக உண்மை நிலவரத்தை அறிவித்திருக்கறார்கள் அல்லவா? மாறாக அவர்கள் ஆச்சரியப்படும்படியாக ஊதிப் பெருக்கிச் சொன்னதாக வைத்துக் கொண்டாலும் காரியங்கள் அதைவிட எவ்வளவோ கூடுதலாக சீரழிந்திருப்பது நமக்கும் தெரிந்தி ருக்கிறதே! போலந்திலும், ரஷ்யாவிலும் அமைதியை விரும்பும் ஏராளமான நிரபராதிகள் படுகொலை செய்யப்படுகின்றனர். விஷவாயு அறைகளில் தள்ளப்பட்டு மூச்சத் திணறி அடித்துக் கொல்லப்படுகின்றனர்.

இத்தகைய உரையாடல்களின் ஏராளமான உதாரணங்களை என்னால் தர முடியும். நான் மௌனம் சாதித்து இந்த கோலா கலங்களைப் புறக்கணிக்கிறேன். என்னுடைய கண் முன்னால்

வாழ்வா சாவா என்று நான் தற்போது கவலைப்படவில்லை. நான் இல்லாவிட்டாலும் இந்த உலகம் இப்படித்தான் இருக்கும். அனைத்தும் நல்லபடியாகவே முடியும் என்ற நம்பிக்கையுடன்,

இப்படிக்கு

உன்னுடைய ஆன்

ஆனி மார்கொட் மற்றும் ஓமா 1939

பிப்ரவரி 1944 — 8 செவ்வாய்

அன்புள்ள கிட்டீ,

என் மனதில் என்னதான் இருக்கிறது என்று எனக்கே புரியவில்லை. சில வேளைகளில் நான் அமைதியாக காலம் தள்ள வேண்டுமென்று விரும்புவேன். அடுத்த வினாடியே ஏதாவது குறும்பு செய்யலாமா என்று எண்ணுவேன். உண்மையில் இப் போது சிரிக்கக்கூட மறந்துவிட்டோம். ஆம், மனமார வாய் விட்டுச் சிரிக்க.

இன்று காலையில் நானும் மார்கொட்டும் பெருமளவு சிரித்து விட்டோம். பள்ளியில் சக மாணவிகள் தமாஷ் பேசி சிரிப்பதைப் போல... சரியாக சொல்லப்போனால் காலத்தின் உல்லாசமான வெடிச்சிரிப்புதான்.

நேற்று இரவு ஒரு நாடகத் தன்மையான காட்சி நடைபெற்றது. மம்மிதான் கதாநாயகி. மார்கொட் கம்பளி போர்த்தியதி னூடேதான் அதைப் பார்த்தார். போர்வையில் ஊசி குத்தப்பட்டு இருந்தது. கிழிசலைத் தைத்தபிறகு ஊசியை எடுக்க மம்மி மறந்து போனார். மம்மியின் அசிரத்தைக் குறித்து டாடி எதையோ சொன்னார். அப்போதுதான் மம்மி பாத்ரூமிலிருந்து வெளியே வந்தார். வெறுமனே கேலி செய்ய நான் சொன்னேன்,

"ஓ இந்த மம்மி எந்த அளவுக்குக் கொடூரமானவர்"?

என்ன விஷயம் என்று மம்மி கேட்டார். மறந்து வைத்துவிட்ட ஊசியைப்பற்றிச் சொன்னதும் மம்மியின் முகபாவனை மாறி விட்டது. முகத்தைக் கடுகடுப்புடன் வைத்துக் கொண்டுதான் மம்மி பேசினார்.

"பிறரை விமர்சிப்பது நன்றாகத்தான் இருக்கிறது" நீ தைத்திருந்தால் ஊசி தரையில் விழுந்திருக்கும், இதோ பார், உன்னுடைய மேக்கப் பெட்டி தரையில் சிதறிக் கிடக்கிறது."

நான் அதை எடுக்கவேயில்லை என்று உறுதியாகச் சொன்னேன். உண்மையான குற்றவாளி மார்கொட் என்பதால் அவள் என்னை ஆதரித்தாள்.

ஆனால் மம்மி பின்வாங்கவில்லை. எனக்கு எந்த விஷயத்திலும் சிரத்தை கிடையாதென்றும், சீரும், ஒழுங்கும் இல்லை யென்றும் ஓயாமல் சொல்லிக் கொண்டே இருந்தாள். கேட்டுச் சலித்துவிட்டதால் நானும் திருப்பியடித்தேன்.

"மம்மி எதற்காக வெறுமனே என்னைத் திட்டுகிறீர்கள்? மம்மிக்கு சிரத்தை கிடையாது என்று கூறியது நானில்லை. மற்றவர்கள் செய்த தவறுகளுக்கு நான் திட்டு வாங்குகிறேன்.

திடீரென்று மம்மி மௌனம் சாதித்தார். எனக்கு தூங்க நேரமாகி விட்டதால் மம்மிக்கு "குட்நைட் முத்தம்" சொல்லி விட்டேன்.

"இது ஒன்றும் பெரிய நிகழ்ச்சியில்லை. ஆனால் அண்மையில் ஒவ்வொரு விஷயமும் என்னை மிகவும் தொல்லைப் படுத்துகிறது."

என்னுடைய மனம் சிந்தனை வெளியில் மேயத் தொடங்கியது. எதைப்பற்றியும் சிந்திக்க எனக்கு இப்போது உற்சாகமாக இருக்கிறது. இயல்பாகவே டாடியினுடையவும் மம்மியினுடையவும் திருமணத்தைப் பற்றித்தான் நான் சிந்தித்தேன். ஓர் முன் மாதிரியான திருமணம்தான் தங்களுடையது என்ற பாவனைதான் அவர்களுக்கிருந்தது. தங்களுக்குள் பிணக்குகள் இல்லை, முகச்சுளிப்பில்லை, முழுமையான கருத்தொற்றுமை!

டாடியின் கடந்த காலத்தைப் பற்றி எனக்கு ஓரளவு தெரியும். தெரியாதவற்றை கற்பனை செய்யவும் இயலும். மம்மி ஒரு சிறந்த மனைவியாக இருப்பாள் என்ற நம்பிக்கையில்தான் டாடி மம்மியைத் திருமணம் செய்திருப்பார். அது உண்மைதான். மம்மி

ஒரு சிறந்த மனைவியாவார் என்பதில் எனக்குச் சந்தேகமில்லை. புகார் சொல்லாத, பொறாமையில்லாத ஒரு நல்ல மனைவியாக இருப்பது சுலபமில்லை என்பதும் தெரியும், குறிப்பாக தன்னு டைய கணவரின் அன்பு தனக்கு மட்டுமே உரியதில்லை என்பதை அவள் புரிந்து கொள்ளும்போது! டாடிக்கு மம்மியின் இந்த சகிப்புத் தன்மையின்மீது மதிப்புதான். இவ்வாறுதான் அவர்கள் முன்னுதாரண தம்பதிகளாக இருக்கிறார்கள். டாடிக்கு தன்னு டைய எதிர்கால மனைவியைக் குறித்த எதிர்பார்ப்புகளெல்லாம் நொறுங்கிப் போயிருந்தன. பிணக்குகள், சச்சரவுகள் அற்ற அந்த நிம்மதியான திருமண வாழ்க்கை - அதுதான் முன்மாதிரியான தாம் பத்திய வாழ்க்கை. டாடி மம்மியின் மீது நேசமும் மரியாதையும் கொண்டிருக்கிறார். ஆனால் நான் எதிர்பார்க்கும் வகையிலான நேசமில்லை அது. டாடி மம்மியின் குறைகளையும், போதாமை களையும் புரிந்து கொண்டவராக இருப்பினும் முடிந்தவரை அதைப்பற்றி எதுவும் பேசுவதில்லை - ஏனென்றால் மம்மியின் தரப்பில் இருக்கும் தியாகத்தின் ஆழத்தை டாடி நன்கு தெரிந்து வைத்திருக்கிறார்.

டாடி பெரும்பாலான விஷயங்களில் மம்மியின் கருத்தைக் கேட்பதில்லை. பிசினசைப் பற்றி, மற்ற விஷயங்களைப் பற்றி, தனக்கு அறிமுகமானவர்களைப் பற்றி எதுவும் டாடி மம்மியிடம் சொல்வதில்லை. தேவைக்கு மேற்பட்ட உணர்ச்சியும், குற்றம் கண்டறியும் போக்கும் மம்மியிடம் இருப்பது காரணமாக இருக்க லாம். போதாக்குறைக்கு நடுநிலையாக சிந்திக்கவும் மம்மியால் இயலாது. டாடி உண்மையில் மனைவியின்மீது காதல் கொள்ள வில்லை. சம்பிரதாயமாக பிறரை முத்தமிடுவதைப் போல் மம்மி யையும் முத்தமிடுகிறார். மேலோட்டமான அன்பை வழங்கு கிறார். ஆனால் தனக்கு மிகப் பிரியமானவள் முன் மாதிரியான வள், என்ற முறையில் ஒருக்காலும் மம்மியை அங்கீகரிக்க வில்லை. கேலி செய்வதைப்போல விருப்பமில்லாதவராகவும் டாடி மம்மியிடம் நடந்து கொள்கிறார். ஒருவேளை மம்மி சகித்துக் கொள்ள நேர்ந்த இழப்பு, ஏற்றுக்கொள்ள நேர்ந்த

தியாகம், போன்றவைதான் அவரை முரட்டுக் குணம் படைத்தவராகவும், தன்னைச் சுற்றியிருப்பவர்களுக்கு விரும்பத் தகாதவராகவும் மாற்றியிருக்கக் கூடும். வெளிப்படையாக டாடியின் முழு அன்பையும் கைப்பற்றுவதற்காக மம்மி முயற்சிக்கவில்லை. உள்ளூர அவர் நொறுங்கிக் கொண்டிருந்தார். மம்மி டாடியை வேறு யாரையும்விட நேசிக்கிறார். ஆனால் நேசம் திரும்பக் கிடைக்காதது மிகவும் சகிக்க முடியாதல்லவா!

நினைத்துப் பார்த்தால் ஒரு வகையில் அனுதாபத்திற்குரியவர் மம்மியாவார். என்னால் மம்மிக்கும் டாடிக்கும் உதவமுடியுமா? ஒரு விஷயம் உறுதியானதாகும். என்னால் கூடுதலாக மம்மியிடம் நெருங்க முடியாது. ஓரளவாவது மென்மை, பற்று, நட்புணர்வு, பொறுமை அது கூட வேண்டாம் பிள்ளைகளைப் புரிந்து கொள்ளும் ஒரு தாயுள்ளமாவது என்னுடைய மம்மிக்கு இருந்திருந்தால் நாம் மம்மியுடன் கூடுதலாக நெருங்கியிருப்பேன், பேசியிருப்பேன். ஆனால் உணர்ச்சியற்ற சற்றும், பற்றும், பாசமும் நட்புணர்வுமற்ற ஒருவரை எப்படி நேசிக்க முடியும்?

இப்படிக்கு
உன்னுடைய ஆன்

பிப்ரவரி 1944 — 12 சனி

அன்புள்ள கிட்டீ,

இன்று ஒரு பிரகாசமான நாள். சூரியன் ஜொலித்துக் கொண்டிருக்கிறான். வானம் வனப்புமிக்க நீல வண்ணத்தில் காட்சியளிக்கிறது. சுகமான இளம் தென்றல் வீசிக் கொண்டிருக்கிறது, இருப்பினும் நான் பொறுமிய நிலையில் இருக்கிறேன். என்னுடைய இதயத்தில் கடுமையான விம்மலை உணர்கிறேன். தீவிரமான விருப்பம் என்னை நெருக்குகிறது. சுதந்திரத்திற்கான விருப்பம், நண்பர்களுக்கான விருப்பம். சிறிது நேரம் தனிமையில் இருப்பதற்கான விருப்பம், வாய்விட்டு அழவும் விரும்புகிறேன். எல்லாமே மறுக்கப்பட்ட என்னால் இவையன்றி வேறு எதை விரும்ப முடியும்? ஒருமுறை அழுது முடித்துவிட்டால் என்னுடைய மனம் அமைதியாகிவிடும். ஒரு அறையிலிருந்து இன்னொரு அறைக்கு நான் நடந்து கொண்டே இருக்கிறேன். இழுத்து சாத்திய ஜன்னலின் இடைவெளியினூடே ஆர்வமுடன் வெளியே பார்த்துக் கொண்டிருக்கிறேன்.

என்னுடைய மனத்திலும் உடலிலும் வெருமையை நான் உணர்கிறேன். வழக்கமான முறையில் பழகவோ வெறுமனே அமர்ந்து வாசிக்கவோ எழுதவோ என்னால் இயலவில்லை.

இப்படிக்கு

உன்னுடைய ஆன்

பிப்ரவரி 1944 — 14 திங்கள்

அன்புள்ள கிட்டீ,

கடந்த சனிக்கிழமையிலிருந்து நான் முற்றிலும் மாறிக் கொண்டிருக்கிறேன். அந்த மாற்றம் ஏறத்தாழ கீழ்வருமாறு:

நான் விரும்பியிருந்தேன்... இப்போதும் விரும்புகிறேன்... ஆனால் இப்போது அது சற்று குறைந்திருக்கிறது.

ஞாயிற்றுக்கிழமை காலையில்தான் நான் அதை அடையாளம் கண்டு கொண்டேன். அது என்னவென்று கேட்கிறாயா? பீட்டர் சதா ஒவ்வொரு பொழுதும் என்னையே பார்த்துக் கொண்டிருக் கிறான். அது வழக்கமான ஒரு பார்வை அல்ல!

பீட்டர் மார்கொட்டைக் காதலிப்பதாகத்தான் நான் நினைத்துக் கொண்டிருந்தேன். ஆனால் என்னுடைய நினைப்பு சரியில்லை என்பதை நேற்று நான் புரிந்து கொண்டேன். நான் முடிந்தவரை பீட்டரைப் பார்ப்பதை தவிர்த்து வந்தேன். ஏனென்றால் நான் பார்க்கும்போதெல்லாம் பீட்டர் என்னையேதான் பார்த்துக்கொண் டிருப்பான். அந்தப் பார்வை எனக்குள் ஒரு சுகமான உணர்வை ஏற்படுத்தியது. ஆனால் அடிக்கடி நான் அந்த உணர்வுக்காக ஆசைப்படக்கூடாது.

எனக்குத் தனிமையில் இருக்க மிகவும் ஆர்வமாக இருக்கிறது. எனக்குள் ஏதோ மாற்றம் நிகழ்ந்திருப்பதை டாடி புரிந்து கொண் டார். தயவு செய்து என்னைத் தனியாக விடுங்கள் என்பதைத் தவிர நான் யாரிடமும் எதையும் சொல்லவில்லை. ஒருவேளை நான் விரும்பும் பொழுதை விட கூடுதலாகத் தனிமையில் இருக்கக் கூடிய ஒரு காலமும் வரக்கூடும்.

இப்படிக்கு
உன்னுடைய ஆன்

பிப்ரவரி 1944 — 15 செவ்வாய்

அன்புள்ள கிட்டீ,

ஞாயிற்றுக்கிழமை மாலையில் பிம்மும், நானும் தவிர்த்து மற்றவர்கள் அனைவரும் வயர்லஸ் வழியாக ஜெர்மன் இசையை ரசித்துக் கொண்டிருந்தார்கள். டுசல் தொடர்ச்சியாக அதன் ஸ்விட்சைத் திருப்பிக் கொண்டிருந்தார். அரை மணி நேரத்திற்கு அதிகமாக இது தொடர்ந்தபோது பீட்டருக்குக் கோபம் வந்து விட்டது. டுசலிடம் "சும்மா இருங்கள்" என்றான் பீட்டர். "எனக்கு அதைச் சரியாக இயக்கத் தெரியும்" என்றுதான் டுசல் பதிலளித்தார் போலிருக்கிறது. மிசஸ் வான்டான் பீட்டரின் பக்கம் சேர்ந்த போது டுசல் பின்வாங்கி விட்டார். அற்ப விஷயமாக இருப்பினும் அது பீட்டரை மிகவும் பாதித்துவிட்டது. நான் மாடியில் அறையில் இருந்தபோது அவர் என்னிடம் அதைப்பற்றிப் பேசினார்.

"வழக்கமாக நான் இதிலெல்லாம் தலையிடுவதில்லை. ஏனென்றால் கோபம் வந்துவிட்டால் எனக்கு வார்த்தைகள் கிடைக்காமல் ஆகிவிடும்" அது எனக்கு மேலும் சங்கடத்தை உருவாக்கிவிடும். நீ எவ்வளவு அழகாகப் பேசுகிறாய் என்று நான் அடிக்கடி நினைப்பதுண்டு. எந்தத் தயக்கமும் இன்றி சொல்ல நினைத்ததையெல்லாம் நீ சொல்கிறாய் அல்லவா?

"நீ நினைப்பது தவறு. பல வேளைகளில் நானும் கூட மனதில் இருப்பதைச் சொல்ல முடிவதில்லை." எனக்கு மகிழ்ச்சியாக இருந்தது, என்னைப்போலவே பீட்டருக்கும் டுசலைப் பொறுத்துக்கொள்ள முடியவில்லை.

இப்படிக்கு
உன்னுடைய ஆன்

பிப்ரவரி 1944 16 புதன்

அன்புள்ள கிட்டீ,

இன்றைக்கு மார்கொட்டுக்குப் பிறந்தநாள். பீட்டர் மார்கொட்டுக்குக் கிடைத்த பரிசுப் பொருட்களைப் பார்க்க பன்னிரெண்டரை மணிக்கு வந்து வெகு நேரமாக அமர்ந்து கொண்டிருந்தார். மதியம் தாண்டி காப்பி கொண்டு வரவும், உருளைக் கிழங்கைக் கொண்டு வரவும் நான்தான் சென்றேன். இன்றைக்கு ஒரு நாளாவது மார்கொட் சுதந்திரமாக இருக்கட்டுமே என்று நினைத்தேன். பீட்டரின் அறை வழியாக மாடிக்குச் சென்று திரும்பி வரும்போது அறைக் கதவை சாத்த வேண்டுமா? என்று கேட்டேன்.

“சாத்திவிட்டுச் செல். ஏறி வரும்போது கதவைத் தட்டினால் நான் வந்து திறந்து விடுகிறேன்” என்று பீட்டர் பதிலளித்தான்.

மாடிக்குச் சென்று பீப்பாய்க்குள் சிறிய உருளைக்கிழங்கை வெகுநேரம் துழாவிய போதிலும் சிறியவை எதுவும் கிடைக்கவில்லை. மாறாக பீட்டரின் அறைக் கதவை நெருங்கி, கதவைத் தட்டுவதற்குப் பதிலாக தள்ளித் திறந்து உள்ளே நுழைந்து நான் கூறினேன்.

“சிறியவை எதையும் காணோம்.”

“பெரிய பீப்பாயில் தேடினாயா?”

“ஆம், அதற்குள்ளும் தேடினேன்”.

இந்த நேரம் முழுக்க நான் மாடிப்படிகளின் கீழ்தான் நின்று கொண்டிருந்தேன். பீட்டர் என் கையிலிருந்த பாத்திரத்திற்குள் பார்த்துவிட்டுச் சொன்னான்.

"இவை அனைத்துமே ஒசத்தியானவை. நான் உன்னைப் பாராட்டுகிறேன்"

மிகவும் நேசப்பாங்குடன் என் கண்களை உற்றுப்பார்த்த வாறுதான் அவன் இவ்வாறு கூறினான். அந்தப் பார்வை என்னுடைய உள்ளத்தில் தீப்பொறியாக சுடர்விட்டது. பீட்டர் என்னை மகிழ்விக்க விரும்புவதாக அந்தப் பார்வை எனக்குணர்த்தியது. பெரிதாக வார்த்தைகளை அள்ளிவிட அவனால் இயலாது. ஆனால் அதற்கு மாற்றாகத்தான் இதயத்திலிருந்து வெளிப்படும் மென்மையான அந்தப் பார்வை. சொல்ல விரும்பியதை அனைத்தும் அந்தக் கண்கள் சொல்வதைப்போல் தோன்றியது. எனக்கு மகிழ்ச்சியாக இருந்தது. இப்போதுகூட அந்தப் பார்வையை நினைவு கூர்ந்தால் என் மனம் நிறைவடைகிறது!

நான் தரைத் தளத்தை அடைந்ததும் மம்மி, ராத்திரிச் சாப்பாட்டுக்கு உருளைக்கிழங்குகளை எடுத்துவரச் சொன்னார். இம்முறை நான் மிகுந்த மகிழ்ச்சியுடன் அந்தப் பணியை மேற்கொண்டேன்.

"மீண்டும் தொல்லைப்படுத்துவதற்காக மன்னிக்க வேண்டும்" என்ற முன்னுரையுடன்தான் நான் பீட்டரின் அறைக்குள் நுழைந்தேன். பீட்டர் எழுந்து வந்து என்னுடைய கரத்தை இறுகப் பற்றியவாறு சொன்னான்.

"உருளைக் கிழங்கை நான் எடுத்து வருகிறேன்"

இந்த முறை சின்னதை தேர்வு செய்யத் தேவையில்லை. நானே எடுத்து வருகிறேன் என்று சொன்ன பிறகுதான் பீட்டர் என் கரத்தை விடுவித்தான். நான் திரும்பி வந்தபோதும் பீட்டர் எனக்காகக் கதவைத் திறந்து வைத்தவாறு காத்திருந்தான்.

"நீ இங்கு என்ன செய்து கொண்டிருக்கிறாய்?"

"பிரெஞ்சு மொழி கற்றுக் கொண்டிருக்கிறேன்"

பீட்டர் எழுதிய பிரெஞ்சுப் பாடங்களைப் பார்ப்பதற்காக நான் அவனுடைய பக்கத்தில் அமர்ந்தேன்.

நான் அவனுக்கு ஓரளவு பிரெஞ்சு மொழியை சொல்லித் தந்த

பிறகு நாங்கள் பேசத் தொடங்கினோம். பீட்டர் தன்னுடைய எதிர்காலத் திட்டங்களைப் பற்றி என்னிடம் கூறினான். டச்சு ஈஸ்ட் இண்டீசுக்குப் போகவும், அங்கு எங்கேயாவது தோட்டங்களில் பணியாற்றவும் விரும்பினான். தன்னுடைய குடும்ப வாழ்க்கை, கள்ளமார்க்கெட் போன்றவற்றைப் பற்றியெல்லாம் பேசினான். இறுதியில் தன்னைப் பற்றியும் பேசினான். எதற்குமே தான் லாயக்கில்லை என்பது அவனுடைய எண்ணம். அவனுக்கு தாழ்வு மனப்பான்மை அதிகம் என்று நான் சொன்னேன்.

பீட்டர் பின்னர் யூதர்களைப் பற்றிப் பேசினான். தான் ஒரு கிருஸ்துவனாக இருந்திருந்தால் வாழ்க்கை எவ்வளவோ சுகமானதாக இருந்திருக்கும் என்று தோன்றுவதுண்டு. குறிப்பாக, போருக்குப் பிந்தைய உலகில் வாழும் ஒரு கிருஸ்துவனாக இருந்தால். "மதம் மாறி கிருஸ்துவனாக விரும்புகிறாயா"? என்று நான் கேட்டேன். அதில் விருப்பமில்லை என்று பதிலளித்தான். போர் முற்றுப்பெற்ற பிறகு நான் ஒரு யூதனாக இருப்பேனா என்று யாருக்குத் தெரியும்? என்றுதான் பீட்டர் சொன்னான். போர் ஓய்ந்த பிறகான நிலைமையைப் பற்றி கற்பனை செய்யக்கூட இயலாது.

இதைக் கேட்டவுடன் எனக்கு வருத்தமாக இருந்தது. பீட்டரின் எண்ணங்களும் நிலைப்பாடுகளும் உறுதியற்றிருப்பதை நினைத்து வருந்தினேன். எஞ்சிய பொழுதை முழுக்க நாங்கள் சுவையான பல விஷயங்களைத்தான் பேசினோம். என்னுடைய டாடியைப் பற்றி, ஆட்களின் தனித்தன்மைகளைப் பற்றி - அவை போன்ற பல விஷயங்கள்.

நான்கரை மணிவரை நான் அங்குதானிருந்தேன்.

மாலையில் மீண்டும் நாங்கள் சந்தித்தபோது எனக்குச் சுவையான இன்னொரு விஷயத்தை பீட்டர் குறிப்பிட்டான். நான் முன்னர் எப்போதோ அவனுக்கு அளித்த ஒரு சினிமா நட்சத்திரத்தின் படத்துடன்- அது அவனுடைய அறையில் சுவற்றில் மாட்டப்பட்டிருந்தது- அவன் நட்புகொண்டு விட்டான் என்பதைத் தெரிவித்தான்.

இப்போதுதான் எனக்கு பீட்டர் அடிக்கடி முஸ்சியை ஏன்

கட்டியணைக்கிறான் என்பது புரிந்தது. அவன் நேசிப்பையும், கொஞ்சிக் குலவுதலையும் விரும்புகிறான்.

மீண்டும் பீட்டர் சொன்னான்.

"எனக்கு என்னுடைய குறைகளைத் தவிர்த்து பயம் என்றால் என்னவென்றே தெரியாது. ஆனால் இப்போது நான் அவற்றையும் மீளப் பழகிக் கொண்டிருக்கிறேன்."

தான் மோசமானவன் என்ற எண்ணம் பீட்டருக்கு வெகு அதிகமாகவே இருக்கிறது. நாங்கள் மிகச் சமர்த்தானவர்கள் என்பது அவனுடைய எண்ணம். நான் அவனுக்கு பிரெஞ்சுப் பாடம் நடத்தும்போது ஆயிரம் முறை அவன் எனக்கு நன்றி கூறுவான். ஒருநாள் நான் அவனுக்கு பதிலடி கொடுப்பேன். "சும்மா இரு பீட்டர், நீ ஆங்கிலத்திலும் புவியியலிலும் எங்களை விட கெட்டிக்காரனல்லவா!"

உன்னுடைய ஆன்

பிப்ரவரி 1944

18 வெள்ளி

அன்புள்ள கிட்டி,

மாடிக்குச் செல்லும்போதல்லாம் பீட்டரைப் பார்க்க முடியுமென்று நான் எதிர்பார்க்கிறேன். இப்போது என்னுடைய வாழ்க்கைக்கு ஒரு குறிக்கோள் இருக்கிறது. சிலவற்றை நான் எதிர்பார்க்கவும் செய்கிறேன். அதனாலேயே வாழ்க்கை முன்னைவிட துடிப்புமிக்கதாக இருக்கிறது.

என்னுடைய நம்பிக்கைகளின் மையமான நபர் எப்போதும் இங்கு தானிருக்கிறார். மார்கொட்டைத் தவிர எனக்குப் போட்டியாக யாருமில்லை. நான் அவனுடன் காதல் வயப்பட்டிருப்பதாக நீ நினைக்கக்கூடாது. நிச்சயமாக இல்லை. ஆனால் எங்களுக்கு கிடையில் ரம்யமான ஒரு உறவு - ஆத்ம திருப்தியும் நட்பும் கலந்தது - சாத்தியம் என்றுதான் தோன்றுகிறது. ஒரு வாய்ப்புக் கிட்டியதும் நான் உடனே மாடிக்குச் செல்கிறேன். முன்பெல்லாம் என்ன பேசுவது என்று பீட்டருக்கு ஒரே சந்தேகமாக இருக்கும். இப்போது என்னவென்றால் நான் அறையிலிருந்து வெளியேறும் போதுகூட அவனுடைய பேச்சு ஓய்வதில்லை.

மம்மிக்கு இது அவ்வளவாகப் பிடிக்கவில்லை. நான் பீட்டருக்கு ஒரு தொல்லையாகி விடுவேன் என்று மம்மி நினைக்கக்கூடும். அதைத் தெரிந்து கொள்ளக்கூடிய ஓர் உட்பார்வை எனக்கிருப்பது மம்மிக்குப் புரியாதா? நான் மாடிக்குச் செல்லும் போதெல்லாம் மம்மி என்னை உற்றுப் பார்க்கிறார். திரும்பி வரும் போது "இவ்வளவு நேரம் எங்கே போயிருந்தாய்?' என்று கேட்பார். ஓ, இதையெல்லாம் என்னால் சகிக்க முடியவில்லை.

உன்னுடைய ஆன்

பிப்ரவரி 1944

19 சனி

அன்புள்ள கிட்டீ,

இன்று சனிக்கிழமை. அதன் பொருள் புரிகிறதல்லவா. அமைதியான காலைப் பொழுது. மாடியில் நான் சற்று பணிகளில் மூழ்கியிருந்தேன். இதனால் பீட்டருடன் பெரும் பொழுதைக் கழிக்க முடியவில்லை. இரண்டரை மணி வாக்கில் எல்லோரும் தங்களுடைய அறைகளில் தூங்கவோ, வாசிக்கவோ சென்று விட்டனர். நான் என்னுடைய புத்தகத்தை எடுத்துக்கொண்டு ரகசிய அலுவலகத்துக்குச் சென்றுவிட்டேன். வாசிக்கவும், எழுதவும் வேண்டியிருந்தது. சற்று நேரமாகியதும் நான் முற்றிலும் தவிப்புக்குள்ளானேன். துயரம் என் மனதை வாட்டி எடுத்தது. கண்ணீர்த் துளிகள் என் கன்னங்கள் வழியாக வடிந்தொழுகின. என்னைத் தேற்றுவதற்காக அவன் வரமாட்டானா? நான்கு மணி ஆனதும் நான் உருளைக்கிழங்கை எடுத்துச் செல்வதற்கான பாவனையில் மேலே சென்றேன். அப்போது பீட்டர் மோஃபியைப் பார்ப்பதற்காக கீழே குடோனுக்குச் சென்றான்.

நான் வாய்விட்டு அழுதுவிட்டேன். கண்ணீர் படிந்து என்னுடைய சிவந்த 'ஏப்ரன்' ஈரமாகிவிட்டது.

ஓ, பீட்டரின் உள்ளத்தில் இடம் பெற என்னால் இயலாதா? ஒரு வேளை அனைத்தையும் வெளிப்படையாகப் பேசும் என்போன்ற ஒருத்தி அவனுக்குத் தேவையில்லாமல் இருக்கலாம். மாறாக ஒரு பலவீனமான நட்புறவு மட்டும்தான் அவன் என்மீது கொண்டிருக்கிறான் போலிருக்கிறது. பீட்டர் இல்லாமல், நட்புறவுகள் இல்லாமல் நான் என்றைக்குமே தனிமைப்பட்டு வாழநேரிடலாம்.

பீட்டரின் தோளில் தலைசாய்த்து, இந்த தனிமையிலிருந்தும், நிராசையிலிருந்தும் தப்பிக்க முடிந்தால்...! ஒருவேளை பீட்டரின் மீது குறிப்பிடத்தக்க எந்த உணர்ச்சியும் இல்லாமல்கூட இருக்கலாம். பீட்டர், நான் பேசுவதை உன்னால் செவிமடுக்க முடிகிறதா?

சிறிது நேரத்துக்குப் பிறகு மீண்டும் என் மனதில் மறுநம்பிக்கை துளிர்த்தது. என் கண்கள் குளமாகியபோதிலும்கூட ....

உன்னுடைய ஆன்

ஆனியும் மார்கொட்டும் தன் நண்பர்களுடன்
ஆம்ஸ்டர்டாமில் 1935

பிப்ரவரி 1944 23 புதன்

அன்புள்ள கிட்டீ,

இப்போது காலநிலை நன்றாகவே இருக்கிறது. தினமும் காலையில் நானும் பீட்டரும் மச்சு அறையில் இருந்தவாறு நீல வானத்தையும் வெள்ளி மணிகள் போல மழைத்துளிகள் ஒளிரும் இலைகள் கொண்ட செஸ்ட்நட் மரத்தையும், சூன்ய வெளியில் பறந்து செல்லும் பறவைக் கூட்டங்களையும் பார்த்துக் கொண்டிருப்போம்.

தூய காற்றை சுவாசிக்கவும், பேரமைதியின் சுகத்தை அனுபவிக்கவும் இயலும் இந்த வேளைகள் எனக்கும் பெரிதும் மகிழ்ச்சியளிக்கிறது. பின்னர் பீட்டர் விறகு வெட்டும்போது நான் வெளிக் காட்சிகளைப் பார்த்துக் கொண்டிருப்பேன். இந்த இளம் வெயிலையும் நீல வானத்தையும் இவ்வாறு பார்த்துக் கொண்டே இருக்க முடிந்தால் நான் எவ்வளவு மகிழ்ச்சியாக இருப்பேன் என்று அப்போது நினைத்துக் கொள்வேன்.

பயம், துயரம், தனிமை போன்றவற்றை அனுபவிப்பவர்களுக்கு சிறந்த மாற்றுவழி, வெளியே எங்காவது சென்று இயற்கையுடனும் இறைவனுடனும் சில பொழுதுகளைக் கழிப்பதுதான். அப்போது மட்டும்தான் மனிதர்கள் மகிழ்ச்சியாக வாழவேண்டும் என்று இறைவன் விரும்புவதை நாம் புரிந்துகொள்கிறோம். இயற்கை நம்முடைய அனைத்து வகைத் துயரங்களுக்கும் தீர்வளிக்கும் என்பதை நான் திடமாக நம்புகிறேன்.

ஒரு வேளை என்னைப்போல் சிந்திக்கும் யாராவது ஒருவருடன் இயற்கையின் ஆனந்தத்தை மிக விரைவிலேயே அனுபவிக்க நேரிடலாம்.

உன்னுடைய ஆன்

பிப்ரவரி 1944 27 ஞாயிறு

அன்புள்ள கிட்டீ,

நான் இப்போது, காலையிலிருந்து மாலை வரை பீட்டரைப் பற்றி சிந்திப்பதைத் தவிர வேறு எதையும் செய்யவில்லை. தூங்கச் செல்லும்போது கூட பீட்டரின் உருவம்தான் என் மனதில்! தூங்கும்போது கனவு காண்பதும் பீட்டரைத்தான். விழிக்கும் போது என்னையே உற்றுப்பார்க்கும் பீட்டரைத்தான் நான் பார்க்கிறேன்.

பிறர் நினைப்பதைப்போல் எனக்கும் பீட்டருக்கும் இடையில் எந்தக் குறிப்பிடும்படியான வித்தியாசமும் இல்லை என்றுதான் இப்போது எனக்கும் தோன்றுகிறது. காரணத்தையும் சொல்லி விடுகிறேன். பாசமான ஒரு தாய் எங்கள் இருவருக்கும் கிடையாது. பீட்டரின் தாயார் வாய்ச்சவடால்காரியும் கொஞ்சிக் குழைபவரும் ஆவார். அதுமட்டுமின்றி, பீட்டருக்கு என்ன தேவை என்பதைப் பற்றி ஆர்வம் காட்ட மாட்டார். என்னுடைய தாயாருக்கு என்னைப் பற்றி ஆர்வமும் ஆவலும் இருந்தபோதிலும் உணர்ச்சி பூர்வமாக இல்லை. யதார்த்தமான தாயுள்ளமும் கிடையாது.

பீட்டரும் நானும் எங்களுடைய உள்ளார்ந்த மனோபாவங் களுடன் போரிட்டுக் கொண்டிருக்கிறோம். முரட்டுத்தனமான பழகுதல் எங்களை நோகடிக்கிறது. அத்தகைய சந்தர்ப்பங்களில் தப்பிக்க வழியின்றி நான் கூச்சலிடுகிறேன். பீட்டர் மௌனம் சாதித்து தன்னைத்தானே மூடிவைத்து அனைத்திலிருந்தும் விடுதல் பெறுகிறான்.

ஆனால் உண்மையில் நாங்கள் ஒருவரை ஒருவர்

கண்டடையத்தான் போகிறோம். என்னுடைய தீவிரமான அபிலாஷைகளை எவ்வளவு நாட்கள் மரியாதையின் பேரில் மறைத்து வைக்க இயலுமென்பதை நான் அறியேன்!

உன்னுடைய ஆன்

பிப்ரவரி 1944 28 திங்கள்

அன்புள்ள கிட்டீ,

இது ஒரு இனம்புரியாத அனுபவம்தான். வேதனைமிக்க ஒரு கனவு. இரவு பகலாக நான் பீட்டரைப் பற்றி மட்டும்தான் சிந்தித்துக் கொண்டிருக்கிறேன். எப்போதும் நான் அவனை மட்டுமே காண்கிறேன். ஆனால் உல்லாசவதியாக நடிக்க வேண்டியிருக்கிறது; உள்ளத்தின் உள்ளே துயருற்ற போதிலும்...!

பீட்டர் வெசலும், பீட்டர் வாண்டானும் இப்போது இருவரில்லை ஒருவர்தான். ஒரே பீட்டர், நல்லவனான அன்பான பீட்டர். நான் அந்தப் பீட்டரைத்தான் காதலிக்கிறேன்.

மொத்தத்தில் மம்மி எரிச்சலூட்டுமாறு நடக்கிறார். டாடி எப்போதும் போலவே அன்பாகத்தான் பழகுகிறார். நான் மகிழ்ச்சியாக இருக்க வேண்டும் என்று மார்கொட் நினைக்கிறாள். ஆனால் என்ன தொல்லை இது! எனக்கு நிம்மதிதான் தேவை என்பது அவர்கள் யாருக்குமே தெரியவில்லை.

பீட்டர் என்னிடம் வரவில்லை. மாடியில் ஒரு மூலையில் இருக்கும் அறைக்குள் சென்று ஏதோ மரவேலை செய்து கொண்டிருந்தான். ஒவ்வொரு முறை தட்டுமுட்டுச் சத்தம் எழும்போதெல்லாம் என்னுடைய தைரியம் கசிந்து போய்க் கொண்டிருக்கிறது. நான் மேலும் மேலும் நிம்மதியிழக்கிறேன். தொலைவில் எங்கிருந்தோ மணியோசை கேட்கிறது. உடலும் உள்ளமும் தூயவர்களுக்காகத்தான். நான் ஒரு உணர்ச்சிப்பிழம்பு. நிராசைகளையும் சிறு பிள்ளைத்தனத்தையும் பேணும் ஒரு சிறுமி. ஓ, என்னால் இதிலிருந்து மீள முடியுமா!

உன்னுடைய ஆன்

மார்ச் 1944 — 1 புதன்

அன்புள்ள கிட்டீ,

மீண்டும் இங்கு ஒரு கொள்ளை நடந்திருக்கிறது. கொள்ளை யர்கள் 'கோளன் அண்டு கம்பெனி'யை சும்மா விடமாட்டார்கள் போலிருக்கிறது.

நேற்று ஏழரை மணிக்கு மிஸ்டர் வான்டான் வழக்கம்போல கிரேலரின் அலுவலகத்திற்குச் சென்றபோது கண்ணாடிக் கதவுகள் திறந்து கிடப்பதைக் கண்ணுற்றார். அலுவலக அறை அலங் கோலமாகக் காட்சியளித்தது. திருட்டு நடைபெற்றிருப்பதாகச் சந்தேகப்பட்டு முன் கதவை நோக்கிச் சென்றார் வான்டான். அது பத்திரமாக மூடப்பட்டிருந்தது. எதுவும் நடைபெறவில்லை யென்று அமைதியாகத் திரும்பிவிட்டார்.

இன்று காலையில் முன்கதவு திறந்து கிடப்பதாக பீட்டர்தான் சொன்னான். ப்ரொஜெக்டரும், கிரேலரின் போர்ட் ஃபோலி யோவும் காணவில்லை.

நாங்கள் அனைவரும் பயந்துவிட்டோம். திருடர்கள் வான் டானைப் பார்த்திருப்பார்களா? ஒருவேளை குடோன் பணி யாளர்கள் யாராவது கொள்ளையடிக்க வந்திருப்பார்களானால் அவர்கள் எங்களைக் காட்டிக் கொடுப்பார்களா? அல்லது எதிர் பாராதவிதமாக இங்கு நடமாட்டம் இருப்பதைக் கண்டு பயந்திருப்பார்களா?

உன்னுடைய ஆன்

மார்ச் 1944 — 2 வியாழன்

அன்புள்ள கிட்டீ,

நானும் மார்கொட்டும் மச்சில் ஒரு அறையிலமர்ந்து சிறிது நேரம் இயற்கை அழகை ரசித்துக் கொண்டிருந்தோம்.

துணி வெளுக்கும்போது மம்மியிடமும், மிசஸ் வான் டானிடமும் எல்லி பேசுவது எங்கள் காதில் விழுந்தது. அடிக்கடி அவருக்கு நிராசை ஏற்படுகிறதாம். மம்மி என்ன அறிவுரை கூறினார் தெரியுமா? நிராசை ஏற்படும்போது பிறருடைய துன்பங்களை நினைத்துப் பார்க்க வேண்டும்! துயருற்ற ஒருவர் இன்னொருவருடைய துயரத்தைப் பற்றிச் சிந்திக்க ஆரம்பித்தால்?

இந்த முதியவர்கள் அனைவரும் முட்டாள்களாவர்! பீட்டரும் நானும், மார்கொட்டும், எல்லியும் அனைவரும் ஒரு தாயின் அல்லது ஒரு நல்ல நண்பரின் நேசத்தைத்தான் விரும்புகிறோம். அதுதான் இவர்களுக்குப் புரியவில்லை. எனக்கு எல்லியைத் தேற்றவேண்டும் போலிருந்தது. ஆனால் அதற்கிடையில் டாடி அங்கு வந்துவிட்டார். மூத்தவர்கள் மட்டும்தான் கருத்துக் கூற வேண்டும் என்று நினைப்பது அபத்தமானதாகும். (ஆனால் இவர்களுக்கு அது புரியவில்லை.)

ஒப்பில்லாத அன்புதான் எங்களுக்குத் தேவை. ஆனால் முதியோர்களுக்கு அது தெரியவில்லை. என்ன செய்ய?

நான் இப்போது மிசஸ் வான்டானுடன் அதிகமாகப் பேசுவது மம்மிக்குப் பிடிக்கவில்லை. பொறாமைப்படுகிறார்.

இன்று மதியம் நான் பீட்டரை வளைத்துப் போட்டு

முக்கால்மணி நேரம் பேசிக்கொண்டிருந்தேன். சொந்த விஷயங் களைப்பற்றி பேச விரும்பாவிட்டாலும் நான் வெளிப்படையாக அவரைப் பேசவைத்து விட்டேன். தன்னுடைய தாய் தந்தையரைப் பற்றியெல்லாம் அவர் பேசினார். என்னுடைய டாடியைப்பற்றி முதல் தரமான மனிதர் என்று பீட்டர் புகழ்ந்துரைத்தார். என்னு டைய மம்மிக்கும், டாடிக்கும் பீட்டரின் பெற்றோர்களை அவ்வள வாகப் பிடிக்காது என்பதை அறிந்த அவன் ஆச்சரியப்பட்டான்.

"நீ எதையும் சொல்லாவிட்டாலும் உன்னுடைய நிலைமை மிகவும் இக்கட்டானது என்பதை நான் அறிவேன். நான் உனக்கு உதவுகிறேன்" என்று பீட்டரிடம் சொன்னேன்.

"நிச்சயமாக மகிழ்ச்சி என்றான் பீட்டர்."

"அப்படியானால் நீ என்னுடைய டாடியைச் சந்திக்க வேண்டும். டாடியிடம் பேசினால் பெரும்பாலானவற்றுக்கும் தீர்வு கிடைத்துவிடும். அதுமட்டுமின்றி டாடிக்கு உன்னை மிகவும் பிடிக்கும்.

"அப்படியா? பீட்டர் ஆச்சரியப்பட்டான்.

"நிச்சயமாக. ஆம், சின்னச் சின்ன விஷயங்களிலிருந்து நான் அதைப் புரிந்துகொண்டேன்."

பீட்டரின் முகம் சிவந்துவிட்டது.

டாடியைப் போலவே பீட்டரும் முதல்தரமான மனிதன்தான்!

உன்னுடைய ஆன்

மார்ச் 1944 — 3 வெள்ளி

அன்புள்ள கிட்டீ,

இன்று அந்திப்பொழுதில் எரியும் மெழுகுவர்த்தியின் சுடரொளியைப் பார்த்துக் கொண்டிருந்தபோது என் மனம் முற்றிலும் அமைதியடைந்து மகிழ்ச்சியுற்றேன். மெழுகுவர்த்தியின் தீப ஒளியில் சுடர்விடுவது 'ஓமா' தேவதையின் உருவமாகத் தோன்றியது. என்னை ஆபத்திலிருந்து காப்பாற்றுவதும், மகிழ வைப்பதும் 'ஓமா'தான்.

ஆனால் என்னுடைய மானசீக நிலைமையில் ஆளுமை செலுத்தும் இன்னொருவரும் இருக்கிறார் - பீட்டர். நேற்று நான் உருளைக்கிழங்கை எடுக்க மச்சுக்குச் சென்றபோது பீட்டர் என்னிடம் கேட்டான்: "மதிய உணவுக்குப் பிறகு இவ்வளவு நேரம் நீ என்ன செய்து கொண்டிருந்தாய்?"

அதைக் கேட்ட மாத்திரத்தில் நான் மாடிப் படியிலேயே அமர்ந்துவிட்டேன். ஏறத்தாழ ஒரு மணி நேரம் அங்கேயே அமர்ந்து பேசிக் கொண்டிருந்தோம்.

பீட்டர் தன்னுடைய பெற்றோர்களைப் பற்றி எதுவும் கூற வில்லை. புத்தகங்களைப்பற்றியும் எதிர்காலத்தைப் பற்றியும்தான் பேசினான். முழுநேரமும் நான் அவனுடைய கண்களில் தெரியும் அன்பொளியைத் தான் கவனித்துக் கொண்டிருந்தேன். நான் அவன் மீது காதல் வயப்பட்டு விடுவேனோ என்று தோன்றுகிறது. உருளைக்கிழங்கை தோலுரித்த பிறகு மீண்டும் அவனுடைய அறைக்குச் சென்று இன்று மாலையில் நாங்கள் அதைப்பற்றியும் பேசினோம்.

“ஒரே சூடாக இருக்கிறது. வெளியே வெப்பம் அதிகமாக இருக்கும் போது நானும் மார்கொட்டும் சிவந்துவிடுவோம். குளிராக இருக்கும்போது எங்கள் தேகம் வெளுத்து விடும்...!” என்றேன் நான்.

“காதல் வயப்படும்போது?” பீட்டர் கேட்டான்.

“எதற்காக நான் காதல் வயப்படவேண்டும்?”

“ஏன் கூடாதா?”

அதற்குள் எங்களுக்கு இரவு உணவுக்கான வேளை நெருங்கி விட்டது.

பீட்டர் எதைச் சாக்காக வைத்து அந்தக் கேள்வியைக் கேட்டிருப்பான்? நான் இன்று அவனிடம் அதைப்பற்றி பேசினேன். என்னுடைய பேச்சு அவனுக்கு ஒரு தொல்லையாக இருக்கிறதா என்று கேட்டேன். இல்லை, அதை நான் விரும்புகிறேன் என்று பதிலளித்தான். அதில் எந்த அளவுக்கு உண்மையிருக்கும் என்பதை நான் அறியேன்.

கிட்டீ, சதா தன்னுடைய காதலனைப் பற்றியே பேசும் ஒரு காதலியைப் போல் நான் ஆகிவிட்டேன். நிச்சயமாக பீட்டர் எனக்கு மிகவும் பிரியமானவன்தான். பீட்டருக்கும் என்மீது அந்தப் பிரியம் ஏற்பட்டால் மட்டுமே என்னால் அவனிடம் அதை வெளிப்படுத்த முடியும்! எனக்கு என்னைக் கட்டுப்படுத்த இயலும் என்பதை அவன் அறிவான். அவனுக்கு எந்த அளவு என்மீது பிரியம் இருக்கிறது என்பது எனக்குத் தெரியவேண்டும். எதுவாயினும் நாங்கள் ஒருவரை ஒருவர் புரிந்துகொள்ளத் தொடங்கியிருக்கிறோம். மேலும் பல விஷயங்களை நாங்கள் ஒருவரோடு ஒருவர் பரிமாறிக் கொள்ளவேண்டும் என்றுதான் நான் நினைக்கிறேன். இனி, என்றைக்குத்தான் அது சாத்தியப் படும்? குறைந்தபட்சம், ஒரு நாளைக்கு இரண்டு முறையாவது நாங்கள் பரஸ்பரம் வெளிப்படையாகப் பேசும் அனைத்தையும் தெரிந்த பார்வைகளால் பரிமாறிக்கொள்வதுண்டு. எங்களின் மகிழ்ச்சிக்கு அதுவே போதுமானது.

சிந்தித்துப் பார்த்தால் பீட்டரின் மகிழ்ச்சியைப் பற்றி எனக்கு என்ன தெரியும்? அவனும் நான் சிந்திப்பதைப்போல்தான் சிந்திக்கிறான் என்ற நல்ல நம்பிக்கை எனக்கிருக்கிறது.

உன்னுடைய ஆன்

மார்ச் 1944 4 சனி

அன்புள்ள கிட்டீ,

பல மாதங்களுக்குப் பிறகு சோம்பலற்ற சகிக்க முடியாமை யற்ற ஒரு சனிக்கிழமை வந்திருக்கிறது. பீட்டர்தான் அதற்குக் காரணமானவன்.

இன்று காலையில் மச்சில் என்னுடைய ஏப்ரனை காயப் போடுவதற்காகச் சென்றேன். அப்போது டாடி என்னிடம் "சற்று நேரம் பிரெஞ்சு மொழியில் என்னிடம் பேசத் தயாரா?" என்று கேட்டார். முதலில் நாங்கள் பிரெஞ்சில் உரையாடினோம். பின்னர் நான் பீட்டருக்கு எதையெல்லாமோ சொல்லிக் கொடுத்தேன். டாடி, டிக்கென்சின் புத்தகத்தை உரக்க வாசிப்பதைக் கேட்டுக் கொண்டு, டாடியின் நாற்காலிக்குப் பின்னால் பீட்டரின் பக்கத்தில் அமர்ந்தபோது உண்மையிலேயே நான் ஏழாம் சொர்க்கத்திலி ருந்தேன்.

பதினோரு மணிக்கு கீழ்த்தளத்திற்குச் சென்ற நான், மீண்டும் பதினொன்றரை மணிக்கு மச்சுக்கு வந்தேன். பீட்டர் அப்போது மாடிப்படியில் என்னை எதிர்பார்த்துக்கொண்டு நின்றிருந்தான். பன்னிரண்டே முக்கால் மணி வரை நாங்கள் பேசிக்கொண்டி ருந்தோம். நான் எழுந்து செல்ல முற்பட்டபோது அவன் மெது வாகக் கூறினான்.

"குட்பை ஆன், நாம் மீண்டும் சந்திப்போம்."

ஓ, எனக்கு எவ்வளவு மகிழ்ச்சியாக இருந்தது தெரியுமா! பீட்டர் என்னைக் காதலிக்கத் தொடங்கிவிட்டானா? பீட்டருக்கும்

எனக்கும் இடையிலான உரையாடல்கள் எவ்வளவு அழகானவை என்பது வேறு யாருக்கும் தெரியாதல்லவா!

நான் பீட்டருடன் பேசிக்கொண்டிருப்பது மிசஸ் வான் டானுக்கு மிகவும் பிடித்துப் போய்விட்டது. இருப்பினும் அவர் வேடிக்கையாக என்னிடம் சொன்னார்.

"இருக்கட்டும், நீங்கள் இருவரும் மச்சில் தனியாக அமர்ந்து பொழுதைக் கழிப்பது .... நான் உங்களை நம்பலாமா?"

"நிச்சயமாக. ஆனால் இது என்னை அவமானப்படுத்தும் கேள்வியல்லவா?"

நான் என்னுடைய கண்டனத்தை வெளிப்படுத்தினேன். அதை மூடி வைக்கவில்லை.

விடியலிலிருந்து இருட்டும்வரை பீட்டரைப் பார்க்கும் வெறியுடன்தான் நான் வாழ்ந்து கொண்டிருக்கிறேன்.

உன்னுடைய ஆன்

மார்ச் 1944 — 6 திங்கள்

அன்புள்ள கிட்டீ,

நான் நினைப்பதைத்தான் பீட்டரும் நினைத்துக் கொண்டிருக்கிறான் என்பது அவன் முகத்தைப் பார்த்தாலே எனக்குப் புரியும். நேற்று மிசஸ் வான்டான் பீட்டரை 'சிந்தனையாளர்' என்று கேலியாக அழைத்தபோது எனக்கு கடுமையான கோபம் வந்தது. பாவம் பீட்டர், வெகுளியாகக் காட்சியளித்தான்.

இந்தப் பெருசுகள் பேசாமலிருக்கக் கூடாதா?

பீட்டரின் இயலாமையையும் தனிமையையும் பார்த்துக் கொண்டிருப்பது எந்த அளவுக்கு சகிக்க முடியாதது என்பது உனக்குத் தெரியுமா? அவனுடைய இடத்தில் நானாக இருந்தால் எத்தகைய பரிதவிப்பை அனுபவித்திருப்பேன் என்பதை என்னால் யூகிக்க முடியும். பாவம் பீட்டர், அவன் நேசத்துக்காகப் பெருமளவு ஏங்குகிறான்.

தனக்கு நண்பர்கள் யாரும் தேவையில்லை என்று அவன் கூறிய போது அந்த வார்த்தைகள் எனக்கு காதில் நாராசமாகப் பாய்ந்தது. நிச்சயமாக அவன் காரியங்களைச் சரியாகப் புரிந்துகொள்ளவில்லை. அவன் கூறியது சரியானது என்று நான் நம்பவில்லை.

சொந்தத் தனிமை, தானே அணிந்த உணர்ச்சியின்மை என்ற முகமூடி, முதியோர்களைப் போன்ற பழ்குமுறை ஆகியவற்றுடன் பீட்டர் ஒட்டிச் சேர்ந்து வாழ்கிறான். ஆனால் இது போலியானது. அவனுடைய உண்மையான உணர்வுகள் அல்ல. பாவம் பீட்டர், அவன் எவ்வளவு காலம் இந்தப் போலிப் பாசாங்குடன் முன்

னோக்கிச் செல்ல முடியும்? மனித சாத்தியமற்ற இந்த உழைப்பின் விளைவாக ஒரு நாள் அனைத்தும் நொறுங்கிச் சிதறுண்டு போகாதா?

ஓ, பீட்டர், என்னால் உனக்கு உதவ முடிந்தால்! அதற்கு நீ எனக்கு உதவினால்! நாம் ஒருங்கிணைந்து என்னுடையதும் உன்னுடையதுமான தனிமையைத் துரத்தி விரட்டியடிக்க முடியும் தானே!

நான் பற்பல விஷயங்களைப்பற்றிச் சிந்தித்துக்கொண்டிருக் கிறேன். ஏராளமாக எதையும் சொல்லாவிட்டாலும், பீட்டர் என்னு டன் இருக்கும்போது சூரிய ஒளிமிக்க நாட்களில் நான் மிகவும் மகிழ்ச்சியாகத்தான் இருக்கிறேன். நேற்று நான் மிகுந்த மகிழ்ச்சி யில் இருந்தேன். நான் தலைமுடியைக் கழுவிக் கொண்டிருந்த போது பீட்டர் அடுத்த அறையில் இருப்பதைப் புரிந்துகொண் டேன். அது என்னைப் பெரிதும் குதூகலமடையச் செய்தது. உள்ளத்தில் கூடுதலாக மகிழ்ச்சி பொங்கும்போது நான் வெளியில் கூடுதல் கூச்சல் எழுப்பிக் கொண்டிருப்பேன்.

இந்தப் போர்ச்சட்டையை உதறி அனைத்தையும் பகிரங்கமாக வெளிப்படுத்துவது முதலில் யாராக இருக்கலாம்? வான்டான் தம்பதிகளுக்கு ஒரு மகளில்லை, மகன்தான் இருக்கிறான் என்பதில் இப்போது எனக்கு பெரும் மகிழ்ச்சிதான்! ஏனென்றால், வென்றெடுப்பது என்பது இப்போதுதான் இந்த அளவுக்கு அழகாகவும் ஆனந்தமாகவும் இருக்கிறது!

உன்னுடைய ஆன்

பி.எஸ். உன்னிடம் நான் எப்போதும் உண்மையைத்தான் பேசுவேன் என்பதை நீ அறிவாயல்லவா. தற்போது நான் ஒரு சந்திப்பிலிருந்து இன்னொன்றுக்கான நிமிடங்களை எண்ணித் தான் வாழ்ந்து கொண்டிருக்கிறேன். பீட்டரும் அப்படித்தான் இருப்பான் என்று எதிர்பார்க்கிறேன். அவனுடைய ஒரு சிறு

அசைவுகூட என்னை மகிழ்வித்துக் கொண்டிருக்கிறது. உண்மையைச் சொல்வதாக இருந்தால் விஷயங்களை வெளிப்படையாகச் சொல்ல பீட்டருக்கிருக்கும் தயக்கம்தான் என்னை ஈர்க்கிறது.

ஆனியும் மார்கொட்டும் தன் நண்பர்களுடன் ஆம்ஸ்டர்டாமில் 1935

மார்ச் 1944 7 செவ்வாய்

அன்புள்ள கிட்டீ,

1942-ல் என்னுடைய வாழ்க்கையைப்பற்றி நினைக்கும்போது அது முற்றிலும் மாறுபட்டது என்றுதான் இப்போது தோன்று கிறது. கோலாகலமான சொர்க்க வாழ்க்கையை அனுபவித்த அன்றைய ஆனுக்கும் இன்றைய ஆனுக்கும் நிறைய மாறு பாடிருக்கிறது. வெளியுலகத்திலிருந்து தனிமைப்பட்ட இந்த வீட்டுக்குள் ஆன் கூடுதல் புத்திசாலியும் பக்குவப்பட்டவளுமாக இருக்கிறாள். ஆம், அது ஓர் சொர்க்கலோக மகிழ்ச்சியின் காலம் தான்! ஏராளமான நண்பர்கள். சம வயதினரான பலபேருடைய அறிமுகங்கள். பெரும்பான்மை ஆசிரியர்களுக்கும் நான் கண் மணியாக இருந்தேன். மம்மியினுடையவும் டாடியினுடையவும் செல்லத்தை அனுபவித்தேன். வேண்டுமளவுக்கு இனிப்புப் பண்டங்களும் தேவைக்கு பணமும் எப்போது வேண்டுமானா லும் கிடைக்கும். வாழ்க்கை மகிழ்ச்சியாக இருக்க இதற்கு மேல் என்ன வேண்டும்?

எப்படி எனக்கு, இவ்வளவு அதிகமான அளவுக்கு பல பேருடைய நட்பைப் பெற முடிந்தது என்று நீ ஆச்சரியப்படக் கூடும். ஈர்ப்புதான் என்பது பீட்டரின் கருத்தாகும். அது முழுமை யாக சரியில்லைதான். என்னுடைய குறும்புத்தனமான பதில் களும், நகைச்சுவை கலந்த கருத்துக்களும், சதா புன்னகைக்கும் முகமும், கேள்வி எழுப்பும் மனோபாவமும் என்னுடைய ஆசிரியர்களை என்பால் ஈர்த்தன. யாரிடமும் பேசக்கூடியவ ளாகவும், சச்சரவிடக் கூடியவளாகவும், வேடிக்கையாகப் பேசி, கூட்டுச் சேர்பவர்களாகவும் நானிருந்தேன். எப்போதுமே நான்

உண்மையானவளாகவும் வெளிப்படையாகப் பழகுபவளாகவும் கடின உழைப்பாளியாகவும்தான் இருந்தேன். எதையும் பிறருடன் பங்கு போடவும் நான் தயாராக இருந்தேன். ஒருபோதும் தந்திரக் காரியாக இருந்ததில்லை.

இந்த அளவுக்கு நட்புவட்டம் இருக்கும் நான் சற்றே கர்வம் படைத்தவளாகத்தானே ஆகியிருப்பேன்? எதுவாயினும் இத்தகைய குதூகலங்களின் உச்சியில் முற்றிலும் எதிர்பாராதவிதமாக யதார்த்தத்தின் கொடூர முகத்தை தரிசிக்க நேர்ந்தது ஒரு வகையில் நல்லதுதான். இப்போது நான் பெறுவது ஆராதனையும் பாராட்டுக் களும் அல்லவென்பதை அடையாளம் கண்டுகொள்ள ஏறத்தாழ ஓராண்டுக்காலம் தேவைப்பட்டிருக்கிறது.

பள்ளியில் நான் எப்படியிருந்தேன்? புதுப் புது குறுதம்புத்தனங் களையும் கிண்டல் கேலிகளையும் பற்றி சிந்தித்துக் கொண்டி ருக்கும் கூட்டாளிகளின் மத்தியில் ராணியாக உலவிய ஒரு சிறுமி! முகத்தை இறுக வைத்துக்கொண்டு குற்றம் குறை சொல்லாத உல்லாசவதியான ஒரு சிறுமி! எல்லோரும் என்னிடம் பேசவும் நட்பை வளர்த்துக் கொள்ளவும் ஆர்வம் காட்டியதில் ஆச்சரியப் படுவதற்கு எதுவுமில்லை.

அன்றைய ஆனைப்பற்றி நினைக்கும்போது வேடிக்கையாக இருக்கிறது. விஷயங்களை ஆழமாகப் பார்க்காத சிறுமியாக இருந்தாள். இன்றைய ஆனுடன் அவளுக்கு எந்த ஒற்றுமை யுமில்லை. "நான் உன்னைப் பார்க்கும் போதெல்லாம் மாணவி களின் ஒரு கும்பலும் நான்கைந்து மாணவர்களும் உன்னைச் சூழ்ந்திருப்பார்கள்" என்றுதான் பீட்டர் சொல்வான். அது மட்டுமின்றி "நீ எப்போதுமே சிரித்துக் கொண்டும் ஜாலியாகப் பேசிக்கொண்டும் எல்லோருடைய தலைவியாகத் தென்படுவாய்" என்றும் சொல்வான்!

அந்தச் சிறுமிக்கு இப்போது என்ன நேர்ந்தது? ஓ, அதை நினைத்து வருத்தப்பட எதுவும் இல்லை. வாய்விட்டுச்சிரிக்கவும், இடக்கு மடக்காகப் பேசவும் இப்போதும் நான் மறந்து

விடவில்லை. இப்போதும் பலரை விமர்சிக்கவும் கிண்டல் கேலி செய்யவும் என்னால் முடியும். ஆயினும், அன்றைய சுதந்திரமான குதூகலமான நாட்களுக்காக நான் இப்போதும் ஆசைப்படுவதுண்டு. ஒரு வாரமாவது அவ்வாறு வாழ முடிந்தால்! அதற்குப் பிறகு ஒரு இடத்தில் அடங்கி ஒடுங்கி அமர்ந்து யாராவது ஒருவரின் கௌரவமான அறிவுரையைச் செவிமடுக்க நான் தயாராக இருக்கிறேன். வெறுமனே பின் தொடர்பவர்களுக்கு மாறாக நண்பர்கள்தான் எனக்கு இப்போது தேவை. நான் செய்யும் நல்ல விஷயங்களை ரசிக்கத் தெரிந்த என்னுடைய ஆளுமையின் பேரில் என்னை விரும்புகின்றவர்களைத்தான் நான் நேசிக்கிறேன்.

அவ்வாறு ஒரு நிலைமை இருந்தால் என்னைச் சூழ்ந்திருப்பவர்களின் எண்ணிக்கை குறைவாக இருக்கும் என்பது எனக்குத் தெரியும். இருப்பினும் உள்ளன்புமிக்க சில நண்பர்கள் இருந்தால் நான் ஏன் கவலைப்பட வேண்டும்?

1942-ல் நான் மகிழ்ச்சியாக இருந்தபோதிலும் பெரும்பாலும் தனிமை உணர்வு என்னை ஆட்கொண்டிருந்தது. நான் அதைப் பற்றி பெரிதாக எதுவும் சிந்திக்கவில்லை; அவ்வளவுதான். உணர்வுப் பூர்வமாகவோ அதற்கு மாறாகவோ ஜோக்கடித்தும் குறும்புத்தனம் காட்டியும் எனக்குள் இருக்கும் சூன்யத்தை விரட்டியடிக்க நான் என்னாலான முயற்சிகளை மேற்கொண்டேன். ஆனால் இப்போது நான் என்னுடைய வாழ்க்கையைப் பற்றியும் கடமைகளைப் பற்றியும் கௌரவமாகச் சிந்திக்கத் தொடங்கியிருக்கிறேன். என்னுடைய வாழ்க்கையின் ஒரு காலக்கட்டம் பின்னோக்கிச் சென்றுவிட்டது. சர்வ சுதந்திரமான அந்தப் பள்ளி நாட்கள் இனி என்றைக்குமே திரும்பி வராதவாறு மறைந்துவிட்டன.

அந்தக் காலம் திரும்பி வரவேண்டுமென்று நான் இப்போது நினைக்கவுமில்லை. அத்தகைய கேளிக்கைகளில் மகிழ்ச்சியடைய இப்போது என்னால் முடியாது. ஏனென்றால் இப்போது என்னுடைய உள்ளத்தில் கௌரவமான ஒரு ஆன் விழித்துக் கொண்டிருக்கிறாள்.

புத்தாண்டுப் பிறப்பு வரையிலான என்னுடைய வாழ்க்கையை லென்ஸ் வழியாகப் பார்ப்பதைப்போல நான் இப்போது பார்த்துக் கொண்டிருக்கிறேன். தூய காற்றையும் சூரிய ஒளியையும் அனுபவித்து, எங்களுடைய சொந்த வீட்டில் காலந்தள்ளிய அந்த நல்ல நாட்கள், அதற்குப் பிறகு நிகழ்ந்த எதிர்பாராத மாற்றம். இந்த தலைமறைவு வாழ்க்கை, நாள்தோறும் நிகழும் சண்டை சச்சரவு கள், வசவுகள், இத்தகைய கசப்பான சூழலுடன், ஒன்றிணைந்து போக என்னால் இயலவில்லை. என்னுடைய பெருமையை காப்பதற்காக நான் கண்டடைந்த ஒரே ஒரு தீர்வு தன்னம்பிக்கை மிக்கவளாக மாறுவதுதான். 1943-ல் முதல் பாதி, தனிமை, அடிக் கடி ஏற்படும் அழுகை, என முற்றிலும் அமைதியற்ற நாட்களாக இருந்தன. மெல்ல மெல்ல நான் என்னுடைய போதாமை களையும், குறைகளையும் அடையாளம் கண்டுகொண்டேன். பகல் முழுக்க நான் தெரிந்த விஷயங்களையும் தெரிய முடியாத பல விஷயங்களையும் குறித்துத்தான் பேசிக்கொண்டிருந்தேன். பிம்மின் கவனத்தை ஈர்க்க முடிந்தவரை முயற்சித்தேன். ஆனால் முடியவில்லை. என்னுடைய குறைபாடுகளுக்கு நான் சுயமாக தனி ஒருவளாக இருந்தே தீர்வு காண வேண்டியிருந்தது. எந்த நேரத்தி லும் என்னை நோக்கி எழும் பரிகாசங்களையும் வசவுகளையும் தவிர்ப்பதற்காக தான் சுயமாக முடிவு செய்தேன்.

ஆண்டின் இரண்டாம் பாதி ஆவதற்குள் நிலைமைகள் சீரடைய ஆரம்பித்தன. ஒரு முயற்சியான சிறுமியாகப் பாவித்து எல்லோரும் என்னிடம் பழகத் தயாராயினர். என்னை ஒரு ரப்பர் பந்துபோல் தட்டி விளையாட யாருக்கும் உரிமையில்லை என்பதை நான் உணர்ந்து கொண்டேன். என்னுடைய விருப்பத்திற்கேற்ப செயல் படத்தான் விரும்பினேன். இந்தக் காலக் கட்டத்தில் எனக்கேற் பட்ட இன்னொரு புரிதல், டாடியைக்கூட மிகவும் நம்பத்தக்க நண்பராகப் பார்க்க முடியாது என்பதுதான்! இவ்வாறு என்னைத் தவிரவேறு யாரையும் முற்றிலும் நம்பக்கூடாது என்ற உண்மையை நான் புரிந்துகொண்டேன்.

மீண்டும் புத்தாண்டு; எனக்கு நேர்ந்த இரண்டாவது பெரிய

மாறுதல். நான் கண்ட கனவுகள்... எனக்குள் மறைந்திருக்கும் விருப்பங்கள், உள்ளார்ந்த ஆனந்தமும், மேற்பரப்பு தன்னம்பிக்கை மற்றும் சண்டை சச்சரவுகளையெல்லாம் நான் சுயமாக அடையாளம் கண்டுகொண்ட காலம். மெல்ல மெல்ல நான் அமைதியானவளாக மாறினேன். அழகானதும் நல்லதுமான அனைத்தின்மீதும் என்னுடைய உள்ளார்ந்த ஆன்மாவின் வேட்கையை தெள்ளத் தெளிவாகவே நான் புரிந்துகொண்டேன்.

இரவில் தூங்கச் செல்லும்போது கடவுளுக்கு நன்றி சொல்லும் பிரார்த்தனையை மேற்கொள்ளும்போது என் மனதில் மகிழ்ச்சி நிரம்பி வழிகிறது. ஆம், கடவுள் அளிப்பதெல்லாம் நன்மைதான்! 'தலைமறைவு வசிப்பிடத்தில்' வாழ்தலும், ஓரளவு சிறந்த என்னுடைய ஆரோக்கியமும் பீட்டருடன் தொடரும் நட்பும் அத்தகையதுதான்! எதிர்கால மகிழ்ச்சியின், இந்தப் பிரபஞ்ச அழகின் அனைத்து நன்மையினுடையவும் தொடக்கமாக இது இருக்கலாம்.

இப்போதும்கூட உலக வாழ்க்கையின் துயரங்களைப் பற்றி இல்லை, மாறாக எழில்களைப் பற்றித்தான் நான் சிந்திக்கிறேன். எனக்கும் மம்மிக்கும் இடையிலான முக்கிய மாறுபாடும் இது தான். துயருற்ற யாராவது உதவி நாடி வந்தால் மம்மியின் பதில் இப்படித் தானிருக்கும் "பிறருடைய இடுக்கண்களைப் பற்றி நினைத்துப் பாருங்கள். அந்த அளவுக்கெல்லாம் நீங்கள் அனுபவித்திருக்க மாட்டீர்கள். அதற்காக கடவுளுக்கு நன்றி செலுத்துங்கள்". என்னுடைய அறிவுரை இதுதான். "வெளியே செல்லுங்கள். பசுமையான வயல்களையும் அடிவாரங்களையும் பாருங்கள். இயற்கையின் அழகுக்காகவும், தெளிந்த சூரிய ஒளிக்காகவும் வேண்டி இறைவனுக்கு நன்றி கூறுங்கள். உங்களுடைய உள்ளும் புறமும் நிலவும் மகிழ்ச்சிக்காகவும் நன்றி கூறுங்கள்."

பிறருடைய துயரங்களைப் பற்றிச் செவிமடுத்தால் உங்களுக்கு எப்படி மன அமைதி கிடைக்கும்? துயரப்பட்டுக் கொண்டிருக்கும் ஒருவர் மேலும் துயரங்களைப் பற்றியே கேட்க நேர்ந்தால் மன நிம்மதி கிடைக்குமா? மம்மியின் சித்தாந்தம் எனக்குப்

புரியவில்லை. அதேபொழுது எத்தகைய துயரங்களுக்கிடையிலும் சுதந்திரத்தைப் பற்றியும், பேரழகை பற்றியும் சிந்திக்கும் போது மனதில் மகிழ்ச்சி அரும்பாமலிருக்காது.

அது மட்டுமின்றி, மகிழ்ச்சியாளர்களால் பிறருக்கும் மகிழ்ச்சி யூட்ட முடியும். உறுதியான நம்பிக்கையும் நிலை குலையாத துணிச்சலும் உடையவர்கள் ஒருபோதும் அழியமாட்டார்கள்.

உன்னுடைய ஆன்

மார்ச் 1944

12 ஞாயிறு

அன்புள்ள கிட்டீ,

அடங்கி ஒடுங்கி ஓரிடத்தில் அமராமல் மேலுக்கும் கீழுக்கு மாக நான் நடந்து கொண்டிருக்கிறேன். பீட்டருடன் பேச எனக்கு விருப்பம்தான். ஆனால், நான் அவருக்கு ஒரு தொல்லையாகி விடுவேனோ என்ற அச்சமும் இருக்கிறது. பீட்டர் அவருடைய பெற்றோர்களைப் பற்றியும், தன்னுடைய கடந்த காலத்தைப் பற்றியும் என்னிடம் ஏறக்குறைய பேசியிருக்கிறார். ஆயினும் இன்னும் கூடுதலாகத் தெரிந்துகொள்ள ஆவலாக இருக்கிறேன். முன்னர் என்னை ஒரு தொல்லைக்காரியாகத்தான் பீட்டர் பார்த்தார். அவரைப் பற்றி நானும் அவ்வாறுதான் எண்ணியிருந் தேன். இப்போது என்னுடைய கருத்து மாறிவிட்டது. பீட்டர் கருத்தை மாற்றிக் கொண்டிருப்பாரா?

மாற்றியிருப்பார் என்று நினைக்கிறேன். நாங்கள் சிறந்த நண்பர்களாகி விடுவோம் என்று அதற்குப் பொருளல்ல. ஆனால் இந்த சிறைக்கூட வாழ்க்கையில் சற்று ஆறுதலுக்கு அது உதவிகரமாக இருக்கும். தேவையற்ற விஷயங்களைப்பற்றி நினைத்து நான் வருந்தவில்லை.

சனிக்கிழமை மதியத்துக்குப் பிறகு நான் அவதிப்பட்டேன். ஏராளமான துயரச் செய்திகள் கேட்க நேர்ந்த பிறகு சிந்தை களிலிருந்து தப்புவதற்காக நான் நான்குமணிவரை தூங்கினேன். அதற்குப் பிறகும் அவதியிலிருந்து மீளவில்லை. மம்மி துருவித் துருவி கேட்கும் கேள்விகளையும், டாடியின் பேச்சையும் தவிர்ப் பதற்காக 'எனக்கு தலைவலிப்பதாகப் பொய் சொன்னேன்.

உண்மையில் பொய்யில்லை, தலைவலி என்பது மனவலிதான்.

என்னுடைய சம வயதுச் சிறுமிகள், என்னுடைய சுய வருத்தத்தைப் பார்த்து எனக்கு கிறுக்குப் பிடித்திருப்பதாகச் சொல்லலாம். இருப்பினும் உன்னிடம் என் மனதிலிருப்பதையெல்லாம் கொட்டி விடுவதால் எனக்கு நிம்மதி கிடைக்கிறது. நாளின் எஞ்சிய பொழுதெல்லாம் நான் குதூகலமாகவும் தன்னம்பிக்கையுடனும் தான் இருக்கிறேன்.

இப்போது மார்கொட் மிகவும் அன்புடையவளாக இருக்கிறாள். நான் அவளை நம்பவேண்டுமென்று அவள் விரும்புகிறாள். ஆயினும், முக்கியமான விஷயங்களைப் பேசுவதற்கான ஓரளவு மனத்திடம் கூட அவளுக்கில்லை. தேவைக்கு மீறிய கௌரவத்துடன்தான் அவள் என்னைப் பார்க்கிறாள். என்னுடைய பேச்சையும் நடவடிக்கைகளையும் சந்தேகத்துடன் பார்த்து என் கண்களையே உற்று நோக்குவாள்; இவள் பேசுவது உண்மைதானா அல்லது வெற்றுப் பேச்சா என்பதைப்போல்...

என்னுடைய மனதின் முடிச்சுகளெல்லாம் அவிழ்க்கப்பட்டு என்றைக்குத்தான் எனக்கு மன அமைதியும் நிம்மதியும் கிடைக்குமோ அறியேன்!

உன்னுடைய ஆன்

மார்ச் 1944 14 செவ்வாய்

அன்புள்ள கிட்டீ,

நாங்கள் இன்றைக்கு எதையெல்லாம் உண்ணப் போகிறோம் என்பதை அறிந்தால் நீ மிகவும் ரசிப்பாய். (நான் ரசிக்கா விட்டாலும்) வேலைக்காரி கீழே பணியில் இருப்பதால் நான் இப்போது வான்டான் குடும்பத்தின் மேசையின் அருகில்தான் அமர்ந்திருக்கிறேன். ஏதோ நறுமணத் தைலத்தில் தேய்த்த கைக்குட்டையால் நான் என்னுடைய மூக்கையும், வாயையும் பொத்திக் கொண்டிருக்கிறேன்.

எங்களுக்கு உணவுக் கூப்பன் அளித்தவர்களெல்லாம் இதற்குள் போலீசாரின் பிடியில் சிக்கிக் கொண்டனர். அதனால் இப்போது கூப்பன்கள் கிடைப்பதில்லை. எங்களுடைய ஐந்து ரேஷன் கார்டுகளுக்குள் நாங்கள் ஒதுங்க வேண்டியிருக்கிறது. மீப்பும் க்லீமேனும் உடல்நலம் குன்றியிருக்கிறார்கள். எல்லிக்கு ஷாப்பிங் செல்ல நேரம் கிடைப்பதில்லை. சூழ்நிலை முழுக்க சலிப்பேற்படுத்துவதாக இருக்கிறது. கொழுப்பு, வெண்ணை, தாவர எண்ணெய், வறுத்த உருளைக்கிழங்கு- எதுவுமே இனி எங்களுக்குக் கிடைக்காது. மொத்தத்தில் கிடைப்பது ஓட்ஸ் மீல் கஞ்சி மட்டுமே. பட்டினிதான் என்று மிசஸ் வாண்டான் புகார் எழுப்பியதால் கள்ளச் சந்தையில் சிறிது பால் கட்டி வாங்கியது மட்டும்தான் இருக்கிறது. இன்றைய எங்களுடைய இரவு உணவு பீப்பாய்க்குள் பத்திரப்படுத்தி வைத்திருக்கும் கேபேஜ் நறுக்கித் தயாரித்த 'ஹாஷ்'தான். ஒரு ஆண்டுப் பழமையான கேபேஜின் துர் வாடையைப் பற்றி நீயே யூகிக்க முடியும். இப்போது இந்த அறை முழுக்க அழுகிய பழங்களும், அழுகிய முட்டைகளும்

கலந்தெழும் துர்வாடைதான். இந்த சாணியைத் தின்ன வேண்டுமே என்று நினைக்கும்போதே எனக்கு வயிற்றைக் குமட்டுகிறது.

தவிர எங்களுடைய உருளைக்கிழங்குகளுக்கும் ஏதோ நோய் வாய்ப்பட்டு கெட்டுப் போகின்றன. கேன்சர், வைசூரி, பலதரப் பட்ட ஜுரங்கள் போன்ற நோய்களைப் பற்றி இப்போதைக்கு ஆராய்ச்சி செய்வதுதான் எங்களுடைய பொழுதுபோக்கு. கீட்டீ, போரின் நான்காவது ஆண்டும் தலைமறைவாக வாழ நேர்வது ஒரு சிறிய விஷயமில்லை. இது எப்போது ஓயும் என்பது மட்டும்தான் எங்களுடைய எதிர்பார்ப்பு.

மற்ற விஷயங்கள் மகிழ்ச்சிகரமாக இருந்திருந்தால் உணவைப் பற்றி நான் இந்த அளவுக்கு புகார் கூறியிருக்கமாட்டேன். ஆனால் இந்த அசாதாரணமான தலைமறைவு வாழ்க்கை எங்களையெல் லாம் கிறுக்கின் எல்லைவரை கொண்டுபோய்ச் சேர்த்திருக்கிறது.

இப்போதைய எங்களுடைய நிலைமையைப் பற்றி இங்குள்ள வர்களின் கருத்துக்கள் கீழ்வருமாறு:-

மிஸ்டர் வான்டான்

புகைபிடித்து புகைபிடித்து புகைபிடித்து அமரத்தான் நான் விரும்புவேன். அவ்வாறு இருக்கும்போது உணவும் அரசியல் நிலைமைகளும் கெர்லியின் வசைமாரி போன்றவையும் என்னை அலட்டுவதில்லை. கெர்லி ஒரு சிறந்த மனைவி ஆவார்.

ஆனால், புகைபிடிக்க முடியாவிட்டால்? எதுவும் சரியில்லை. எனக்கு உடல்நலம் சரியில்லை. தேவையான உணவில்லை. எனக்கு இறைச்சி அவசியம் தேவை. என் மனைவி கெர்லி ஒரு முட்டாள்.

(இதைத் தொடர்ந்து உடனே ஒரு பயங்கரமான சண்டையை எதிர்பார்க்கலாம்)

மிசஸ் ஃப்ராங்க்

உணவு ஒரு முக்கிய விஷயமில்லை. இருப்பினும் ஒரு துண்டு ரொட்டி கிடைத்தால் பரவாயில்லை. எனக்கு தாங்க முடியாத பசி. மிசஸ் வான்டானின் இடத்தில் நானாக இருந்தால் அவருடைய புகைபிடிக்கும் பழக்கத்தை என்றைக்கோ நான் தடுத்து நிறுத்தியிருப்பேன். ஆனால் நான் இப்போது நிம்மதியற்றிருப்பதால் எனக்கு ஒரு சிகரெட் தேவை. பிரிட்டிஷ்காரர்கள் பல தவறுகளைச் செய்கின்றனர். இருப்பினும் போர் முன்னேறிக் கொண்டிருக்கிறது. நான் இங்கிருப்பதால் கடவுளுக்கு நன்றி.

மிஸ்டர் ஃப்ராங்க்.

எல்லாமே நன்றாக இருக்கிறது எனக்கு எந்தத் தேவைகளும் இல்லை. இன்னும் நிறைய நேரம் இருக்கிறது. கொஞ்சம் உருளைக்கிழங்குகளைத் தாருங்கள். நான் வேலை செய்து கொண்டிருக்கிறேன். என்னுடைய ரேஷனிலிருந்து சிறிது எல்லிக்கு அளிக்கிறேன். அரசியல் நிலைமை சீராகி வருகிறது. நான் எப்போதுமே மங்களகரமான முடிவை எதிர்பார்ப்பவன் ஆவேன்.

மிஸ்டர் டுசல்

நான் என் பணியைச் செய்கிறேன். குறிப்பிட்ட நேரத்திலேயே அதை முடிக்க வேண்டும். அரசியல் நிலைமை கம்பீரமாகத் தான் இருக்கிறது. எந்தக் காரணத்தாலும் நாம் பிடிக்கப்படமாட்டோம். நான், நான்...

உன்னுடைய ஆன்

மார்ச் 1944 15 புதன்

அன்புள்ள கிட்டீ,

சில நிமிடங்களாவது மூச்சுத் திணற வைக்கும் இந்தச் சூழலில் இருந்து எனக்கு விடுதலை கிடைக்கும் என்ற நினைப்பில்தான் நான் உன்னிடம் வந்திருக்கிறேன். அங்கு முழுக்க புகார்களும் பீதி நிரம்பிய பேச்சுக்களும்தான்! கிட்டீ, இதற்குள் உனக்கு தலை மறைவு முகாமில் வசிப்பவர்களின் பேச்சுப் பாணி புரிந்திருக்கும், கிரேலர்க்கு சம்மன்ஸ் கிடைத்திருக்கிறது என்பதுதான் இந்தப் பேச்சுக்கள் அனைத்துக்கும் காரணம். எல்லி ஜலதோஷம் பீடித்து வீட்டிலேயே இருக்கிறாள். மீப்புக்கு இன்னும் குணமாகவில்லை. க்லீமேன் கடுமையான ரத்தப்போக்கால் உணர்வற்றிருக்கிறார். என்னென்ன சோதனைகள்! நாளைக்கு குடோன் பணியாளர்கள் அனைவருக்கும் விடுமுறை நாளாகும். எல்லியும் அவளுடைய வீட்டுக்குப் போய்விடுவாள். எனவே கதவுகள் மூடித்தானிருக்கும். நாங்கள் எந்தவிதமான ஓசையும் எழுப்பாமல் இதற்குள் இழுத்துப் பூட்டி அடைபட்டுக்கிடக்கவேண்டியதுதான். இன்று மதியம் ஹெங்க் எங்களைப் பார்க்க வருகிறார். மிருகக்காட்சி சாலைப் பாதுகாவலன் மிருகங்களைப் பார்க்க வருவதைப் போலத்தான்! முதன் முதலாகத்தான் விசாலமான வெளியுலகைப் பற்றி ஹெங்க் எங்களிடம் பேசுகிறார். நாங்கள் எட்டுப் பேரும் பாட்டியிடம் பேரக் குழந்தைகள் கதைகேட்பதைப்போல் அவரைச் சூழ்ந்து அமர்ந்தோம். நாங்கள் கேட்ட அனைத்துக் கேள்விகளுக்கும் அவர் விளக்கமாக பதிலளித்தார். ஆகாரம், மீப்பின் டாக்டர் உள்பட அனைத்தைப் பற்றியும் கேட்டோம். அவ்வாறு அனைத்தைப் பற்றியும், டாக்டரைப் பற்றியும்

கேட்டதற்கு ஹெங்க் பதிலளித்தார்.

அந்த டாக்டர் ஒரு வித்தியாசமான மனிதர். தொலைபேசியில் அழைத்து நோயைப்பற்றிக் கூறினால் அவர் சொல்வார். "நாக்கை நீட்டு", நீட்டியபிறகு, "ஆ என்று சொல்." 'உங்களுடைய தொண்டையில் உபாதை இருக்கிறதா என்று என்னால் தெரிந்து கொள்ள முடியும்.' இவ்வாறு தொலைபேசி வழியாகத்தான் சிகிச்சை.

டாக்டரை விமர்சிப்பது சரிதான் என்று நான் கருதவில்லை. நோயாளிகள் மிகவும் கூடுதலாகவும் டாக்டர்கள் பற்றாக்குறை யாகவும் இருக்கும் இந்தக் காலத்தில் அவர்களுக்கு இவ்வா றெல்லாம்தான் செயல்பட முடியும். இருப்பினும் ஹெங்க் அந்தத் தொலைபேசிப் பேச்சை மீண்டும் சொன்னபோது எங்களால் சிரிக்காமலிருக்க முடியவில்லை.

உன்னுடைய ஆன்

மார்ச் 1944 — 16 வியாழன்

அன்புள்ள கிட்டீ,

மிகவும் நல்ல கால நிலை, வார்த்தைகளால் விளக்க முடியாதது. நான் இதோ மாடிக்குச் செல்கிறேன்.

நான ஏன் பீட்டரைவிட பதட்டமடைகிறேன் என்பது இப்போது எனக்குப் புரிந்து விட்டது. வேலை செய்யவும், ஓய்வெடுக்கவும், கனவு காணவும், உறங்கவும் அவனுக்கு சொந்தமான ஒரு அறை இருக்கிறது. ஆனால் எனக்கு? ஒரு அறையிலிருந்து இன்னொன்றுக்கு ஓடு நடையாகப் போகவேண்டியிருக்கிறது. டுசலுடன் பங்கு போட்டுக் கொள்ளும் இரட்டை அறையில் நான் சற்றும் பொழுதைக் கழிப்பதில்லை. சொந்தமாக ஒரு அறை தேவையென்ற விருப்பம் எனக்கிருக்கிறது. மேல்தட்டு அறையில் தனியாக அமரும்போதுதான் ஓரளவாவது சுகம் கிடைக்கிறது. ஏனென்றால் நான் வலுப்பெற்றாக வேண்டுமல்லவா? மம்மியுடன் எனது ஈடுபாடு குறைந்து வருகிறது. இருப்பினும் சண்டையில்லை. டாடியுடனும் இப்போது எனக்கு பெரிதாக நெருக்கமில்லை. மார்கொட்டிடம் நான் எந்த விசயத்தையும் பேசுவதில்லை. நான் எனக்குள்ளேயே கட்டுண்டு கிடக்கிறேன். இருப்பினும் வெளியே நான் சாமான்ய முறையில் பழக வேண்டியிருக்கிறது. விருப்பங்களுக்கும், பழகுமுறைச் சம்பிரதாயங்களுக்கும் இடையிலான போரில் இதுவரை விருப்பங்கள்தான் தோல்வியடைந்திருக்கின்றன. ஆனால் இனி மாறாகவும் நிகழக் கூடும். அதைத்தான் நான் விரும்புகிறேன்.

பீட்டரைப் பற்றித்தான் முதலில் கூறவேண்டும். ஏராளமாகச்

சொல்ல வேண்டியிருக்கிறது. என்னுடைய சிந்தனைகளில் அதையெல்லாம் நான் சொல்லவும் அனுபவிக்கவும் செய்திருக்கிறேன். ஆனால் அதுவெல்லாம் யதார்த்தமாகவும் இன்னொரு நாளாகவும் கடந்து போய்விட்டது என்பதுதான் கஷ்டம். ஆம் கிட்டீ, ஆன் ஒரு கிறுக்கிதான். அதுமட்டுமின்றி கிறுக்குப் பிடிக்க வைக்கும் கால கட்டத்திலும் சூழ்நிலைகளிலும்தான் அவள் வாழ்ந்து கொண்டிருக்கிறாள்.

ஆனால் ஒரு விஷயம் மகிழ்ச்சியூட்டக் கூடியது. எனக்கே என்னுடைய சிந்தனைகளையும், உணர்ச்சிகளையும் எழுதி வைக்கலாமல்லவா. அது இயலாமல் போயிருந்தால் நான் மூச்சுத் திணறி உயிரிழந்திருப்பேன். பீட்டரிடம் அனைத்தையும் அப்பட்டமாக வெளிப்படுத்த இயலுமென்று நினைக்கிறேன். ஒருவேளை அவன் எதையெல்லாமோ யூகித்திருக்கக்கூடும். ஆனால், வெளியே தெரியும் ஆனை உட்கொள்ள ஒருபோதும் பீட்டரால் இயலாது.

நிசப்தனாக வாழும் பீட்டருக்கு என்னுடைய இந்த களேபரத்தை உருவாக்கும் சுபாவத்தை எப்படிப் புரிந்துகொள்ள முடியும்? கருங்கல்லைப் போன்ற திடமான புறத்தோல் ஊடாக என் மனதுக்குள் ஊடுருவிப் பார்த்த ஒரே ஒருவர் இவராக இருப்பாரா? அனுதாபத்திலிருந்துதான் அன்பு முகிழ்கிறது என்ற பழமொழி என் விஷயத்தில் நனவாகுமா? ஏனென்றால் என் விஷயத்தில் இருப்பதைப்போல் பீட்டரின் விஷயத்திலும் எனக்கு இப்போது அனுதாபமிருக்கிறது.

எப்படித் தொடங்க வேண்டும் என்பது எனக்குத் தெரியாது. ஏனென்றால் அவர் உரையாடலை விரும்பாதவர். எழுத இயன்றால் நான் அதைத்தான் தேர்ந்தெடுத்திருப்பேன்.

உன்னுடைய ஆன்

மார்ச் 1944 17 வெள்ளி

அன்புள்ள கிட்டீ,

ஆறுதலான ஒரு சிறிய நிகழ்வு நடைபெற்றிருக்கிறது. கிரேலரை ராணுவப் பணியிலிருந்து விலக்கியிருக்கிறார்கள். எல்லிக்கு உபாதை ஓரளவு தேவலை. மார்கொட்டும் நானும் எங்களுடைய பெற்றோர்களின் பழகுமுறையில் நிம்மதியில்லாதவர்கள் என்பதைத் தவிர்த்தால் காரியங்கள் அனைத்தும் ஓரளவு நன்றாகவே போய்க் கொண்டிருக்கின்றன. எனக்கு மம்மியுடன் ஒத்துப்போவது கஷ்டமாக இருக்கிறது. டாடியை நான் பழையபடியே நேசிக்கிறேன். மார்கொட் டாடியையும் மம்மியையும் மிகவும் நேசிக்கிறாள். ஆனால் நாங்கள் வளர்ந்த சிறுமிகள் என்பதைக் கண்டறிந்து சில விஷயங்களிலாவது எங்களுக்குச் சுதந்திரம் அளிக்க வேண்டுமல்லவா?

நான் மாடிக்குச் சென்றால் ஏன் போகிறாய் என்ற கேள்வி. உணவில் உப்புச் சேர்த்தால் அதற்கு விமர்சனம். இரவு எட்டேகால் மணி ஆனதும் தூங்கப் போய்விடவேண்டும், என்ற கட்டளை. நான் வாசிப்பது என்ன புத்தகம் என்பதைத் தெரிந்துகொள்ளும் ஆர்வம். எனக்குச் சலித்துவிட்டது. அவர்களைக் கடுமையானவர்கள் என்று நான் சொல்ல வரவில்லை. புரிகிறதா?

இன்னொரு விஷயம் பெற்றோர்கள் அதீதமாக செல்லம் காட்டுவதும் செல்லப்பெயரிட்டு அழைப்பதும் எப்போதும் என்னை முத்தமிடுவதும் எனக்கு சற்றும் பிடிக்கவில்லை. கடந்த நாள் மார்கொட் கூறினாள். 'நாம் நெற்றியில் கை வைத்தால் உடனே, 'உடம்புக்கு என்ன? தலை வலிக்கிறதா?' என்பதைப்

போன்ற கேள்விகளைச் சகிக்க முடியவில்லை.

முன்னர் எங்களுடைய வீட்டில் இருந்த நம்பிக்கையும் மகிழ்ச்சியும் அனைத்தும் இப்போது இழந்துவிட்டதை நினைத்து நாங்கள் இருவரும் துயருற்றோம். சம வயதுடைய ஏனைய சிறுமிகளைவிட மனத்தளவில் மிகவும் பக்குவமானவர்கள் நாங்கள். இருப்பினும் மிகவும் சிறிய குழந்தைகளைப் போலத் தான் எங்களை அவர்கள் பார்க்கிறார்கள். மிகவும் சங்கடமான ஒரு விஷயம் இது.

எனக்கு வயது பதினான்குதான். எனினும் சரியையும், தவறை யும் அடையாளம் கண்டுகொள்ள என்னால் முடியும். எனக் கென்று சொந்தக் கருத்துக்களும் கோட்பாடுகளும் உண்டு. நான் ஒரு சுதந்திர நபர் என்பது என்னுடைய நம்பிக்கை.

மம்மியைவிட விஷயங்களை விவாதிக்கவும், வாதங்களில் ஈடுபடவும் என்னால் இயலும். பல விஷயங்களில் நான் மம்மியை விடச் சிறப்பானவள் என்பது எனக்குத் தெரியும். என்னைவிடச் சிறந்தவர்களை மட்டுமே என்னால் முழுமையாக நேசிக்கவும் ஆதரிக்கவும் இயலும் - மம்மியை என்னால் ஆதரிக்க இயலா மைக்கும் இதுதான் காரணம்! பீட்டர் எனக்குக் கிடைத்தால் எவ்வளவு நன்றாக இருக்கும்! எவ்வளவோ நல்லவனும் அழகானவனுமான இளைஞன்தான் பீட்டர்! நான் அவனை நேசிக்கிறேன், ஆராதிக்கிறேன். ஆதரிக்கிறேன்.

உன்னுடைய ஆன்

மார்ச் 1944 19 ஞாயிறு

அன்புள்ள கிட்டீ,

நேற்று ஒரு மகத்தான நாள். பீட்டரிடம் நான் பேச முடி வெடுத்தேன். நாங்கள் இரவுச் சாப்பாட்டுக்குத் தயாராகும்போது நான் அவனுடைய காதில் முணுமுணுத்தேன். இன்று நீ சுருக்கெழுத்துப் பயிலப் போவாயா?' 'இல்லை' என்றான் அவன். 'அப்படியானால் உன்னிடம் நான் சில விஷயங்களைப் பேச வேண்டும்' பீட்டர் ஒப்புதலளித்தான். பாத்திரங்களைக் கழுவிய பிறகு நான் வாண்டான்களின் அறைக்குச் சென்று சுற்றுப்புறத்தை ஆராய்ந்து பிறகு பீட்டரிடம் நெருங்கினேன். திறந்து கிடந்த சன்னலின் இருமருங்கிலுமாக நாங்கள் நின்றுகொண்டோம். திறந்த சன்னலுக்கு அருகில் பாதி இருளில் நின்றவாறு பேசுவது தான் வசதியானது.

நாங்கள் இருவரும் ஒருவரோடு ஒருவர் ஏராளமாகப் பேசி னோம். ஏராளம் ஏராளம் என்னென்னவென்று நினைத்துப் பார்க்க முடியாத அளவுக்கு பல விஷயங்கள். ஒன்று மட்டும் நினைவி ருக்கிறது. அனைத்துமே அன்பு தோய்ந்த வார்த்தைகள். சச்சரவு களைப் பற்றியும், பெற்றோர்களுடன் ஏற்பட்ட இடை வெளியைப் பற்றியும் பேசினோம். எல்லோரும் என் பேச்சுக்குப் பாத்திரமாயினர்.

பீட்டர் திடீரெனக் கேட்டான்.

"நீ அவர்களுக்கெல்லாம் தனித்தனியாக 'குட்நைட்' முத்தம் கொடுப்பதுண்டா?"

'தனித்தனி முத்தமா? டஜன்கணக்காகக் கொடுத்திருக் கிறேனே!'

'இல்லை, நான் இதுவரை ஒருவரையும் முத்தமிட்டதில்லை.'

'பிறந்த நாளுக்குக் கூடவா?'

'ஆம், அன்று மட்டும்.'

நாங்கள் இருவரும் பெற்றோர்களை நம்பவில்லை என்பதை யும், பீட்டரின் பெற்றோர்கள் அவனுடைய நம்பிக்கையைப் பெற பெருமளவுக்கு விரும்புகிறார்கள் என்பதையெல்லாம் நாங்கள் விவாதித்தோம். படுக்கையில் கவிழ்ந்து படுத்தவாறு நான் அழுவதையும், பீட்டர் மாடி அறை மூலையில் இருந்து கோபமுற்று நடுங்குவதையும்கூட எங்களுடைய உரையாடலில் அலசப்பட்டன. நானும் மார்கொட்டும் அண்மையில்தான் பரஸ் பரம் புரிந்துகொள்ளத் தொடங்கினோம் என்ற விஷயத்தையும், நாங்கள் இப்போதும் அனைத்தையும் வெளிப்படையாகப் பேசுவதில்லை என்பதையும் எங்களுடைய பேச்சில் பரிமாறிக் கொண்டோம். ஓ... ஆச்சரியமாக இருக்கிறது. எல்லா விஷயத்தி லும் நான் எதிர்பார்த்ததைப் போன்றே பீட்டரும் பேசினான்.

நான் இங்கு வந்து சேர்ந்தபோது எங்களுக்கு பரஸ்பரம் விருப்பமில்லை. நான் ஒரு வாயாடியும், அனுசரணையற்ற வளும்தான் என்பது பீட்டரின் கருத்து. பீட்டரை எனக்குப் பிடிக்காது என்று நானும் நம்பினேன். ஏன் அன்றைக்கு அவன் என்னைக் கொஞ்சிக் குலாவ வரவில்லை என்று நான் வியந்ததுண்டு. ஆனால் இன்றைக்கு எனக்கு அதில் மகிழ்ச்சிதான். எங்களிடமிருந்து எந்த அளவுக்கு விலகிச் சென்றான் என்பதை அவனே வெளிப்படுத்தினான். என்னுடைய கோலாகலத்துக்கும் அவனுடைய மௌனத்துக்கும் பெருமளவு மாறுபாடில்லை என்று நான் கூறினேன். நான் அமைதியையும், நிம்மதியையும் தான் விரும்புகிறேன். அதை அளிக்க என்னுடைய நாட்குறிப்பைத் தவிர எனக்கு வேறு எதுவுமில்லை. என்னுடைய இருப்பு பீட்டருக்கும், பீட்டரின் இருப்பு எனக்கும் எந்த அளவுக்கு

மகிழ்ச்சியளிக்கும் என்பதை நாங்கள் அடையாளம் கண்டு கொண்டோம். இப்போது அவனுடைய மௌனத்தின் காரணத்தையும் பெற்றோர்களுடன் அவனுடைய உறவின் தன்மைகளையும் புரிந்துகொண்ட பிறகு என்னால் அவனுக்கு உதவ முடியும் என்று நான் சொன்னேன்.

"நீ, எப்போதும் எனக்கு உதவுகிறாய்!" பீட்டர் கூறினான்.

"எப்படி?"

"உன்னுடைய புன்னகையால்" பீட்டரின் உரையாடலில் மிகவும் அழகான வார்த்தைகள் அவை. என்னை ஒரு நண்பியாக பீட்டர் அங்கீகரிக்கிறான் என்பதற்கு அத்தாட்சிதான் அந்த வார்த்தைகள். எனக்கு அதுவே தாராளமாகப் போதுமானதாகும். தற்சமயம் நான் மிகவும் மகிழ்ச்சியடைந்தேன். என்னால் அதை விளக்க முடியவில்லை என்பதுதான் உண்மை. கிட்டீ, மன்னிக்கவும். இதோ இப்போது என்னுடைய வார்த்தைகளுக்கு யதார்த்தத்தை வெளிப்படுத்துவதில் பற்றாக்குறை ஏற்பட்டிருக்கிறது.

என் மனதில் இருப்பவைகளைத்தான் நான் எழுதியிருக்கிறேன். இன்று முதல் பீட்டருக்கும் எனக்கும் பங்குபோடுவதற்கான ஒரு ரகசியம் இருக்கிறது. தன்னுடைய நீலக்கண்கள் வாயிலாக பீட்டர் என்னைப் பார்க்கும்போதும், அந்தக் கண்கள் என்னைப் பார்த்து புன்னகைக்கும்போதும் எனக்குள் பேரொளி பரவுகிறது. என்றைக்கும் எங்களுடைய உறவு இதைப்போலவே இருக்குமென்றும் ஏராளமான இனிமையான பொழுதுகள் நாங்கள் ஒன்றிணைந்து சுவைப்போம் என்றும் எதிர் பார்க்கிறேன்.

நன்றியுடன் உன்னுடைய ஆன்

மார்ச் 1944 20 திங்கள்

அன்புள்ள கிட்டீ,

இன்று காலையில் பீட்டர் என்னிடம் 'மீண்டும் மாலையில் நீ மாடிக்கு வருவாயா?' என்று கேட்டான். அது மட்டுமின்றி ஒருவருக்கு அமர்வதற்கான இடமிருந்தால் இருவருக்கான இடமிருக்கும் என்றும் நான் அங்கு செல்வது அவனுக்கு ஒரு தொல்லையாகாது என்றும் பீட்டர் கூறினான். ஆனால் அடிக்கடி நான் மாடிக்கும் செல்வதை என் வீட்டில் இருப்பவர்கள் விரும்பமாட்டார்கள் என்று நான் பதிலளித்தேன். அதை நினைத்து வருத்தப்பட வேண்டாம் என்று பீட்டர் உடனே எனக்கு ஆறுதல் கூறினான். சனிக்கிழமை மாலையில் வருகிறேன் என்று நான் அப்போது ஒப்புக் கொண்டேன். நிலா காயும் இரவுகளில் எனக்கு தகவல் தரவேண்டாம் என்று நான் கூறியபோது மிகவும் கீழ்த்தளத்தில் இருந்தவாறு நாம் நிலவின் அழகை ரசிக்கலாம் என்று பீட்டர் எனக்கு வாக்களித்தான்.

ஆனால் அதற்குள் என்னுடைய மகிழ்ச்சியின் மீது ஒரு சிறு நிழல் படிந்திருந்தது. அது என்னவாக இருக்கும் என்கிறாயா? மார்கொட் பீட்டர் மீது பெரும் விருப்பம் கொண்டிருந்தாள் என்பதை நான் அறிவேன். எவ்வகையில் எந்த அளவுக்கு என்பதெல்லாம் எனக்குத் தெரியாவிட்டாலும் அது என்னை சங்கடத்திலாழ்த்தும் ஒரு விஷயம்தான். நான் பீட்டருடன் கழிக்கும் ஒவ்வொரு நிமிடமும் நான் அவளை நோகடிப்பதாகும் என்ற அறிவு என்னை மிகவும் சங்கடப்படுத்தியது. அது மட்டுமின்றி மார்கொட் தன்னுடைய வேதனையை ஒருபோதும் வெளிப்படுத்தவுமில்லை.

நான் முற்றிலும் பொறாமைக்காரியாக மாறுகிறேன் என்பது எனக்குத் தெரியும். மார்கொட் இதிலிருந்து விலகிச் செல்கிறாள். தன்மீது இரக்கம் காட்ட வேண்டாமென்றுதான் அவள் கூறு கிறாள். "நாங்கள் இருவரும் ஒன்று சேர, நீ மட்டும் தனிமைப் படுவது கஷ்டமாக இருக்கிறது" என்று நான் சொன்னேன்.

"பரவாயில்லை. எனக்கு அது பழக்கமானதுதான்."

மனத்தாங்கலுடன் மார்கொட் இவ்வாறு கூறினாள் என்று நினைக்கிறேன்.

பீட்டரிடம் இந்த விஷயத்தைச் சொல்ல எனக்கு தைரியம் வரவில்லை. அதைச் சொல்வதற்கு முன் வேறு சில விஷயங் களைப் பற்றியும் நாங்கள் பேசவேண்டியிருக்கிறது.

நேற்று மாலையில் மம்மி என்னிடம் மீண்டும் பிணக்குற்றார். உண்மையில் நான்தான் அதற்குக் காரணம். மம்மியுடன் சற்றும் நெருக்கமற்ற என்னுடைய நடவடிக்கைகளுக்கான தண்டனை எதுவாயினும், நான் மம்மியுடன் மேலும் சற்று நேசப்பாங்குடன் பழகியிருக்க வேண்டும். என்னுடைய பார்வைகளும் கருத்துக் களும் எனக்கு மட்டும் தெரிந்தால் போதுமல்லவா?.

பிம்மின் மனோபாவத்திலும் மாற்றம் நிகழ்ந்திருக்கிறது. ஒரு முதிர்ந்த சிறுமியாக என்னை அங்கீகரித்த மாதிரிதான் பிம் தற்போது என்னிடம் பழகுகிறார். ஆனால், அத்துடன் ஏதோ ஒரு இடைவெளியும் தென்படுகிறது பார்க்கலாம், என்னதான் நடக்கிறதென்று!

எனக்கு இப்போது வேறு எதிலும் கவனம் செலுத்த நேரமில்லை. பாதத்திலிருந்து சிரம் வரை பீட்டர்தான் எனக்குள் ஆதிக்கம் செலுத்துகிறான்.

இன்று மார்ச் 20-ஆம் நாள், மார்கொட்டின் நன்மையின் வெளிப்பாடாக அவள் எனக்கெழுதிய கடிதம் இதோ கிடைத்திருக்கிறது.

'ஆன்' எனக்கு உன்னிடம் பொறாமையில்லை. நேற்று நான்

இதை உன்னிடம் கூறியபோது ஐம்பது விழுக்காடு உண்மையைத் தான் கூறினேன். எனக்கு உன்னிடமும் பீட்டரிடமும் பொறாமை இல்லை. இதுவரை நான் யாரையும் கண்டடையவில்லை என்பதில் ஓர் மெல்லிய துயரம் இருக்கிறது. அவ்வளவுதான்! அது மட்டுமின்றி அண்மைக் காலத்தில் அதற்கான வாய்ப்பும் தென்படவில்லை. என்னுடைய சிந்தனைகளையும் உணர்வுகளையும் பங்கு போடுவதற்காக ஒருவரை என்னால் கண்டுபிடிக்க முடியவில்லை என்பதற்காக நான் எதற்காக உன்னிடம் வெறுப்பைக் காட்ட வேண்டும்? அதைத்தவிர பிறருக்கு எளிதாக அகப்படும் ஏராளமானவை பல நமக்கு இங்கு மறுக்கப் படுகிறதல்லவா!

அது மட்டுமின்றி, பீட்டருடன் நான் இந்த அளவுக்கு நெருக்க மாக இருக்கமாட்டேன் என்பதும் எனக்குத் தெரியும். ஏனென் றால், என்னுடைய இதயத் துடிப்புக்களை அடையாளம் கண்டு கொள்ளக்கூடிய ஒருவருடன்தான், என்னுடைய சிந்தனை களையும் கருத்துக்களையும் என்னால் விவாதிக்க முடியும். அவ் வாறு செய்ய வேண்டுமென்றால் அறிவுப் பூர்வமாக என்னைவிட உயர்ந்த தகுதியுடைய ஒருவருடன் மட்டுமே சாத்தியப்படும். பீட்டர் அப்படிப்பட்டவன் இல்லை என்பதும் எனக்குத் தெரியும். ஒருவேளை உனக்கும் பீட்டருக்கும் ஒத்துப்போகலாம்.

நீ எனக்குத் தொல்லை கிடையாது. எனக்கு நீ சங்கடம் உண்டு பண்ணுவதாகவோ, நீ எனக்கு எதையாவது மறுக்கிறாய் என்றோ நினைத்து வருத்தப்படாதே! உங்களுடைய நட்புறவின் வாயிலாக உனக்கும் பீட்டருக்கும் பலவற்றை வென்றெடுக்க முடியும்.

என்னுடைய கடிதத்துக்கு நீ பதிலளிப்பாயல்லவா!

அன்புள்ள மார்கொட்,

உன்னுடைய கடிதம் மிகவும் இனிமையானது. ஆனால் அது என்னை மகிழ்விக்கவில்லை. நீ நினைப்பதைப்போல் அவ்வளவு பெரிய நெருக்கம் எதுவும் எனக்கும் பீட்டருக்கும் இடையில் கிடையாது. இருப்பினும் எதிர்காலத்தில் அவ்வாறு நிகழக்கூடும்.

சுட்டெரிக்கும் சூரிய ஒளியில் அமர்ந்து பேசுவதைவிட, நிலா காயும் இரவில், ஒரு திறந்த சன்னலுக்கருகில் அமர்ந்திருக்கும் போதுதான், நம்முடைய மனம் திறக்கவும், உணர்வுகளை அருகிலமர்ந்திருப்பவரின் காதில் முணுமுணுக்கவும் முடியுமே தவிர, உரக்க வாய்விட்டுக் கூறும்போது அல்ல. மார்கொட், பீட்டருடன் உனக்கு ஒரு சகோதரன் மீதான அன்புதான் முகிழ்த்துக் கொண்டிருப்பதாக நான் நினைக்கிறேன். பீட்டருக்கு உதவ நீயும் விரும்பத்தானே செய்வாய். மேலும் பரஸ்பர நம்பிக்கை என்பதை இருபக்கத்திலிருந்தும் உருவாக வேண்டிய ஒன்றல்லவா!

நாம் இனி இந்த விஷயத்தைப்பற்றிப் பேசவேண்டாம்.

1941 ஆம்ஸ்டர்டாமில்

என்னிடம் உனக்கு ஏதாவது தெரிவிக்க வேண்டியிருந்தால் தயவு செய்து எழுதலாம். ஏனென்றால் என்னுடைய கருத்துக்களை எடுத்துரைப்பதைவிட எழுதுவதைத்தான் நான் விரும்புகிறேன்.

உன்னை நான் எந்த அளவுக்கு மதிக்கிறேன் என்பது உனக்குத் தெரியாது. உனக்கும் டாடிக்கும் இருக்கும் நன்மையின் ஒரு பகுதி யாவது எனக்கு வாய்க்கவில்லையே என்று நான் எண்ணுவதுண்டு. இப்போது எனக்குப் புரிகிறது, உனக்கும் டாடிக்கும் இடையில் நன்மையின் விஷயத்தில் பெரிய வேற்றுமை எதுவும் இல்லை.

உன்னுடைய ஆன்

மார்ச் 1944

22 புதன்

அன்புள்ள கிட்டி,

நேற்று மாலையில் மார்கொட் எனக்கு கீழ்வருமாறு ஒரு கடிதம் அளித்தாள்.

'அன்புள்ள ஆன்,

பீட்டரைச் சந்திக்கும்போதெல்லாம் உனக்கு குற்ற உணர்வு ஏற்படுவதாகத்தான் உன்னுடைய கடிதத்தைப் படித்தபோது எனக்குத் தோன்றியது. அது தேவையற்றது. என்னடைய உள்ளத்தின் சிந்தனைகளையும் உணர்வுகளையும் பங்குபோட ஒருவர் இருந்திருந்தால்... என்று எண்ணுவதுண்டு. ஆனால் ஒருக்காலும் பீட்டரை என்னால் அந்த இடத்தில் பார்க்க முடியாது.

எப்போதாவது பீட்டர் எனக்கு இளைய சகோதரனாக மாறக் கூடும். ஒருவேளை அவ்வாறு நிகழாமலும் போகலாம். எங்களுக்கு ஒருவரை ஒருவர் புரிந்துகொள்ள முடிந்தால் மட்டுமே ஓர் நட்புறவுக்கான வாய்ப்பிருக்கும்.

நீ எனக்காக அனுதாபப்படத் தேவையில்லை. பதிலுக்கு நீ கண்டடைந்த நட்பின் மகிழ்ச்சியை மனம் நிரம்பி வழியும் அளவுக்கு அனுபவிப்பாயாக!

'தலைமறைவு'முகாமில் ஆன்மார்த்தமான ஒரு நட்புறவின் ஒளி பரவியிருக்கிறது. இதன் பொருள் எதிர்காலத்தில் நான் பீட்டரைத் திருமணம் செய்துகொள்வேன் என்பதல்ல. அந்த அளவுக்கு நேசம் எங்களுக்குள் உருவாகுமா என்பதும் தெரிய வில்லை. எதுவாயினும் இப்போது நாங்கள் ஒருவரை ஒருவர் நேசிக்கிறோம். அதில் எங்களுக்கு மகிழ்ச்சியே!

பீட்டருக்குத் தேவை ஒரு நண்பியா அல்லது காதலியா அதுவும் இல்லாமல் ஒரு சகோதரியா என்பது எனக்கு இன்னும் புரிய வில்லை.

தன்னுடைய வீட்டில் உருவாகும் ஆரவாரங்களிலிருந்து வெளி யேற நான் அவனுக்கு உதவுவதாக அவன் கூறியபோது நான் மிகவும் மகிழ்ந்து போனேன். ஏனென்றால் அது அவனுடைய ஆன்மார்த்தத்தின் வெளிப்பாடாக இருந்தது. மிகுந்த விருந்தோம் பலுடன்தான் அவன் என்னை வரவேற்கிறான்.

பீட்டர் இப்போது பிரெஞ்சு மொழியை கற்பதில் மும்முரமாக இருக்கிறான். உறங்கச் செல்லும்போது கூட அது எனக்கு திருப்தி கரமாக இருந்தது.

கடந்த சனிக்கிழமை மாலையில் நிகழ்ந்த உரையாடலின் ஒவ்வொரு வார்த்தையும் என் நினைவிலிருக்கிறது. இதில் எதை யும் மாற்ற வேண்டியதில்லை. மிகவும் பொருத்தமாக உச்சரிக்கப் பட்டதுதான் ஒவ்வொரு வார்த்தையும்.

பீட்டர் எவ்வளவு அழகானவன்! வாய்விட்டுச் சிரிக்கும் போதும், மௌனமாக தொலைவில் பார்வையைச் செலுத்திக் கொண்டிருக்கும்போதும் என் மனம் முழுக்க பீட்டர் தொடர்பான எண்ணங்கள்தான்! ஏனென்றால் அவன் எனக்கு அந்த அளவுக்கு பிரியமானவன். அவனை மிகவும் வியப்பிலாழ்த்தியது எனக்குள் இருக்கும் புதிய ஆன்ஃப்ராங்கை அவன் அடையாளம் கண்டு கொண்டதுதான் என்று நினைக்கிறேன். ரகளைக்காரியான ஆனுக்குள் இருக்கும் அமைதியே உருவான கனவு ஜீவியான ஆன்! பீட்டருக்கிருந்ததைப் போன்றே பிரச்சனைகளும், சங்கடங்களும் மலிந்த பாவப்பட்ட ஆன்!

பதில்:

பிரிய மார்கொட்,

காத்திருந்து பார்ப்பது என்பதுதான் நம்மால் இயலக்கூடிய மிகவும் சிறந்த விஷயம் என்று நினைக்கிறேன். விரைவில் நானும் பீட்டரும் ஒரு முடிவுக்கு வருவோம். என்ன நிகழும் என்பதைப் பற்றி எனக்கு கவலையில்லை. ஏனென்றால் எதிர்காலத்தைப்பற்றி

நான் சிந்திப்பதில்லை. நாங்கள் நண்பர்களாகத் தொடர்வதாக இருந்தால் நீயும் பீட்டருக்கு உதவத் தயார் என்பதை நான் அவனிடம் தெரிவிப்பேன். நீ எதிர்பார்க்கும் உயரத்தை அடைய அவனால் இயல முடியாமல் போகலாம். உன்னைப்பற்றி அவன் என்ன நினைக்கிறான் என்பதும் எனக்குத் தெரியாது. இருப்பினும் நான் சொல்ல விரும்பியதைச் சொல்வேன்.

எங்களுடன் அமர்ந்து பேச நீயும் வர வேண்டும். துணிச்சலாக இரு! நான் அதைத்தான் செய்துகொண்டிருக்கிறேன். ஒருநாள் உனக்கும் நல்ல காலம் பிறக்காமல் இருக்காது.

உன்னுடைய ஆன்

மார்ச் 1944 23 வியாழன்

அன்புள்ள கிட்டீ,

நிலைமை தடங்கலின்றி போய்க் கொண்டிருக்கிறது. எங்களுக்கு கூப்பன் வினியோகம் செய்யும் ஆட்கள் மீண்டும் சிறையிலிருந்து விடுதலையாகியிருக்கிறார்கள். கடவுளுக்கு நன்றி.

மீப் நேற்று திரும்பி வந்திருக்கிறார். இருமல் முற்றிலும் குணமாகாவிட்டாலும் எல்லிக்கும் சற்று தேவலை. இன்னும் சிறிது காலம் கூட க்லீமேன் வீட்டிலிருந்து ஓய்வெடுக்க வேண்டியிருக்கும்.

நேற்று இங்கு ஒரு விமானம் நொறுங்கி விழுந்தது. ஒரு பள்ளிக் கட்டிடத்தின் மீதுதான் விழுந்தது. பள்ளியில் அப்போது மாணவ மாணவிகள் இல்லாதது அதிர்ஷ்டமே! விமானப் பயணிகள் பாராசூட் வழியாக குதித்துத் தப்பினர். எதுவாயினும் சிறிதாக நெருப்பும் பற்றிக்கொண்டது. இருவர் உயிரிழந்தனர். நொறுங்கி விழுந்து கொண்டிருந்த விமானத்தை நோக்கி ஜெர்மன் படையினர் சரமாரியாகச் சுடுவதைக் கண்ணுற்று ஆம்ஸ்டர்டாம் நகர மக்கள் கொதித்துக் போயினர். எத்தகைய நீசச் செயல்!

இரவு உணவுக்குப் பிறகு மாடிக்குச் சென்று தூயகாற்றைச் சுவாசிக்கும்போதுதான் மொத்தத்தில் ஒரு சுகமான அனுபவம் கிடைக்கிறது.

நான் மாடிக்குச் செல்வதை வான்டானும், டுசலும் கேலி செய்வதுண்டு. 'ஆனின் இரண்டாம் வீடு' என்றுதான் பீட்டரின் அறையைப் பற்றி அவர்கள் குறிப்பிடுவார்கள். ஒரு இளைஞன்

ஒரு இளம் பெண்ணை பாதி இருள் மண்டிய ஒரு அறையில் சந்திப்பது சரிதானா என்று சில நேரங்களில் வேடிக்கையாகப் பேசு கிறார்கள். பீட்டர் இத்தகைய கேலிப் பேச்சுகளுக்கு பதிலடி கொடுப்பதில் திறமையானவன்தான். மம்மிக்கும் நாங்கள் என்ன பேசுகிறோம் என்பதை அறிய ஆவலிருக்கிறது. முதியவர்களுக்கு எங்கள்மீது பொறாமை இருப்பதாக பீட்டர் கூறுகிறான். சில நேரங்களில் பீட்டர் கீழ்தளத்திற்கு வந்து என்னை அழைத்துச் செல்வான். ஆனால் அப்போதெல்லாம் அவன் பதட்டத்துடன் காணப்படுவான். வாய் திறந்து ஒரு வார்த்தைகூடப் பேச மாட்டான்.

நான் சற்று பந்தா காட்டுபவள் என்று எனக்கே தோன்று வதுண்டு. நான் அழகானவள் என்ற பாராட்டு எனக்கு பெருமளவு கிடைக்காவிட்டால் கூட... முன்னர் பள்ளிக்குச் செல்லும்போது, நான் சிரிக்கும்போது மிகவும் அழகாக இருப்பதாக ஒரு பையன் சொன்னான். நேற்று பீட்டரும் என்னை வெகுவாகப் புகழ்ந்தான்.

"ஆன் நீ சிரிக்க வேண்டும். எப்போதும் சிரித்துக்கொண்டே இருக்க வேண்டும்." பீட்டர் கூறினான்.

"எதற்காக?" நான் கேட்டேன்.

"நீ சிரிக்கும்போது உன்னுடைய கன்னங்களில் விழும் குழிகள் பார்க்க மிகவும் அழகாக இருக்கின்றன."

"என்னுடைய மொத்த அழகே அதுமட்டும்தான். நான் ஒரு அழகியில்லை என்பதை நீயே அறிவாய்."

"இல்லவே இல்லை, ஒருபோதும் இல்லை. நிச்சயமாக நீ ஒரு அழகிதான்".

"நான் அவ்வாறு நினைக்கவில்லை"

"நான் சொல்வதை நீ நம்பலாம்"

எங்களுடைய பெற்றோர்கள் அவர்களுடைய இளமைக் கால சிந்தனைகளையும் போக்குகளையும் மறந்துவிட்டதைப் போலத்

தான் எங்களிடம் பழகுகிறார்கள். நாங்கள் கௌரவமாக எதை யாவது சொன்னால் வேடிக்கையாகக் கருதும் இவர்கள் எங்களுடைய வேடிக்கைகளை அவ்வாறு கருதுவதில்லையே ஏன்?

உன்னுடைய ஆன்

மார்ச் 1944 27 திங்கள்

அன்புள்ள கிட்டீ,

எங்களுடைய தலைமறைவு வரலாற்றில் ஒரு பெரிய அத்தியாயம் அரசியலாக இருந்திருக்க வேண்டும். எனக்கு அதில் ஆர்வமில்லாததால்தான் அதைப்பற்றி அதிகமாக எதையும் எழுதாமலிருக்கிறேன். ஆனால் இந்தக் கடிதத்தின் விஷயம் அரசியலாகவே இருக்கட்டும்.

இதைப் போன்ற இடுக்கண் கட்டங்களில் அரசியல் சர்ச்சைகளுக்கு மிகவும் முக்கியத்துவமிருக்கிறது. இதைப்பற்றி ஏராளமான வெவ்வேறு கருத்துக்களும் இருக்கின்றன. ஆனால் அரசியல் விஷயங்களைப் பேசி ஒருவரோடு ஒருவர் சண்டை போட்டுக் கொள்வது முட்டாள்தனமானது என்பது என்னுடைய கருத்து.

வெளியிலிருந்து வரும் ஆட்கள் கொண்டு வரும் செய்திகள் பல உண்மையாக இருக்காது. ஆனால் வானொலிச் செய்திகள் இதுவரை எங்களிடம் பொய்யுரைக்கவில்லை. ஹெங்க், மீப், க்லீமேன், எல்லி, கிரேலர் அனைவரும் அவரவர்களின் அரசியல் கருத்துக்களிலிருந்து மாறுபடுகிறார்கள். ஓரளவு நிலையான கருத்து ஹெங்கிடம் மட்டும்தான் இருக்கிறது.

தலைமறைவு முகாமில் அரசியல் உணர்வு எப்போதுமே ஒரே மாதிரியாகத்தான் இருக்கிறது. ‘அசாத்தியம்’, ‘எவ்வளவு நாள் இது நீடிக்கும், இவை போன்ற கருத்து வெளியீடுகள்தான் இங்கு காதில் விழுகின்றன. நன்மை விரும்பிகளும் தீமை எண்ணமுடையோர்களும் தாங்கள் சொல்வதுதான் சரி என்கிறார்கள். தன்னுடைய கணவரின் அதீத நன்னம்பிக்கை ஒரு கௌரவப்

பெண்மணிக்கு அருவருப்பாகத் தெரிகிறது. தன்னுடைய மனைவிக்கு பிரிட்டிஷாரிடம் இருக்கும் வெறுப்புதான் ஒரு கண்ணியமிக்க கணவனின் நிம்மதியைக் கெடுக்கிறது. இவர்கள் யாருமே தங்களுடைய வாதங்களிலிருந்து பின்வாங்குவதில்லை. அரசியலைப் பற்றி எதையாவது கேட்டால் போதும் இவர்களின் ரத்தம் சூடாகிவிடும்.

ஜெர்மன் நியூசும், பி.பி.சி செய்தியும் செவிமடுத்தது போதாதென்று சிறப்பு விமானத் தாக்குதல் செய்திகளைக்கூட இவர்கள் வழக்கமாகக் கேட்கத் தவறுவதில்லை. பிரிட்டீஷ் காரர்கள் தொடர்ந்து தாக்கிக்கொண்டு தானிருக்கிறார்கள். ஜெர்மானியர்கள் தொடர்ச்சியாக பொய் பேசியும் வருகிறார்கள்.

முதியவர்களின் நிலைமை அபாரம்தான். காது கேட்கும் திறன் மிகக் குறைவாக இருக்கிறது. இல்லாவிட்டால் ஏன் இவர்கள் ஒரே செய்திகளையே திரும்பத் திரும்பக் கேட்கிறார்கள். சாப்பிடும் போதும் தூங்கும்போதும் தவிர மற்ற நேரம் முழுக்க அவர்கள் செய்திகளைக் கேட்டுக் கொண்டுதானிருப்பார்கள். அரசியல் முதியோர்களுக்கு மிகவும் தீமைதான் என்பதைச் சொல்லாமல் இருக்க முடியவில்லை.

ஞாயிற்றுக்கிழமை இரவு ஒன்பது மணிக்கு வின்ஸ்டன் சர்ச்சிலின் ஒரு சொற்பொழிவைக் கேட்டேன். கம்பீரமான சொற்பொழிவுதான்! நாங்கள் அனைவரும் சூழ்ந்தமர்ந்து செவிமடுத்தோம். டுசல் ரேடியோவின் அருகில் இடது பக்கமும், மிஸ்டர் வான்டான் பீட்டருக்கு முன் நேர் எதிரிலும், மம்மி வான் டானுக்குப் பின்புறமும், பிம் மேசைக்கு அருகிலும், நானும் மார்கொட்டும் பக்கத்திலேயும் அமர்ந்திருந்தோம். ஆண்கள் புகைபிடிப்பதும் தேநீர் அருந்துவதுமாக இருந்தனர். காதைக் கூர்மையாக்கிக் கவனித்தால் பீட்டரின் கண்கள் பிதுங்கியிருந்தன. மிசஸ் வான்டான் பயந்து நடுங்கிக் கொண்டிருந்தார். மம்மி அலங்காரமாக ஒரு கருப்பு ஓவர்கோட் அணிந்திருந்தார். மார் கொட்டும் நானும் தொட்டுத் தொட்டவாறுதான் அமர்ந்திருந்தோம். எனென்றால் முஸ்சி எங்கள் மடியில் அமர்ந்து சுகமாகத்

தூங்கிக் கொண்டிருந்தது. மிகவும் அமைதியான ஒரு குடும்பச் சூழல் இல்லையா? ஆனால், அரசியல் செய்திகள் திடீரென்று அந்தச் சூழலை அதிர வைக்கிறது. இன்னொரு வாதப் பிரதி வாதத்திற்கும் கலகத்திற்கும் தொடக்கம்!

உன்னுடைய ஆன்

மார்ச் 1944 28 செவ்வாய்

அன்புள்ள கிட்டீ,

அரசியலைப்பற்றி தேவைப்பட்டால் இன்னும் சொல்ல வேண்டியிருக்கிறது. முக்கியமான பல விஷயங்களைப் பற்றி சொல்ல வேண்டியிருப்பதால் நான் அந்த விஷயத்தை தவிர்க்கிறேன். முதலாவதாக மாடிக்குச் செல்லக் கூடாதென்று மம்மி எனக்கு தடை விதித்திருக்கிறார். இரண்டாவதாக மார்கொட்டையும் என்னுடன் மாடிக்கு வர பீட்டர் அழைத்திருக்கிறான். ஆன்மார்த்தமாகவா அல்லது மரியாதைக்காகவா என்பது தெரியாது. மூன்றாவதாக மிசஸ் வான்டானின் விருப்பமின்மையை நான் பொருட்படுத்த வேண்டுமா என்று நான் டாடியைக் கேட்டதற்கு அது தேவையில்லை என்று டாடி பதிலளிக்கவும் செய்திருக்கிறார். மம்மி கோபமாக இருக்கிறார். எங்கள் மீது பொறாமையாகவும் இருக்கலாம். நாங்கள் நல்ல நண்பர்களாக இருப்பதில் டாடிக்கும் மகிழ்ச்சிதான். மார்கொட்டுக்கு பீட்டர் மீது விருப்பு இருப்பினும் இரண்டு பேர் என்றால் கூட்டு, அதுவே மூன்றானால் நெரிசல் என்று நம்புவதால் அவள் மாடிக்க வரத் தயாரில்லை.

நான் பீட்டரைக் காதலிப்பதாகத்தான் மம்மி நினைத்துக் கொண்டிருக்கிறார். அப்படியே இருக்கட்டும் என்பதுதான் என்னுடைய விருப்பமும். பீட்டர் என்னையே உற்றுப்பார்த்துக் கொண்டிருக்கிறான் என்பது மம்மியின் புகார். அது உண்மையாகவும் இருக்கலாம். அவன் என்னுடைய கன்னக் குழிகளைப் பார்த்தவாறிருக்க, நாங்கள் அடிக்கடி ஒருவரை ஒருவர் ஓரக் கண்ணால் பார்ப்பதில் என்ன குடியா மூழ்கிவிடும்?

நான் மிகுந்த இக்கட்டான நிலைமையில் இருக்கிறேன். மம்மி என்னை எதிர்க்கிறார். நான் மம்மியையும்தான். எங்களுக்கிடையிலான பனிப் போரை டாடி கண்டும் காணாதவாறு இருக்கிறார். என்னை நேசிப்பதால் மம்மி முற்றிலும் வருத்தமாகத்தான் இருக்கிறார். ஆனால் என்னை மம்மி புரிந்துகொள்ளாததால் நான் முற்றிலும் வருந்துபவளாக இல்லை. எதுவாயினும் நான் பீட்டரை கைவிடத் தயாரில்லை. அந்த அளவுக்கு அவன் எனக்குப் பிரியமானவனாக இருக்கிறான். இப்போதுதான் அவனை ஆராதிக்கிறேன். இந்த ஆராதனை காதலாக மாறக்கூடும். அதில் முதியோர் ஏன் மூக்கை நுழைக்க வேண்டும். அதிருஷ்டவசத்தால் என் மனதை மூடிவைக்க என்னால் சிறப்பாக இயலுமென்பதால் பீட்டர்மீது நான் வெறியாகக் காதல் கொண்டிருப்பதை பிறரிடமிருந்து என்னால் மறைக்க முடிகிறது. பீட்டர் என்றைக்காவது தன்னுடைய மனதை எனக்குத் திறந்து காட்டுவானா? அன்றைக்கு கனவில் நிகழ்ந்ததைப்போல் அவன் என் கன்னத்தில் முத்தமிடுவானா? கனவில் என்னை நெருங்கியவன் பீட்டர்தான். என்னுடைய பீட்டர். முதியோர் நம்மைப் புரிந்துகொள்வதில்லை. நாம் ஒரு வார்த்தைகூடப் பேசாமல் ஒன்றாக அமர்ந்திருக்கும்போது எவ்வளவு மகிழ்ச்சியாக இருக்கிறோம் என்பது அவர்களுக்கும் புரியவில்லை. இந்த சூழல்தான் நம்மை ஒன்று சேர்த்திருக்கிறது என்பதையும் அவர்கள் உணரவில்லை. ஓ, என்றைக்குத்தான் இந்த இடர்பாடுகள் ஓயுமோ? எதுவாயினும் அதற்குப் பிந்தைய வாழ்க்கை சுவையானதாக இருக்கும். கையை தலையணையாக்கி கண்மூடிப் படுக்கும்போது பீட்டர் சின்னஞ்சிறுவனாக இருப்பான். முஸ்சியுடன் விளையாடும்போது அவன் பாசமுடையவனாக இருப்பான். கனமான எதையாவது சுமந்து வரும்போது அவன் பலசாலியாக இருப்பான். துப்பாக்கிச் சூட்டைப் பார்க்கும் போதும் கொள்ளையர்களை எதிர்கொள்ளும்போதும் அவன் தைரியசாலியாக இருப்பான். சோம்பலாக அமர்ந்திருக்கும்போது அவன் ஒரு செல்லமாக இருப்பான். நான் அவனுக்கு எதையாவது சொல்லிக்கொடுப்பதைவிட அவன் எனக்கு சொல்லித் தருவதைத்தான் நான் விரும்புகிறேன். எல்லா விஷயங்களிலும் அவன்

என்னைவிட கெட்டிக்காரனாக இருப்பதைத்தான் நான் விரும்புகிறேன்.

இரண்டு தாய்மார்களையும் பற்றி ஏன் கவலைப்பட வேண்டும்? ஓ, பீட்டர் அனைத்தையும் மறைக்காமல் சொல்ல மாட்டானா?

உன்னுடைய ஆன்

மார்ச் 1944 29 புதன்

அன்புள்ள கிட்டீ,

லண்டனில் இருந்து டச்சு செய்தி நிகழ்ச்சியில் பங்கேற்றுப் பேசும் போள்க்ஸ்டீல் என்ற அமைச்சர் போருக்குப் பிந்தைய நாட் குறிப்புகளையும் கடிதங்களையும் திரட்டுவார் என்ற அறிவிப்பு வெளியாகியிருக்கிறது. இதைக் கேட்ட உடனே அவர்களெல்லாம் என்னுடைய நாட்குறிப்பைப் பற்றி ஆவேசமாகப் பேச ஆரம்பித்து விட்டனர். சற்று சிந்தித்துப்பார். நான் தலைமறைவு முகாமைப் பற்றி சாகசக் கதையை எழுதி வெளியிட்டால் எப்படியிருக்கும்? தலைமறைவு முகாம் என்றுதான் கதைக்கு தலைப்பிருக்கும். இது ஒரு துப்பறியும் கதையாக இருக்கும் என்று மக்கள் நினைக்க இதுவே போதுமானதல்லவா?

போர் முடிவடைந்து ஒரு பத்தாண்டுகளுக்குப் பிறகு போர்க்கால நினைவுகளைப் புதுப்பிப்பது சுவையாக இருக்கும். எடுத்துக்காட்டாக, நாங்கள் எப்படி வாழ்ந்தோம், என்னென்ன உணவுகளை உண்டோம், என்னென்ன பேசினோம் என்பதையெல்லாம் யூதர்கள் விளக்கும்போது மிகவும் ஆச்சரியமான அனுபவங்களாக இருக்கும்! நான் உன்னிடம் பல விஷயங்களைப் பற்றிப் பேசினாலும் உண்மையில் உனக்கு எங்களுடைய வாழ்க்கையைப் பற்றி மிகக் குறைவாகத்தான் தெரிந்துகொள்ள முடியும்.

ஒவ்வொரு முறை விமானத் தாக்குதல் நிகழும்போதும் பெண்களெல்லாம் அஞ்சி நடுங்குகின்றனர். கடந்த ஞாயிற்றுக்கிழமை முன்னூற்று ஐம்பது பிரிட்டீஷ் போர் விமானங்கள் ஒவ்வொன்றும்

பத்து லட்சம் கிலோ எடையுள்ள பிரம்மாண்டமான குண்டுகளை இஜ்முதனில் பொழிந்தபோது காற்றில் அசையும் புல் நுனிகளைப் போல் கட்டிடங்கள் அசைந்தன. அது மட்டுமா எந்த அளவுக்கு அதனால் பேரழிவுகள் ஏற்பட்டிருக்கும்? அதைப்பற்றி விரிவாக எழுதவேண்டுமென்றால் நான் நாள் முழுக்க நாட்குறிப்பை எழுத வேண்டியிருக்கும். காய்கறிகளும் பிற அவசியப் பொருட்களை யும் பெற மக்கள் மணிக்கணக்காக 'கியூ'வில் நிற்க வேண்டியிருக் கிறது. டாக்டர்களால் நோயாளிகளைப் பார்க்க முடிவதில்லை. காரணம், அவர்கள் காரிலிருந்து இறங்கினால் உடனே கார்கள் திருட்டுப் போய் விடுகின்றன. கொள்ளைகளும் வீடுகள் சூறை யாடப்படுவதும் தொடர்கின்றன. டச்சுக்காரர்கள் இவ்வளவு சீக்கிரம் திருடர்களாக மாற அவர்களுக்கு என்ன நேர்ந்தது என்று நாம் வியந்துவிடுவோம். ஏழும் எட்டும் வயதுடைய சிறார்கள்கூட ஜன்னலை உடைத்து அண்டை வீடுகளில் நுழைந்து கையில் கிடைத்ததை திருடிக்கொள்கிறார்கள். ஒருவர் கூட ஐந்து நிமிடங்கள் வீட்டைப் பூட்டி வெளியே செல்ல தயாராக இல்லை. ஏனென்றால் அதற்குள் வீட்டிலிருக்கும் பொருட்களெல்லாம் கடத்தப்பட்டிருக்கும். இழக்க நேர்ந்த டைப்ரைட்டர்கள், பாரசீகக் கம்பளங்கள், மின் கடிகாரங்கள், உடைகள் போன்றவை கள் திரும்பக் கிடைத்தால் அன்பளிப்புகள் அளிக்கப்படுமென்று தினமும் நாளிதழ்களில் விளம்பரம் வெளியாகிறது. வழித்தடங் களில் இருக்கும் மின் கடிகாரங்களையும், பொதுத் தொலைபேசி களையும் அவிழ்த்து உள்ளே இருக்கும் பார்ட்சுகளைக் களவாடு கிறார்கள். வாராந்திர ரேஷன் இரண்டு நாட்களுக்குக்கூடப் போதாத நிலைமையில் மக்களிடம் சன்மார்க்க நெறிகளை எப்படி எதிர்பார்க்க முடியும்? ஜெர்மன் அனைத்து ஆண்களையும் கட்டாய ராணுவ சேவைக்கு அழைத்தாகிவிட்டது. குழந்தை களுக்குத் தேவையான உணவு கிடைக்கவில்லை. பலர் நோய் வாய்ப்பட்டுவிட்டனர். பழைய உடைகளையும் நைந்த ஷூக் களையும்தான் அணிகின்றனர். கள்ளச் சந்தையில் ஷூஸ் ரிப்பேர் ஒரு சோடிக்கு 7.50. ஃப்ளோரின் கொடுக்கவேண்டும். செருப்பு ரிப்பேர் செய்பவர்கள் இப்போது புது வேலை எதையும் மேற்

கொள்வதில்லை. ஏனென்றால் ஒரு வேலையை முடிக்க பல மாதங்கள் தேவைப்படுகின்றன.

உணவுப் பொருட்கள் படுமோசமாகி, ஆட்களுக்கெதிரான நடவடிக்கைகள் மேலும் கண்டிப்படையும் இந்தச் சூழலில் அதிகாரிகளுக்கு எதிரான அதிரடி நடவடிக்கைகளும் மேற் கொள்ளப்படுகிறது என்பதுதான் ஒரே ஒரு நல்ல விஷயம். அதிகாரிகள், போலீஸ்காரர்கள், உணவு அலுவலகம் போன்ற வற்றில் பணியாற்றும் ஊழியர்கள் ஆகியோரனைவரும், ஒன்று தங்கள் சகோதர சகோதரிகளுக்காகச் சேவை செய்கிறார்கள். அல்லது அவர்களைக் காட்டிக்கொடுத்து சிறைக்கனுப்புகிறார்கள். அதிர்ஷ்டவசத்தால் ஒரு சிறு விழுக்காடு டச்சுக்காரர்கள் மட்டும் தான் இத்தகைய பணிகளைச் செய்கிறார்கள்.

உன்னுடைய ஆன்

மார்ச் 1944 — 31 வெள்ளி

அன்புள்ள கிட்டீ,

இப்போதும் இங்கு கடுங்குளிர்தான். பெரும்பான்மை மக்களும் நெருப்பு மூட்ட நிலக்கரியில்லாமல் அவதிப்படுகின்றனர். ரஷ்ய முன்னணி தொடர்பாக மக்களின் உணர்வு நன்னம்பிக்கை அளிப்பதாக உள்ளது. நான் அரசியல் தொடர்பாக பெரும்பாலும் எழுதுவதில்லை என்பதை நீ அறிவாயல்லவா? இருப்பினும் இப்போது ரஷ்யர்கள் அந்த இடத்தை அடைந்துவிட்டார்கள் என்பதை நான் உனக்குத் தெரிவித்தாகவேண்டும். ஆம், ரஷ்யப் படைகள் போலந்தின் எல்லையை நோக்கி முன்னேறிக் கொண்டிருக்கின்றன. ருமேனியாவுக்கு அருகாமையிலுள்ள ஃப்ருத்தை அவர்கள் நெருங்கி விட்டார்கள். அதன் அருகில்தான் ஒடேசா இருக்கிறது. ஒவ்வொரு நாள் மாலையிலும் ஸ்டாலினுடைய கட்டளைக்காக அவர்கள் காத்திருக்கிறார்கள்.

மாஸ்கோ நகர் முழுக்க முழங்குமாறு பீரங்கிகளிலிருந்து குண்டுகளை வெடித்து ரஷ்யர்கள் வெற்றியைக் கொண்டாடுகின்றனர். போர் முடியப் போகிறது என்று அவர்கள் வெறுமனே கற்பனை செய்கிறார்களா? அல்லது மகிழ்ச்சியை வெளிப்படுத்த வேறு வழி தெரியாமல் இப்படிச் செய்கிறார்களா?

ஜெர்மன் படை ஹங்கேரியைக் கைப்பற்றிவிட்டது. அங்கிருக்கும் பத்து லட்சம் யூதர்கள் கூட இனி துன்பத்தை அனுபவித்துக் கொள்ளலாம்.

பீட்டரையும் என்னையும் தொடர்புபடுத்திப் பேசுவது இப்போது சற்று குறைந்திருக்கிறது. நாங்கள் நல்ல நண்பர்களாக இருக்கிறோம். எல்லா விஷயங்களையும் நாங்கள் எங்களுக்குள்

விவாதிக்கிறோம். வேறு இளைஞர்களுடன் பேசும்போது கடை பிடிக்கும் கவனம் எதுவும் பீட்டருடன் பேசும்போது தேவை யில்லை. ரத்தத்தைப் பற்றி பேசும் போது 'மாதவிடாய்' பேச்சு விஷயமாயிற்று. நாங்கள் பெண்கள் பொல்லாதவர்கள் என்பது பீட்டரின் கருத்தாகும்.

என்னென்ன நினைவுகள்!

ஒரு விஷயத்தில் எனக்கு நிம்மதி. கடவுள் என்னைத் தனிமைப் படுத்தவில்லை. ஒருக்காலும் தனிமைப்படுத்த மாட்டார் எவ்வளவு ஆறுதல்!

உன்னுடைய ஆன்

ஏப்ரல் 1944 1 சனி

அன்புள்ள கிட்டீ,

மொத்தத்தில் ஒரே சங்கடமான நிலைமைதான். நான் என்ன நினைக்கிறேன் என்பது உனக்குப் புரியுமல்லவா? நான் ஒரு முத்தத்துக்காகக் காத்திருக்கிறேன். இதுவரை எனக்கு அது கிடைக்கவில்லை. என்னை ஒரு நண்பியாக மட்டும்தான் பீட்டர் பார்க்கிறான். அதற்கப்பால் நான் அவனுக்கு ஒன்றுமில்லை.

நான் வலிமையானவள் என்பதும் என்னுடைய சுமைகள் அனைத்தையும் நானே தனியாகச் சுமப்பேன் என்பதும் உனக்கும் எனக்கும் தெரியும். இதுவரை வேறு யாருடனும் நான் எனது துயரங்களை பங்குபோடவில்லை. நான் என்னுடைய தாயாருடன் கூட ஒட்டி நிற்க முயலவில்லை. ஆனால் இன்று எனக்கு பீட்டரின் தோளில் தலை சாய்க்க மோகமாக இருக்கிறது. ஒரு முறையாவது அந்த வாய்ப்புக் கிட்டினால்..!

எவ்வளவோ முயன்றும் அந்தக் கனவை என்னால் மறக்க முடியவில்லை. பீட்டரின் கன்னங்கள் என்னுடைய முகத்தில் உராய்ந்த அந்த நிமிடம் என் மனதிலிருந்து மறையவில்லை. பீட்டரும் அதை விரும்புவான் அல்லவா? வெட்கத்தால் வெளியே சொல்லாமல் இருப்பான். எப்போதும் நான் அவனுடன் இருக்க வேண்டுமென்று அவன் ஏன் விரும்பவில்லை? ஏன் அவன் அனைத்தையும் வெளிப்படையாகத் தெரிவிக்காமலிருக்கிறான்?

நான் பேசாமல் பொறுமையுடன் காத்திருக்கிறேன் என்று தான் நினைக்கிறேன். இப்போது நான் பீட்டரின் பின்னால் வெறி பிடித்து ஓடுவதாகத்தான் தோன்றும். எப்போதுமே நான்தான்

அவனுடைய அறைக்குச் செல்கிறேன். அவன் இங்கு வர மாட்டான். அது ஒருவேளை அறைகளின் வேறுபாடு காரணமாக இருக்கலாம் என்பதை நான் அறிவேன். அது அவனுக்கும் தெரியும்.

ஆம், நிச்சயமாக கூடுதல் விஷயங்கள் தெரிய வேண்டியிருக்கிறது.

உன்னுடைய ஆன்

ஏப்ரல் 1944 3 திங்கள்

அன்புள்ள கிட்டீ,

என்னுடைய வழக்கத்திற்கு மாறாக மீண்டும் ஒரு முறை உணவு முறையைப்பற்றி உனக்கு எழுதுகிறேன். ஏனென்றால் இது மிக முக்கியமானதும் இடுக்கண் நிரம்பியதுமான ஒரு விஷயமாக இருக்கிறது. எங்களுடைய தலைமறைவு முகாமில் மட்டுமின்றி ஹாலந்து முழுக்கவும் பிற ஐரோப்பிய நாடுகளிலும் ஒருவேளை அதற்கப்பாலும் அவ்வாறுதான்.

நாங்கள் இங்கு வசிக்கத் தொடங்கிய இருபத்தோரு மாதங்களுக்கிடையில் பல்வேறு உணவுப்பழக்கங்கள் நிகழ்ந்துவிட்டன. சில நாட்களுக்கு ஒரேவகை உணவு, அல்லது காய்கறிகளை மட்டும் உண்பதைத்தான் உணவுப் பழக்கம் என்று நான் குறிப்பிடுகிறேன். சில வேளைகளில் கீரை மட்டும்தான். அல்லது வெள்ளரிக்காய் அதுவும் இல்லையானால் தக்காளி மட்டும்...

காலையிலும் மதியமும் மாலையிலும் ஒரே வகை உணவைப் புசிப்பது என்பது மிகவும் சிரமமாக இருக்கிறது. போதாக் குறைக்கு இப்போது காய்கறிகள் கிடைப்பதும் அரிதாக இருக்கிறது. அழுகத் தொடங்கிய கேரட்டும் முள்ளங்கி இலையும் போன்றவற்றையும்தான் இப்போது நாங்கள் சாப்பிடுகிறோம். ரொட்டியின் பற்றாக்குறையால் ஒவ்வொரு உணவு வகையுடனும் உருளைக்கிழங்கையும், காராமணியையும் சேர்த்துக் கொள்கிறோம்.

இரவுச் சாப்பாட்டுக்கு பீட்ரூட்டும் சாலடும்தான். ரேஷனில் கிடைக்கும் கோதுமை மாவு மட்டமானதாக இருப்பினும் நாங்கள் அதை ஆர்வமுடன் உண்கிறோம்.

அடுத்த வாரம் ஈரல் சூப் கிடைக்கும் என்ற நம்பிக்கை இருக்கிறது. மிகவும் மோசமான உணவைக்கூட நாங்கள் சுவைத்துப் புசித்துக் கொண்டிருக்கிறோம்.

உன்னுடைய ஆன்

ஏப்ரல் 1944 — 4 செவ்வாய்

அன்புள்ள கிட்டீ,

என்ன செய்யலாம் என்பதைக் குறித்து சில நாட்களாகவே எனக்கு எத்தகைய வடிவமும் தெரியாமலிருந்தது. போர் ஒய்ந்துவிடும் என்ற நம்பிக்கை கானல் நீராகத்தான் தென்படுகிறது. அடுத்த செப்டம்பர் மாதத்திற்குள் போர் ஓயாவிட்டால் பிறகு என்னால் பள்ளிக்குச் செல்ல முடியாது. ஏனென்றால் நான் இரண்டாண்டுகள் பின்னுக்குத் தள்ளப்பட்டு விடுவேன்.

என் உலகம் முழுக்க இப்போது பீட்டர்தான். பீட்டர் மட்டுமே.. என்னுடைய கனவுகளும் சிந்தனைகளும் அவனைச் சுற்றியே வலம் வருகின்றன. கடந்த சனிக்கிழமை நான் சொல்ல வொணாத ஒரு மனநிலையில் இருந்தேன். பிறருடைய முன்னால் நான் மிகவும் சிரமப்பட்டுதான் கண்ணீரை அடக்கிக்கொண்டேன். பீட்டரின் மிக அருகில் அமர்ந்திருக்கும்போது என் கண் களிலிருந்து நீர் வடிவதை அவன் பார்க்காமலிருக்க நான் முடிந்த அளவு முயற்சித்தேன். வான்டானின் முன் நான் மகிழ்ச்சி யுடையவளாக நடித்தேன். இறுதியில் என்னுடைய அறையில் தனியாக வெற்றுத்தரையில் முழங்காலில் மண்டியிட்டமர்ந்து பிரார்த்தனை செய்து போதுமான வரை வாய்விட்டு அழுதேன். பின்னர் ஆத்ம நம்பிக்கையுடனும் துணிச்சலுடனும் பாடங்களை நானே எனக்கு உணர்த்திக் கொண்டிருந்தேன். கடைசியில் அனைத்தும் மெல்ல மெல்ல அமைதியானது....

இப்போது எல்லாமே முடிந்துவிட்டது. நான் இனி கண்ணும் கருத்துமாக கற்றே ஆக வேண்டும். ஜர்னலிஸ்டாக வேண்டும்

என்பது தான் என்னுடைய விருப்பம். என்னால் சிறப்பாக எழுத முடியும் என்ற நம்பிக்கை இருக்கிறது. நான் எழுதிய இரண்டு கதைகளுமே சிறப்பானதுதான். தலைமறைவு முகாம் தொடர்பான என்னுடைய விளக்கங்கள் சுவையானதாகும். ஆனால் யதார்த்த மான எழுத்தாற்றல் எனக்கிருக்கிறதா என்பதனை இனிமேல்தான் நிரூபிக்க வேண்டும்.

"ஏவாளின் கனவு"தான் என்னுடைய சிறந்த ஆவிக்கதை. அது எங்கிருந்து கிடைத்தது என்று நானே வியந்திருக்கிறேன். 'கரடியின் வாழ்க்கையும்' சிறந்த கதைதான். என் கதைகளை கடுமையாக விமர்சிப்பதும் நானேதான். எது எது சிறந்தது, எது எது மோசமானது என்று என்னால் குறிப்பிட்டுச் சொல்ல முடியும். எழுதத் தெரியாத ஒருவருக்கு எழுத்தின் அழகைப் பற்றிப் புரிந்து கொள்ள முடியாது. ஓவியம் வரைய முடியவில்லையே என்று நான் ஒரு காலத்தில் வருந்தியிருக்கிறேன். ஆனால் இன்றைக்கு என்னால் எழுத முடிகிறது என்பதில் மகிழ்ச்சிதான். இது எனக்கு பத்திரிகைத் துறையில் பயன்படும். வாழ்க்கையில் என்றைக்கும் நினைக்கப்படும். எதையாவது செய்ய வேண்டுமென்பது என்னுடைய விருப்பமாகும். மம்மியைப் போலவும், மிசஸ் வான்டானைப் போலவும், இன்னபிற பெண்களைப் போலவும் அவரவர்களின் வேலையை மட்டும் செய்து இறுதியில் மறக் கடிக்கப்படும் ஒரு பெண்ணாக வாழ நான் விரும்பவில்லை. எதிர்காலத்தில் குடும்ப வாழ்க்கைக்கும் அப்பால் எதையாவது செய்ய வேண்டும். முழு மனதுடன் என்னால் செய்யக்கூடிய ஏதாவது ஒன்று...

இறந்த பிறகும் வாழவேண்டும் என்பதுதான் என்னுடைய விருப்பம்! அதற்கு எழுத்து மட்டுமே எனக்கு உதவ முடியும். இப்படி ஒரு ஆற்றலை எனக்களித்த இறைவனுக்கு நான் கடமைப்பட்டிருக்கிறேன். ஏனென்றால் இதன் வாயிலாக நான் என்னை உயர்த்திக் கொள்ள முடியும்! எழுத்து என்ற ஆசீர் வாதத்தின் வாயிலாக என்னுடைய உள்ளத்திலிருக்கும் அனைத் தையும் வெளிச்சத்திற்கு வரவழைக்க முடியும்.

எழுதுவதின் வாயிலாக நான் எனது துயரங்களை உதறி யெறிகிறேன். அதோடு என் உள்ளத்தில் மீண்டும் துணிவு துளிர்க் கிறது. ஆனால் முக்கியமான கேள்வி இதுதான். என்றைக்காவது ஒருநாள் மகத்தான ஒரு படைப்பை என்னால் உருவாக்க முடியுமா? கற்பனை வளம்மிக்க ஒரு எழுத்தாளராகவோ, பத்திரிகையாளராகவோ மாற முடியுமா? அவ்வாறெல்லாம் நான் எதிர்ப்பார்க்கிறேன். ஏனென்றால் என்னுடைய சிந்தனைகளும் கோட்பாடுகளும் கற்பனைகளும் புனராய்வுக்கு உட்படுத்தும் போது எனக்கு அவ்வாறுதான் தோன்றுகிறது.

சிறிது நாட்களாக 'கரடியின் வாழ்க்கையின்' தொடர் பகுதி களை எழுத முடியாமலிருக்கிறேன். என்ன எழுதுவது என்பது தெரியாமலில்லை. ஒருவேளை அது முழுமை பெறாமலும் போகலாம். ஏதாவது குப்பைக் கூடையைச் சென்றடையவும் கூடும். அதாவது பதினான்கு வயதில் வாழ்க்கை அனுபவங்கள் இல்லாத ஒரு சிறுமியால் எவ்வாறு தத்துவச் சிந்தனைகளை எழுத முடியும்?

எதுவாயினும் நான் துணிந்து முன்னோக்கிச் சென்று கொண்டி ருக்கிறேன். வெற்றி பெறுவேன் என்ற நம்பிக்கை இருக்கிறது. ஏனென்றால் நான் எழுதியே ஆகவேண்டும்.

உன்னுடைய ஆன்

ஏப்ரல் 1944 — 6 வியாழன்

அன்புள்ள கிட்டீ,

என்னுடைய விருப்பங்கள், பொழுதுபோக்குகள் எல்லாம் என்னென்னவென்று கேட்டாயல்லவா? சொல்கிறேன். அதைக் கேட்டு நீ திடுக்கிடக் கூடாது, அவ்வளவுதான்!

ஒன்று: எழுதுவது.

ஆனால் அதை ஒரு பொழுதுபோக்காகக் கருதக்கூடாது; அவ்வளவுதான்!

இரண்டு: கோத்திர வரலாறுகள். ஃபிரெஞ்சு, ஜெர்மன், ஸ்பானிஷ், இங்கிலீஷ், ஆஸ்ட்ரியன், ரஷ்யன், நார்வீஜியன், டச்சு உள்ளிட்ட அரசு குடும்பங்களின் இன வரலாறுகளைக் கற்றுக் கொள்ள பத்திரிகைகளையும் புத்தகங்களையும் புரட்டினேன். ஓரளவு பற்பல தகவல்களையும் திரட்ட முடிந்தது.

மூன்று: வரலாற்று ஆய்வு. இப்போதே டாடி எனக்கு ஏராள மான வரலாற்று புத்தகங்களை வாங்கித் தந்திருக்கிறார். போர் ஓய்ந்த பிறகு ஏதாவது ஒரு நூலகத்திலிருந்து இத்தகைய நூல்களை எடுத்து வாசிக்க விரும்புகிறேன்.

நான்கு: கிரேக்கம், ரோமன், புராணங்கள், இந்த வகையிலும் ஏராளமான நூல்கள் இருக்கின்றன.

எஞ்சியிருப்பது சினிமா நட்சத்திரங்களும், குடும்பப் புகைப் படங்களும்தான். புத்தகங்களும் வாசிப்பும் என்னைப் பொறுத்த வரை அவசியமானதாகும். கலை, வரலாறு, கவிஞர்கள், ஓவியர்கள் ஆகிய விஷயங்களும் என்னை ஈர்ப்பவையாகும்.

பின்னர் நான் இசையையும் கற்பேன். அல்ஜிப்ராவும் ஜோமட்ரியும், எண்களும் எனக்கு விருப்பமுடையது அல்ல!

மீதமிருக்கும் அனைத்துப் பாடவிஷயங்களும் எனக்கு விருப்பம்தான். குறிப்பாக வரலாறு.

உன்னுடைய ஆன்

ஏப்ரல் 1944 — 11 செவ்வாய்

அன்புள்ள கிட்டீ,

என்னுடைய இதயம் தாங்க முடியாமல் துடிக்கிறது. எவ்வாறு தொடங்க வேண்டும் என்று எனக்குத் தெரியவில்லை. துக்க வெள்ளி அன்றும், சனிக்கிழமை மதியத்திற்குப் பிறகும் நாங்கள் மோணோபொளி விளையாடினோம். குறிப்பிட்ட நிகழ்வுகள் எதுவுமில்லாமல் இந்த நாட்கள் கடந்து போய்விட்டன. ஞாயிற்றுக் கிழமை மதியம் தாண்டிய பிறகு பீட்டர் என்னுடைய அழைப்பை ஏற்று என்னுடைய அறைக்கு வந்தார். ஐந்தரை மணிக்குப் பிறகு நாங்கள் வழக்கம்போல் நாட்டுப்புறத்துக்குச் சென்றோம். ஏழரை மணிவரை ரேடியோவில் இனிமையான மொசார்ட் கச்சேரி இருந்தது. அது எனக்கு மிகவும் பிடித்திருந்தது. சிறிது நேரத்துக்கு வேறு எதிலும் கவனமின்றி நான் அந்த இசையிலேயே இரண்டறக் கலந்துவிட்டேன்.

சனிக்கிழமை மாலையில் பீட்டரும் நானும் நாட்டுப் புறத்துக்குச் சென்றபோது சில குஷ்யன்களையும் எடுத்துச் சென்றோம். மளிகைச் சாமான் பெட்டியின் மீது குஷ்யனப் போட்டு அதன் மீதுதான் நாங்கள் அமர்ந்தோம்- முஸ்சியும் எங்களுடன் இருந்தது.

திடீரென்று மிஸ்டர் வான்டான் கீழே இருந்து விசில் அடித்தார். டுசலின் குஷன்களை நாங்கள் எடுத்துச் சென்றோமா என்பதை அறிவதுதான் அவர் நோக்கம். நாங்கள் தாவி எழுந்து குஷன் களுடன் கீழே சென்றோம். கூடவே பூனையும் வான்டானும் எங்களைப் பின் தொடர்ந்தனர்.

இந்த குஷன்கள் தொடர்பாக ஒரே ரகளை நடந்தது. நாங்கள் டுசலுடைய குஷனை எடுத்தது அவருக்கு பிடிக்கவில்லை. மாடியிலிருந்த குஷனில் செள்ளு பூச்சிகள் குடியேறியிருக்கும் என்பது டுசலின் புகார். அதற்குப் பழிவாங்கும் செயலாக நாங்கள் டுசலின் மெத்தைக்குள் இரண்டு மூன்று பிரஷ்களை திருகி வைத்தோம். அவ்வாறு வாய்விட்டுச் சிரிப்பதற்கான சூழலை உருவாக்கினோம்.

இந்த வேடிக்கை வெகுநேரம் நீடிக்கவில்லை. ஏறத்தாழ ஒன்பதரை மணி வாக்கில் பீட்டர் கதவைத் தட்டி டாடியை அழைத்தான். சில ஆங்கில வார்த்தைகளின் பொருள்களைச் சொல்லித்தர அவர் மாடிக்கு வர வேண்டுமாம். டாடி உடனே பீட்டருடன் மாடிக்குச் சென்றார். ஏதோ பிரச்சனை இருப்பதாக எனக்குத் தோன்றியது. என்னுடைய யூகம் சரியாக இருந்தது. குடோனுக்கு டாடியும் வான்டானும், டுசலும், பீட்டரும் மின்னல் வேகத்தில் வருவதைப் பார்த்தேன். மாடியில் அஞ்சி நடுங்கும் நாங்கள் மூன்று பெண்கள் மட்டும்தான் இருந்தோம். பயத்தை அகற்ற நாங்கள் பேசிக் கொண்டிருந்தோம். திடீரென்று கீழே இருந்து ஒரு பயங்கர ஓசை எழுந்தது. பின்னர் சிறிது நேரத்திற்கு அமைதி நிலவியது. அந்த ஓசை எதுவாக இருக்கும்? எங்கள் ஆண்கள் எங்கே போயிருப்பார்கள்? அவர்கள் திருடர்களுடன் போராடிக் கொண்டிருப்பார்களா? பத்து மணி வாக்கில் மாடிப் படிகளில் காலடியோசை கேட் டது. கூடவே அஞ்சி நடுங்கிய முக பாவனையுடன் டாடியும், வான்டானும் மேலே ஏறி வந்தனர். லைட்டை அணையுங்கள். ஓசையெழுப்பாமல் மேலே ஏறிச் செல்லுங்கள். போலீஸ் வரக்கூடும்."

'மிக விரைவில் நாங்கள் மேல் தளத்தை அடைந்தோம், "என்ன நிகழ்ந்தது? சீக்கிரம் சொல்லுங்கள்' நாங்கள் அவசரப்பட்டோம். ஆனால் பதிலளிக்கத்தான் யாருமில்லை. கீழே சென்றிருந்த ஆண்கள் பத்தரை மணிக்குத்தான் திரும்பி வந்தனர். இரண்டு பேர் பீட்டரின் சன்னலுக்கருகில் காவல் காத்தனர். அலமாரியைப் பயன் படுத்தி ரகசியக் கதவை மூடினர். எரியும் லைட் பல்பின்மீது ஒரு

துணியைத் தொங்கவிட்டனர். பிறகு என்ன நிகழ்ந்தது என்பதை அவர்கள் சொல்வதைக் கேட்க காதுகளைக் கூர்மையாக்கினோம்.

கீழே ஏதோ பெரிய ஓசையெழுந்ததைக் கேட்டதால் பீட்டர் எட்டிப் பார்த்தான். கதவின் இடது பக்கப் பலகை அகற்றப் பட்டிருப்பதை அவன் கண்ணுற்றான். உடனே டாடிக்குத் தகவல் சொன்னான். அவர்கள் நான்கு பேரும் சேர்ந்து கீழுக்குச் சென்று பார்த்தபோது திருடர்கள் துவாரத்தைப் பெரிதாக்குவதைக் கண்டனர். மேற்கொண்டு எதையும் சிந்திக்காமல் வான்டான் கூச்சலிட்டார். 'போலிஸ்!'

வெளியே காலடியோசையைக் கேட்டதும் கொள்ளையர்கள் தப்பி ஓடிவிட்டனர். போலீசின் கண்களில் படாமலிருக்க டாடியும், சிலரும் ஒரு பலகையைச் சாய்த்து அந்த துவாரத்தை மூடினர். அப்போது வெளியே இருந்து யாரோ அந்தப் பலகையின் மீது ஓங்கி அடிக்க பலகை தெறித்து விழுந்தது! அவர்கள் நான்கு பேரும் பயந்து நடுங்கினர். மீண்டும் பலகையை சாய்த்து துவாரத்தை மூட நினைக்கும்போது வெளியே இருந்து சக்தி வாய்ந்த வெளிச்சம் வீசியது. ஒரு பெண்ணும் ஆணும் உள்ளே டார்ச் அடித்துப் பார்த்துக் கொண்டிருந்தனர். திடீரென்று ஓசை யெழுப்பாமல் அவர்கள் மாடிக்குப் பதுங்கிச் சென்றனர். பீட்டர் அடுக்களை மற்றும் ரகசிய அலுவலக அறையின் கதவுகளையும் சன்னல்களையும் திறந்து விட்டான். தொலைபேசியை எடுத்து கீழே வைத்தான். பின்னர் அவர்கள் நான்கு பேரும் கதவாக மாறி அலமாரியின் பின்னால் மறைந்து கொண்டனர்.

டார்ச் அடித்துப் பார்த்த தம்பதிகள் போலீசுக்குத் தகவல் அளித்திருக்கக் கூடும். அன்றைக்கு ஈஸ்டர் திருநாள். அன்றைக்கும் மறுநாளும் அலுவலகத்தில் யாரும் இருக்க மாட்டார்கள். எனவே செவ்வாய்க்கிழமைவரை எங்களால் அங்கிருந்து அசையக்கூட முடியாது. என்ன செய்வதென்றறியாமல் அந்தக் கும்மிருட்டில் நாங்கள் நிசப்தமாக அமர்ந்தோம்.

பதினொன்றரை மணிக்கு மீண்டும் கீழே இருந்து ஓசை

எழுந்தது. வீட்டுக்குள், ரகசிய அலுவலகத்தில், அடுக்களையில் மிகவும் கடைசியாக மாடிப்படியில் காலடியோசை... எங்களுக்கு மூச்சே நின்றுவிட்டதைப் போல் தோன்றியது. யாராவது அலமாரியைத் தள்ளி விட முயற்சிக்கிறார்களா? இதோ நாங்கள் பிடிபடப் போகிறோம். கெஸ்டப்போக்கள் எங்களைப் பிடித்துச் செல்வதைத்தான் நான் நினைத்துக் கொண்டேன். சிறிது நேரத்திற்கு எந்த ஓசையும் கேட்கவில்லை. பின்னர் பாதச் சுவடுகளின் ஓசை விலகி விலகி மறைந்துவிட்டது. பயத்தால் யாராருடையதோ பற்கள் நறநற என்று உராயும் ஓசை கேட்டுக் கொண்டிருந்தது.

இப்போது எந்த ஓசையும் இல்லை. அலமாரியின் மீது ஒரு விளக்கு எரிந்து கொண்டிருந்தது. அதை அணைக்க போலீசார் மறந்திருப்பார்களா? அவர்கள் திரும்பி வருவார்களா? பின்னர் நாங்கள் மூன்று காரியங்களைச் செய்தோம். நாங்கள் அஞ்சியது போலவே நிகழ்ந்திருக்கிறது. எங்களுக்கெல்லாம் கழிப்பறையில் போக வேண்டியதாயிற்று. பக்கெட்டுகளெல்லாம் பரண்மீது இருந்ததால் பீட்டரின் தகரத்தாலான குப்பைக் கூடையை நாட வேண்டியதாயிற்று.

தகரக் கூடையிலிருந்து எழும் துர்வாடையைச் சகிக்க முடியவில்லை. நாங்கள் அனைவரும் மனத்தளவிலும் உடலளவிலும் முற்றிலும் சோர்ந்துவிட்டோம்.

"நாம் தரையிலேயே படுத்துத் தூங்கலாம்" என்று நான் சொன்னேன். மார்கொட் அலமாரியின் கீழும் நான் மேசைக்கிடையிலும் படுத்துக் கொண்டோம். எனக்கும் மார்கொட்டுக்கும் ஆளுக்கு ஒரு தலையணையுடன் போர்வையும் கிடைத்தன. துர்நாற்றத்தை அகற்ற மிசஸ் வாண்டான் குப்பைக் கூடையில் க்ளோரின் தெளித்தார். ஒரு கைத்துண்டால் மூடவும் செய்தார்.

மெதுவான முணுமுணுக்கல்... அச்சம், துர்வாடை - இதன் மத்தியில் எப்படித் தூங்க முடியும்? எதுவாயினும் இரண்டரை மணிவாக்கில் நான் எப்படியோ தூங்கிவிட்டேன். பின்னர்

எப்போதோ மிசஸ் வான்டான் அவருடைய தலையை என்னுடைய காலில் தூக்கி வைத்தபோது நான் விழித்துக் கொண்டேன்.

நான் குளிரில் நடுங்கிக் கொண்டிருந்தேன். ‘எதையாவது எனக்குப் போர்த்தக் கொடுங்கள்.” என்று நான் கெஞ்சினேன். எதுவெல்லாமோ எனக்குக் கிடைத்தன. பைஜாமாவுக்கு வெளியே அணிய ஒரு கம்பளிக் காலுறை, சிவந்த மேற்சட்டை, கருப்பு ஷர்ட், இரண்டு ஸ்டாக்கிங்ஸ் என்னுடைய உடல் அப்போதும் நடுங்கிக் கொண்டிருந்தது. போலீசில் பிடிபட்டால் என்ன சொல்வது என்றுதான் நான் சிந்தித்துக் கொண்டிருந்தேன். நாங்கள் தலைமறைவாக வாழ்கிறோம் என்று கூறலாம். நல்லவர்களான டச்சக்காரர்களாக இருந்தால் எங்களிடம் கருணை காட்டுவார்கள்.

டச்சு தேசிய சோஷலிஸ்டு இயக்கத்தினராக இருந்தால் அவர்களுக்கு கையூட்டளித்து சரிக் கட்டலாம்.

அவர்கள் அந்த ரேடியோவைக் கண்டுபிடிப்பதற்கு முன் அதை நாமே அழித்துவிடுவதுதானே நல்லது?” மிசஸ் வான்டான் கேட்டார்.

“அப்போது அவர்கள் ஆனின் டைரியைப் பார்த்துவிட்டால்?” இது டாடியின் கேள்வி. “அதை எரித்துவிட வேண்டியதுதான்” மிசஸ் வான்டான் பதிலளித்தார். நான் மிசஸ் வான்டானை என்னால் முடிந்த அளவுக்கு தேற்ற முயன்றேன்.

டாடி என் பக்கத்தில் வந்து அமர்ந்தார். ஆண்கள் அனைவரும் நிறுத்தாமல் புகைத்துக் கொண்டிருந்தனர். மணி ஐந்தரையாகி விட்டது. நான் பீட்டரின் அறைக்குச் சென்றேன். அவன் பக்கத்தில் அமர்ந்து சன்னல் வழியாக வெளியே பார்த்தேன். ஏழு மணிக்கு க்லீமேனுக்கு ஃபோன் செய்ய வேண்டுமென்று எல்லோரும் முடிவெடுத்தனர். க்லீமேனிடம் சொல்ல வேண்டிய அனைத்தையும் அவர்கள் எழுதித் தயாராக வைத்தனர். ஃபோனில் பேசுவது கீழே போலீஸ் காவல் இருந்தால் அவர்கள் காதில் விழக்கூடும் என்ற அச்சமிருப்பினும் அதைத் தவிர்க்க முடியாது.

எழுதிவைத்தது கீழ்வருமாறு:

"கொள்ளையர்கள் வீட்டில் நுழைந்து விட்டனர். போலீஸ் காரர்களும் கதவுவரை வந்தனர். குடோன் கதவை பலவந்தமாகத் திறந்து சில இழப்புக்களை ஏற்படுத்திய கொள்ளையர்கள் பின் வாசல் வழியாகத் தோட்டத்தில் நுழைந்து தப்பியோடிவிட்டனர்.

முக்கியமான கதவு பூட்டப்பட்டிருந்தது. கிரேலர் இரண்டாவது கதவு வழியாகத்தான் போயிருப்பார். டைப்ரைட்டர்கள், கணினி யந்திரங்கள் அனைத்தும் ரகசிய அலுவலகத்தில் கருப்புப் பெட்டியில் பத்திரமாக இருக்கின்றன.

ஹெங்குக்கு முன்னெச்சரிக்கை விடுக்க வேண்டும். எல்லியின் கையிலிருந்தும் சாவியை வாங்க முயற்சிக்க வேண்டும். பூனைக்கு தீனி போடும் சாக்கில் அலுவலகத்தைச் சுற்றி கண்காணிக்க வேண்டும்.

நினைத்த மாதிரியே அனைத்தும் நிகழ்ந்தது. க்லீமேனுக்கு ஃபோன் செய்து டைப்ரைட்டர்கள் கருப்புப் பெட்டிக்குள் வைக்கப்பட்டன. ஒன்று ஹெங்க் அல்லது போலீஸ் வரும்வரை நாங்கள் காத்திருந்தோம்.

பீட்டர் தூங்கிவிட்டான். வான்டானும், நானும் தரையில் படுத்துக் கொண்டோம். திடீரென்று வெளியே காலடியோசை கேட்டது. ஹெங்க்தான் வந்திருப்பார் என்றேன் நான். இல்லை அது போலீசாக இருக்கலாம் என்று யாரோ குரல் எழுப்பினர்.

கதவு தட்டும் ஓசை கேட்டது. மிசஸ் வான்டான் பயந்து நடுங்கி ஒரு நாற்காலியில் சாய்ந்தார். மீப்பும் ஹெங்கும் ஏறிவந்தபோது எங்கள் அறை புகைப்படம் போலக் காட்சியளித்தது. மேசை மீது குவிக்கப்பட்டிருந்த பொருட்களைப் பார்க்கத்தான் வேண்டும்! சினிமாவும் நாடகமும் என்ற புத்தகம், ஜாம், வயிற்றுப்போக்குக் கான மருந்து, ரொட்டித் துண்டுகள், கண்ணாடி, சீப்பு, தீப்பெட்டி, ஆஷ்ட்ரே, சிகரெட்டுகள், புகையிலை, டார்ச், டாய்லெட் பேப்பர் - இவ்வாறு ஏராளமாக குவிக்கப்பட்டிருந்தன. ஆக்ரோஷங்களும்

கண்ணீரும்தான் ஹெங்கையும் மீப்பையும் வரவேற்றன. கதவின் துவாரத்தை ஹெங்க் மூடினார். கொள்ளையைப் பற்றி போலீசுக்குத் தெரிவிக்க ஹெங்க் வெளியே சென்றார். குடோன் காவலாளி ஸ்லாக்டர் கதவில் இடைவெளியைக் கண்ணுற்றதால் அதைப்பற்றி போலீசுக்குத் தெரிவிக்க எழுதிய ஒரு கடிதம் தரையில் கிடந்ததை மீப் பார்த்துவிட்டார்.

அடுத்த அரை மணி நேரத்திற்குள் நாங்கள் உடலைக் கழுவித் தூய்மைப்படுத்திக் கொண்டோம். முதலில் முடிக்கவேண்டிய காரியங்களையெல்லாம் செய்துவிட்டு நான் அறைகளைச் சுத்தம் செய்தேன். பின்னர் பாலைக் கொதிக்கவைத்து தேநீரையும் காப்பி யையும் தயாரித்து மதிய உணவுக்கான ஏற்பாடுகளில் மூழ்கி னோம். எச்சில் படிகங்களையும் தகரத்திலான குப்பைக் கூடை களையும் க்ளோரின் கலந்த சுடுநீரில் கழுவிச் சுத்தம் செய்தோம். பதினோரு மணிக்கு நாங்கள் டைனிங் டேபிளின் முன் அமர்ந் தோம். அதற்குள் ஹெங்கும் திரும்பி வந்தார். இதோ ஹெங்க் கூறிய கதை:

ஹெங்க் வீட்டுக்குச் சென்றபோது ஸ்லாக்டர் தூக்கத்தில் இருந்ததால் அவருடைய மனைவி தான் அனைத்தையும் சொன் னார். குடோனில் கதவில் சற்றே இடைவெளி தெரிந்தது. உடனே அவர் ஒரு போலீஸ்காரரை அழைத்து வந்தார். இருவரும் வீட்டுக்குள் நுழைந்து ஆராய்ந்தனர். கூடுதல் விவரங்களை கிரேலரைச் சந்திக்கும் போது சொல்வதாகவும் தெரிவித்தார். போலீஸ் ஸ்டேஷனுக்கு அதுவரை எந்தத் தகவலும் எட்ட வில்லை. ஆனால் வீட்டுக்குள் நுழைந்து சோதனையிட்ட போலீஸ் காரன் அளித்த தகவலின் அடிப்படையில் அடுத்த செவ்வாய்க் கிழமை அவர்கள்வந்து விசாரணையை மேற்கொள்வார்கள். திரும்பி வரும்போது எங்களுக்கு காய்கறி அளிக்கும் வியா பாரியைச் சந்தித்த ஹெங்க் கொள்ளை முயற்சியைக் குறித்து அவரிடமும் கூறியிருக்கிறார். 'எனக்குத் தெரியும். நேற்று இரவு நானும், மனைவியும் அந்த வழியாக நடந்து சென்றபோது கதவில் இடைவெளியைக் கண்டோம். அதனால் நான் டார்ச் அடித்துப்

பார்த்தேன். வெளிச்சத்தைக் கண்ட உடனே திருடர்கள் ஓடி மறைந்து விட்டனர். எனக்குக் குறிப்பாக எதுவும் தெரியா விட்டாலும் ஓரளவு யூகிக்க முடிகிறது' என்றார் அவர்.

ஹெங்க் அவருக்கு நன்றி சொன்னார். யோக்கியமான மனிதர்!

ஹெங்க் போவதற்கு ஒரு மணியாகிவிட்டது. வேலைகள் எல்லாம் ஓய்ந்துவிட்டதால் நானும் பீட்டரும் பரண்மீதுள்ள அறையில் அமர்ந்து கொண்டிருந்தோம். இதமான காலநிலை. நாங்கள் ஒருவர் தோள்மீது ஒருவர் கைபோட்டு அமைதியாக வெளியே பார்த்துக் கொண்டிருந்தோம். நான்கு மணிக்கு மார்கொட் வந்து எங்களை காப்பி குடிக்க அழைத்தாள்.

அசாதாரணமான துணிச்சலை வெளிப்படுத்தியதற்காக நான் பீட்டரைப் பாராட்டினேன்.

அந்த அளவுக்குப் பயங்கரமான ஒரு இரவு முன்னெப்போதும் இருந்ததில்லை. எங்களுடைய ரகசிய அலமாரிக்கு அப்பால் போலீஸ்! பக்கத்திலேயே எரியும் விளக்கு! இருப்பினும் யாரும் எங்களை கண்டுபிடிக்கவில்லை. கடவுள் எங்களைக் காப்பாற்றி விட்டார். ஆக்கிரமிப்பு நிகழ்ந்தால் ஒவ்வொருவருக்கும் அவரவர் விஷயத்தில் மட்டும்தான் அச்சப்பட வேண்டியிருக்கும். ஆனால் போலீஸ் எங்களைப் பார்த்துவிட்டால், எங்களுக்கு உதவு பவர்களும் ஆபத்தில் சிக்கிக் கொள்வார்கள்.

இந்த நிகழ்வுக்குப் பிறகு இங்கு பல்வேறு மாறுதல்கள் ஏற்பட்டன. டுசல் இப்போது கீழே கிரேலரின் அலுவலகத்தில் போய் மாலையில் அமர்வதில்லை. மாறாக குளியலறையில்தான் அமர்வார். சரியாக எட்டரை மணிக்கும் ஒன்பதரைக்கும் பீட்டர் அறையை முழுக்க சோதனை போடுவான். இரவு நேரங்களில் சன்னலைத் திறந்துபோட பீட்டருக்கு இப்போது அனுமதி யில்லை. ஒன்பதரை மணிக்குப் பிறகு கழிப்பறையின் ஃப்ளஷ்ஷைப் பயன்படுத்தவும் யாருக்கும் அனுமதி கிடையாது. குடோன் கதவை மேலும் வலுப்படுத்த தச்சர் இன்று மாலையில் வருவார்.

தலைமறைவு முகாமில் எந்நேரமும் வாதப்பிரதிவாதங்கள் நிகழ்ந்து கொண்டிருக்கின்றன. எங்களுடைய குற்றகரமான அசிரத்தையைச் சுட்டிக் காட்டி கிரேலர் எங்களைக் கடிந்து கொண்டார். இதுபோன்ற ஒரு சூழல் இனி நேர்ந்தால் யாரும் கீழே போகக் கூடாது என்று ஹெங்கும் எடுத்துரைத்தார். நாங்கள் தலை மறைவாக வாழ்பவர்கள்! சங்கிலிகளால் பிணைக்கப்பட்ட யூதர்கள். எந்த உரிமையும் இல்லாத, கடமைகளின் பாரத்தை மட்டுமே சுமக்கும் நிராதரவான யூதர்கள்தான் நாங்கள்! யூதர்களான நாங்கள் எக்காரணத்தாலும் எங்களுடைய சொந்த உணர்வுகளையும் சிந்தனைகளையும் வெளிப்படுத்தக்கூடாது. எப்போதுமே நாங்கள் தைரியசாலிகளாகவும், பலசாலிகளாகவும் இருக்கவேண்டும். அனைத்து இடுக்கண்களையும் புகார் சொல்லாமல் நாங்கள் சகித்துக் கொள்ள வேண்டும். எங்களுடைய வரையறைக்குள்ளிலிருந்து கொண்டு செய்ய முடிந்தவற்றையெல்லாம் செய்ய வேண்டும். சர்வ வல்லமை படைத்த கடவுளை முழுமையாக நம்ப வேண்டும். என்றாவது ஒரு நாள் இந்தப் போர் முடிவுக்கு வரும். அன்றைக்கு நாங்கள் இழிவான யூதர்களாக அல்லாமல் மனிதர்களாக மதிக்கப்படும் ஒரு நன்னாள் வரக்கூடும்.

இதையெல்லாம் எங்கள்மீது திணித்தவர்கள் யார்? பிற மனிதர்களிலிருந்து யூதர்கள் மாறுபட்டவர்கள் என்று முடிவெடுத்தவர் யார்? கடினமான வேதனைக்குள் எங்களைத் தள்ளிவிட்டவர்கள் யார்? இன்றைய எங்களுடைய நிலைமைக்கு கடவுள்தான் காரணமென்றால் அந்தக் கடவுளே எங்களை இதிலிருந்து மீட்டெடுப்பார். நாங்கள் இந்த துன்பங்களனைத்தையும் பொறுமையுடன் அனுபவித்தோமானால், அனைத்தும் ஓய்ந்தடங்கிய பிறகு, ஒரு காலத்தில் யூதர்கள் எஞ்சியிருப்பார்களானால், மனிதகுலம் ஒட்டுமொத்தத்திற்கும் பொறுமைக்கே முன்னுதாரணமாக, பிறர் சுட்டிக்காட்டுவது அந்த யூதர்களை யாகத்தான் இருக்கும்! யாருக்குத் தெரியும்? ஒருவேளை எங்களுடைய மதத்திலிருந்துதான் உலக மக்கள் நன்மையின் பாடங்களைக் கற்றுக்கொள்ள வேண்டியிருக்கும்! நாங்கள் வெறும் நெதர்லாந்துக்காரர்களோ ஆங்கிலேயர்களோ அல்ல! மாறாக

எக்காலமும் நாங்கள் யூதர்களாகவே இருப்போம்! அதுதான் எங்களுக்கு விருப்பம்!

ஆம் தைரியசாலிகளாக இருங்கள்! நாங்கள் எதிர்க்கொள்ளும் இந்த நெருக்கடியைக் குறித்து முழு உணர்வுடன் காலங்கழிப்போம். புகார் சொல்வதற்கு மாறாக எல்லா துயரங்களுக்கும் தீர்வு பிறக்குமென்றும் ஒருமுறை கூட கடவுள் எங்களைக் கைவிட மாட்டார் என்றும் அடையாளம் கண்டுகொள்வோம். கால இயந்திரத்தின் வாயிலாக இந்தப் பூவுலகில் யூதர்கள் இருந்திருக்கிறார்கள். ஒவ்வொரு காலகட்டத்திலும் அவர்கள் துன்ப துயரங்களை அனுபவித்திருக்கிறார்கள். ஆனால் அது அவர்களை மென்மேலும் பலசாலிகளாகத்தான் உருவாக்கியிருக்கிறது. பலவீனர்கள் அடி சறுக்கி வீழும்போது பலசாலிகள் வெற்றியாளர்களாக வாழ்க்கையை எதிர்க்கொள்கிறார்கள்.

பீதியூட்டும் அந்த இரவில் சாவு நெருங்கிவிட்டதாக நான் நினைத்தேன். போலீஸ் வந்து எங்களைப் பிடித்துச்செல்வார்கள் என்று எண்ணினேன். போர்க்களத்தில் முன்னணிப் போர் வீரனைப்போல் நான் கடைசி நிமிடத்திற்காகக் காத்திருந்தேன். நாட்டுக்காக உயிர்த் தியாகம் செய்ய நான் தயாராக இருந்தேன். ஆனால் இப்போது தப்பிவிட்டோம் என்ற எண்ணத்தில் போருக்குப் பிறகு ஒரு டச்சுக்காரியாக வாழத்தான் நான் விரும்புகிறேன். நான் இந்த நாட்டை நேசிக்கிறேன். இங்கேயே பணியாற்றி வாழத்தான் நான் விரும்புகிறேன். என்னுடைய பெற்றோர்களிடமிருந்து நான் கூடுதல் சுதந்திரத்தைப் பெற்றுக் கொண்டிருக்கிறேன். நான் எவ்வளவோ சிறு வயதுப் பெண்ணாக இருப்பினும் மம்மியை விடத் துணிச்சலாகத்தான் வாழ்க்கையை எதிர்க்கொள்கிறேன். என்னுடைய நீதி உணர்வு மம்மியைவிட உண்மையானதும் யதார்த்தமானதுமாகும். எனக்கு என்ன தேவை என்பது எனக்கு நன்றாகத் தெரியும். எனக்குச்சொந்தமாக் கருத்துக்களும் மதமும் தேசத்தின்மீதிருக்கும் பற்றும் அனைத்துக்கும் மேலாக ஓர் வாழ்க்கைக் குறிக்கோளும் இருக்கின்றன. நான் நானாக இருப்பதுதான் என்னுடைய விருப்பம். உள்ளார்ந்த

பலமும் துணிச்சலும் மிக்க ஒரு பெண்தான் நான் என்பது எனக்குத் தெரியும்.

நான் உயிர்வாழ கடவுள் அனுமதித்தால் மம்மி ஈட்டியதை விட கூடுதல் காரியங்களை நான் ஈட்டுவேன். புறக்கணிக்கப்பட்ட கோடிக்கணக்கான மக்களில் ஒருத்தியாக நான் காலந்தள்ள மாட்டேன். மனித குலத்தின் ஒட்டுமொத்த மேம்பாட்டுக்காக மிகப் பரந்துபட்ட இந்த உலகம் முழுக்க நான் செயல்படுவேன்.

எனவே முதன்மையாகவும், முக்கியமாகவும் எனக்கு துணிவும் துடிப்பும்தான் தேவை என்பதை நான் நன்கறிவேன்.

உன்னுடைய ஆன்

ஏப்ரல் 1944 15 சனி

அன்புள்ள கிட்டீ,

மீண்டும் ஒரே குழப்பம். பீட்டர் முன்கதவைத் திறக்க மறந்து விட்டதால் கிரேலருக்கும் மற்றவர்களுக்கும் உள்ளே நுழைய முடியவில்லை. அண்டைவாசிகளின் உதவியுடன் அடுக்களைக் கதவைத் தள்ளித் திறந்துதான் கடைசியில் உள்ளே நுழைந்தனர். கிரேலர் எங்களையெல்லாம் குறை கூறினார்.

பீட்டர் பயந்தும் வெட்கியும் அமர்ந்து கொண்டிருந்தான். மம்மி அவனிடம் அனுதாபம் காட்டியபோது அவனுக்கு அழுகை வந்துவிட்டது. உண்மையில் இந்த விஷயத்தில் நாங்கள் அனைவரும் குற்றவாளிகள்தான்.

எனக்கு, அவனுக்கு உதவ வேண்டும் என்பதில் மிகவும் விருப்பம்தான். ஒருவேளை எதிர்காலத்திலாவது என்னால் அதற்கு இயலக்கூடும்.

உன்னுடைய ஆன்

ஏப்ரல் 1944

16 ஞாயிறு

அன்புள்ள கிட்டீ,

என்னுடைய வாழ்க்கையில் நேற்று ஒரு மிகவும் முக்கியமான நாள். முதன் முதலாக ஒரு ஆண்மகனின் முத்தத்தை ஏற்றுக் கொண்ட நாள், எந்த இளம்பெண்ணின் வாழ்க்கையிலும் ஒரு முக்கியமான நாள்தானே! என்னுடைய வலக் கன்னத்தில் முன்னர் பிராம் முத்தமிட்டதும், மிஸ்டர் வாக்கர் என்னுடைய வலக் கரத்தில் முத்தமிட்டதும் மறக்கக்கூடியதுதான்.

எப்படி நான் அந்த முத்தத்தைப் பெற்றேன்? உன்னிடம் அதைச்சொல்ல விரும்புகிறேன்.

நேற்று இரவு எட்டு மணிக்கு நான் பீட்டருடன் அவனுடைய 'திவானி'ல் அமர்ந்திருந்தேன். மெதுவாக அவன் என்னை சேர்த்து அணைத்துக் கொண்டான். நானும் என்னுடைய கரங்களால் அவனை இறுக அணைத்துக் கொண்டேன். முன்னர் பல முறை நாங்கள் இப்படி ஒன்றாக அமர்ந்திருக்கிறோம். ஆனால் இவ்வ ளவு நெருக்கமாக, இவ்வளவு உள்ளார்ந்த அன்புடன் அமர்ந்தது இதுதான் முதல் தடவை. பீட்டர் என்னுடைய முகத்தை தன்னுடைய மார்பில் சாய்த்து அழுத்தினான். என்னுடைய கூந்தலில் விரல்களை மேயவிட்டான். என்னுடைய உடல் முழுக்க சிலிர்த்தது. நான் அனுபவித்த மகிழ்ச்சி வார்த்தைகளுக்கு அப்பாற் பட்டதாகும்.

எட்டரை மணி வாக்கில் நாங்கள் எழுந்து போகத் தயாரா னோம். நடக்கும்போது ஓசை எழாமலிருக்க பீட்டர் தன்னுடைய ஜிம் ஷூக்களை எடுத்து அணிந்து கொண்டான். நாங்கள்

கீழ்த்தளத்தை நோக்கி நடக்கும்போது திடீரென பீட்டர் என்னை முத்தமிட்டான். என்னுடைய தலைமுடியில், கன்னங்களில், காதுகளில், எல்லாம் முத்தமிட்டான். நான் மீண்டும் அந்த முத்தங்களுக்காக காத்திருக்கிறேன்.

உன்னுடைய ஆன்

ஏப்ரல் 1944 — 17 திங்கள்

அன்புள்ள கிட்டீ,

பதினைந்து வயது முற்றுப்பெறாத தங்களுடைய மகள் பதினேழு வயதுடைய இளைஞனை முத்தமிட்டாள் என்பதை அறிந்தால் டாடியும் மம்மியும் என்ன நினைப்பார்கள்? நிச்சயமாக அவர்களால் அதை அங்கீகரிக்க முடியாது. ஆனால் நான் அதில் மகிழ்ச்சியடைகிறேன். அதன் வாயிலாக எனக்கு அமைதியும் ஆனந்தமும் மனச்சாந்தியும் கிடைத்தால் அதில் என்ன தவறு? எனக்காக காத்திருக்க ஒருவர் இருக்கிறார் என்ற ஆறுதலான அறிதல் என்னை உற்சாகப்படுத்தினால் அது தவறா? ஆனால் பீட்டர் ஒரு இளைஞன். அவன் இதோடு நிறுத்திக்கொள்வானா, அல்லது?

மிகவும் முன்னதாகத்தான் நான் இத்தகைய உறவைத் தொடங்குகிறேன் என்பது உண்மைதான். வேறு யாராலும் இதைப் புரிந்துகொள்ள முடியாது. திருமண நிச்சயதார்த்தத்துக்கு முன் மார்கொட் ஒருவரை முத்தமிடத் துணியமாட்டாள். டாடியைத் தவிர வேறு எந்த நபரையும் மம்மி முத்தமிட்டிருக்க மாட்டார். பீட்டரின் உடம்போடு ஒட்டி அவனுடைய முத்தங்களை ஏற்றுக்கொண்டு மகிழ்ந்தவாறு நான் படுத்திருப்பதை அறிந்தால் என்னுடைய சினேகிதிகள் என்ன நினைப்பார்கள்?

‘சீ, மோசம், மோசம், ரொம்ப மோசம்’ என்றுதான் சொல்வார்கள். ஆனால், எங்களுடைய வாழ்நிலைமைகள் அவர்களுக்குத் தெரியாதல்லவா. வெளியுலகத்திலிருந்து தனிமைப்பட்டு எந்தவித மகிழ்ச்சியையும் அனுபவிக்காமல் வாழும்

நாங்கள், பரஸ்பரம் நேசிக்கும் நாங்கள், எதற்காக விலகியிருக்க வேண்டும்? எதற்காக ஒரு குறிப்பிட்ட வயதை எட்டும்வரை காத்திருக்க வேண்டும்? பிறருடைய கருத்துக்களை ஏன் காது கொடுத்து கேட்க வேண்டும்?

என்னைப் பாதுகாக்க வேண்டியது என்னுடைய பொறுப் பாகும். என்னை நோகடிக்கும் எதையும் பீட்டர் செய்யமாட்டான். எங்கள் இருவருக்கும் மகிழ்ச்சி கிடைக்குமென்றால் எதற்காக எங்களுடைய காதலை விலக்க வேண்டும்? ஆனால் கிட்டீ, உனக்குப் புரியுமென்று நினைக்கிறேன். என்னுடைய உள்ளத்தில் இன்னும் சந்தேகம் எஞ்சியிருக்கிறது. எந்தக் காரியத்தையும் ரகசியமாகச் செய்வதில் உண்மையில் எனக்கு உடன்பாடில்லை. ஏனென்றால், அதனால் என்னுடைய வாய்மை பாதிக்கிறது. டாடியிடம் சொல்லலாம்தான். ஆனந்தத்தை இன்னொருவருடன் பகிர்ந்து கொண்டால் ஓரளவாவது இழப்புதானே? இருப்பினும் அவ்வாறு சொல்வதால் என்னுடைய மன சாட்சிக்கு நிம்மதி கிடைக்குமானால் அவ்வாறு செய்வதுதான் நல்லதல்லவா? ஒரு முடிவெடுக்க என்னால் இயலவில்லை. பீட்டருடன் இந்த விஷயத்தைக் குறித்து விவாதிக்க வேண்டும்.

ஆம், எங்களுக்குள் இன்னும் ஏராளமான விஷயங்களைப் பேச வேண்டியிருக்கிறது. வெறுமனே கட்டியணைத்து மல்லாந்து படுத்தால் போதாது. ஒருவருக்கொருவர் கருத்துக்களையும் எண்ணங் களையும் பகிர்ந்துகொள்ள வேண்டும். அதன் வாயிலாக எங்கள் இருவருக்கும் தன்னம்பிக்கையும் பரஸ்பரப் புரிதலும் ஏற்படும்.

உன்னுடைய ஆன்

ஏப்ரல் 1944 — 18 செவ்வாய்

அன்புள்ள கிட்டீ,

அனைத்தும் நல்லபடியாகவே நிகழ்ந்து கொண்டிருக்கிறது. மே, 20ஆம் நாளுக்கு முன்னதாவே ரஷ்யாவிலும், இத்தாலியிலும், மேற்குப் பிராந்தியங்களிலும் பெருமளவுக்கு ஆக்கிரமிப்புகள் நடைபெறலாம் என்கிறார் டாடி. ஆனால் எங்களுடைய விடுதலையைப் பற்றி கற்பனை செய்யக்கூட எனக்கு இப்போது தைரியமில்லை.

கடந்த பத்து நாட்களாக முடங்கியிருக்கும் எங்களுடைய பேச்சை நானும் பீட்டரும் மீண்டும் தொடர்ந்து விட்டோம். மிகவும் அந்தரங்கமான விஷயங்கள் உள்பட, இளம்பெண்களின் பிரச்சனைகளையெல்லாம் நான் பீட்டரிடம் விளக்கமாகச் சொன்னேன். நாங்கள் இருவரும் மாறி மாறி முத்தங்களைப் பரிமாறிக் கொண்டுதான் அந்த மாலைநேரச் சந்திப்பை முடித்துக் கொண்டோம். மிக மிக அருமையான ஒரு மாலைப்பொழுது அனுபவம்.

சில நேரங்களில் நான் மாடிக்குச் செல்லும் போது கையோடு என்னுடைய டைரியையும் எடுத்துச்செல்வேன். அனுபவங்களை அதன் தீவிரத்துடன் எழுதுவதற்காக!

நெடிய குளிர் காலத்துக்குப் பிறகு அருமையான வசந்தம் வந்திருக்கிறது. அதிகமான சூடும், அதிகமான குளிரும் இல்லாத ஏப்ரல் பொதுவாகவே மனதை மயக்கும் மாதம்தான். எங்களுடைய செஸ்ட்நெட் மரம் முழுக்க பசுமையாகக் காட்சியளிக்கிறது. அங்குமிங்குமாக பூக்கள் மலரத் தொடங்கியிருக்கின்றன.

சனிக்கிழமை எல்பி எங்களுக்கு சில பூக்களைத் தந்தாள். மூன்று கொத்து நார்சிஸ் பூக்கள், ஒரு கொத்து ஹயாசிந்த் பூக்கள்- அவை எனக்காகத்தான் தந்தாள். இனி நான் சற்று அல்ஜிப்ராவில் கவனம் செலுத்தப்போகிறேன். குட் பை கிட்டீ.

உன்னுடைய ஆன்

ஏப்ரல் 1944 19 புதன்

அன்புள்ள கிட்டீ,

திறந்து கிடக்கும் சன்னலுக்கருகில் பறவைகளின் இனிய இசையை ரசித்து இளவெயிலை முகத்தில் ஏற்றுக்கொண்டு இயற்கையின் அழகியலில் என்னையே மறந்து, நீங்கள் நேசிக்கும் இளைஞனின் கைகளுக்குள் புதையுண்டு கிடப்பதைவிட இந்த உலகத்தில் பிரியமான வேறு ஏதாவது இருக்கிறதா? அது எத்துணை நிம்மதியும் ஆறுதலும் அளிக்கும் விஷயம் தெரியுமா? என் அருகில் பீட்டர் இருக்கிறான் என்ற மகிழ்ச்சியும், மென்மை யான இந்த அமைதியும் மனதைமயக்கும் சுகமான அனுபவம்! இந்த நிலைப்பாட்டில் எங்களை எதுவும் அலட்டுவதை நாங்கள் விரும்பவில்லை. அது போஷே ஆயினும் கூட.

உன்னுடைய ஆன்

ஏப்ரல் 1944 — 21 வெள்ளி

அன்புள்ள கிட்டீ,

நேற்று மதியத்துக்குப் பிறகு தொண்டை வலியால் நான் படுக்கையிலேயே இருந்தேன். படுத்துச் சலித்துவிட்டதால் இன்றைக்கு நான் படுக்கையைவிட்டு எழுந்துவிட்டேன். இன்றைக்கு யார்க்கின் இளவரசி எலிசபெத்தின் பதினெட்டாவது பிறந்தநாள். எந்த இளவரசன் இந்த இளவரசியைத் திருமணம் செய்வான் என்று நான் அடிக்கடி நினைப்பதுண்டு. எலிசபெத்தின் சகோதரி மார்க்ரெட் ரோஸ் இளவரசி பெல்ஜியத்தின் போதன் இளவரசரை திருமணம் செய்யக்கூடும்.

ஒன்றன் பின் ஒன்றாக துரதிருஷ்டங்கள் எங்களைத்தேடி வருகின்றன. வெளிப்புறக் கதவை ஒரு வழியாக வலுப்படுத்தினோம். அதற்குள் குடோன் வேலையாட்கள் எங்களைத் தொல்லைப்படுத்த வந்துவிட்டார்கள். அவர்தான் அந்த உருளைக் கிழங்கால் தயாரிக்கப்பட்ட பண்டத்தைத் திருடியிருக்க வேண்டும். பிறகு பாவம் எல்லியின்மீது பழி சுமத்தப்பட்டது. எல்லோரும் கோபத்தால் துடிதுடித்தனர்.

நான் எழுதிய ஏதாவது ஒரு கதையை ஒரு புனைப்பெயரில் பத்திரிகைகளுக்கு அனுப்பலாமா என்று நினைக்கிறேன். மற்றவை பின்னர்.

உன்னுடைய ஆன்

ஏப்ரல் 1944 — 25 செவ்வாய்

அன்புள்ள கிட்டீ,

கடந்த பத்து நாட்களாக டுசல் வான்டான் தம்பதிகளுடன் பேசுவதில்லை. திருடர்களின் தாக்குதலுக்குப் பிறகு ஏற்படுத்தப் பட்ட பாதுகாப்பு ஒழுங்குமுறைகளை டுசல் விரும்பவில்லை தவிர, மிஸ்டர் வான்டான் தன்னிடம் குரலை உயர்த்திப் பேசுவதாகவும் டுசல் புகார் கூறினார்.

'மிஸ்டர் ஃப்ராங்கிடம் நான் இதைப்பற்றிப் பேசப் போகி றேன் என்று டுசல் கூறினார். வான்டான் கடுங்கோபமுற்றார். டாடி டுசலுடன் பேச முற்பட்டாரெனினும் அந்தப் பேச்சு நடைபெற வில்லை. ஆனால் டுசல் அவரை அவமதித்ததாகத் தோன்றியது. ஆயினும் என்ன நிகழ்ந்தது என்று எங்களுக்குத் தெரியவில்லை.

'ஃப்ளர் தி எக்ஸ்ப்ளோரரர்' என்ற அருமையான ஒரு கதையை நான் எழுதினேன். நான் அதை வாசித்துக் காட்டியபோது மூன்று பேருக்கும் அது பிடித்திருந்தது.

உன்னுடைய ஆன்

ஏப்ரல் 1944 27 வியாழன்

அன்புள்ள கிட்டீ,

மிசஸ் வான்டான் மிகவும் மோசமான ஒரு மனநிலையில் இருந்தார். இன்று காலையில் ஒரே புகார் மயம்தான்! அவருடைய ஜலதோஷம், மருந்துகள் பற்றாக்குறை, மேக மூட்டச்சூழல், போர் தீவிரமின்மை- இவ்வாறு பலப்பல! எங்களால் சிரிப்புத் தாங்க முடியவில்லை. அப்போது நான் 'தி எம்பரர் சார்லஸ்' என்ற கோட்டிம்சென் பல்லைக்கழகப் பேராசிரியர் எழுதிய புத்தகத்தைப் படித்துக் கொண்டிருந்தேன். நாற்பதாண்டுகள் தேவைப்பட்டன அந்தப் புத்தகத்தை எழுதி முடிக்க! மொத்தம் 598 பக்கங்கள். ஐந்து நாட்களில் நான் 50 பக்கங்களைப் படித்து முடித்தேன். மிகவும் சுவையான புத்தகம்!

ஒரே நாளில் நான் என்னென்ன செய்தேன் என்பதைச் சொல்கிறேன், கேள். டச்சு மொழியிலிருந்து ஆங்கிலத்திற்கு சில மொழிபெயர்ப்புகள். பின்னர் சில பல வரலாற்று ஆய்வுகள்.

பிறகு நான் பிரேசிலைப் பற்றியும் வாசித்துப் புரிந்து கொண்டேன். புகையிலையும் காப்பியும் அமோகமாக விளையும் நாடு. மகத்தான அமேசோன் நதி, நீக்ரோக்கள், முனாட்டோக்கள் போன்ற ஆதிவாசிகள், மலேரியா, எழுத்தறிவின்மை - இவ்வாறு பலப்பல. பன்னிரெண்டு மணிக்கு பரண்மீதிருக்கும் அறையில மர்ந்து நான் தேவாலயங்களின் வரலாற்றைப் படித்தேன்.

அதற்குப் பிறகு குரங்குகள் மற்றும் ஹிப்போடோமஸ் குறித்து வாசித்தேன். பின்னர் பைபிள் படித்தேன். இன்றைக்கு இவ்வளவு போதும். குட்பை.

உன்னுடைய ஆன்

ஏப்ரல் 1944 — 28 வெள்ளி

அன்புள்ள கிட்டீ,

பீட்டர் வெசலைப்பற்றி நான் கண்ட கனவை இன்னும் நான் மறக்கவில்லை. அதை நினைக்கும்போதெல்லாம் பீட்டரின் கன்னங்கள் என்னுடைய முகத்தில் உராய்வதைப் போல் உணர்வேன். அந்த இனிய அனுபவம் மீண்டும் என் மனதில் விழித்தெழும். பெரும்பாலும் பீட்டர் என் அருகில் இருந்தால் எனக்கு அந்த அனுபவம் ஏற்படுவதுண்டு. ஆனால் அவ்வளவு தீவிரமிருக்காது. ஆனால் நேற்று நாங்களிருவரும் ஒன்றாக கட்டியணைத்து அமர்ந்திருந்தபோது நேசிக்கவும் நேசிக்கப்படவும் ஆசைப்படும் ஒரு புதிய ஆன் என்னுள் விழித்துக் கொண்டாள்.

நான் பீட்டருடன் நெருங்கி அமர்ந்தேன். என் கண்களிலிருந்து நீர் வழிந்தோடி பீட்டரின் சட்டையை நனைத்தது. அவன் அதை உணர்ந்தானா? உணர்ந்த எந்த அறிகுறியும் அவனிடமிருந்து வெளிப்படவில்லை. எனக்குத் தோன்றுவதெல்லாம் அவனுக்கும் தோன்றுமா? உல்லாசவதியும் சண்டைக்காரியுமான ஆன் மட்டுமில்லை, மென்மையானவளும், உணர்ச்சி மிகுந்தவளுமான ஒரு "ஆன்" தன்னுடைய பக்கத்தில் இருக்கிறாள் என்பதை அவன் உணர்ந்திருப்பானா?

மணி எட்டரை ஆனதும் நான் எழுந்து சன்னல் பக்கமாக நகர்ந்தேன். அந்த இடத்திலிருந்துதான் நாங்கள் பிரிந்து செல்வோம். அப்போதும் என்னுடைய உடல் முழுக்க நடுங்கிக் கொண்டிருந்தது. பீட்டர் என்னை நெருங்கினான். என்னுடைய கைகளை அவனுடைய கழுத்தில் சுற்றி இடது கன்னத்தில் ஒரு

முத்தம் கொடுத்தேன். வலது கன்னத்திற்கு என்னுடைய முகத்தைத் திருப்பும்போது எங்களையும் மீறி எங்களுடைய உதடுகள் சந்தித்துக் கொண்டன. ஒரு வினாடிக்குள் நாங்கள் இருவரும் இறுகக் கட்டியணைத்துக் கொண்டோம். ஓ, பீட்டர் இத்தகைய மெல்லுணர்வுகளின் வினாடிகள் எந்த அளவுக்கு மோகமூட்டுகின்றன என்பது எனக்கு இப்போதுதான் புரிந்தது! முதன்முதலாக அவன் ஒரு பெண்ணைக் கண்டடைந்திருக்கிறான். மிகவும் சண்டைக்காரியான ஒரு பெண்ணின் மனதுக்குள்கூட மென்மையான இதயம் படைத்த இன்னொரு பெண் இருப்பதை அடையாளம் கண்டிருக்கிறான். முதன் முதலாக அவன் தன்னைத் தானே கண்டடைந்திருக்கிறான். நானும் முதன் முதலாகத்தான் ஒரு ஆன்மார்த்தமான நண்பனைச் சந்திக்கிறேன். இது எங்கள் இருவருக்கும் ஒரு அடையாளம் கண்டுகொண்ட நிமிடங்களாகும்...

மீண்டும் மன உளைச்சலை உருவாக்கும் அந்தக் கேள்வி என்னுடைய நிம்மதியைக் கெடுக்கிறது. 'நான் செய்வது சரிதானா?' ஒரு இளம் பெண்ணான நான் இவ்வளவு சீக்கிரம் பணிந்துவிட்டது சரிதானா? பீட்டரைப் போலவே எனக்கும் இந்த விஷயத்தில் ஆவலும் ஆசையும் இருப்பதை நான் வெளிப்படுத்தியது சரிதானா? என்னிடம் அதற்கு ஒரே ஒரு விடைதான் இருக்கிறது. 'வெகு நாட்களாக நான் இதை விரும்பியிருந்தேன். நான் அந்த அளவுக்கு தனிமைப்பட்டிருந்தேன். இதோ இப்போது நான் அமைதியின் வசமாகியிருக்கிறேன்..'

பகல் வேளைகளில் நாங்கள் சாதாரணமாகவே பழகுகிறோம். ஆனால் பொழுது சாய்ந்ததும் அடக்கி வைத்த மோகங்கள் முந்திய நாளின் மகிழ்ச்சிகரமான நிமிடங்களின் நினைவுகள் போன்றதனைத்தும் எங்களைப் பணிய வைத்து விடுகிறது. ஒவ்வொரு இரவிலும் நான் விடைபெறும் முன் அளிக்கும் முத்தத்திற்கு பின் பீட்டரின் கண்களைப் பார்க்காமல் இருளில் மறைந்துவிடுகிறேன்.

கீழே சென்றதும் நான் ஒளியையும் கேள்விக் கணைகளையும் வெடிச் சிரிப்புகளையும்தான் எதிர்க்கொண்டிருக்கிறேன். நான்

அங்கு நடிக்க வேண்டியிருக்கிறது. மென்மையான ஆன் விழித்து விட்டால் அவ்வளவு சீக்கிரம் அவளால் பின்வாங்க முடியாது. பீட்டர் என்னுடைய உணர்ச்சிகளையெல்லாம் தட்டி எழுப்பி விட்டான். என்னை முற்றிலும் மாற்றி அமைத்துவிட்டான். இந்த அதிரடியிலிருந்து இயல்பான நிலைமைக்குத் திரும்ப வேண்டுமென்றால் ஒரு இடைவேளை தேவைப்படும்.

ஓ, பீட்டர் நீ என்ன செய்தாய்? இது நம்மை எங்கு கொண்டு போய் சேர்க்கும்? இப்போது எனக்கு எல்லியின் மனநிலையை நன்கு புரிந்துகொள்ள முடியும்? பீட்டர் 'என்னிடம் திருமணக் கோரிக்கையை வைத்தால் நான் என்ன பதில் கூறுவேன்? உண்மையைச் சொல்வதாக இருந்தால் என்னால் அதற்கு இயலாது. பீட்டரை விடவும் முடியாது. பீட்டருக்கு துணிச்சலான ஒரு மனமும் திடமான சுபாவமும் இன்னும் கைவந்ததாகத் தெரியவில்லை. அவன் ஒரு குழந்தைதான். என்னைவிட அவன் சற்றும் முதிர்ச்சியடையவில்லை. அவன் என்னிடம் ஆறுதலையும் மகிழ்ச்சியையும்தான் தேடுகிறான்.

நான் இப்போதும் ஒரு பதினான்கு வயது சிறுமிதானா? நான் ஒரு குழந்தையுள்ளம் படைத்த பள்ளிச்சிறுமிதானா? என்னுடைய வயதை ஒத்தவர்களுக்கு இல்லாத அனுபவச் செல்வம் எனக்கிருக்கிறது. அவர்கள் அனுபவிக்காத கஷ்டங்களையும் நான் அனுபவித்திருக்கிறேன். எனக்கு என்னைப்பற்றியே அச்சமாக இருக்கிறது. வேறு ஆண்பிள்ளைகளின் முன் நான் இவ்வளவு சீக்கிரம் பணிந்து விட்டால் நிலைமை என்னாகும்? ஓ, நிச்சயமாக அவரவர்களின் உணர்ச்சிகளுடனும் சிந்தனைகளுடனும் போராடுவதென்றால் அது சிரமமான விஷயம்தான். ஒவ்வொன்றுக்கும் அதற்கான நேரம் இருக்கிறது. இருப்பினும் இப்போது நான் தேர்ந்தெடுத்தது சரியான பாதைதானா?

உன்னுடைய ஆன்

மே 1944 2 செவ்வாய்

அன்புள்ள கிட்டீ,

டாடியிடம் எங்களுடைய உறவைப் பற்றி சொல்லலாமா? என்று சனிக்கிழமை மாலையில் நான் பீட்டரிடம் கேட்டேன். சொல்லலாம் என்று தான் பீட்டர் பதிலளித்தான். எனக்கு மகிழ்ச்சியாக இருந்தது. ஏனென்றால் அவன் உண்மையானவன் என்பதற்கு அது அத்தாட்சியல்லவா? கீழே சென்றதும் நானும் டாடியும் தண்ணீர் பிடிக்கச் சென்றுவிட்டோம். மாடிப்படிகளில் இருந்து நான் சொன்னேன்.

'டாடி, நானும் பீட்டரும் பேசிக் கொண்டிருந்தபோது நாங்கள் மைல்களுக்கப்பால் உட்கார்ந்திருக்கவில்லை என்பது உங்களுக்குத் தெரியுமல்லவா? அதில் ஏதாவது தவறிக்கிறதா?'

சற்று நேரத்துக்குப் பிறகு டாடி பதிலளித்தார். 'இல்லை, அதில் தவறேதும் இல்லை. ஆனால், நீ எச்சரிக்கையாக இருக்க வேண்டும். ஏனென்றால் இங்கு ஒரு சிறிய இடத்தில் நீ அடைபட்டு வாழவேண்டிய கட்டாயத்திலிருக்கிறாய்?

நாங்கள் மாடிக்குச் சென்றபோதும் டாடி இதே பாணியில் மீண்டும் எதையோ சொன்னார்.

ஞாயிற்றுக்கிழமை காலையில் என்னை அழைத்து டாடி சொன்னார் :

"நீ சொன்ன விஷயத்தைப்பற்றி நான் ஆழ்ந்து சிந்தித்தேன். இந்த வீட்டில் இவ்வாறு ஒரு உறவு ஏற்படுவது அவ்வளவு சரியாக இருக்காது என்பதுதான் என்னுடைய கருத்து. நீங்கள் இருவரும்

நண்பர்கள்தான் என்றுதான் நான் நினைத்தேன். பீட்டர் உன்னைக் காதலிக்கிறானா?"

"இல்லை, நிச்சயமாக இல்லை."

"என்னால் உங்கள் இருவரையும் புரிந்துகொள்ள முடியும் என்பது உனக்குத் தெரியுமல்லாவா? இருப்பினும் நீதான் கட்டுப்பாடாக இருக்க வேண்டும். இத்தகைய விஷயங்களில் எப்போதுமே ஆண்கள்தான் முன்னின்று செயல்படுவார்கள். ஆனால் பெண்கள்தான் தங்களை கட்டுப்படுத்திக்கொள்ள வேண்டும். வழக்கமான சூழலில் இதெல்லாம் ஒரு பிரச்சனையில்லை. நீ சுதந்திரமாக இருக்கும்போது ஆண் பிள்ளைகளையும் பெண் பிள்ளைகளையும் சந்திக்க நேர்வதும் அவர்களுடன் நட்புடன் பழகுவது, நெருக்கமாக இருப்பது போன்றதெல்லாம் இயல்பானதுதான். ஆனால் இங்கு அப்படியில்லை. நீயும் பீட்டரும் தினமும் சந்திக்கிறீர்கள். நெருங்கிப் பழகுகிறீர்கள். எனவே நீ எச்சரிக்கையாக இருக்கவேண்டும் ஆன்!"

"எனக்குத் தெரியும் டாடி. ஆனால் பீட்டர் மிகவும் நல்லவன் கண்ணியமானவன்."

"ஆமாம், ஆயினும் திடசித்தம் படைத்தவன் அல்ல. மிக எளிதாக செல்வாக்குப் பெற்று விடுவான். அது நல்லதாகவும் இருக்கலாம், கெட்டதாகவும் இருக்கலாம்."

நாங்கள் அதைப்பற்றி சிறிது நேரம் பேசிக் கொண்டிருந்தோம். பிறகு இந்த விஷயம் தொடர்பாக பீட்டருடன் விவாதிப்பது என்று முடிவு செய்தோம்.

ஞாயிற்றுக்கிழமை காலையில் பீட்டர் என்னிடம் கேட்டான்:

"நீ டாடியிடம் பேசினாயா?"

"ஆம் நான் என்ன பேசினேன் என்பதைச் சொல்கிறேன். அதைத் தவறாக டாடி பார்க்கவில்லை. இங்கு நாமெல்லாம் ஒன்றாக வசிக்கும் சூழலில் அதனால் குழப்பம் ஏற்படக் கூடுமென்று டாடி கருதுகிறார். மோதலுக்கும் காரணமாகிவிடும்.

"ஆனால் நமக்கிடையில் சண்டை சச்சரவுக்கு இடமில்லை யென்று நாம் முடிவெடுத்திருக்கிறோமல்லவா?" பீட்டர் சொன்னான்.

"நிச்சயமாக டாடி நாம் நண்பர்கள் மட்டும்தான் என்று நினைத்துக் கொண்டிருக்கிறார். நாம் இனிமேலும் நண்பர்களாக மட்டும்தான் இருப்போம் என்று நினைக்கிறாயா?"

"என்னால் இயலும். உன்னால் முடியுமா?"

"என்னாலும் முடியும். நான் டாடியிடம் பீட்டரை கடைசி வரை நம்புவதாகக் கூறியிருக்கிறேன். நீ நம்பகமானவன்தானே பீட்டர்?"

"அப்படித்தான் என்று நம்புகிறேன்" பீட்டர் நாணத்துடன்தான் கூறினான்.

"நான் உன்னை நம்புகிறேன் பீட்டர். உன்னிடம் நல்ல குணங்கள் ஏராளமாக இருக்கின்றன. வாழ்க்கையில் நீ முன்னுக்கு வருவாய்!"

பின்னர் நாங்கள் பல்வேறு விஷயங்கள் பேசினோம். கடைசியில் நான் கேட்டேன்: "இங்கிருந்து வெளியே போனால் நீ பிறகு என்னை நினைக்க மாட்டாய் இல்லையா பீட்டர்?"

பீட்டர் சட்டென்று கூறினான்: "இல்லை, ஒருக்காலும் அப்படி நிகழாது, ஆன்!"

அதற்குள் கீழே இருந்து யாரோ அழைத்தனர். டாடி பீட்டரிடம் பேசினார். எப்போதாவது இந்த உறவு காதலாக மாறுமென்று டாடி அஞ்சுவதாகப் பீட்டரிடம் தெரிவித்தாராம். அவ்வாறு நிகழாமல் ஜாக்கிரதையாக இருக்கு மாறு நான் பீட்டரிடம் சொன்னேன்.

ஆனால், டாடியின் கோரிக்கை நான் இனிமேல் மேல் தளத்திற்கச் செல்லக்கூடாது என்பதாகும். எனக்கு அதில் உடன் பாடில்லை. பீட்டர் மீது எனக்கு நம்பிக்கை இருப்பதாக நான் ஏற்கனவே சொல்லியிருக்கிறேன். அதை நிரூபிக்க வேண்டுமென்

றால் நான் மேல்தளத்திற்குப் போகவேண்டும். போய்த்தான் தீரவேண்டும்.

டுசல் தன்னுடைய புகார்படலத்துக்கு முற்றுப்புள்ளி வைத்து மன்னிப்புக் கோரினார். அழகான டச்சு மொழியில் வான்டானும் நன்றாகப் பதிலளித்தார்.

டுசலின் பிறந்த நாள் அமைதியாக நடைபெற்று முடிந்தது. நாங்கள் 1919-ல் தயாரித்த உயர்ரக ஒயினை அன்பளிப்பாகக் கொடுத்தோம். வான்டான் தம்பதியர் ஒரு குப்பி ஊறுகாயும் ஒரு பாக்கெட் பிளைடும் பரிசளித்தனர். (கடைசியாக அவர்கள் பரிசளிக்க மனமுவந்தனர்) கிரேல் ஒரு ஜாடி எலுமிச்சை சாறும், மீப் 'லிட்டில் மார்டின்' என்ற புத்தகமும் எல்லி ஒரு பூச்சட்டியும் பரிசளித்தனர். டுசல் எங்கள் ஒவ்வொருவருக்கும் ஆளுக்கு ஒரு முட்டையை அளித்து பிறந்த நாளைக் கொண்டாடினர்.

உன்னுடைய ஆன்

மே 1944 — 3 புதன்

அன்புள்ள கிட்டீ,

முதலில் இந்த வாரச் செய்திகளைச் சொல்கிறேன். குறிப்பாக எந்த அரசியல் நிகழ்வுகளும் இல்லை. தாக்குதல் நிகழக்கூடும் என்று நானும் நம்பத் தொடங்கியிருந்தேன். ரஷ்யர்களை இவ்வாறு முன்னேற அனுமதிப்பார்கள் என்று தோன்றவில்லை.

மீண்டும் க்லீமேன் அலுவலகத்திற்கு வரத் தொடங்கியிருக்கிறார். இன்று பீட்டருக்கு ஒரு புது ஸ்பிரிங்க் கொண்டு வந்திருக்கிறார். இனி பீட்டர் திவானை ரிப்பேர் செய்தாக வேண்டும். அதைப்பற்றி அவனுக்கு அதிகமாக ஒன்றும் தெரியாவிட்டாலும் கூட. மோஃபியை கடந்த வியாழக்கிழமையிலிருந்து காணவில்லை. இப்போது அவன் பூனைகளின் சொர்க்கத்தில் இருப்பான். அவனுடைய மாமிசத்தை யாராவது புசித்திருக்கக் கூடும். அவனுடைய ரோமத்தால் உருவாக்கப்பட்ட தொப்பியை யாராவது இளம்பெண் தொப்பியாக அணிந்திருக்கலாம். அவனைக் காணாமல் பீட்டர் ஆழ்ந்த துயரத்தில் காணப்படுகிறான். பாவம்!

கடந்த சனிக்கிழமை முதல் காலையில் பதினோரு மணிக்குத்தான் எங்களுடைய முக்கியமான உணவுவேளை. ஒரு கப் ஓட்டுமீல் கஞ்சி. காய்கறிகள் கிடைப்பது மிகவும் அரிது. பழைய லெட்யூசும், கீரையும்தான் கிடைக்கிறது. கூடவே அழுகத் தொடங்கிய உருளைக்கிழங்கும்... சுவையான கலவை இல்லையா?

நாங்கள் நிராசையுடன் எங்களை நாங்களே கேட்பதுண்டு.

இந்தப் போரால் என்ன பயன்? ஏன் மக்கள் அமைதியாக வாழவில்லை? எதற்காக இழப்புகளையும், அழிவுகளையும் ஏற்படுத்திக் கொள்கிறார்கள்?

இந்தக் கேள்விகள் நியாயமானதாக இருப்பினும் இதுவரை சரியான பதிலை யாரும் சொல்லவில்லை. எதற்காக அவர்கள் பிரம்மாண்டமான விமானங்களையும் கனமான குண்டுகளையும் அதேபொழுது நொறுங்கி அழிந்த நகரங்களில் மறுவாழ்வுக்கான குடியிருப்புகளையும் உருவாக்குகின்றனர்? ஒவ்வொரு நாளும் போருக்காக பலகோடி ரூபாய்களைச் செலவழிக்கும் இவர்கள் ஏன் மருந்துகளுக்கும் உணவுப் பொருட்களுக்கும் பணத்தைச் செலவழிக் காமலிருக்கிறார்கள்?

ஏன் ஏராளமான ஆட்கள் மிதமிஞ்சிய உணவுப் பொருட்களை பாழடிக்கும்போது எவ்வளவோ மக்கள் பட்டினி கிடக்கிறார்கள்? ஏன் மக்கள் இவ்வளவு விசித்திர குணம் படைத்தவர்களாக இருக்கிறார்கள்?

அரசியல்வாதிகளும், தலைவர்களும், ஏக போக முதலாளி களும் மட்டும்தான் போருக்குப் பொறுப்பாளிகள் என்று நான் கருதவில்லை. சாமானிய மக்களுக்கும் இதில் பங்கிருக்கிறது. இல்லாவிட்டால் அவர்கள் போர்களுக்கு எதிராக புரட்சி செய்தி ருப்பார்களல்லவா? அழித்தொழிப்பதற்கும் சாகடிப்பதற்கும் மனிதனுக்குள் ஒரு கொடிய மனோபாவம் இருந்து கொண்டிருக் கிறது. மனித குலம் முழுக்க இந்தக் கொடிய மனப்பான்மையிலி ருந்து விடுதலையாகும் வரை, நிர்மாணிக்கப்பட்டவை அனைத் தையும் அழிப்பதற்கும், அழகானவை அனைத்தையும் விகாரப் படுத்துவதற்கான இந்த மூர்க்கத்தனம் தொடர்ந்து கொண்டு தானிருக்கும். மனித குலம் மீண்டும் ஆரம்பத்திலிருந்தே தொடங்க வேண்டியிருக்கும்.

நான் பலமுறை துயரத்திற்கு அடிபணிய நேரிடுகிறது. இருப்பி னும் முழுமையாக நிராசைக்கு ஆட்படவில்லை. எங்களுடைய தலைமறைவு வாழ்க்கையை சாகசம் மிகுந்த ஒரு செயலாகவும்

சுவையான ஒரு அனுபவமாகவும் என்னால் உட்கொள்ள முடியும். அனைத்து இல்லாமைகளையும் லாவகமாகப் பார்க்கவும் என்னால் இயலும். ஏனைய சிறுமிகளிடமிருந்து மாறுபட்ட ஒரு வாழ்க்கையை மேற்கொள்ளத்தான் நான் முயற்சிக்கிறேன். ஒரு சாமான்ய குடும்பப் பெண்ணாக மாறக்கூடாது என்று நான் முடிவெடுத்திருக்கிறேன். என்னுடைய தொடக்கமே சுவையான தாகும். அதனால்தான் மிகவும் அபாயகரமான சந்தர்ப்பங்களில் கூட மனம் திறந்து சிரிக்க என்னால் முடிகிறது.

நான் ஒரு இளம்பெண். சாகச வாழ்க்கையை மேற்கொண்டு வருகிறேன். அதற்குத் தேவையான பலமும் எனக்கிருக்கிறது. மலர்ந்த முகத்துடன்தான் இருப்பேன். ஒவ்வொரு நாளும் நான் உள்ளார்ந்த முன்னேற்றத்தை அடைந்து கொண்டிருக்கிறேன் என்று நம்புகிறேன். எங்களுடைய விடுதலை நெருங்கி விட்ட தாகத் தோன்றுகிறது. இயற்கையும் மனிதர்களும் எல்லாமே எவ்வளவு அழகாக இருக்கிறார்கள்! எவ்வளவு துடிப்பானது எங்களுடைய சாகச வாழ்க்கை தெரியுமா? பிறகு நான் எதற்காக நிராசைப்பட வேண்டும்?

உன்னுடைய ஆன்

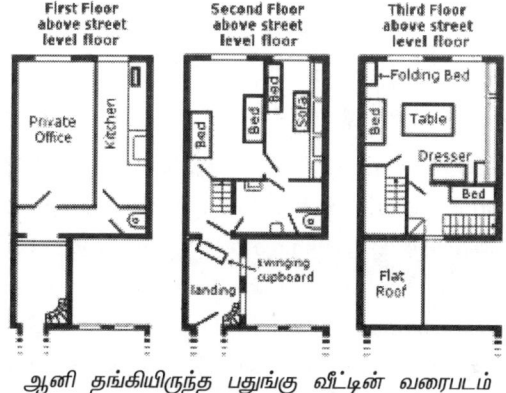

ஆனி தங்கியிருந்த பதுங்கு வீட்டின் வரைபடம்

மே 1944 — 5 வெள்ளி

அன்புள்ள கிட்டீ,

என்னுடைய செயலில் டாடிக்கு திருப்தியில்லை. ஞாயிற்றுக் கிழமை எங்களுடைய உரையாடலுக்குப் பிறகு நான் மாடிக்குச் செல்ல மாட்டேன் என்றுதான் டாடி நினைத்தார். அது தொடர் பான பேச்சே சகிக்க முடியாத ஒன்றாகும். டாடி மீண்டும் எதற்காக அதைக் கிளறி மேலும் விகாரமாக்குகிறார்? இன்று நான் மீண்டும் டாடியுடன் பேசப்போகிறேன். நான் சொல்லப் போவது இதுதான். டாடி என்னிடமிருந்து ஒரு விளக்கத்தை எதிர்பார்ப்பதாகத் தோன்றுகிறது. அதனால்தான் நான் மீண்டும் இதைப்பற்றிப் பேசுகிறேன். டாடி என்னிடமிருந்து மேலும் சற்று அடக்க ஒடுக்கத்தை எதிர்பார்த்திருக்கக் கூடும். வெறும் பதினான்கு வயதுச் சிறுமியாகத்தான் உங்களால் என்னைப் பார்க்க முடியும். அங்குதான் நீங்கள் தவறு செய்கிறீர்கள்.

1942 ஜூலையில் நாம் இருக்க வந்தது முதல் ஏறத்தாழ சில வாரங்கள் வரை நான் துயரத்தில்தான் இருந்தேன். ஒவ்வொரு இரவும் நான் அழுதவாறுதான் தூங்கினேன். எப்போதுமே நான் தனிமைப்பட்டுதான் இருந்தேன்.

இப்போது சுயமாகத் தெம்புடன் இருக்கிறேன். வேறு யாருடைய உதவியும் இல்லாமல் என்னால் வாழ முடியும். ஒரே இரவில் எனக்கு இந்த மாற்றம் நிகழவில்லை. நெடிய துயரம் தோய்ந்த ஒரு போராட்டதின் முடிவில்தான் நான் இந்த விடு தலையைப் பெற்றேன். உங்களால் என்னை கேலி செய்ய முடியும். நம்பாமல் இருக்கலாம். ஆனால் என்னைத் தடுக்க முடி யாது. நான்

தனிஒருவள், எனக்கு உங்கள் மீதெல்லாம் எந்தப் பொறுப்பும் கிடையாது என்று நம்புகிறேன். நான் இதையெல்லாம் சொல்வதற்கு காரணம் நான் எதையோ ரகசியமாகச் செய்துகொண்டிருக்கிறேன் என்று நீங்கள் நினைக்காமலிருப்பதற்காகத்தான். அதே பொழுது நான் செய்வதெல்லாம் வேறு யாரிடமாவது தெரிவிக்க வேண்டும் என்றும் நான் நினைக்கவில்லை.

நான் இடுக்கண்களை எதிர்கொண்ட போதெல்லாம் நீங்கள் எனக்கு உதவவில்லை. வசவைத் தவிர வேறு எதுவும் உங்களிடமிருந்து எனக்குக் கிடைக்கவில்லை நான் சண்டை போடுவதாக புகார் சொல்கிறார்கள். என்னுடைய கஷ்டங்களிலிருந்து விடுபடத்தான் நான் கூச்சலிடுகிறேன். அதை யாரும் சட்டை செய்வதில்லை. இருப்பினும் நான் கேள்வி எழுப்பவில்லை. ஆனால் இப்போது என்னைப் பொறுத்தவரை அந்த துர்த்தினங்கள் முடிவடைந்துவிட்டன. நான் வெற்றியடைந்துவிட்டேன்! மனத்தளவிலும் உடலளவிலும் நான் சுதந்திரம் பெற்றுவிட்டேன். இனி எனக்கு ஒரு தாயார் தேவையில்லை. ஏனென்றால், நான் போராட்டதின்மூலம் வலுவடைந்திருக்கிறேன்.

என்னுடைய சுய விருப்பத்தின் காரணமாக செயல்படத்தான் நான் முடிவெடுத்திருக்கிறேன். என்னை வெறுமனே இவள் ஒரு பதினான்கு வயதுப் பெண்தானே என்று எண்ணக் கூடாது. துயரம் தோய்ந்த அனுபவங்களைச் சகித்துக்கொண்டதின் மூலம் கூடுதல் வயதும் பக்குவமும் பெற்றவளாயிருக்கிறேன். மாடிக்குச் செல்ல வேண்டாமென்று நீங்கள் என்னைக் கட்டாயப்படுத்த முடியாது. ஒன்று நீங்கள் என்னை விலக்க வேண்டும் அல்லது எந்தச் சூழலிலும் நம்பத் தயாராக இருந்து எனக்கு அமைதி அளிக்க வேண்டும்.

உன்னுடைய ஆன்

மே 1944

6 சனி

அன்புள்ள கிட்டீ,

நேற்று நான் உன்னிடம் தெரிவித்த விஷயங்களை உட்படுத்தி டாடிக்கு ஒரு கடிதம் எழுதி அவருடைய சேப்பில் போட்டேன். கடிதத்தை வாசித்ததும் டாடி பொறுமை இழந்துவிட்டர் என மார்கொட் என்னிடம் கூறினாள். (அப்போது நான் மாடியில் துணிகளைத் துவைத்துக் கொண்டிருந்தேன்) பாவம், டாடியை அந்தக் கடிதம் துன்புறுத்தக்கூடும் என்பதை நான் உணரத் தவறிவிட்டேன். டாடி மிகவும் மென்மையான இதயம் படைத்தவ ராவார். அவர் பின்னர் அதைப் பற்றி என்னிடம் எதையும் கேட்கவில்லை.

இங்க விஷயங்கள் வழக்கமான முறையில் நகர்ந்துகொண்டி ருக்கின்றன. கடுமையான விலைவாசி ஏற்றம்தான் வெளியே நிகழ்ந்து கொண்டிருக்கின்றன. அரை பவுண்டு தேயிலைக்கு 350 ஃப்ளோரின், ஒரு முட்டை 1.45 ஃப்ளோரின், எங்கும் கள்ளச் சந்தை பரவியிருக்கிறது. ஏதாவது ஒரு கள்ளத்தனம்தான் ஒவ் வொருவரின் நிலைபாடாக இருக்கிறது. திருட்டும் கொள்ளையும் கொலையும் வழிப்பறியும் அன்றாடச் சம்பவங்களாக நடை பெற்றுக் கொண்டிருக்கின்றன. போலீசும், காவலாளிகளும் திருடர்களுடன் கூட்டுச் சேர்ந்திருக்கிறார்கள். அவர்களுக்கும் பசியாற ஏதாவது கிடைக்க வேண்டாமா? ஒவ்வொரு நாளும் இளம் பெண்கள் காணாமல் போகின்றனர். என்ன நிலைமை இது!"

உன்னுடைய ஆன்

மே 1944 — 7 ஞாயிறு

அன்புள்ள கிட்டீ,

நேற்று மதியம் நீண்ட நேரம் நானும் டாடியும் பேசிக் கொண்டிருந்தோம். டாடி என்ன சொன்னார் என்று உனக்குத் தெரியுமா கிட்டீ? ‘வாழ்க்கையில் எனக்கு ஏராளமான கடிதங்கள் கிடைத்திருக்கின்றன. ஆனால் இதைப் போன்ற துயரமான வேறொன்றும் இல்லை! ஆன், உன்னை நாங்கள் எந்த அளவுக்கு நேசித்தோம் தெரியுமா? எவ்வளவு உதவியிருக்கிறோம்! எல்லா விஷயத்திலும் நாங்கள் உன்னோடுதான் இருந்தோம்! அவ் வாறிருக்க, எங்களிடம் உனக்கு எந்தப் பொறுப்பும் கிடையாது என்று சொல்கிறாயே, இது எவ்வளவு கொடூரமானது!

‘ஒருவேளை நீ மனதில் அதை எண்ணியிருக்கமாட்டாய். ஆனால் எழுதும்போது அப்படி ஆகியிருக்கலாம். ஆன், நீ ஒருக்காலும் எங்களை இப்படிக் குற்றம் சாட்டியிருக்கக் கூடாது!’

ஓ, நான் மீண்டும் தோற்றுப் போய்விட்டேன். நான் சுயநிறைவு பெற்று விட்டேன் என்பதைத் தெரிவிக்கத்தான் அப்படி ஒரு கடிதம் எழுதினேன். அது குழப்பத்தை உண்டு பண்ணிவிட்டது. எனக்கு ஏராளமான துயர்கள் இருப்பது உண்மைதான். ஆனால் நல்லவரான டாடியைக் குற்றம் சாட்டியது தவறாகிவிட்டது. டாடி எனக்காக ஏராளமாகச் செய்திருக்கிறார். இப்போதும் செய்து கொண்டிருக்கிறார்!

மீண்டும் நானே நிறுவிக்கொண்ட உயர் பீடத்திலிருந்து நான் கீழே விழுந்துவிட்டேன். குமாரி ஆன் செய்வது எதுவுமே சரியாக வரவில்லை. என்னை நேசிப்பவர்களை சங்கடப்படுத்துவது சரியில்லைதான்!

டாடி அதன்பிறகும் என்னை மன்னித்து விட்டார். அவர் அந்த கடிதத்தை நெருப்பில் போடப் போகிறாராம்! தனக்குத்தான் தவறு நேர்ந்து விட்டதைப்போல் மிகவும் பாசமுடன் தான் அவர் என்னிடம் நடந்து கொள்கிறார். ஆன், நீ இன்னும் பாடங்கள் பலவற்றைக் கற்றுக்கொள்ள வேண்டியிருக்கிறது. பிறர்மீது குற்றம் சாட்டுவதற்கு மாறாக உன்னையே அடையாளம் கண்டு கொள்ள முயற்சிக்க வேண்டும்.

எனக்கு ஏராளமான வருத்தங்கள் இருக்கின்றன. ஆனால் என்னுடைய வயதை ஒத்த இளம்பெண்களில் யாருக்குத்தான் அத்தகைய வருத்தங்கள் இல்லை? நான் பெரும்பாலும் கோமாளியைப் போல்தான் பழகுகிறேன். அதை நான் உணரா விட்டாலும் பெரும்பாலும் நான் தனிமைப்பட்டு விட்டேன். ஆனால் ஒருக்காலும் எனக்கு நிராசையில்லை. உண்மையில் நான் வெட்கப்பட்டிருக்க வேண்டும்.

செய்துவிட்டதை இனித் திருத்த முடியாதல்லவா?. ஆனால் ஒருக்காலும் இனி அதைத் திரும்பச் செய்யக்கூடாது. அனைத்தையும் மீண்டும் முதலில் இருந்து தொடங்க வேண்டும். இப்போது என்னால் அதைச் செய்ய முடியும். பீட்டர் என்னுடன் இருக்கிறானல்லவா. நிச்சயமாக, பீட்டரின் உதவியுடன் நான் அதைச் செய்வேன்.

நான் இப்போது தனிமையாக இல்லை. பீட்டர், என்னுடைய புத்தகங்கள், என்னுடைய நாட்குறிப்பு, அனைத்துமே என்னுடன் இருக்கின்றன. சொல்லப்போனால் நான் வருந்த வேண்டிய அவசியமில்லை. நான் விகாரமானவள் அல்ல, முட்டாளல்ல, முகமலர்ச்சியுடன் நல்லுள்ளம் படைத்தவளாவேன்.

'ஆன், உன்னுடைய கடிதம் கொடியதும் உண்மைக்கு மாறானதுமாகும். இருப்பினும் நீ அதைப்பற்றி பெருமைப்பட்டாய். கஷ்டம்தான்! டாடியை முன்மாதிரியாகக் கொண்டு நான் என்னை சீர்படுத்துவேன் அதுதான் தேவை.

உன்னுடைய ஆன்

மே 1944 — 8 திங்கள்

அன்புள்ள கிட்டீ,

எங்களுடைய குடும்ப வரலாற்றை நான் உன்னிடம் சொல்லியிருக்கிறேனா? இல்லையென்றுதான் நினைக்கிறேன். எனவே இதோ சொல்கிறேன். கேள்.

என்னுடைய டாடியின் பெற்றோர்கள் மிகவும் செல்வந்தர்கள் ஆவர். சிறு வயதில் டாடி ஒரு பணக்காரச் சிறுவனாகத்தான் வாழ்ந்தார். ஒவ்வொரு வாரமும் விருந்து வைபவங்கள், நாட்டிய விழாக்கள் கொண்டாட்டங்கள், அழகான பெண்கள், இரவு விருந்துகள், குடியிருக்க பெரிய மாளிகை -இவ்வாறு, தேவையான அனைத்தும் இருந்தன.

தாத்தாவின் மறைவுக்கப் பிறகு, முதலாம் உலகப்போரின் போது ஏற்பட்ட பணவீக்கத்தில் அவர்கள் தங்களுடைய செல்வத்தை முழுக்க இழந்தனர். நேற்று டாடி இதைச் சொல்லிச் சொல்லிச் சிரித்துக் கொண்டிருந்தார். தன்னுடைய ஐம்பத்து ஐந்தாண்டு வாழ்க்கையில் முதன் முதலாக வறுமையை அனுபவிப்பதாகக் கூறினார்.

மம்மியின் பெற்றோர்களும் பணக்காரர்களாக இருந்தனர். அவருடைய வீட்டில் நிகழ்ந்த இரவு விருந்துகள் நாட்டியம் மற்றும் கேளிக்கைகளைப் பற்றி அவர் சொல்லும்போது நாங்கள் வாய்பிளந்து கேட்போம். யாரும் இப்போது எங்களை செல்வந்தர்கள் என்று கூறமாட்டார்கள். ஆனால் போருக்குப் பின்னர் நாங்கள் பணம் சம்பாதிப்போம் என்று நான் எதிர்பார்க்கிறேன்.

மம்மியையும், மார்கொட்டையும் போல பிறந்த நாட்டிலேயே ஒதுங்கி வாழ நான் விரும்பவில்லை. ஒவ்வொரு ஆண்டும் பாரிசிலும், லண்டனிலும் போய் தங்கி அந்தந்த இடங்களின் மொழிகளையும், ஓவியக்கலை வரலாற்றையும் கற்க விரும்புகிறேன். மார்கொட் பாலஸ்தீனத்தில் ஒரு நர்சாகப் பணியாற்ற விரும்புகிறாள். புதிய ஆட்களையும் அழகான நடையுடை பாவனைகளையும் தரிசிக்க மிகவும் ஆவலாக இருக்கிறேன்.

ஓரளவாவது உலகத்தைச் சுற்றிப்பார்க்கலாம். ரசிக்குமளவுக்கு எதையாவது செய்யவும் விரும்புகிறேன். இதை நான் முன்பும் உன்னிடம் கூறியிருக்கிறேன். அந்த வகையில் கையில் சற்று பணம் இருப்பது நல்லதுதான்.

தான் பங்கேற்ற ஒரு திருமண நிச்சயதார்த்த நிகழ்ச்சியைப்பற்றி இன்று காலையில் மீப் எங்களிடம் கூறினார். மணமகனும், மணமகளும் செல்வந்தர் குடும்பத்தைச் சேர்ந்தவர்களாக இருப்பதால் அனைத்து ஏற்பாடுகளும் கம்பீரமாக இருந்தன. விருந்தில் பரிமாறப்பட்ட உணவு வகைகளைப் பற்றி அவர் சொன்னதும் எங்களுடைய வாயில் தண்ணீர் ஊறிவிட்டது. இறைச்சித் துண்டுகளைக் கொத்தி நறுக்கிக் கலந்த காய்கறி சூப், பால்கட்டி, ரொட்டிச் சுருள்கள், முட்டையும் இறைச்சியும் கலந்த வறுவல், அலங்காரக் கேக்குகள், திராட்சை, ஒயின், சிகரெட்- என உங்களுக்குத் தேவையான அனைத்தும் விருந்தில் இருந்தன. மது அருந்தாத மீப் கூட அன்று மூக்குமுட்ட குடித்தாள். அவளுடைய பங்காளி எந்த அளவுக்கு குடித்திருப்பார்! இரண்டு போலீஸ்காரர்கள் மணமக்களை புகைப்படமெடுத்தனர்.

- எங்களால் ஆசையை அடக்க முடியவில்லை.

இரண்டு ஸ்பூன் ஓட் மீல் கஞ்சி மட்டும் காலை உணவாக புசித்து பசியாறும் எங்களுக்கு இந்த அறுசுவை ஆடம்பர விருந்தைப் பற்றிக் கேள்விப்பட்டதும் ஆசையை அடக்க முடியவில்லை. பாதி வெந்த கீரை, அல்லது அழுகிக் கொண்டிருக்கும் உருளைக்கிழங்கு, இவற்றைத் தவிர வேறு எதையும் சாப்பிடக் கிடைக்காத எங்களால் எப்படி இந்த விருந்து வைபவத்தைக்

கேட்டு சகித்திருக்க முடியும்? மீஃப் எங்களையும் அந்த விருந்துக்கு அழைத்துப் போயிருக்கக் கூடாதா? எங்களை அழைத்துப் போயிருந்தால் விருந்தினர்களுக்கு எந்த உணவுப் பொருட்களும் நாங்கள் விட்டு வைத்திருக்க மாட்டோம்.

உணவுக்காக இவ்வளவு தீராத ஆசையுடன் வாழும், வயிற்றில் தீ எரியும், நாங்கள் ஒரு கோடீஸ்வரரின் பேரப்பிள்ளைகள்! வேடிக்கையாக இல்லையா, அப்படித்தானே!

உன்னுடைய ஆன்

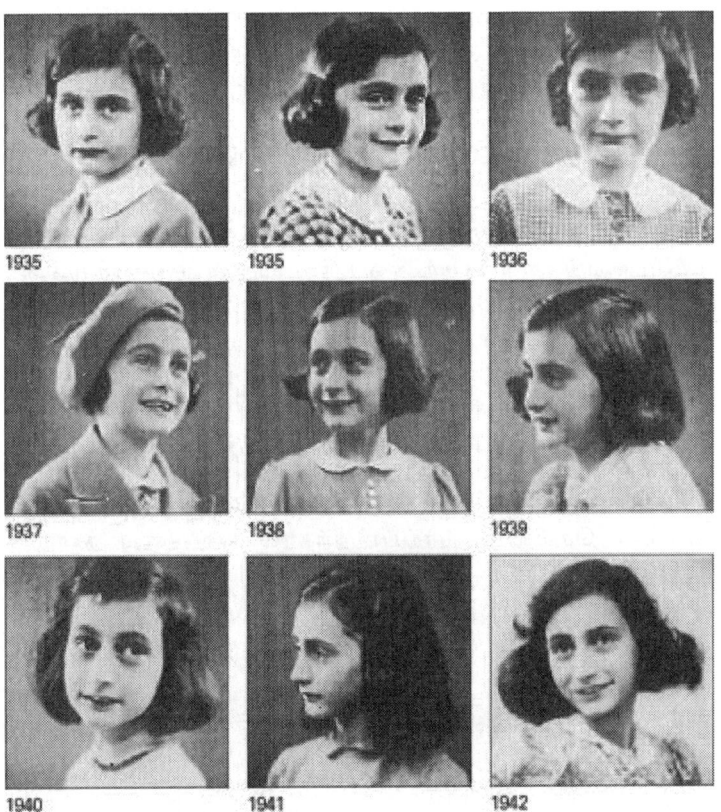

ஆனி ஆம்ஸ்டர்டாமில் 1935 முதல் 1942 வரை

மே 1944 — 9 செவ்வாய்

அன்புள்ள கிட்டீ,

'எல்லன் என்ற தேவதை' என்று ஒரு கதை எழுதியிருக்கிறேன். ஒரு சிறந்த நோட்டுப் புத்தகத்தில் அதை திருத்தி எழுதி வைத்திருக்கிறேன். அது மிகவும் ஈர்க்ககூடிய கதை. ஆனால் டாடிக்கு பிறந்த நாள் பரிசாகக் கொடுக்க அது தகுமா என்று தெரியவில்லை.

மிசஸ் புரோக்ஸ், இன்றிலிருந்து மதியம் இரண்டு மணி நேரம் அலுவலகத்தில் இருக்க முடிவெடுத்திருப்பதாக க்ரேலர் எங்களிடம் கூறினார். என்ன தொந்திரவு பாருங்கள்! யாரும் இனிமேல் எங்களைப் பார்க்க வர இயலாது. உருளைக்கிழங்கை கொண்டு வந்து தரவும் முடியாது. எல்லிக்கு மதிய உணவை உண்ணவோ எங்களுக்கு கழிப்பறைக்குச் செல்லவோ முடியாது.

மிசஸ் புரோக்ஸ்-யை அலுவலகத்திலிருந்து வெளியேற்ற நாங்கள் பல வேண்டுகோள்களையும் விடுத்திருக்கிறோம்.

கிட்டீ, இப்போது கால நிலைமை நன்றாகவே இருக்கிறது. வெளியே செல்லும் வாய்ப்பிருந்தால் எவ்வளவு நன்றாக இருந்திருக்கும்!

உன்னுடைய ஆன்

மே 1944   10 புதன்

அன்புள்ள கிட்டீ,

இன்று நான் மிகவும் பிசியாக இருக்கிறேன். நான் என்னென்ன செய்ய வேண்டியிருக்கிறது என்பதைச் சொல்லட்டுமா? நாளைக்குள் கலீலியோ கலீலியின் முதல் பகுதியை வாசித்து முடித்து அதை நூலகத்தில் திருப்பி ஒப்படைக்க வேண்டும்.

அடுத்த வாரம் பாலஸ்தீன 'அட் தி க்ராஸ் ரோட்ஸ்' என்ற நூலையும், கலீலியோவின் இரண்டாம் பகுதியையும் வாசிக்க வேண்டும். பின்னர் சார்லஸ் பேரரசின் வாழ்க்கை வரலாற்றையும் வாசிக்க வேண்டும். மூன்று பக்கங்கள் முழுக்க நான் எழுதிவைத்த அயல்மொழி வார்த்தைகளையும் கற்க வேண்டும். தொடர்ந்து திரைப்பட நட்சத்திரங்களின் படங்கள் கத்தரித்துப் பாதுகாத்த வற்றை ஒழுங்காக அடுக்கி வைக்க வேண்டும். அவ்வாறு அவசர வேலைகள் ஏராளமாக இருப்பதால் எதையும் இப்போது சுத்தப்படுத்த நேரமில்லை.

அடுத்ததாக, தெஸியூஸ், ஈடிப்பஸ், பெலியூஸ், ஓர்ஃபியூஸ், காசன், ஹெர்குலிஸ் போன்றவர்களின் கதைகளைப் படிக்க வேண்டும். 'ஏழாண்டுப்போர்' 'ஒன்பதாண்டுப் போர்' ஆகிய வற்றையும் படிக்க வேண்டும். ஆனால் எனக்கு நினைவாற்றல் மிகவும் குறைவு. இந்த நிலையில் எண்பது வயதாவதற்குள் என்னுடைய மறதி எப்படியிருக்குமோ?

தொடர்ந்து படிக்க வேண்டியது பைபிள்தான்.

கிட்டீ, உனக்குப் புரிகிறதா, நான் மூச்சுத்திணறுமளவுக்கு பிசியாக இருக்கிறேன்.

என்னுடைய மிகப்பெரிய ஆசை ஒரு பத்திரிகையாளராக வேண்டும் என்பதோடு பின்னர் புகழ்பெற்ற ஒரு எழுத்தாளராக வேண்டும் என்பதுதான் என்பது உனக்குத் தெரியுமல்லவா! இந்த ஆசைகளெல்லாம் கைகூடுமோ என்பதைக் கண்டுதான் சொல்ல முடியும். எதுவாயினும் 'தலைமறைவு முகாம்' என்ற தலைப்பில் ஒரு புத்தகத்தை போருக்குப் பிறகு எழுதிப் பிரசுரிக்க நான் விரும்புகிறேன். அந்த முயற்சியில் நான் வெற்றி பெறுவேனா என்பது தெரியாது. இருப்பினும் அந்த விஷயத்தில் என்னுடைய நாட்குறிப்பு எனக்கு உதவிகரமாக இருக்கும் என்று நான் நம்புகிறேன். அதைப்பற்றி மேலும் தெளிவான எண்ணங்கள் உருவானபிறகு நான் உனக்கு எழுதுகிறேன்.

உன்னுடைய ஆன்

மீப், மினிர் க்லீமேன், ஓட்டோ ஃபிராங்க், மினிர் குக்குளர் மற்றும் பெப் ஆம்ஸ்டர்டாமில் 1945

மே 1944   13 சனி

அன்புள்ள கிட்டி,

நேற்று டாடியின் பிறந்தநாள். மம்மிக்கும், டாடிக்கும் திருமணமாகி பத்தொன்பதாண்டுகளாகிறது. 1944-ல் மிக மிகத் தெளிவான சூரியஒளி மிக்க நாள்தான் நேற்று. எங்களுடைய செஸ்ட்நெட் மரம் முழுக்க பூத்துக் குலுங்குகிறது. இலைகளும் பூக்களுமாகக் காட்சியளிக்கும் அந்த மரம் கடந்த ஆண்டைவிட இப்போது அழகாக இருக்கிறது.

"லினோயூசின்" வாழ்க்கை வரலாற்றை டாடிக்கு பிறந்தநாள் பரிசாக அளித்தார். கிரேலர் இயற்கை தொடர்பான ஒரு புத்தகத்தை அளித்தார். டுசல் 'ஆம்ஸ்டர்டாம் பை த வாட்டர்' என்ற நூலைப் பரிசளித்தார். "மூன்று முட்டைகள், ஒரு குப்பி பீர், ஒரு குப்பி யோகர்ட், ஒரு பச்சை டை" ஆகியவற்றை உட்கொண்ட அழகாக அலங்கரிக்கப்பட்ட ஒரு பெட்டியை வான்டான் அன்பளித்தார். மீப்பும் எல்லியும் பூக்களை அளித்தனர். பார்வைக்கு அழகாக இருப்பினும் மணமற்ற அந்தப் பூக்களைவிட என்னுடைய மனம்கவர் கார்னேஷன் பூக்கள்தான் நன்றாக இருந்தன. கண்ணைக் கவரும் வடிவத்தில் தயாரிக்கப்பட்ட கேக்குகளும் பரிசளிக்கப்பட்டன. விமரிசையான பிறந்தநாள், இல்லையா? டாடியே ஆண்களுக்கு பீரும், பெண்களுக்கு யோகார்ட்டும் பரிமாறினார். கூடவே அனைவருக்கும் ஜிஞ்சர் ப்ரெட்டும் கிடைத்தது.

உன்னுடைய ஆன்

மே 1944   16 செவ்வாய்

அன்புள்ள கிட்டி,

வெறுமனே ஒரு வேடிக்கையாக வான்டான் தம்பதியரைப் பற்றி இந்தக் கடிதத்தை எழுதுகிறேன். நேற்று அவர்கள் தங்களுக்குள் பேசிக் கொண்டதைத்தான் உனக்குச்சொல்லப் போகிறேன்.

மிசஸ் வான்டான்: ஜெர்மானியர்கள் ஆங்கிலேயர்களைத் தடுத்து நிறுத்துவதற்காக தங்களால் இயன்றதையெல்லாம் செய்வார்கள் என்பது உறுதி. இந்த ஜெர்மானியர்கள் மிகவும் பலசாலிகளாவர்.

மிஸ்டர் வான்டான்: "கடைசியில் ஜெர்மானியர்கள்தான் போரில் வெற்றிபெறுவார்கள் போலத் தெரிகிறது."

மிசஸ் வான்டான்: "அதற்குத்தான் வாய்ப்பிருக்கிறது"

மிஸ்டர் வான்டான்: "இனி நான் பதில் எதுவும் பேச மாட்டேன்"

மிசஸ் வான்டான்: "ஆனால் நீங்கள் எப்போதும் பதிலளிக்கத்தான் வேண்டும்.

மிஸ்டர் வான்டான்: "இனி நீ வாயை மூடு." அவ்வாறு அந்தக் காட்சி முடிவுற்றது.

உன்னுடைய ஆன்

மே 1944 — 20 சனி

அன்புள்ள கிட்டீ,

நேற்று அந்திப் பொழுதில் நான் மாடியிலிருந்து இறங்கிவரும் போது கண்ட காட்சி வியக்கத்தக்கதாகும். பூ ஜாடி தரையில் சாய்ந்து காட்சியளித்தது. மம்மியும், மார்கொட்டும் தரையிலிருந்து அவற்றைப் பொறுக்கிக் கொண்டிருந்தார்கள். "என்ன ஆச்சு?" என்று நான் கேட்டேன். நான் குடும்ப வரலாற்றை எழுதி வைத்த தாள்களும், புத்தகங்களும் தண்ணீரில் தொப்பலாக நனைந்துவிட்டன. "பயங்கரமான இழப்பு! ஈடு செய்ய முடியாத இழப்பு!" என்று மார்கொட் நக்கலடித்துக் கொண்டிருந்தாள். டாடி வாய்விட்டுச் சிரித்தார்.

எதுவாயினும் நினைத்தபடி பெரிய இழப்பெல்லாம் ஏற்படவில்லை. நனைந்த தாள்களைப் பொறுக்கி ஒவ்வொன்றாக உலர வைத்து தேற்றிவிட்டேன்.

எத்தனை புத்தகங்கள் சேதமடைந்தன? நான் மார்கொட்டிடம் கேட்டேன். அல்ஜிப்ரா என்று மார்கொட் பதிலளித்தாள். ஆனால் அதிருஷ்டவசத்தால் அதற்கும் சேதமேற்படவில்லை. எனக்கு சற்றும் பிடிக்காத அந்தப் புத்தகம் சேதமடையட்டுமே என்று நான் எப்போதாவது நினைப்பதுண்டு. எனக்கு வெறிபிடித்தால் நான் அதைக் கிழித்தெரியவும் தயங்கமாட்டேன்.

உன்னுடைய ஆன்

மே 1944 — 22 திங்கள்

அன்புள்ள கிட்டீ,

நேற்று மிசஸ் வான்டானுடன் நான் ஒரு பந்தயம் கட்டினேன். அதனால் டாடிக்கு ஐந்து குப்பி யோகார்ட் இழப்பேற்பட்டது. இன்னும் ஆக்கிரமிப்பு தொடங்கவில்லை. இப்போது ஆம்ஸ்டர்டாம் முழுக்கவும், ஹாலந்து முழுக்கவும், ஸ்பெயின் வரை நீண்டு கிடக்கும் மேற்கு ஐரோப்பாவின் காரைப்பிராந்தியம் முழுக்கவும் ஆக்கிரமிப்பு தொடர்பான விவாதங்களும் சர்ச்சைகளும் எதிர் பார்ப்புகளும் மட்டும்தான் என்பதை எந்தவிதமான ஆச்சரியத்துக்கும் இடமின்றிக் கூற முடியும்.

பீதி அதன் உச்ச நிலையில் கொடிகட்டிப் பறக்கிறது. நல்லவர்களான டச்சுக்காரர்களுக்கு பிரிட்டிஷ்காரர்களிடம் இருந்த நம்பிக்கை அற்றுப் போய்விட்டது. பிரிட்டிஷ்காரர்கள் அவர்களுடைய நாட்டுக்காகவும் மக்களுக்காகவும்தான் போரில் கலந்து கொண்டிருக்கிறார்கள் என்பதை யாரும் புரிந்துகொள்வதில்லை. ஹாலந்தைப் பாதுகாப்பது அவர்களுடைய கடமைதான் என்று எல்லோரும் நினைத்துக் கொண்டிருக்கிறார்கள்.

பிரிட்டிஷ்காரர்களுக்கு எங்களுடன் என்ன கடப்பாடு இருக்கிறது? பிரிட்டீஷ்காரர்களிடமிருந்து இவ்வளவு சலுகையை ஏன் எதிர்பார்க்க வேண்டும்? ஜெர்மனி போருக்கு ஆயத்தமாகிக் கொண்டிருந்த பொழுதெல்லாம் பிரிட்டீஷ்காரர்கள் தூங்கிக் கொண்டிருந்தார்கள் என்று அவர்களைக் குறை சொல்லிப் பயனில்லை. ஏனென்றால் ஜெர்மனியுடன் ஒட்டிக்கிடக்கும் நாடுகள்கூட சந்தர்ப்பத்துக்கு ஏற்ப செயல்படவில்லை. அதனால்

இன்றைக்கு இங்கிலாந்தும் ஏனைய உலக நாடுகளும் தங்களுடைய அசிரத்தைக்கு கடுமையான விலை அளிக்க வேண்டியிருக்கிறது.

எந்த நாடும் எந்தவிதப் பயனும் இல்லாமல் தங்கள் குடி மக்களை பலி கொடுக்கத் தயாராக இருக்கமாட்டார்கள். குறிப்பாக இன்னொரு நாட்டின் நலனைப் பாதுகாப்பதற்காக! எனவே விடுதலையையும் சுதந்திரத்தையும் கையகப்படுத்தும் அந்த நாளை முடிவு செய்வது இங்கிலாந்தும் அமெரிக்காவும்தான். ஜெர்மனியின் ஆதிக்கத்திலுள்ள நாடுகளாக இருக்காது.

ஏராளமான ஆட்களுக்கு யூதர்களிடம் கொண்டிருக்கும் மனோபாவத்தில் மாற்றம் நிகழ்ந்திருக்கிறது என்பதை மிகவும் பீதியுடன் நாங்கள் செவிமடுத்தோம். யூத எதிர்ப்புணர்ச்சி முன்னெப்போதும் இல்லாத அளவுக்கு பல்வேறு இடங்களிலும் தலை தூக்கியிருக்கிறது. இது எங்களை மிகவும் நிலைகுலையச் செய்திருக்கிறது. யூதர்களின் மீதான இந்த எதிர்ப்புக்கான காரணத்தை எங்களால் புரிந்துகொள்ள முடியும். ஆனால் அங்கீகரிக்க முடியாது. ஜெர்மானியர்களுக்கு யூதர்களின் ரகசியங்களை உளவறிந்து தகவல் அளிப்பதோடு, அவர்களுக்கு உதவுபவர்களை காட்டிக் கொடுப்பதின் மூலமும் கிறித்துவர்களால் யூதர்கள் மிக கொடிய துன்பங்களுக்கும், தண்டனைகளுக்கும் உள்ளாகியிருக்கிறார்கள்.

இதுவெல்லாம் சரிதான் என்றபோதிலும் ஒவ்வொரு சங்கதிகளின் இரண்டு பக்கங்களையும் பார்க்க வேண்டும்.

எங்கள் ஊரில் கிறிஸ்துவர்கள் வேறு மாதிரி பழகியிருப்பார்களா? சொல்ல விரும்பாத விஷயங்களைக் கூட சொல்ல வைக்கும் தந்திர புத்தி ஜெர்மனியர்களிடம் இருக்கிறது. முற்றிலும் அவர்களுடைய கருணையில் வாழ்பவர்கள் யூதர்களாயினும் கிறிஸ்துவர்களாயினும் எப்படி வாய் திறக்காமல் இருக்க முடியும்? ஏன் எல்லோரும் யூதர்களிடமிருந்து அசாத்தியமான காரியங்களை எதிர்பார்க்கிறார்கள்?

ஹாலந்தில் குடியேறி வசித்தும், இப்போது போலந்தில் வாழ்ந்தும் வருகின்ற ஜெர்மனியர்களான யூதர்களை இங்கு திரும்பிவர அனுமதிக்க மாட்டார்கள் என்று கேள்விப்படு கிறோம். ஹாலந்து தங்களுடைய பாதுகாப்பிடம் என்ற உரிமை யுணர்வு முன்னர் அவர்களுக்கிருந்தது. ஆனால் ஹிட்லருக்குப் பிறகு அவர்கள் ஜெர்மனிக்கே திரும்பிச் செல்ல இயலும். இதையெல்லாம் கேள்விப்படும்போது நெடியதும் கொடூரமா னதுமான இந்தப் பெரும்போருடன் நாங்கள் ஏன் முன்னோக்கிச் செல்ல வேண்டும் என்று சிந்திப்பதுண்டு. சுதந்திரத்திற்காகவும் உண்மைக்காகவும் மனித உரிமைகளுக்காவும்தான் நாங்கள் போராடுவதாக கேள்விப்படுகிறோம். போராடிக் கொண்டி ருக்கும்போதே பிளவு மனப்பான்மையும் பரஸ்பரப் பகையும் தலைதூக்குவது யூதனின் உயிர் மலிவானது என்பதாலா? மீண்டும் மீண்டும் அந்தப் புராதனமான உண்மை நிலை நாட்டப்படுகிறது என்பது எவ்வளவு துயரமானது! ஒரு கிருஸ்துவனின் செயல் அவனுடைய தனிப்பட்ட பொறுப்பாகும். ஆனால் ஒரு யூதனின் செயல் முழு யூதர்களுடையவும் பொறுப்பாக மாற்றப்படுகிறது.

உண்மையைச் சொல்வதாக இருந்தால் எனக்கு சற்றும் புரியாத விஷயம், அவமானப்படுத்தப்பட்டும் ஒடுக்கப்பட்டும் துயரத்தில் வாழும் யூதர்களை, நல்லவர்களும் உண்மையானவர்களுமான டச்சுக்காரர்கள் ஏன் அல்லல்பட வைக்கிறார்கள் என்பதுதான்.

மிக விரைவில் யூதர்கள்மீதான இந்த வெறுப்பு மாய்ந்து போய், டச்சு மக்கள் அவர்களுடைய நகைச்சுவை உணர்வை மீட்டெடுப் பார்கள் என்று எதிர்பார்க்கிறேன். ஏனென்றால் யூத விரோதம் நியாயமற்றதாகும். ஒருவேளை இந்த பகை மிரட்டல் எதார்த்த மாகிவிட்டால் இங்கு எஞ்சியிருக்கும் யூதர்களின் ஒரு சிறிய குழுவும்கூட ஹாலந்திலிருந்து வெளியேற வேண்டியிருக்கும். ஒரு காலத்தில் எங்களுக்கு அன்பான வரவேற்பளித்த, இன்றைக்கு எங்களைப் பார்த்து முகம் திருப்புகின்ற அழகான இந்த நாட்டைத் துறந்து நாங்கள் வெளியேற நேரலாம்.

நான் ஹாலந்தை நேசிக்கிறேன். சொந்தத் தாயகம் என்று

நாட்டை அழைக்க முடியாத நான் ஹாலந்து என்னுடைய தாயக மாய்விடும் என்று எதிர்ப்பார்த்தேன். இப்போதும் நான் அவ்வாறு தான் நம்புகிறேன்!

உன்னுடைய ஆன்

மே 1944 25 வியாழன்

அன்புள்ள கிட்டீ,

ஒவ்வொரு நாளும் புதிதாக ஏதாவது நிகழ்கிறது. இன்று காலையில் எங்களுடைய காய்கறி வியாபாரி கைது செய்யப் பட்டார். தன்னுடைய வீட்டில் இரண்டு யூதர்களை குடியமர்த்தி னார் என்பதுதான் அவர் செய்த குற்றம்! இந்த நிகழ்வு எங்களுக்குப் பெரும் பேரிடியாகும். அந்த யூதர்களின் நிலைமை மட்டுமல்ல, காய்கறி வியாபாரியின் நிலைமையும் பரிதாபம்தான்.

உலகம் நிலைகுலைந்துவிட்டது. சமூகத்தின் கனவான்களான பலரும் சித்திரவதை முகாம்களுக்கும், தனிமைச் சிறைகளுக்கும் அனுப்பி வைக்கப்படுகின்றனர். எஞ்சியிருப்பவர்கள் எதற்கும் லாயக்கற்றவர்கள்- இளைஞர்களையும், முதியவர்களையும், ஏழைகளையும் ஆளுகின்றனர். கள்ளச் சந்தை நபராக இருந்து ஒருவர் கைது செய்யப்படலாம். யூதர்களுக்கும் தலைமறைவாக இருப்பவர்களுக்கும் உதவுபவராக இருந்தாலும் பொறியில் சிக்குவார். டச்சு தேசிய சோஷலிஸ்டு இயக்கத்தில் உறுப்பின ரல்லாத யாருக்கும் நாளை தனக்கு என்ன நடக்கும் என்பதைப் பற்றித் தெரிய வாய்ப்பில்லை.

காய்கறி வியாபாரி பிடிபட்டது எங்களுக்கு ஒரு பேரிழப் பாகும். காய்கறி கிடைப்பதில்லை. அதனால் உணவு விஷயத்தில் கண்டிப்பான நடைமுறைகளை ஏற்படுத்த வேண்டியிருக்கிறது. எங்கள் பங்குக்கு கிடைக்கும் உருளைக்கிழங்கை முழுதும் சாப்பிட அனுமதியில்லை. காலை உணவை முற்றிலும் தவிர்க்க வேண்டுமென்றும், ஓட்ஸ்மீலும் பிரெட்டும் மதிய உணவாகக்

குறைத்துக்கொள்ள வேண்டுமென்றும், இரவு உணவாக பொரித்த உருளைக்கிழங்கே போதுமானதென்றும் மம்மி கூறினார். வாரத்தில் ஒருமுறை காய்கறிகளோ கீரை வகைகளோ சாப்பிடலாமாம். நாங்கள் பசியின் கொடுமையை அனுபவிக்கப் போகிறோம். இருப்பினும் கெஸ்டப்போக்களிடம் பிடிபடுவதைவிட வேறு எதுவுமே தேவலைதான்!

உன்னுடைய ஆன்

ஆனி பிராங்க் குடும்பத்தினர் வாழ்ந்த பதுங்குவீடு

மே 1944 26 வெள்ளி

அன்புள்ள கிட்டீ,

ஜன்னல் இடைவெளியின் முன்னால் போடப்பட்டிருக்கும் இந்த மேசையின் அருகில் அமர்ந்து உனக்கு கடிதம் எழுதும் வாய்ப்பு இதோ எனக்குக் கிடைத்திருக்கிறது.

நான் மிகவும் துயரத்திலிருக்கிறேன். கடந்த சில மாதங் களுக்கிடையில் இதைப் போன்ற ஒரு மனநிலைமை எனக்கு ஏற்பட்டதில்லை. அன்றைய திருட்டுகூட என்னை இந்த அளவுக்கு தளர்த்தவில்லை. மொத்தத்தில் ஒரு நிலையற்ற தன்மையில் இருந்து கொண்டிருக்கிறேன். ஒரு பக்கம் கைது செய்யப்பட்ட காய்கறி வியாபாரியின் பரிதாப நிலை. யூதர்களின் பிரச்சனை, மிகவும் தீவிரமாக சர்ச்சை செய்யப்படும் வீட்டுச் சூழ்நிலை, நேச சக்திகளின் ஆக்கிரமிப்பு கால தாமதப்படுவதால் ஏற்படும் பீதி, பீட்டர் தொடர்பான ஏமாற்றம், மறுபக்கம் சில மகிழ்ச்சிகள், எல்லியின் திருமண நிச்சயதார்த்தம், விட்சன் விருந்து, மலர்கள், கிரேலரின் பிறந்தநாள், விசித்திரமான கேக்குகள், இசை விழாக்கள், சினிமா, நாட்டியங்கள், இவை தொடர்பான விளக்கங்கள், இத்தகைய ஒரு பெரிய மாறுதல் - இது எங்களுடைய வாழ்க்கையை பெரிதும் பிடித்து உலைத்துக் கொண்டிருக்கின்றன. ஒருநாள் வாழ்க்கையின் மகிழ்ச்சியான சூழல்களை உட்கொண்டு சிரிக்கும் எங்களை மறுநாள் பீதியும் ஏமாற்றமும் மனத் தாங்கலும் கீழ்ப்படுத்தி விடுகின்றன. உண்மை யில் மீப்பும் கிரேலரும்தான் தலைமறைவாக வாழும் இந்த எட்டு பேரின் பாரத்தை எல்லாம் சுமக்கிறார்கள். தன்னுடைய அனைத்துச் செயல்பாடுகளிலும் மீப் அதன் பொறுப்பை ஏற்கிறார்.

கிரேலர் தன்னுடைய கடமையை நினைத்து அதைச் செய்து முடிக்கிறார். பல நேரங்களில் இந்தக் கடமைகளில் உருவாகும் மன உளைச்சலும் இறுக்கமும் காரணமாக அவரால் பேசக்கூட முடிவதில்லை. க்லீமேனும் எல்லியும் நிச்சயம் எங்களுக்காக சிரமப்படுகின்றனர். ஆனால் அவர்களுக்கு சில நேரங்களில் அது சில மணிநேரங்களோ நாட்களோ கூட ஆனாலும்- எங்களை மறந்து அவர்களுடைய சொந்த விஷயங்களில் கவனம் செலுத்தலாம். அவர்களுக்கு அவர்க்கே உரிய சின்னச்சின்ன துயரங்களும் இருக்கின்றன. எல்லிக்கு அவருடைய திருமண நிச்சயதார்த்தம் தொடர்பான கஷ்டங்கள்; க்லீமேனுக்கு தன்னுடைய ஆரோக்கியப் பிரச்சனைகள். ஆனால் அதற்கு மத்தியிலும் சிறுபயணங்களும் நண்பர்களுடன் சந்திப்பும் சாமான்ய மனிதர்களுக்கு இருக்கும் அனைத்து சந்தோஷங்களும் அவர்களுக்கு இருக்கின்றன. அவர்களின் வாழ்க்கையில் துயரங்கள் மாய்ந்து மாய்ந்து மறையும் சில இடைவேளைகளாவது இருக்கின்றன. ஆனால் எங்களுக்கு ஒரு நிமிடம்கூட அவை இல்லாமலில்லை. நாங்கள் இங்கு வந்து இரண்டாண்டுகள் ஆகின்றன. இனி எத்தனை காலம் நாங்கள் இந்த சகிக்க முடியாத துன்பத்தில் உழல வேண்டும்?

இங்கு சாக்கடையில் அடைப்பு ஏற்பட்டிருக்கிறது. எனவே தண்ணீரை வெளியேற்ற முடியவில்லை. கழிப்பறைக்குச் செல்லும்போது நீண்ட பிரஷ்ஷைக் கூடக் கொண்டு போக வேண்டியிருக்கிறது. அழுக்குத் தண்ணீரை ஒரு குடத்தில் சேமித்திருக்கிறோம். இன்றைக்கு எப்படியாவது சமாளிக்கலாம். ஆனால் பிளம்பருக்கு தனியாக இந்தப் பணியைச் செய்ய முடியாவிட்டால் என்ன தீர்வு! நகரசபைத் துப்புரவுத் தொழிலாளிகள் இனி அடுத்த சனிக்கிழமை அன்றைக்குத்தான் வருவார்கள்.

இன்று இரவு நான் தனியாக கீழ்த்தளத்து கழிவறைக்குச்செல்ல வேண்டியதாயிற்று. மற்றவர்கள் அனைவரும் மாடியில் ரேடியோ கேட்டுக் கொண்டிருந்தார்கள். எனக்கும் துணிவு பிறக்க விருப்பம் தான். அது அவ்வளவு சுலபமாகத் தெரியவில்லை. மாடியில்

அனைவரும் ஒன்றாக இருக்கும்போது உணரும் பாதுகாப்பு இங்கில்லை. மாடியிலிருந்து கேட்கும் அடக்கமான பேச்சுக் குரல்கள், சாலையில் சீறிப்பாயும் வாகனங்களின் ஹாரன் ஒலிகள் காதில் விழுந்தன. சற்றும் தாமதியாமல் மாடிக்குச் செல்ல வேண்டும். என்னுடைய உடல் நடுங்க ஆரம்பித்தது.

மீண்டும் மீண்டும் நான் சிந்தனை வயப்பட்டேன். நாங்கள் தலைமறைவாக வாழ முயன்றிருக்காமலேயே இருந்திருக்கலாம். இதைவிட அதுவே மேல். ஒருவேளை நாங்கள் உயிரிழந்தால்கூட அதுவே நன்றாக இருந்திருக்கும். குறைந்தபட்சம் எங்களுக்கு உதவும் இந்த நல்ல மனிதர்களுக்காவது ஆபத்து நேராமலிருந்திருக்கும். ஆனால் இத்தகைய சிந்தனைகளிலிருந்து அடுத்த கணமே நாங்கள் பின்வாங்கவும் செய்கிறோம். காரணம், நாங்கள் இப்போதும் வாழ்க்கையை நேசிக்கிறோம். இப்போதும் இயற்கையின் இனிய சப்தங்களுக்காக நாங்கள் காது கொடுக்கிறோம். எல்லாவிதமான நிராசைகளுக்கும் அப்பால் எதிர்பார்ப்புகளுடன் காத்திருக்கிறோம். ஏதாவது ஒன்று உடனே நிகழக்கூடும் என்று நான் நம்புகிறேன். ஒருவேளை அது துப்பாக்கி வேட்டுகளாக இருக்கலாம். எதுவாயினும் எங்களுக்கு இதைவிட ஒரு நரக வாழ்க்கையை அளிக்க வேறு எதனாலும் இயலாது.- அது எவ்வளவு பரிதாபத்துக்குரியதாக இருப்பினும்- ஒன்று நாங்கள் மரணத்துக்குக் கீழ்ப்படிய வேண்டும்; அல்லது வெற்றியை நோக்கிப் பயணிக்க வேண்டும். என்னவாயினும், இந்த நிலையற்ற வாழ்க்கைக்கு ஒரு முடிவுதான் எங்களுக்குத் தேவை.

உன்னுடைய ஆன்

ஜூன் 1944 — 5 திங்கள்

அன்புள்ள கிட்டீ,

தலைமறைவு முகாமில் புதிய குழப்பங்கள், டுசலுக்கும் ஃப்ராங்க் குடும்பத்துக்கும் இடையில் ஏதோ அற்ப விஷயங்களுக்காக சண்டை, வெண்ணெயைப் பங்கு போடுவது தொடர்பானதாக நினைக்கிறேன். டுசல் தோல்வியடைகிறார். மிசஸ் வான்டானும், டுசலும் நெருங்கிப் பழகுகிறார்கள். காதல் வெளிப்பாடுகள், முத்தம், அடக்கமான சிரிப்புகள்- இவ்வாறு பலப்பல. ஐந்தாம்படை ரோமைக் கைப்பற்றிவிட்டது. நகரம் அழிக்கப் படவில்லை. காய்கறிகளும் உருளைக்கிழங்கும் மிகவும் பற்றாக் குறை. மோசமான காலநிலை. ஃபிரெஞ்சு கரையோரங்களிலும் 'பாஸ் டி கலே'யிலும் குண்டு வீச்சுக்கள் தொடர்கின்றன.

உன்னுடைய ஆன்

ஜூன் 1944

6 செவ்வாய்

அன்புள்ள கிட்டீ,

'இன்றுதான் தீர்ப்பு நாள்' பிரிட்டீஷ் ரேடியோவில் மிகத் தெளிவாக அவ்வாறுதான் அறிவிப்பு வெளியானது. 'இன்றுதான் அந்த நாள்' தாக்குதல் தொடங்கிவிட்டது.

காலை எட்டு மணிக்கு இந்த அறிவிப்பு வெளியாகியது. காலெ, பொலோன், லீ ஹாவ், செர்பர்க், பிறகு பாலெ டிகாலே (வழக்கம் போலவே) ஆகிய இடங்களில் கடுமையான குண்டு வீச்சு நடைபெற்றது. இதைத் தவிர கீழ்ப்படுத்தப்பட்ட பிரதேசங்களில் இருப்பவர்களுக்கு ஒரு முன்னெச்சரிக்கையாக கரைப் பிராந்தியங்களில் முப்பத்தைந்து கிலோ மீட்டருக்குள் வசிப்பவர்கள் குண்டுவீச்சை எதிர்ப்பார்க்க வேண்டும் என்றும் ஓர் அறிவிப்பிருந்தது. முடியுமானால் ஒரு மணி நேரத்துக்கு முன்னால் பிரிட்டீஷ் படைகள் விமானங்களிலிருந்து துண்டுப் பிரசுரங்களை வீசுவார்கள் என்றும் அறிவிப்பில் குறிப்பிடப்பட்டிருந்தது.

பிரிட்டீஷ் பாராசூட் படை ஃப்ரெஞ்சு கரையோரத்தில் இறங்கிவிட்டதாகவும் ஜெர்மன் கப்பற்படையுடன் பயங்கரமாகப் போரிட்டுக் கொண்டிருப்பதாகவும் ஜெர்மன் மொழிச் செய்தியின் வாயிலாக பி.பி.சி அறிவித்தது.

தலைமறைவு முகாமில் காலை ஒன்பது மணிக்கு உணவு மேசையின் முன் அமர்ந்து நாங்கள் அதைப்பற்றி விவாதித்தோம். இரண்டு ஆண்டுகளுக்கு முன் டீப்பில் நடைபெற்றதைப் போன்ற ஒரு சோதனைதான் இதுவுமா?

பி.பி.சி சரியாக பத்துமணிக்கே ஜெர்மன், டச்சு, ஃப்ரெஞ்சு

மொழிகளில் தாக்குதல் தொடங்கிவிட்டதாக அறிவித்தது. அதாவது யதார்த்தமான தாக்குதல்! பதினோரு மணிக்கு சுப்ரீம் கமாண்டர் ஜெனரல் டட் ஐசனோவரின் உரை பி.பி.சி.யில் ஒலிபரப்பாகியது.

பன்னிரெண்டு மணி ஆங்கிலச் செய்தி கீழ்வருமாறு: ‘இன்று தான் தீர்வு நாள்’ ஐசனோவர் ஃப்ரெஞ்சு மக்களிடம் கூறுகிறார். ‘இப்போது கடுமையான போர் நிகழும். ஆனால், அதற்குப் பிறகு வெற்றிதான் 1944 முழுமையான வெற்றி ஆண்டாகும். நல் வாழ்த்துக்கள்!”

ஒரு மணி ஆங்கிலச் செய்தி கீழ்வருமாறு: “11000 குண்டு வீச்சு விமானங்கள் ஓயாமல் பறந்து கொண்டிருக்கின்றன. படைவீரர் களை தரையிறக்கி ஆக்கிரமிப்பைத் தொடர்ந்து கொண்டிருக் கிறது. ஆங்கில, அமெரிக்கப் படையினர் கடுமையாகப் போரிட்டுக் கொண்டிருக்கிறார்கள். செர்பர்குக்கும் லெஹாவினுக் கும் மத்தியில் 4000 படகுகளும் சிறு வாகனங்களும் படைகளை இறக்கிய வண்ணம் இருக்கின்றன. இதைத் த்விர பெல்ஜியப் பிரதமர், நார்வே மன்னர் ஹாகன், ஃப்ரான்சின் டிகால், இங்கிலாந்து மன்னர், மற்றும் சாட்சாத் வின்ஸ்டன் சர்ச்சில் ஆகியோரின் சொற்பொழிவுகளும் ஒலிபரப்பப்படுகின்றன.

தலைமறைவு முகாமில் ஒரே குழப்பமாக இருக்கிறது! இத்தனை காலமாகக் காத்திருந்த சுதந்திரம் நம்பமுடியாததாகவும் வியக்கத்தக்கதாகவும் மர்மக்கதைபோல் ஆகிவிடுமா? அது நனவாகிவிடுமா? 1944-ல் செய்திகள் எங்களுக்குள் எதிர்பார்ப்பை உருவாக்கியது. அனைத்து பயங்களையும் வறுமையையும் நாங்கள் பொறுமையுடன் சகித்துக்கொள்ளத்தான் வேண்டும். பல்லைக் கடித்து உதட்டை மூடி அனைத்தையும் சகித்துக் கொள்கிறோம், காத்திருக்கிறோம். ஃபிரான்சும் இத்தாலியும் ஜெர்மனிகூட தங்களுடைய துயரங்களை உரக்கக் கதறி அழுது உலகத்திற்குத் தெரியப்படுத்துகிறது. ஆனால் எங்களுக்கு அதற்கான வேளை வரவில்லை, இப்போது கூட...

அன்புள்ள கிட்டீ, இந்தப் படையெடுப்பில் மிகவும்

மகிழ்ச்சிகரமான விஷயம் என்ன தெரியுமா? எங்களுக்கு உதவ நண்பர்கள் வருகிறார்கள் என்ற நினைப்புதான்! கொடியவர்களான ஜெர்மனியர்கள் எங்களை கத்தியைக் காட்டி இவ்வளவு நாட்களும் பயமுறுத்திக் கொண்டிருந்தனர். விடுதலையைப் பற்றியும் நண்பர்களைப் பற்றியும் நினைக்கும் போதெல்லாம் தன்னம்பிக்கை பிறக்கிறது. இது யூதர்களின் விஷயமில்லை. ஹாலந்துக்கும் ஜெர்மனிக்கு கீழிருக்கும் ஏனைய ஐரோப்பிய நாடுகளின் விஷய மாகும். ஒருவேளை செப்டம்பர், அல்லது அக்டோபர் முதல் எனக்கும் பள்ளிக்கூடம் செல்ல முடியுமென்று மார்கொட் கூறுகிறாள்.

உன்னுடைய ஆன்

ஜூன் 1944 9 வெள்ளி

அன்புள்ள கிட்டீ,

படையெடுப்பு தொடர்பான கம்பீரமான செய்திகள் வந்து கொண்டிருக்கின்றன. ஃபிரெஞ்சு கரையோரத்திலுள்ள பேயூக்ஸ் என்ற சிறிய கிராமத்தை நேசப்படைகள் கைப்பற்றி விட்டன. இப்போது கெய்னைக் கைப்பற்றுவதற்கான முயற்சியில் அவர்கள் இருக்கிறார்கள். செர்பர்க் உள்ளிட்ட உப தீவை தனிமைப் படுத்துவதுதான் அவர்களுடைய நோக்கம். ஒவ்வொரு மாலை வேளையிலும் போர்க்களத்திற்கான செய்தியாளர்கள் முன்னனிப் போர்க்களச் செய்திகளை அறிவித்துக் கொண்டிருக்கிறார்கள். படையினர் எதிர்கொள்ளும் இடர்ப்பாடுகள். அவர்களுடைய துணிவு, ஆவேசம் போன்றவை தொடர்பான செய்திகள்... முற்றிலும் நம்பமுடியாத கதைகளைத் தான் அவர்கள் பெரும் பாலும் சொல்கிறார்கள். இதற்குள் இங்கிலாந்துக்குத் திரும்பிய சில காயம்பட்ட படையினரும் மைக்ரோஃபோன் வாயிலாக நிலைமைகளைப் பற்றி விளக்கமளித்தனர். மோசமான கால நிலையாக இருப்பினும் விமானப்படையும் சதா போர் ஆயத்தத்தி லேயே இருக்கிறது.

தாக்குதல் நிகழ்ந்த நாள் படையினருடன் போர்க்களத்திற்கு வர வின்ஸ்டன் சர்ச்சில் விரும்பினாரென்றும், ஐசன்ஹோவரும் வேறு பல ஜெனரல்களும் சேர்ந்துதான் அவரை இதிலிருந்து பின்வாங்கச் செய்தனர் என்றும் பி.பி.சி செய்தியில் இருந்து தெரியவருகிறது. இந்த வயதிலும் அவருக்கு என்ன துணிச்சல்! குறைந்தபட்சம் சர்ச்சிலுக்கு இப்போது எழுபது வயதாவது இருக்கும்.

தலைமறைவு முகாமின் ஆவேசம் ஓரளவு அடங்கியிருக்கிறது. ஆண்டு இறுதிக்குள் போர் ஓய்ந்துவிடும் என்று நாங்கள் எதிர்பார்க்கிறோம். மிசஸ் வான்டானின் புகார் கூறுதல் சகித்துக்கொள்ள முடியவில்லை. இப்போது படையெடுப்பைப் பற்றிப் பேசி எங்களுக்குத் தொல்லையளிக்க முடியாததால் காலநிலைமைப் பற்றிக் கூறி அங்கலாயத்தக் கொள்கிறார். அவரை ஒரு வாளித் தண்ணீரில் மூழ்கடித்து மாடியில் எங்காவது கொண்டுபோய் வைத்தால் நன்றாக இருக்கும்.

வான்டானும் பீட்டரும் தவிர இங்கு எல்லோரும் மிகமிகத் திறன் படைத்த இசைஞனான ஃப்ரான்ஸ் லிஸ்தினுடைய வாழ்க்கை வரலாற்றை வாசித்தோம். அவர் மிகவும் மேதையான பியானோ இசைப்பவர் மட்டுமில்லை, மிக அதிகமான பெண்களின் காமுகராகவும் இருப்பவராவார்! மிகவும் சுவையான ஒரு சுயசரிதைதான், சந்தேகமில்லை!

உன்னுடைய ஆன்

ஆனி பிராங்க் குடும்பத்தினர் வாழ்ந்த பதுங்குவீடு

ஜூன் 1944 13 செவ்வாய்

அன்புள்ள கிட்டீ,

இன்னொரு பிறந்தநாளையும் தாண்டிவிட்டேன். இப்போது எனக்கு பதினைந்து வயது பூர்த்தியாகிவிட்டது. சற்று அதிகமாக பிறந்தநாள் பரிசுகளும் கிடைத்திருக்கின்றன.

ஸ்பெர்ங்கரின் 'ஹிஸ்டரி ஆப் ஆர்ட்' ஐந்து பகுதிகள், ஒரு செட் உள்ளாடைகள், ஒரு கர்ச்சீஃப், இரண்டு குப்பி யோகார்ட், ஒரு ஜாடி ஜாம், ஒரு வாசனை கேக், ஒரு தாவர இயல் நூல், -இவ்வாறு பல பொருட்களையும் மம்மியும், டாடியும் பரிசளித்தனர். மார்கொட் ஒரு 'பிரேஸ்லெட்'டை பரிசாகத் தந்தாள். வான்டான் தம்பதியர் ஒரு புத்தகத்தை கூட்டாக அளித்தனர். டுசல் ஒரு இனிப்புப் பண்டத்தை பரிசளித்தார். மீப்பும் எல்லியும் இனிப்புப் பண்டங்களுடன் எக்சர்சைஸ் புத்தகங்களையும் அளித்தனர். கிரேலர்தான்மிகவும் கவர்ச்சியான பரிசை அளித்தார். 'மரியா தெரேசா' என்ற புகழ்பெற்ற நூலும் மூன்று துண்டு பால் கட்டிகளையும் அவர் பிறந்தநாள் பரிசாக அளித்தார். அழகான பியோணி மலர்க்கொத்து ஒன்றை அளித்த பீட்டர் மேலும் சிறந்த ஒரு பொருளைப் பரிசளிக்க விரும்பியிருந்தாராம். ஆனால் அது நடைபெறவில்லை.

ஆக்கிரமிப்பு தொடர்வதாக கம்பீரமாக அறிவிப்பு வெளியாகிய போதும் அதைத் தவிர்த்தால் எஞ்சியவை எதுவும் சுகமானதாக இல்லை. முற்றிலும் மோசமான காலநிலை. தொடர்ந்து வீசும் கொடுங்காற்று இடைவிடாது பெய்யும் மழை கொந்தளிக்கும் கடல். நேற்று சர்ச்சில், ஸ்பட்ஸ், ஐசன் ஹோவர்,

ஆர்னால்டு ஆகியோர் கீழ்ப்படியவைத்ததும், விடுவிக்கப் பட்டதுமான ஃப்ரெஞ்சு கிராமங்களைப் பார்வையிட்டனர். சர்ச்சில் பயணித்த டார் பிடோ போட்கரைப் பிராந்தியத்தில் தாக்குதலை மேற்கொள்ளவும் செய்தது. ஆச்சரியமாக இருக்கிறது! அவருக்கு வேறு பலபேரைப் போல் பயம் என்றால் என்ன வென்றே தெரியாது! எனக்கும் பொறாமையாக இருக்கிறது.

வெளியே இருப்பவர்கள் இந்த நிகழ்ச்சிப் போக்குகளைப் பற்றி என்ன கூறுகிறார்கள் என்பது எங்களுக்குத் தெரியாது. சோம்பல் படைத்த (!) பிரிட்டீஷ்காரர்கள் எதையாவது செய்ய முயற்சிக்கிறார்கள் என்பதில் எல்லோரும் மகிழ வேண்டும். பிரிட்டீஷ்காரர்களை ஏளனமாகப் பார்க்கும் இங்கிலாந்தின் வயோதிகர்களின் அரசைப் பரிகசிக்கும் அதேபொழுது ஜெர்மானி யர்களை வெறுக்கவும் செய்கிற யாராவது டச்சுக்காரர்கள் இருப் பார்களானால் அவர்களுக்கு இது ஒரு அதிரடியாகும். இதோடு அவர்களுக்கு அறிவு பிறக்கும் என்று எண்ணலாம்.

என்னுடைய மனம் முழுக்க ஏராளமான எதிர்பார்ப்புகளும் எண்ணங்களும் குற்றச்சாட்டுகளும் நிரம்பியிருக்கிருக்கின்றன. வேறு பலரும் நினைப்பதைப்போல் நான் அந்த அளவுக்கு கெட்டெண்ணம் படைத்தவளில்லை. என்னுடைய போதாமை களும் வரையறைகளும் வேறு யாரையும்விட எனக்குத் தான் தெரியும். அதேபொழுது இந்தக் குறைபாடுகளுக்குத் தீர்வுகாண நான் முடிந்த அளவு முயற்சிக்கிறேன் என்பதையும் இதற்குள் ளாகவே சற்று அதிகமாகவே தீர்வு கண்டிருக்கிறேன் என்பதும் எனக்குத் தெரியும்.

பலமுறை நான் என்னிடமே கேட்டிருக்கிறேன். ஏன் எனக்கு எல்லாமே தெரியுமென்றும் நான் ஒரு முற்போக்காளி என்றும் பலபேர் நினைக்கிறார்கள்? உண்மையில் எனக்கு எல்லாம் தெரியுமா? மற்றவர்களுக்கு எதுவுமே தெரியாமலும் இருக்குமா? ஆனால் அது சரியாகாது! எடுத்துக்காட்டாக என்னை எப்போதும் குற்றம் சாட்டுபவர்களில் முக்கியப் பங்காற்றும் மிசஸ் வான்டான் ஓர் புத்திகெட்ட பெண்மணியாவார் என்பது எல்லோருக்கும்

தெரியும். நான் அதை வெளிப்படையாகச் சொல்கிறேன். அவ்வளவுதான். புத்திகுறைந்தவர்களுக்கு புத்திசாலிகள் ஒவ்வொரு காரியத்தையும் சிறப்பாகச் செய்வது சகிக்க முடியாதல்லவா?

எனக்கு புத்தியில்லையென்று மிசஸ் வான்டான் கூறக்காரணம் எனக்கு அவரைப்போல புத்திகுறைவில்லை என்பதால்தான். நான் ஒரு முற்போக்காளி என்று அவர் 'புகார்' கூறக் காரணம் அவர் என்னைவிட முற்போக்காளி என்பதால்தான்! என்னுடைய ஆடைகள் குட்டையாக இருப்பதாக இவர் கேலி செய்வது அவருடைய உடைகள் என்னுடையதைவிட குட்டையாக இருப்பதால்தான். தனக்கு தெரியாத விஷயங்களில் மூக்கை நுழைக்கும் அவருடைய செயல்தான் தனக்கு எல்லாமே தெரியும் என்று அவர் கூறுவதின் ரகசியமாகும். பின்னர் இன்னொன்று என்னவென்றால் தீ இல்லாமல் புகையாது என்று நம்புவள் நான். ஏராளமான விஷயங்கள் எனக்குத் தெரியும் என்பது உண்மைதான்.

மிக அதிகமாக என்னை விமர்ச்சிப்பதும் வசைபாடுவதும் நானேதான். அதற்கிடையில் மம்மியும் என்னை விமர்சிக்கத் தொடங்கி விட்டால் விமர்சனத்தின் பாரத்தை என்னால் சுமக்க முடியாது. அதனால்தான் எதிர்க்கவும் வாதாடவும் முயற்சிக்கிறேன். இறுதியில் என்னுடைய அந்த பழைய புகார் -யாரும் என்னைப் புரிந்துகொள்வதில்லை-மீண்டும் என்னை பணிய வைக்கிறது. இது என்னுடைய மனதில் பதிந்துபோய்விட்டது. சிறுபிள்ளைத்தனமானதாக இருப்பினும் சற்று பொருளில்லாமலும் இல்லை. தேவைக்கதிகமாகவே அறிவுரைகளை நான் எனக்கே சொல்லிக் கொள்வதால், பிறருடைய அறிவுரையுடன் நேசப்பாங்கான ஒரு நிம்மதிதரும் வார்த்தைகளைக்கூட நான் எதிர்ப்பார்க்கிறேன். ஆனால் இதுவரை ஒருவர்கூட அப்படி நடந்துகொள்ளவில்லை.

அப்படி என்றால் பீட்டர் எப்படி என்று நீ சிந்திக்கக்கூடும். உண்மையில் பீட்டருடன் நான் கொண்டிருப்பது காதல் அல்ல; நேசம்தான்! அது நாள்தோறும் வளர்ந்துகொண்டிருக்கிறது.

ஆனால் எதுவோ ஒன்று எங்கள் இருவரையும் பின்னுக்கு இழுக்கிறது. அது என்ன? பீட்டரிடம் எனக்கிருக்கும் தீவிரமான பற்று வியக்கத்தக்கதாக இருப்பதாக சில நேரங்களில் நான் எண்ணுவதுண்டு. ஆனால் அது அப்படியில்லை. இரண்டு நாட்கள் நான் அவரைப் பார்க்க முயற்சிக்காவிட்டால் எனக்கு பதட்டமாகிவிடும். பீட்டர் நல்லவன்தான். அன்புடைய வனும்கூட! ஆனால் என்னை ஏமாற்றத்துக்குள்ளாக்கும் பலதும் அவனிடம் இருக்கிறது. குறிப்பாக அவன் மதத்தை வெறுப்பதும் உணவு குறித்துப் பேசுவதையும் நான் கிஞ்சித்தும் விரும்ப வில்லை. இருப்பினும் நான் திடமாக நம்புகிறேன் நாங்கள் ஒரு மனமொப்பிய கருத்துக்கு வந்த பிறகு இனி நாங்கள் சண்டை போட மாட்டோம் என்று! பீட்டர் அமைதியை விரும்புவதோடு பொறுமைசாலியும் விட்டுக் கொடுப்பவனும் ஆவான். அவனு டைய தாயார் சொல்லும்போது அவன் மறுக்கக்கூடிய எவ்வளவோ விஷயங்களை நான் கூறும்போது பீட்டர் அமைதி யாகக் கேட்டுக் கொண்டிருப்பான். எல்லாமே ஒழுங்காகவும் முறைப்படியும் இருக்கவேண்டும் என்பதில் சிரத்தை செலுத்து வான். ஆனால், ஏன் அவன் தன்னுடைய மனதை பிறரிடம், என்னிடம்கூடத் திறந்து காட்ட மறுக்கிறான். பிறவியிலேயே அவன் ஒரு உள்ளார்ந்த மனிதன் ஆவான். இருப்பினும் வாசித்துத் தெரிந்து கொண்டதிலிருந்தும் என்னுடைய அனுபவத்திலிருந்தும் மனதிலிருப்பதை முழுக்க திறந்துகாட்ட ஒருவர் கிடைக்கவேண்டு மென்றுதான் விரும்புவர்.

பீட்டரும் நானும் எங்களுடைய சிந்தனை வயப்பட்ட ஆண்டு களை தலைமறைவு முகாமில்தான் கழித்தோம்.

நாங்கள் கடந்தகால -நிகழ்கால -எதிர்காலங்களைப்பற்றி விவாதிப்பதுண்டு ஒன்றைத் தவிர; அது எங்கிருக்கிறது என்பது தெரிந்தாலும் கூட!

வெகுகாலமாக வெளியே செல்ல முடியாததால்தான் இயற்கை யுடன் தொடர்புடைய அனைத்தும் என்னை இப்போது வெகுவாக ஈர்க்கிறது. ஒரு காலத்தில் நீலவானமோ, ஒரு கிளியின் பாட்டோ,

பூக்களோ, நிலவோ எதுவும் எனக்குப் பிடிக்காது. ஆனால் இங்கு வந்தபிறகு அனைத்துமே மாறிவிட்டது. உதாரணத்துக்கு 'விட்சணில்' கூடும் வெப்பமான ஒரு இரவில் பதினோரு மணிக்கு நான் விழித்துக் கொண்டு படுத்திருந்தேன். உதித்தெழும் நிலவைப் பார்க்க. ஆனால் அந்தக் காத்திருப்பு வீணாகிவிட்டது. தெளிந்த பூ நிலா. சன்னலைத் திறக்க எனக்கு தைரியம் வர வில்லை. சிறிது மாதங்களுக்குமுன் நான் மேல் தளத்தில் சன்னலைச் சாத்தும்வரை அங்கேயே நின்றேன். மழை பெய்யும் அந்தியும், காற்றும், மேகங்களுமெல்லாம் என் மனதை மகிழ்ப்படுத்தின. ஒரு ஆண்டுக்காலத்தில் முதன்முதலாகத்தான் நான் இரவை நேருக்கு நேர் சந்திக்கிறேன். அதன் பிறகு மீண்டும் அதைப் பார்ப்பதற்கான ஆவல் வலுப்பெற்றது. அது திருடர்கள், எலிகள், ரகசியப் போலீஸ் போன்றவைகளைப் பார்ப்பதை பற்றிய பயத்தைவிட கூடுதலாக இருந்தது. படிக்கட்டுகளில் இறங்கி கீழ்த்தளத்திற்கு வந்து அடுக்களை, ரகசிய அலுவலகம் ஆகியவற்றின் சன்னல்களின் வாயிலாக நான் வெளியே பார்த்துக் கொண்டிருந்தேன். ஏராளமானவர்கள் இயற்கையை நேசிப்பர் களாவர். பலபேர் வீட்டுக்கு வெளியில் சில நேரங்களிலாவது உறங்குபவர்கள் ஆவர். சிறைகளிலும் இயற்கையழகை ரசிப்பதற் கான வாய்ப்புக்கு காத்திருப்பவர்களாவர். ஆனால், பணக்காரர் களும், ஏழைகளும் ஒரே மாதிரியாக அனுபவிக்க முடிகின்ற இயற்கையின் பேரழகிலிருந்து இதைப்போலத் தனிமைப் பட்டவர்களும் விலக்கப்பட்டவர்களும் நாங்களாக மட்டும்தான் இருக்க முடியும்.

சூரியச்சந்திரர்களையும் நட்சத்திரங்களையும் மேகங்களையும் பார்த்தால் என் மனம் மிகவும் அமைதியாகிறது. கிட்டீ, நான் வெறுமனே கற்பனையாகப் பேசுவதாக நீ நினைக்கக் கூடாது. வலேரியன், பிரோமின், போன்ற எந்த மருந்துகளையும்விட பல னளிக்கக்கூடியது அது. இயற்கை அன்னை எனக்கு துணிவும், எத்தகைய இடுக்கண்களையும் எதிர்கொள்ளும் ஆற்றலும் அளித்திருக்கிறாள்.

தூசிபடிந்த சன்னல்களின் அழுக்கேறிய கர்ட்டன்களின் வழியே வெளியே பார்க்கக் கூடிய துணிவு மட்டும்தான் எனக்குத் தேவை என்று எண்ணுகிறேன். இப்படிப் பார்ப்பதில் பெரிய சுகம் எதுவுமில்லை. ஏனென்றால் கலப்படம் அற்ற அழகுதான் இயற்கை.

உன்னுடைய ஆன்

ஆனி பிராங்க் குடும்பத்தினர் வாழ்ந்த பதுங்குவீடு

ஜூன் 1944 16 வெள்ளி

அன்புள்ள கிட்டீ,

புதிய பிரச்சனைகள் தலை தூக்குகின்றன. மிசஸ் வான்டான் மொத்தத்தில் விரக்தியுடன் காணப்படுகிறார். தன்னுடைய தலையில் குண்டடிபடுவதைப் பற்றியும் மரண தண்டனையைப் பற்றியும்தான் இப்போதைக்கு அவருடைய பேச்சாக இருக்கிறது. அவர் மீதிருப்பதைவிட பீட்டர்மீதுதான் எனக்கு நம்பிக்கை அதிகம் என்பதால் அவருக்கு பொறாமை. அவருடைய காதல் சேஷ்டைகளை டுசல் பொருட்படுத்தாததால் ஏற்படும் ஏமாற்றம் வேறு... ரோமத்தாலான சட்டையை விற்றுக் கிடைத்த பணத்தை முழுக்க மிஸ்டர் வான்டான் புகைபிடித்து அழித்துவிடுவார் என்ற அச்சமும் இருக்கிறது. சண்டை போடுவது, வசைபாடுவது, அழுவது, சிரிப்பது, மீண்டும் சண்டை போடுவது... இத்தகைய தொல்லையளிக்கும் முட்டாள் பெண்மணியை என்ன செய்வது? யாரும் அவரை மதிக்கவில்லை. அனைவரிடமும் அவர் புகார் கூறுகிறார். எத்தகைய நற்குணமும் இல்லாதவர். பீட்டர் பொருட்படுத்தாமலிருப்பதற்கும், மிஸ்டர் வான்டான் சங்கடப்படுவதற்கும், மம்மி அவரை வெறுப்பதற்கும் அவருடைய பழகு முறைதான் காரணம். முற்றிலும் பரிதாபகரமான நிலைமை! ஒரு விதிமுறையை ஏற்கத்தான் வேண்டும். எதைக் கேட்டாலும் சிரிப்பது; பிறரைச் சிந்திக்க விடாமல் தடுப்பது! சுயநலம் என்றுதான் நினைக்கத் தோன்றும். ஆனால் அமைதி தேவையென்றால் இதைத்தவிர வேறு வழியில்லை.

கிரேலருக்கு மீண்டும் ஒரு ‘சமன்ஸ்’ கிடைத்திருக்கிறது. கட்டாய ராணுவ சேவைக்கு அழைக்கப்பட்டிருக்கிறார். ஒரு

மருத்துவச் சான்றிதழைக் காண்பித்து தப்பிக்க நினைக்கிறார். க்லீமேனுக்கு வயிற்றில் ஒரு அறுவைச் சிகிச்சை தேவைப் படலாம். இன்று இரவு பதினோரு மணிக்கு அனைத்து ரகசியத் தொலைபேசிகளும் இயங்கவில்லை..

வேறு விசேஷமாக எதுவுமில்லை. பிரிட்டீஷ்காரர்கள் செர்பர்கில் கடுமையான ஆக்கிரமிப்பைத் தொடங்கிவிட்டனர். அக்டோபர் பத்தாம் நாட்களுக்குள் நாங்கள் விடுதலையாகி விடுவோம் என்று பிம்மும் வான்டானும் கூறுகின்றனர். படை யெடுப்பில் ரஷ்யர்களும் சேர்ந்திருக்கிறார்கள். நேற்று அவர்கள் விட்ஸ்கின் அருகாமையில் ஒரு தாக்குதலைத் தொடுத்திருக் கிறார்கள். ஜெர்மனியர்கள் ஆக்கிரமிப்பைத் தொடங்கி மூன்றாண்டுகள் முற்றுப் பெற இன்னும் ஒரு நாள்தான் எஞ்சியி ருக்கிறது. எங்களுடைய உருளைக்கிழங்கு சேமிப்பு முடிந்து விட்டது. மிச்சமிருப்பதைக் குறிப்பாக எண்ணிக் கணக்கிட வேண்டும். ஒவ்வொருவருக்கும் எத்தனை கிடைக்குமென்று தெரிய வேண்டுமல்லவா?

உன்னுடைய ஆன்

ஜூன் 1944 — 27 செவ்வாய்

அன்புள்ள கிட்டீ,

இங்கு சூழல் முற்றிலும் மாறிவிட்டது. எல்லாமே சிறப்பாக நடைபெற்றுக் கொண்டிருக்கிறது. செர்பர்க், விட்பஸ்க், ஸ்லோபின் ஆகிய நகரங்கள் அனைத்தும் கீழ்படுத்தப்பட்டு விட்டன. ஏராளமான கைதிகளும், எண்ணற்ற கொள்ளைப் பொருட்களும் மீட்கப்பட்டன. பிரிட்டீஷ் ஆக்ரமிப்பு தொடங்கி மூன்று வாரங்களுக்குள்ளேயே அவர்கள் ஒரு துறைமுகத்தைக் கைப்பற்றியிருப்பதால் இனி எல்லா காரியங்களும் அவர்களுக்கு எளிதாகிவிடும். இது பெரிய சாதனைதான். ஆக்கிரமிப்பு தொடங்கிய நாளிலிருந்தே போர் வீராவேசமாக முன்னேறிக் கொண்டிருக்கிறது. ஆனால் அமெரிக்காவையும் பிரிட்டனையும் சற்று துரதிருஷ்டம் பீடித்திருப்பதாகத் தோன்றுகிறது. தங்களுடைய முழு பலத்தையும் பிரயோகிக்க அவர்களால் இயலவில்லை. உண்மையான ஆயுதத்தை இனிமேல்தான் பயன்படுத்த வேண்டும். ஜெர்மன் பத்திரிகைகளில் முழுக்க அது தொடர்பான செய்திகள்தான்! ஆயுதப்படையில் இல்லாத ஜெர்மனியார்களின் எல்லாப் பெண்களும் கிரோணிங்கன், ஃப்ரீஸ்லாந்து, கெர்டர்லாந்த் ஆகிய மாநிலங்களுக்கு அவர்களுடைய குழந்தை குட்டிகளுடன் அனுப்பப்பட்டுவிட்டனர். ஆக்கிரமிப்பு இங்கு வரை வந்து விட்டால் நானும் ராணுவத்தில் சேர்ந்து விடுவேன் என்றுதான் ★ டச்சு சோஷலிஸ்ட்டுக் கட்சித்தலைவர் முசோர்ட் கூறியிருக்கிறார். அவருடைய கூற்று உண்மையாக இருக்குமோ? அப்படியானால் ரஷ்யாவில் இருந்தபோது இதற்கு முன்பே அவர் அதைச் செய்திருக்கலாமே? முன்பு ஒருமுறை சமாதான

வாக்குறுதியை ஃபின்லாந்து நிராகரித்திருக்கிறது என்பதை நினைத்து வருந்தவேண்டியிருக்கும். ஜூலை 27ம் நாள் ஆவதற்குள் எங்களுடைய நிலைமை என்னவாகும் என்பதை நினைக்க முடியுமா கிட்டீ?

உன்னுடைய ஆன்

ஜூன் 1944   30 வெள்ளி

அன்புள்ள கிட்டீ.

மோசமான காலநிலை. ஜூன் 30 வரை அது மோசமாகவே தொடர்ந்தது. இந்த வாசகத்தை நான் ஆங்கிலத்தில் எழுதயிருப்பதில் தவறில்லையே? இப்போது ஆங்கிலம் எனக்கு ஏறத்தாழ வசமாகியிருக்கிறது. என்னால் இயலும் என்பதை நிரூபிக்கத்தான் ஒரு அகராதியின் உதவியால் 'ஓர் முன்னுதாரணக் கணவர்' என்ற ஆங்கிலப் புத்தகத்தை படித்துக் கொண்டிருக்கிறேன். போர் கம்பீரமாக முன்னேறிக் கொண்டிருக்கிறது. போப்ருக்ஸ், மொகிலாஃப், ஓழ்ஸ் இவையனைத்தும் சரணாகதியடைந்து விட்டன. ஏராளமானோர் போர்க் கைதிகளாகப் பிடிபட்டிருக்கிறார்கள்.

எல்லா காரியங்களும் பொதுவாக நன்றாகவே நடைபெற்றுக் கொண்டிருக்கின்றன. மக்களின் மனோபாவமும் சிறந்திருக்கிறது. அவர்களில் உறுதியாக நன்னம்பிக்கை மிக்கவர்கள் வெற்றிக் களிப்பில் மிதக்கிறார்கள்.

எல்லி அவளுடைய முடிவெடுக்கும் பாணியில் சில மாறுதல்களை நிகழ்த்தியிருக்கிறாள். மீப் இப்போது ஓய்வாக இருக்கிறாள். இந்த வாரம் மிகவும் புதிய செய்திகள் இவையனைத்தும்தான்.

உன்னுடைய ஆன்

ஜூலை 1944   6 வியாழன்

அன்புள்ள கிட்டீ,

'எதிர்காலத்தில் நான் ஒரு குற்றவாளியாகவோ அல்லது சூதாடியாகவோ மாறுவேன் என்று பீட்டர் சொல்வதைக் கேட்கும் போது எனக்கு பயமாக இருக்கிறது. ஒரு நகைச்சுவையாக அவன் அதைக் கூறியபோதிலும் அவனுடைய பலவீன மனதின் பயம் தான் அதிலிருந்து வெளிப்படுகிறது. "உன்னைப்போல் மனோதிடமும் துணிச்சலும் இருந்தால் நானும் என்னுடைய முடிவுகளில் உறுதியாக இருப்பேன்" என்று மார்கொட்டும் பீட்டரும் அடிக்கடிக் கூறுவதுண்டு.

வேறு யாராலும் என்மீது ஆளுமை செலுத்த முடியாது என்பது ஒரு நல்ல விஷயமா என்று எனக்கு சந்தேகமாக இருக்கிறது. சொந்த மனசாட்சியின் விருப்பத்திற்கு ஏற்பமட்டும் வாழ்வது முறைதானா? எனக்குத் தெரியாது.

"நான் மிகவும் பலவீனமானவன்" என்று ஒருவரால் எப்படிச் சொல்ல முடிகிறது? உண்மையிலேயே இது எனக்கு ஆச்சரியமாகத் தானிருக்கிறது. தான் பலவீனமானவன் என்று தெரிந்த பிறகும் அவன் ஏன் அந்த பலவீனத்தை வெற்றிகொள்ள முயற்சிக்கவில்லை. அதற்கு ஒரே விடைதான். "முயற்சிக்காமல் இருப்பது தான் இலகுவானது." இந்த விடை என்னை ஏமாற்றுகிறது. சோம்பலான ஆத்மவஞ்சனையான வாழ்க்கைதான் சுலபமானது என்பதுதானே இதன் பொருள். ஓ, ஒருக்காலும் அது யதார்த்தமானதாக இருக்க முடியாது.

பீட்டருக்கு என்ன பதிலளிக்கலாம் என்று நான் வெகுநேரம் சிந்தனையில் ஆழ்ந்தேன். தன்னம்பிக்கையையும் மனோதிடத்தையும் வளர்த்தெடுக்க அவனுக்கு உதவ விரும்புகிறேன்.

முன்பு, யாராவது ஒருவரின் முழுமையான நம்பிக்கைக்குப் பாத்திரமாவது பெரிய விஷயம் என்று நினைத்திருந்தேன். இப்போது அதைப் பெற்றுவிட்ட நிலையில் என் மீது நம்பிக்கை வைத்திருப்பவருக்கு எப்படி வழிகாட்டி உதவலாம் என்பதுதான் பிரச்சனை. குறிப்பாக சுலபம், பணம் போன்ற வார்த்தைகள் எனக்குப் பரிச்சயமற்றதாகும். பீட்டர் இப்பொழுது எந்த விஷயத்திற்கும் என்னைச் சார்ந்திருக்கத் தொடங்கியிருக்கிறார். ஒருக்காலும் அதை அனுமதிக்கக் கூடாது. பீட்டரைப் போன்ற ஒருவரால் சொந்தக் காலில் நிற்பது சிரமமாக இருக்கலாம். ஆனால் உணர்வுபூர்வமாக சொந்தக்காலில் நின்றவாறு பிரச்சனைகளின் மாக்கடலில் பயணித்து குறிக்கோளை எட்டிப் பிடிப்பது அதைவிடச் சிரமமானதாகும். சுலபம் என்ற வார்த்தைக்கு எதிர் வார்த்தைதான் தேவை என்று நினைக்கிறேன்.

பீட்டர் சுளுவானதும் கவர்ச்சியானதும் என்று நினைப்பதெல்லாம் அவனை ஆழமான நீர்ச் சுழிகளுக்குள் இழுத்து ஆழ்த்தி விடும். சந்தோஷமோ, அழகோ, நண்பர்களோ, இல்லாத ஒரு நிலைமையாக அதிருக்கும். அங்கிருந்து தப்பிப்பது அசாத்தியம் என்று அவனுக்கு எப்படிப் புரிய வைப்பது?

எதனாலென்றோ? எதற்காகவென்றோ? தெரியாமல்தான் நாம் வாழ்ந்து கொண்டிருக்கிறோம். நம்முடைய லட்சியம் மகிழ்ச்சியாக இருப்பதுதான். நம்முடைய வாழ்க்கைகள் ஒரே பொழுது வித்தியாசமாகவும் சமமாகவும் இருக்கிறது. உதாரணத்திற்கு நாங்கள் மூன்று பேரும் நல்ல குடும்பங்களில் பிறந்து வளர்ந்தவர்களாவர். படிக்கவும், வாழ்க்கையில் எதையாவது சாதிக்கவும், மகிழ்ச்சியை அனுபவிப்பதற்கான வாய்ப்பும் எங்களுக்கிருக்கிறது. ஆனால் இதையெல்லாம் நாங்களே சாதிக்க வேண்டியிருக்கிறது. அது அவ்வளவு எளிதானதில்லை. மகிழ்ச்சி கிடைக்க

வேண்டுமென்றால் பணியாற்ற வேண்டும். பிறருக்கு நன்மை புரியவும் சோம்பலைத் தவிர்க்கவும் வேண்டும். சோம்பல் கவர்ச்சியாகத் தோன்றக் கூடுமாயினும் உழைப்பால் மட்டுமே உண்மையான மன நிறைவைப் பெறமுடியும்.

வேலை செய்ய விருப்பமில்லாதவர்களை என்னால் புரிந்து கொள்ள முடியவில்லை. ஆனால் பீட்டர் விஷயம் அப்படியில்லை. குறிப்பிட்ட ஒரு குறிக்கோள் அவருக்கு இல்லை. அதுமட்டுமின்றி ஏதாவது குறிக்கோளை எட்டுவதற்கு தனக்கு அருகதையில்லையென்றும் திறமையில்லையென்றும் அவர் நம்பவும் செய்கிறார். பிறருக்கு மகிழ்ச்சியூட்டுவது என்பது எவ்வளவு பெரிய விஷயம் என்பதை நான் எப்படித்தான் அவனுக்கு கற்றுக் கொடுப்பது? அவனுக்கு மத நம்பிக்கை இல்லை. யேசுகிருஸ்துவை பரிகசிக்கிறான். கடவுள் மீது ஆணை யாகச் சொல்கிறேன், நான் ஒன்றும் பழைய நம்பிக்கைகளைக் கொண்டிருப்பவள் அல்ல! ஆனால் நம்பிக்கை என்பது மோச மானது என்று நான் நினைக்கவில்லை. எந்த அளவுக்கு பீட்டர் தனிமைப்பட்டவனும், ஏமாளியும், மறுதளிக்கும் மனப்பாங்கு டையவனாக இருக்கிறான் என்று தோன்றுவதுண்டு. என்னால் என்ன செய்ய முடியும்?

மத நம்பிக்கையுடையவர்கள் நிச்சயமாக சந்தோஷப்பட வேண்டும். சொர்க்க உண்மைகளில் நம்பிக்கை வைக்க எல் லோராலும் இயலாது. மரணத்திற்குப் பிந்தைய தண்டனையைப் பற்றிக் கூட ஒரு நம்பிக்கையாளர் பயப்படத் தேவையில்லை. ஆன்மாக்களைத் தூய்மைப்படுத்தும் இடம், நரகம், சொர்க்கம் போன்றவை நம்பிக்கையில்லாதவர்களால் அங்கீகரிக்க முடியாத விஷயங்கள். இருப்பினும் மதம், அது எதுவானாலும் இருக் கட்டும், அது மனிதர்களை சரியான பாதையில் நடக்கத் தூண்டு கிறது. கடவுள் பயம் அதற்குக் காரணியல்ல. மாறாக சொந்த மனச்சாட்சியையும் அந்தஸ்தையும் உயர்த்திப்பிடிப்பதற்கான விருப்பம்தான். ஒவ்வொரு இரவிலும் தூங்கச் செல்வதற்கு முன் அந்தந்த நாட்களில் தன்னுடைய செயல்களை முழுக்க ஆராயவும்

நல்லதையும் கெட்டதையும் பிரித்துப் பார்க்கவும் முயற்சிப்பது எவ்வளவோ மகத்தான விஷயமாகும். அவ்வாறு செய்வதன் மூலம் நாம் அறியாமலேயே நாம் நம்மையே சீர்படுத்த முயற்சிக் கிறோம் இந்த ஆன்மப் பரிசோதனையால் யாரும் எதையும் இழக்கப் போவதில்லை. மாறாக, அது மிகவும் பயனுடையதாக இருக்கும். "அமைதியான மனம் எவருக்கும் பலத்தை அளிக்கும்" என்ற பாடல் தெரியாதவர்கள் சுயமாக அதைக் கற்றுத் தெரிந்து கொள்ளட்டும்!

உன்னுடைய ஆன்

ஜூலை 1944 — 8 சனி

அன்புள்ள கிட்டீ,

பிசினசில் ஒரு முக்கியமானவரான மிஸ்டர் புரோக்ஸ் பெவர்ஜிக்கில் இருப்பவர் ஆவார். தங்கள் விவசாய உற்பத்திப் பொருட்களை அனைவரும் ஏலம் கூறி விற்பனை செய்ய வேண்டும் என்பது ஹாலந்தில் கட்டாயமாகும். அவர் ஸ்ட்ரோபெரிகளை ஏலத்தில் வாங்கியிருக்கிறார். அவ்வாறு ஏராளமான ஸ்ட்ரோபெரிகள் இங்கு வந்து சேர்ந்தன. தூசியும் மண்ணும் படிந்ததாக இருப்பினும் எங்களுக்கும் அலுவலகத்தில் இருப்பவர்களுக்கும் சேர்த்து ஏறத்தாழ இருபத்தேழு ட்ரேக்களில் நிரம்ப ஸ்ட்ரோபெரிகள் இருக்கின்றன. அன்று மாலையிலேயே நாங்கள் அவற்றை ஆறு ஜாடிகளில் நிரப்பிவிட்டோம். எட்டு கலயங்களில் நிரப்புமளவுக்கு ஜாம் தயாரித்தோம். மறுநாள் காலையில் அலுவலகத்தில் இருப்பவர்களுக்காக மீப்பும் ஜாம் தயாரித்தார்.

மணி பன்னிரெண்டரை ஆகிவிட்டது. கட்டிடத்தில் எங்கும் அன்னியர்கள் யாருமில்லை. முன் கதவு சாத்தப்பட்டிருக்கிறது. பீட்டரும், டாடியும் வான்டானும் மாடிப்படிகளில் நின்று கொண்டு பேசிக்கொண்டிருக்கிறார்கள். “ஆன் சுடுநீர் கொண்டு வா” என்றெல்லாம் கட்டளைக் குரல் எழுப்புவதையும் கேட்கலாம். என்னுடைய வயிற்றில் எதுவோ பற்றி எரிவதைப் போலத் தோன்றுகிறது. மீப், எல்லி, க்லீமேன், ஹெங்க், டாடி, பீட்டர் - என தலைமறைவாக வாழும் குடும்பங்களும் அவர்களுடைய பாதுகாப்பாளர்களும் ஒரே இடத்தில் திரண்டிருக்கிறார்கள்.

அதுவும் நடு மதியப்பொழுதில். உரக்கச் சத்தம் போட்டுப் பேசி ரசனையும் செய்கிறார்கள்! இது சரிதானா?

கர்ட்டன் இருப்பதால் வெளியே இருப்பவர்களுக்கு உள்ளே நடப்பதைப் பார்க்க முடியாது. ஆனால், இழுத்து மூடப்படும் கதவுகளும் உரத்தப் பேச்சுக்குரல்களும் அவர்களை சந்தேகப்பட வைக்காதா? எனக்கு இது இதமாகப்படவில்லை. உண்மையில் நாங்கள் தலைமறைவாக வாழ வேண்டுமா? தேவையென்றால் நாங்கள் வெளியே சென்று நடக்க முடியும் என்பதுதானே உண்மை? அடுக்களையில் அவசரப்பணியிலிருந்த நான் மாடிக்கு ஓடிச் சென்றேன். அவசரமான வேலையும் அவசரமான உரையாடல்களும் கீழ்த்தளத்தில் நடைபெறுவதற்கு மத்தியில்தான் காலிங்பெல் கிணுகிணுத்தது. திடீரென அனைவரும் நிசப்தமானோம். வீட்டுக்குள் யாராவது இருந்தால் தண்ணீர்க் குழாயைத் திறக்கக்கூடாது என்ற சட்டத்தை உடனே கடைப்பிடித்தோம்.

ஒரு மணிக்கு ஹெங்க் வந்து 'தபால்காரர்தான் காலிங்பெல்லை அழுத்தினார்' என்றார். நாங்கள் நிம்மதியடைந்து எங்கள் வேலையில் மூழ்கியபோது மீண்டும் பெல் அடிக்கும் ஓசை எழுந்தது. நாங்கள் மீண்டும் நிசப்தமானோம். சற்று நேரத்திற்குப் பிறகு கிரேலர் வந்து இப்போது அக்கவுண்டண்ட்தான் பெல்லடித்ததாகக் கூறினார்.

நாங்கள் அன்றும் மறுநாளும் ஸ்ட்ரோபெரி ஜாம் தயாரிக்கும் அவசர வேலையில் இருந்தோம். ஒவ்வொரு வேளை உணவிலும் முக்கிய ஐட்டம் ஸ்ட்ரோபரிதான். பாலுடன் ரொட்டியும் வெண்ணையும், சர்க்கரையுடனும் சேர்த்து உண்போம். இரண்டு நாட்களுக்கு அல்லது ஸ்ட்ரோபெரி தீர்வதற்குள்ளாகவோ குப்பியில் நிரப்பிப் பூட்டிவைப்பதற்குள்ளாகவோ எங்களுக்கு அதுமட்டும்தான் உணவு.

"நம்முடைய காய்கறிக்காரர் ஏறத்தாழ பத்தொன்பது பவுண்டு பச்சைப் பட்டாணியை நமக்களிக்கப் போகிறார்."

மார்கொட் அழைத்துக் கூறினாள்.

“அது நல்ல காரியம்தான். ஆனால், நாம் செய்யவேண்டிய வேலைகளைப் பற்றி நினைக்கும்போது சங்கடமாக இருக்கிறது.

கடந்த நாள் அன்றே மம்மி சொல்லியிருந்தாள். ‘சனிக்கிழமை நீங்கள் அனைவரும் பட்டாணியைத் தோல் உரிக்க உதவ வேண்டும் என்று’. இன்று காலையில் ஒருபெரிய பாத்திரம் முழக்கப் பயிறு எங்கள் முன்னாள் வந்தது. மிகவும் கவனமாகச் செய்ய வேண்டிய பணி அது. அன்று பகல் முழுக்க ஒரேவேலை செய்து நான் சோர்ந்து விட்டேன். எல்லோரும் அப்படியே. நாசமாய்ப்போன பட்டாணி.

உன்னுடைய ஆன்

ஜூலை 1944 15 சனி

அன்புள்ள கிட்டீ,

'சமகாலத்து இளம்பெண்களைக் குறித்து நீங்கள் என்ன நினைக்கிறீர்கள்? என்ற தலைப்பில் கவனத்தை ஈர்க்கும் ஒரு புத்தகம் நூலகத்திலிருந்து கிடைத்திருக்கிறது. இன்றைக்கு நான் இந்த விஷயத்தைக் குறித்துத்தான் பேச விரும்புகிறேன்.

இன்றைய இளந்தலைமுறையை நூலாசிரியை கடுமையாக விமர்சிக்கிறார். ஆனால், அவர்களை எதற்கும் அருகதையற்ற வர்க்கம் என்று அவர் முற்றாக அழைக்கவில்லை. மாறாக இளந் தலைமுறை ஆத்மார்த்தமாக முயன்றால், கூடுதல் விசாலமான கூடுதல் செழிப்பும் வனப்பும்மிக்க ஓர் உலகை அவர்களால் நிர்மாணிக்க முடியும் என்பதுதான் நூலாசிரியையின் கருத்து. ஆனால் யதார்த்தமான அழகு என்னவென்பதை அறிய முயற்சிக் காமல் அவர்கள் வெளிப்பூச்சுகளில் மயங்கிக் கிடக்கிறார்கள்.

புத்தகத்தின் சில பக்கங்களை வாசித்தபோது நூலாசிரியை தன்னுடைய கடுமையான விமர்சனத்தை என்மீதுதான் தொடுப்ப தாகத் தோன்றியது. அதனால்தான் என்னுடைய குணத்தையும் சிந்தனைகளையும் உன்னிடம் திறந்து காட்டவும் இத்தகைய ஆக்கரமிப்பை எதிர்க்கவும் விரும்புகிறேன்.

சிறிது காலமாக என்னைத் தெரிந்து வைத்திருக்கும் பல பேருடைய கவனத்தை ஈர்க்கும் குணாம்சம் என்னிடம் இருக் கிறது. என்னைப் பற்றிய என்னுடைய கருத்துதான் அது. என்னை யும் என்னுடைய நடவடிக்கைகளையும் இன்னொருவர் செய் வதைப்போல் எட்டி நின்று பார்வையிட என்னால் இயலும். ஒவ்

வொரு நாள் மேற்கொள்ளும் பணியையும் எந்த விதமான முன் முடிவுகளும் நிலைப்படுத்துதல்களும் இல்லாமலேயே நடு நிலையாகப் பார்க்கவும், எனக்குள் இருக்கும் நல்லதையும், கெட்டதையும் நகைச்சுவையுடன் அணுகவும் என்னால் இயலும். இந்த 'ஆத்ம உணர்வு' அல்லது தன்னைப்பற்றிய புரிதல் விட்டுப் பிரியாத குணமாக என்னுடனேயே இருக்கிறது. அதனால் ஒவ்வொரு முறையும் நான் எதையாவது சொல்லிவிட்டால் அடுத்த கணமே 'அது அப்படி இருந்திருக்கக்கூடாது' அல்லது 'அது நல்லதுதான்' என்ற ஒரு பார்வை நிச்சயமாக என்னிடம் இருக்கத்தான் செய்கிறது. எனக்கு அதிருப்தியாகத் தோன்றும் பல பழக்கங்கள் என்னிடம் இருக்கின்றன. அவற்றை ஒவ்வொன்றாக பெயர் குறிப்பிட்டுச் சொல்ல முடியாவிட்டாலும் 'ஒவ்வொரு குழந்தையும் சொந்த வளர்ச்சியிலும் தனி ஆளுமையிலும் கவனம் செலுத்த வேண்டும்.' என்று என்னுடைய டாடி கூறுவது உண்மை தான் என்று இப்போது நான் உணர்கிறேன். நல்ல அறிவுரை அளிக்கவும் நேர்வழி காட்டவும் மட்டும்தான் பெற்றோர்களால் இயலும். ஆனால் ஒரு நபரின் குணாம்ச உருவாக்கத்தின் முழுப் பொறுப்பும் அவருக்கேதான்.

இதைத்தவிர நான் நிச்சயமாக நல்ல தைரியம் படைத்த பதின் பருவத்தினள்தான். எனக்கு உள்ளார்ந்த சக்தியிருப்பதாகவும் ஏராளமாகச் சகித்துக்கொள்ளவும் பொறுத்துக் கொள்ளவும் முடியுமென்றும் நான் நம்புகிறேன். நான் சுதந்திரமானவள். இளமையின்துடிப்பு என்னிடம் இருக்கிறது. முதன் முதலாக இந்த விஷயத்தை அடையாளம் கண்டபொழுது எனக்கு மிகவும் மகிழ்ச்சியாக இருந்தது. காரணம் அவ்வளவு திடுதிப்பென வாழ்க்கை கொடுக்கும் தாக்குதல்கள் என்னை தகர்க்க முடியாதல்லவா?

இதற்கு முன்னும் பல முறை நான் இதைப் பற்றி பேசியி ருக்கிறேன். டாடியும் மம்மியும் என்னைப்புரிந்துகொள்வதில்லை என்ற அத்தியாயம் தான் அடுத்தது. டாடியும் மம்மியும் எப் போதும் என்னிடம் அன்பாகவே பழகினர். எல்லா விஷயத்திலும்

என்னை ஆதரித்தனர். மிகவும் செல்லமளித்து என்னை சீரழித்தனர். எல்லா பெற்றோர்களையும் போல் அவர்கள் என்னையும் வளர்த்தனர். இருப்பினும் வெகு காலம் நான் தனிமைப் பட்டவளும் தவறாகப் புரிந்து கொள்ளப்பட்டவளாகவும் இருந்தேன். எதையும் எதிர்க்கும் என்னுடைய பழக்கத்தைக் கட்டுப்படுத்த டாடி முடிந்த வரை முயன்றும் பயனில்லாமல் போய்விட்டது. இறுதியில் என்னுடைய போதாமையை நானே புரிந்து கொண்டபோது என்னால் அதற்கு தீர்வு காணப்பட்டது. என்னுடைய போராட்டங்களில் டாடி ஏன் என்னை ஆதரிக்க வில்லை? ஏன் எனக்கு ஒரு கைத்தாங்கலாக அவரால் இருக்க முடியவில்லை?

அவர் சரியான முறையைக் கையாளவில்லை. எப்போதும் அவர் ஒரு குழந்தையாக பாவித்து என்னை அணுகினார். என்னை முழுமையாக நம்பிய ஒரே ஒருவர் என்னுடைய டாடிதான். இருப்பினும் அவரால் என்னை ஒரு விவரம் தெரிந்த சிறுமியாகப் பார்க்க முடியவில்லை என்பது விசித்திரம்தான். என்னைப் பொறுத்தவரை சிகரங்களை அடைவதற்கான முயற்சிதான் வேறு எதையும்விட முக்கியமானது என்பதை அவர் புரிந்துகொள்ள வில்லை. 'இது இந்தப் பருவத்தின் தனித்தன்மை', 'எல்லா இளம்பெண்களுக்கும் இருப்பதைப்போல்', என்ற பார்வையில் என்னை மதிப்பீடு செய்வதை நான் விரும்பவில்லை. 'சொந்த ஆளுமையைப்பேணும் ஆன்' என்று சொல்லப்படுவதைத்தான் நான் செவிமடுக்க விரும்புகிறேன். மம்மிக்கு இது ஒருக்காலும் புரியவே புரியாது. அவ்வாறிருக்க என்னால் யாரையும் முழுமை யாக நம்பிவிட முடியாது. அவர்கள் தங்களைப் பற்றிய அனைத்தையும் என்னிடம் கூறாதவரை. டாடியைக் குறித்தும் பெரிதாக எனக்கு எதுவும் தெரியாததால் அவரையும் முழுமையாக உட்கொள்ள என்னால் இயலாது. எப்போதுமே ஒரு தந்தை என்ற நிலைப்பாட்டில் பழகும் மனோபாவம்தான் அவருடையது. இந்தப் பருவத்தில் தனக்கும் இத்தகைய எண்ணங்களும் விருப்பங் களும் இருந்ததாகவும் சொல்லிக் கொள்வார். எவ்வளவு முயன் றாலும் என்னை ஒரு நண்பியாகப் பார்க்க அவரால் முடியாது.

இந்தக் காரணங்களால்தான் வாழ்க்கையைப் பற்றிய என்னுடைய பார்வைகளையும் சித்தாந்தங்களையும் நான் யாரிடமும் சொல்வதில்லை. என்னுடைய அன்புக்குரிய இந்த நாட்குறிப்பில் மட்டும்தான் பதிவு செய்கிறேன். எப்போதாவது மார்கொட்டிடமும் தெரிவிப்பேன். என்னை அலட்டுவதையெல்லாம் நான் டாடியிடமிருந்து மறைத்து வைப்பேன். என்னுடைய கருத்துக்களை நான் அவருடன் பகிர்ந்து கொள்ளவேயில்லை. நான் அவரிடமிருந்து விலகியிருப்பது எனக்குத் தெரியும்.

என்னால் வேறு எதுவும் செய்ய இயலாது. என்னுடைய இதய உணர்வுகளுக்கு ஏற்பத்தான் நான் செயல்பட்டேன். எனக்கு மனநிம்மதி கிடைக்கவும் தன்னம்பிக்கையை பாதுகாக்கவும் உதவக்கூடிய வகையில் எதிர்ப்புக்களைச் சந்திக்கவும் நான் தயாராக இருந்தேன். என்னுடைய தன்னம்பிக்கையைப் பாதுகாக்கத்தான் நான் என்னுடைய இதய ரகசியங்களை டாடியுடன் பகிர்ந்து கொள்ளாமல் அவரிடமிருந்து விலகியிருக்கிறேன்.

நான் அதைக்குறித்து ரொம்பவும் சிந்தித்தேன். ஏன் டாடி என்னை அலைக்கழிக்கிறார்? எதற்காக அவர் எனக்கு வேண்டுகோள்களையும் அறிவுரைகளையும் அளிக்கிறார்? ஏன் என்னால் சகித்துக்கொள்ள முடியவில்லை. அவர் என்மீது பொழியும் பாசம்கூட இயல்பானதாகத் தெரியவில்லை. அவர் என்னை என் போக்கிற்கு விடக்கூடாதா? நான் ஒரு மனப் பிராந்தியில் இருந்த போது அவருக்கு எழுதிய கடிதம் தொடர்பாக இன்னும் எனக்கு குற்ற உணர்விருக்கிறது.

ஆனால், என்னுடைய வாழ்க்கையில் கடுமையான ஏமாற்றம் இன்னொன்றாகும். அது பீட்டர் தொடர்பானது. அவன் என்னை கீழ்ப்படிய வைப்பதற்கு மாறாக நான்தான் அவனைக் கீழ்ப்படுத்தினேன். நேசிக்கத் தகுந்தவனும், சாந்தசீலனும் உணர்ச்சிப் பிழம்புமான ஒரு இளைஞராக அவன் என் மனதில் பதிந்திருந்தான். நேசமும், பரிவும் அவனுக்குத் தேவைப்படுகிறது. என்னுடைய மனதில் இருப்பதனைத்தையும் அவிழ்த்துக் கொட்ட உயிருள்ள ஒரு நண்பன் எனக்குத் தேவைப்படுகிறான். என்னை

நேர்த்தடத்தில் அழைத்துச் செல்லத் தகுதியான ஒருவர்! நான் விரும்பிய அதை அடைந்துவிட்டேன். பீட்டரை நான் மெல்ல மெல்ல என்னிடம் நெருங்க வைத்துவிட்டேன். இறுதியில் அவன் என்னுடைய நண்பனாகிவிட்ட நிலையில் எங்களுக்கிடையில் பெரிதாக ஒரு நெருக்கம் உருவாகியது. மறு சிந்தனையில் அதைத் தவிர்த்திருக்கலாம் என்று எண்ணக் கூடிய அளவுக்கு இருந்தது அந்த நெருக்கம்.

மிகவும் அந்தரங்கமான பல விஷயங்களைப் பற்றியும் நாங்கள் பேசியிருக்கிறோம். ஆனால் என்னுடைய ஆத்மாவில் நிரம்பியிருக்கும் எந்த ஒரு ரகசியத்தையும் நாங்கள் விவாதிக்கவில்லை. பீட்டரை முழுமையாகப் புரிந்து கொள்ள இப்போதுகூட என்னால் இயலவில்லைதான். அவருக்கு நட்புறவுகள் மேலோட்டமானதுதானா? அல்லது இப்போது கூட என்னெதிரில் அவர் வெட்கப்படுகிறாரா? ஒரு உண்மையான நட்புறவை வளர்த்தெடுப்பதில் எனக்கு தவறு நேர்ந்துவிட்டது. கூடுதல் நெருக்கமான ஒரு உறவாக அது மாறிவிட்டது. நேசிக்கப்பட விரும்புகிறார் பீட்டர், அவர் என்னிடம் மேலும் மேலும் நெருங்கி வருகிறார். எங்களுடைய சந்திப்புகள் அவரை மகிழ்விக்கிறது. ஆனால் அவரைத் தவிர்க்க வேண்டுமென்றுதான் எனக்கு எண்ணத் தோன்றுகிறது. அவரைத் தவிர்க்க எந்த வழியும் தென்படவில்லை. என்னுடைய விருப்பங்களுக்கு ஏற்ப ஒரு நல்ல நண்பராக இருக்க ஒருக்காலும் அவரால் இயலாதென்று புரிந்த பிறகு, குறுகிய சிந்தனைகளிலிருந்து அவரை விடுவித்து பயனுள்ள வாழ்க்கையை மேற்கொள்ள அவருக்கு உதவ விரும்புகிறேன்.

'இளமை அதன் ஆன்மாவின் அடித்தட்டில் முதுமையைவிடத் தனிமையானதுதான்' என்ற பார்வை ஏதோ ஒரு புத்தகத்தில் வாசித்தது நினைவுக்கு வருகிறது. அது சரிதான். முதியவர்களுக்கு எங்களைப்போன்ற இளசுகளைவிட இடர்மிகுந்த பாதைகளை கடக்க வேண்டுமா என்ன? அப்படியில்லை. முதியவர்களுக்கு எல்லா விஷயங்களிலும் தங்களுடைய சொந்தக் கருத்துக்கள்

இருக்கின்றன. எதையாவது செய்வதில் அவர்கள் தயங்கி நிற்பதில்லை. அதேபொழுது இளைஞர்களுக்கு சொந்தக்கருத்தில் உறுதியாக நிற்பது மிகவும் சிரமமானதாகும். குறிப்பாக கோட் பாடுகள் அனைத்தும் நொறுக்கித் தள்ளப்படும் இந்தக் காலக் கட்டத்தில்! இறைவனிலும் நன்மையிலும் உண்மையிலும் நம்பிக்கை வைக்கலாமா என்றுகூட சந்தேகப்படும் காலக்கட்டம் இது.

முதியவர்களின் பிரச்சனைகள் எங்களுடையதைவிட கடுமை யானது என்று நம்பும் யாராவது இருந்தால் அவர்கள் எங்களுடைய பிரச்சனைகள் எந்த அளவுக்கு எங்களை நெருக்குகிறது என்பதைத் தெரியாதவர்களாக இருப்பார்கள். இவைகளை எதிர்க்கொள்ளும் பருவம் எங்களுக்கில்லை அல்லவா? வெகு காலத்திற்குப் பிறகு நாங்கள் இந்தந் பிரச்சனைக்கு தீர்வுகண்டால் கூட அந்தத் தீர்வும் முழுமையானதாக இருக்காது. ஆம், இவையனைத்தும்தான் இளமையின் பிரச்சனைகள்! கோட்பாடுகள், கனவுகள், எதிர் பார்ப்புகள் இவையனைத்தும் எங்களுக்குள் உதித்தெழுகின்றன. விரைவில் எதார்த்தத்தின் பயங்கரமான தாக்குதலை ஏற்று அவை உடைந்து சிதறுகின்றன.

என்னை முன்னுக்கு வழிநடத்தும் கோட்பாடுகள் நடை முறைக்கு ஒவ்வாததாக இருப்பினும் அவற்றைக் கைவிட நான் தயாரில்லை. அனைத்து அவலங்களுக்கிடையிலும் மனித குலத்தின் நன்மையை நான் நம்புகிறேன். நிச்சயமற்ற நிலை, வறுமை, இடர், மரணபயம், துன்பம் ஆகியவற்றின் அடித் தரையில் என்னுடைய எதிர்பார்ப்புக் கனவு மாளிகையை எழுப்ப முடியாதல்லவா? இந்த பூமி ஒரு தரிசு நிலமாக மாறிவிடும் என்றும், பேரழிவின் இடியோசை கேட்கத் தொடங்கிவிட்டதாக வும் நான் எண்ணுவதுண்டு. லட்சக்கணக்கான மக்களின் இடுக்கண்களையும், துயர துன்பங்களையும் நான் பார்க்கிறேன். இருப்பினும் வானப் பெருவெளியை அண்ணாந்து பார்க்கும் பொழுது எல்லா குழப்பங்களுக்கும் தீர்வு கிடைக்குமென்றும், கொடுமைகள் முடிவுக்கு வருமென்றும், பூமியில் சாந்தியும், சமா

தானமும் களியாட்டம் போடுமென்றும் நான் நம்புகிறேன்.

அதுவரை நான் எனது கோட்பாடுகளைக் கடைபிடித்தே ஆக வேண்டும். ஏனென்றால் அவற்றை நடைமுறைப்படுத்த இயலும் ஒரு நந்நாள் மிக விரைவிலேயே வரக்கூடும்.

உன்னுடைய ஆன்

பீட்டர் வாண்டான்

ஜூலை 1944 21 வெள்ளி

அன்புள்ள கிட்டீ,

இப்பொழுது என்னுடைய உள்ளம் முழுக்க எதிர்பார்ப்புகள் தான். நிலைமைகள் சீராகிக் கொண்டிருக்கின்றன. ஒரு நற் செய்திகூட இருக்கிறது. ஹிட்லரைக் கொலை செய்ய முயற்சி நடைபெற்றிருக்கிறது. அதன் பின்னணியில் யூதர்களோ, கம்யூனிஸ்டுகளோ இல்லை. மாறாக ஒரு ஜெர்மானிய ஜெனரல் தான் இருந்திருக்கிறார். இளைஞரான ஒரு பிரபு. ஆனால் கடவுள் கிருபையால் அந்த சர்வாதிகாரியின் உயிர் மயிரிழையில் தப்பி விட்டது. சின்னக் காயங்கள் மட்டும்தான் ஏற்பட்டன. அவருடன் இருந்த சில அதிகாரிகளும் ராணுவ தளபதிகளும் கொல்லப் பட்டிருக்கிறார்கள் அல்லது காயப்பட்டிருக்கிறார்கள். குற்ற வாளியை அங்கேயே சுட்டுக் கொன்றுவிட்டனர்.

எதுவாயினும் போரை வெறுப்பவர்களும், ஹிட்லரின் அழிவை விரும்புபவர்களுமான ஏராளமான அதிகாரிகளும், ராணுவ தளபதிகளும் இருக்கிறார்கள் என்பது இந்த நிகழ்ச்சியின் மூலம் நிரூபணமாகியிருக்கிறது. ஹிட்லரை ஒழித்துக்கட்டிய பிறகு இன்னொரு ராணுவ ஆட்சியாளரை சர்வாதிகாரியாகப் பதவியிலமர்த்தி நேசசக்திகளுடன் உடன்படிக்கை செய்து கொண்டு ராணுவத்தை மேலும் வலுப்படுத்தி இருபதாண்டுக் காலம் நீட்டிக்கும் இன்னொரு பெரும்போரைத் தொடங்குவது தான் அவர்களுடைய திட்டம். ஒருவேளை கடவுள் கிருபையால் தான் ஹிட்லர் கொல்லப்படாமல் தப்பியிருக்கிறார். ஏனென்றால் இன்னொரு பயங்கரப் போர் தொடங்கி பல லட்சம் அப்பாவி

ஜெர்மனியர்கள் தங்களுக்குள் படுகொலைகளை நிகழ்த்தினால், நேசச் சக்திகளுக்கு அது வசதியாகிவிடும். ரஷ்யர்களும், ஆங்கிலேயர்களும் தங்களுடைய நலன்களைப் புனரமைக்கும் பணிகளை வேகப்படுத்துவார்கள்.

இருப்பினும் அந்த அளவுக்கு அதீதமாகச் சிந்திக்கத் தேவையில்லை என்பதுதான் உண்மை. ஆயினும் முற்றிலும் நடக்கக்கூடிய நிகழ்வுகளைக் குறித்துத்தான் நான் பேசுகிறேன். நடைமுறைச் சாத்தியமற்ற கருத்துக்கள் அல்ல. அதற்கும் மேலாக ஹிட்லர் தனது ஆளுமையை ஒப்புக்கொள்ளும் நம்பிக்கைக்குரியவர்களான மக்களிடம் மிகவும் கருணையுடன் ஒரு விஷயத்தை வேண்டுகோளாக விடுத்திருக்கிறார். இனிமேல் ராணுவத்திலிருக்கும் ஒவ்வொருவரும் ஹிட்லரின் ரகசியப் போலீஸ் படையினரை சந்தேகத்துக்கு இடமின்றி அனுசரித்துப்போக வேண்டுமென்றும், தன்னுடைய மேலதிகாரி ஹிட்லருக்கு எதிராகத் திரும்பினால் அந்த நிமிடமே அவரைச் சுட்டுக் கொல்ல வேண்டும் என்பதுதான் கட்டளை.

நிலைமை மிகவும் மோசமாகப் போய்க் கொண்டிருக்கிறது. யாராவது ஒரு படைவீரனை அவனுடைய மேலதிகாரி எதற்காகவேனும் கண்டித்தால் உடனே மேலதிகாரி ஹிட்லருக்கு எதிராகத் திரும்பியிருக்கிறார்? என்று குற்றம் சாட்டி படைவீரன் அவரைச்சுட்டுக் கொல்லலாம். என்ன கொடுமையான நிலைமை. போகட்டும், நான் அதையெல்லாம் மறக்கத்தான் முயற்சிக்கிறேன். அடுத்த அக்டோபர் மாதம் நான் என்னுடைய வகுப்பறையில் அமர்ந்திருக்கிறேன் என்று நினைக்கும்போது மகிழ்ச்சியில் மெய்மறந்து போகிறேன். ஓ, கிட்டீ, நான் மறந்தே போய்விட்டேன். நான்தானே சொன்னேன். "அளவுக்கு மீறிய மகிழ்ச்சியும் எதிர்பார்ப்பும் தேவையில்லை" என்று இதனால்தான் அவர்கள் என்னை 'முரண்பாடுகளின் சிறிய மூட்டை' என்று அழைக்கிறார்கள்.

உன்னுடைய ஆன்

ஆகஸ்ட் 1944 — 1 செவ்வாய்

அன்புள்ள கிட்டீ,

'முரண்பாடுகளின் சிறிய மூட்டை' என்ற அடைமொழியுடன் தானே கடந்த கடிதத்தை முடித்தேன். இந்தக் கடிதத்தையும் அவ்வாறே தொடங்குகிறேன். முரண்பாடு என்றால் என்ன? ஏனைய பெரும்பாலான வார்த்தைகளைப் போலவே இதற்கும் இரண்டு வகையான பொருள்கள் இருக்கின்றன. வெளிப்படையானதும் உள்ளார்ந்ததும்.

திடீரென்று பணிய மறுக்கின்ற, எல்லாம் தெரிந்தவன் என்று நடிக்கின்ற- இதுபோன்ற பொருளில்தான் என்னைக் குறிப்பிட இவர்கள் வார்த்தையை அடிக்கடிப் பயன்படுத்துகிறார்கள். இரண்டாவது பொருள் என்னவென்பதை என்னைத் தவிர வேறு யாருக்கும் தெரியாது.

எனக்கு ஒரு இரட்டை ஆளுமை இருப்பதாக நான் ஏற்கெனவே குறிப்பிட்டேனல்லவா. மகிழ்ச்சி, நகைச்சுவை உணர்வு, மனோதிடம், இக்கட்டான வேளைகளையும் இலகுவாக எதிர்க்கொள்ளல் ஆகியவைதான் முதற் பகுதியைச் சேர்ந்தவை. ஆண் பிள்ளைகளுடனான நட்பும், அரவணைப்பும், முத்தமிடுதலும் போன்றவைகளை விரும்புகின்ற, கௌரவமான நகைச்சுவையை ரசிக்கின்ற ஒரு சிறுமிதான் இந்த முற்பகுதியைச் சேர்ந்த ஆன், வெளிப்படையான ஆன்! இந்தப் பகுதி எப்பொழுதும் கூடுதல் ஆழமான கூடுதல் தூய்மையான அடுத்த பகுதியை விலக்கிவிட்டு ஆட்களின் கவனத்தை ஈர்க்கிறது. எனவே ஆனின் கூடுதல்

நன்மையான இன்னொரு முகத்தை யாரும் பார்க்கவில்லை.

பல நேரங்களில் நான் ஒரு கோமாளியாக பிறரைச் சிரிக்க வைக்கிறேன். சிந்தனையாளர்கள் வெற்று வணிகத் திரைப் படத்தைப் பார்த்து மறந்து விடுவதைப் போலத்தான் பிறர் என்னு டைய இந்தக் கோமாளித்தனத்தைப் பார்க்கிறார்கள். இந்த முகத்தை இல்லாமல் செய்துவிட எவ்வளவோ முயன்றேன். இதுவரை அதில் வெற்றி பெறவில்லை.

நன்மை வாய்ந்த ஆனின் முகம் மிகவும் அபூர்வமாகத்தான் வெளிப்படும். அதே வேகத்தில் அது மாய்ந்துபோகவும் செய்கிறது.

எனவே அதே காரணத்தால் பிறர் முன்னிலையில் இந்த ஆன் வெளிப்படுவதில்லை. ஆனால் இந்த ஆனின் இருப்பு என்னை நேரான பாதையில் வழி நடத்துகிறது. என்னுடைய உள்ளத்தில் மகிழ்ச்சியை நிரப்புகிறது. ரகளை செய்யும் ஒரு இளம்பெண்ணாக பிறர் என்னை பார்த்தாலும் என்னை அதுவெல்லாம் பாதிக்க வில்லை. உல்லாசவதியான ஆன் இதைக்கேட்டு வாய்விட்டு நகைக்கிறாள். இடக்கு மடக்காக பதிலளிக்கிறாள். ஆனால், சாந்த குணம் படைத்த ஆன் இதைக் கேட்டு வருத்தமடைகிறாள்.

என்னுடைய உள்ளுக்குள் விம்மல் சத்தம் எழுவதை நான் உணர்கிறேன். 'ஆன் நீ இரக்கமற்றவள், சண்டைக்காரி, அகந்தை மிக்கவள். உனக்குள் இருக்கும் நல்ல பகுதி அளிக்கும் அறிவுரை களைச் செவிமடுக்காததால் உன்னை எல்லோரும் வெறுக் கிறார்கள்? உண்மையில் எனக்கு அந்த அறிவுரையைச் செவி மடுக்க விருப்பம்தான். அனுசரிக்கவும் விரும்புகிறேன். ஆனால் அது நடைபெறவில்லை. அவ்வளவுதான். எப்போதாவது நான் வாய்மூடியாகவும் இறுக்கமானவளாகவும் இருந்தால் பிறர் அதை ஒரு புதிய வேடிக்கையாகத்தான் எடுத்துக்கொள்வார்கள்! என்னுடைய வீட்டில் இருப்பவர்கள் எனக்கு உடல்நலமில்லை என்று மருத்துவம் பார்க்கத் தொடங்கி விடுவார்கள். அவ்வாறு

நான் மீண்டும் பழைய ரகளைக்காரியாக மாறுகிறேன். வேறு யாரும் இந்த உலகில் இல்லாவிட்டால் என்னுடைய விருப்பத்திற்கு ஏற்றவாறான ஒரு இளம்பெண்ணாக வாழ என்னால் இயலுமல்லவா என்று எண்ணுவேன்.

உன்னுடைய ஆன்

- ஆனி ஃபிராங்கின் டைரி இத்துடன் முடிவடைகிறது -

முடிவுரை

1944 ஆகஸ்டு 4ம் நாள் ஜெர்மானியப் படையினர் டச்சு நாஜிகளின் உதவியுடன் தேடுதல் வேட்டையை மேற்கொண்டனர். ஆனி ஃப்ராங்கின் குடும்பத்தினர் வசித்த தலைமறைவு முகாமில் க்ரேலர், க்லீமேன் உள்பட அனைவரும் கைது செய்யப்பட்டனர். சிறிது காலம் "வெஸ்டர் போர்க்" என்ற ஹாலந்தில் அமைந்த ஜெர்மன் வதைமுகாமில் சிறை வைக்கப்பட்ட பிறகு செப்டம்பர் மூன்றாம் நாள் "ஓஷ்விட்ஸ்" முகாமுக்கு அவர்களைக் கொண்டு சென்றனர். போலந்தில் ஜெர்மானியர்களின் கொடிய சித்திரவதை முகாம் தான் "ஓஷ்விட்ஸ்."

போலீசார் தேடுதல் வேட்டை மேற்கொள்ளும்போதே ஆனி ஃப்ராங்கின் குடும்பத்தினர் வசித்த 'தலைமறைவுமுகாம்' கொள்ளையடிக்கப்பட்டது. சிறிது நாட்களுக்குப் பிறகு அங்கு அறையைச் சுத்தம் செய்ய வந்த ஒருவர் தரையில் செய்திதாள்களுக்கு மத்தியில் சில நோட்டுப் புத்தகங்களைக் காண நேர்ந்தது. இந்த நோட்டுப் புத்தகங்களில்தான் ஆனி ஃப்ராங்க் தன்னுடைய நாட்குறிப்புகளை எழுதி வைத்திருந்தார். விஷயம் தெரியாத அவரிடமிருந்து மீப்பும், எல்லியும் அதை பெற்றுக் கொண்டனர். இந்த இரண்டு இளஞ் சிறுமிகளும் யூதக்குடும்பத்தினருக்கு ஆதரவளித்தவர்கள் என்பது நாஜிகளுக்குத் தெரியாது. போர் முடிந்த பிறகு திரும்பிவந்த ஆனி ஃப்ராங்கின் தந்தை ஓட்டோ ஃப்ராங்கிடம் இந்த நாட்குறிப்புக்களின் கையெழுத்துப் பிரதியை அவர்கள் ஒப்படைத்தனர்.

"ஓஷ்விட்ஸ்" சித்திரவதை முகாமில் மிஸ்டர் வான்டான் நச்சுவாயுப் பிரயோகத்திற்கு இரையாக்கப்பட்டார். ஒட்டோ ஃப்ராங்க் மயிரிழையில் தப்பியிருக்கிறார். அவ்வாறு நவம்பர் மாதம் அவர் முகாம் மருத்துவமனைக்கு வந்தார். 1945 ஜனவரி 27ம் நாள் சோவியத் செஞ்சேனை முகாமில் இருந்தவர்களையெல்லாம் விடுவித்த பிறகும், ஒட்டோஃப்ராங்க் மருத்துவமனையிலேயே இருந்தார். பின்னர் அங்கிருந்து கலீஷ்யா, தொடர்ந்து ஒடிசாவுக்கும் அங்கிருந்து மேற்கு ஐரோப்பாவுக்கும் போய்ச் சேர்ந்தார். "ஓஷ்விட்ஸ்" சித்திரவதை முகாமிலிருந்த ஏறத்தாழ பத்தாயிரத்துக்கும் மேற்பட்ட கைதிகளுக்கு இந்த வாய்ப்பு கிட்டவில்லை. சோவியத் செஞ்சேனை முன்னேறி வருவதை அறிந்த ஜெர்மானியர்கள் இவர்களைத் தங்களுடன் மேற்கு திசைக்கு அழைத்துச் சென்றனர். பீட்டர் வான்டானும் அவர்களில் ஒருவர் ஆவார். பீட்டரைப் பற்றி பின்னர் எந்தத் தகவலும் கிடையாது.

தன்னுடைய மனைவி 5ம் தேதி இறந்துவிட்ட செய்தியை ஒடிசா பயணத்திற்கிடையில்தான் ஒரு டச்சு நண்பர் மூலமாக ஒட்டோ ஃப்ராங்க் தெரிந்து கொண்டார்.

தாயின் மறைவுக்கு இரண்டு மாதங்கள் முன்னர்தான் மார் கொட்டும், ஆனும் ஜெர்மானியர்களால் "பெல்கன் பெல்சனுக்கு" கொண்டு செல்லப்பட்டனர். "ஓஷ்விட்ஸ்" சித்திரவதை முகாமில் இருந்ததைப்போலவே இங்கும் ஆன் துணிச்சலுடனும் பொறுமை யுடனும் எதையும் தாங்கும் இதயத்துடன் சூழலை எதிர் கொண் டார். 1945 பிப்ரவரியில் இரண்டு சகோதரிகளும் டைஃபஸ் நோய்க்கு இரையாயினர். முதலில் மார்கொட்டும், சில நாட் களுக்குப் பிறகு மார்ச் மாதம் ஆனி ஃப்ராங்கும் உயிரிழந்தனர்.

★★★